Sơ Lược 40 Năm Văn Học Nghệ Thuật Việt
1975-2015

Quyển 2

DU TỬ LÊ

SƠ LƯỢC 40 NĂM
VĂN HỌC NGHỆ THUẬT VIỆT
1975-2015

Quyển 2

HT PRODUCTIONS

**SƠ LƯỢC 40 NĂM
VĂN HỌC NGHỆ THUẬT VIỆT
(1975 – 2015)**
Quyển 2
DU TỬ LÊ
Bìa và trình bày: Uyên Nguyên
HT Productions xuất bản lần thứ nhất tại Hoa Kỳ, 2015
ISBN: 978-1-943101-03-0
© *Tác giả và HT Productions giữ bản quyền, 2015*

MỤC LỤC

Lời nói đầu... 1

Chương một: Âm Nhạc... 5
Bản ngã nhị trùng và, tố chất nhạc sĩ: Hải Nguyên 7
Nhất Chi Vũ và, những biến đổi nhạc thuật hôm nay 11
Ngọc Uyên, hát như một hành trình đi tìm chính mình!.... 31
Nguyễn Cao Nam Trân, tiếng hát chở quá khứ
vào lấp lánh, mai sau 35
Nguyên Long: "Thi ca món quà đặc biệt
trong lãnh vực văn chương... 41
Phạm Gia Cổn, từ âm nhạc tới Hoàng Hạc....................... 55
Quỳnh Giao, hát, viết như đi tìm chân dung mình qua học thuật.... 61
Thái Xuân, nữ đại-sứ- tân-nhạc-Việt-xứ-người 75
Trần dạ từ và, cuộc cách mạng xanh cho ca khúc............. 81

Chương hai: Báo chí, Xuất Bản 101

  Đoàn Thạch Hãn/ Đoàn Kế Tường:
  hai tên gọi, một kiếp đời oan nghiệt 103

  Phương Dung, và "sự tái sinh của các Lạt Ma Tây Tạng" 127

Chương ba: Hội Họa 137

  Ann Phong, người đem được sắc màu Việt Nam
  tới quảng trường hội họa thế giới 139

  Những nẻo đường văn chương, hội họa...
  quyết liệt của Võ Công Liêm 145

Chương bốn: Thi Ca 157

  Hư-Ảo-Hình, Làm Thành Hư-Ảo- Thơ Đoạn Trường, ... 159

  Từ Vương Kim Vân tới thơ Lê Giang Trần:
  Bập bùng những hơi thở buồn! 169

  Nguyễn Khắc Nhượng, Thơ Như Một Cứu Rỗi 183

  Nguyễn Khôi, Hà Nội, Một Nhan Sắc Khác 189

  Nguyễn Ngọc Hưng, tấm gương lớn
  của một nhà thơ vượt cao, trên số phận 195

  Nguyễn Ngọc Hạnh, "một đời lụy với câu thơ" 207

  Nguyễn Phương Thúy, "Ba mươi, nỗi buồn em cổ điển",
  một nhan-sắc-thi-ca-ẩn hương! 213

  Tính dịu dàng Việt, trong thơ Nguyễn thị Bích Thoa 219

  Những Dặm Đường Xốn Xang Chữ, Nghĩa
  Nguyễn Thiên Ngân 229

  Nguyễn Xuân Thiệp, xương rồng nở hoa cùng "gió mùa" 241

  Phạm Thị Ngọc Liên, ngọn pháo bông thi ca ngày tới 249

  Phạm Ngọc, người từ chối xài tiền giả trong thi ca 257

  Trả lại chỗ đứng cho thơ Phượng Trương Đình 265

  Tạ Tự, thi sĩ đến từ thế giới khác 275

  Thiên Giang, những câu thơ mang tính định đề 281

Trần Lê Sơn Ý: Những công-án-thi-ca khôn giải đáp?...................... 289
Trịnh Sơn, người sớm tìm được cho thơ, cách-nói-khác 299
Nhan sắc mới cho thơ Trúc Thanh Tâm 311
Trương Thị Bách My, bản lãnh chữ, nghĩa
của một người làm thơ trẻ ở VN 323
Tính siêu thực trong lục bát Trương Xuân Thiên 333
Chia tay và, trở về lục bát, qua thơ Sỹ Liêm 341
Võ Chân Cửu, đường bay lênh đênh thiết tha chữ, nghĩa........... 347

Chương năm: Văn Xuôi... 355
Bùi Bích Hà, trong cõi văn chương nữ giới, quê người 357
Châu Thụy, tái hiện bi kịch vượt biển trong "Vực Xoáy" 369
Lê Minh Hà: Nam Cao Thời Hiện Đại?.. 381
Lữ Thị Mai, Trên Dặm Trường Chữ, Nghĩa
Nong Chật Ám Ảnh Và, Nỗi Niềm Trong Thơ/Văn...................... 391
Những Con Chữ Hân Hoan,
Búng Mình Trên Mặt Sông Chữ, Nghĩa Lữ Quỳnh 405
Nam Dao, cái đẹp, ân sủng của đời sống? 425
Nguyễn Ngọc Bảo, ngày xuân đỏ đen cùng chữ nghĩa với Hội
VHKHVN và Trò Chơi Thả Thơ với Thơ Du Tử Lê 437
"Những Tiếng Kêu Thương Thảng Thốt
Trong Văn Nguyễn Chính" 459
Nguyễn Hồng, thế hệ nhà văn không có trong tay la bàn! 469
Nguyễn ngọc Tư, hiện tượng tiêu biểu
của 40 năm văn xuôi Việt.. 481
Nguyễn Xuân Tường Vy. "Mắt thuyền". Trôi tới......................... 493
Những ngọn nến văn chương mang tên Phan Thị Vàng Anh 513
Võ thị Xuân Hà, trầm-tích-chữ-nghĩa, văn chương một thời......... 527

Lời nói đầu
Sơ Lược 40 Năm
Văn Học Nghệ Thuật Việt
(1975- 2015)

quyển 2

Đây là cuốn thứ 2, trong bộ "Sơ lược 40 Năm VHNT Việt: 1975-2015".

Như cuốn #1, nội dung tập sách này, vẫn là những ghi nhận của chúng tôi về một số tác giả trong cũng như ngoài nước. Họ là những người sinh trưởng hay, chỉ thực sự cầm bút sau biến cố tháng 4-1975.

- Ở cuốn thứ 2 này, chúng tôi vẫn chọn giới thiệu một số tác giả có mặt trong sinh hoạt 20 năm VHNT Miền Nam (1954-1975). Nhưng sau 1975 họ mới xuất bản tác phẩm hoặc, được độc giả biết đến một cách rộng rãi hơn. Như nhà văn, nhà thơ Lữ Quỳnh, Võ Chân Cửu, Nguyễn Khắc Nhượng, nhà báo Đoàn Thạch Hãn (tức Đoàn Kế Tường) v.v...

- Chúng tôi thấy nên nhắc lại rằng, chúng tôi biết nhiều tác giả có những đóng góp đáng kể trong sinh hoạt 40 năm VHNT Việt. Tuy nhiên vì lý do khách quan cũng như chủ quan, chúng tôi đã không có cơ hội được viết về họ. Đấy là một trong những khuyết điểm của cá nhân chúng tôi.

- Lại nữa, tiêu chí để chúng tôi chọn viết về những tác giả trong tập sách này (cũng như ở tập sách trước – cuốn # 1) không nhất thiết phải là những người đã nổi tiếng. (Những người đã nổi tiếng, có thể cũng không cần ai nhắc tới họ.)

Phần cá nhân chúng tôi, đặc biệt chú ý tới những người trẻ. Những người mới cầm bút. Tên tuổi của họ, có thể còn xa lạ với đa số bạn đọc. Nhưng, nếu cá nhân chúng tôi tìm thấy ở nơi họ một hay vài đặc điểm, ít thấy nơi những tác giả khác; hoặc họ cho thấy đã vượt qua được chính họ thì, chúng tôi cũng rất hân hoan dành ưu tiên, cụ thể là một số trang sách đáng kể, cho họ... Như lời chào mừng những dòng nước VHNT đang sung mãn quăng mình về chân trời...

- Mặt khác, cũng có nhiều tác giả hiện diện nhiều hơn một lãnh vực, từ thơ, văn, tới âm nhạc hay hội họa... ! Sự kiện này, gây bối rối không ít cho chúng tôi khi phân loại! Khiến chúng tôi buộc lòng phải chọn lãnh vực đáng chú ý nhất của tác giả đó, để giới thiệu với bạn đọc. Dù cho phân loại kia, chỉ là tương đối. Nhưng chúng tôi trộm nghĩ, nó sẽ giúp cho bạn đọc dễ tìm kiếm, tiếp cận hơn... Dám mong bạn đọc khứng nhận.

- Với bộ sách này, chúng tôi vẫn chọn sắp xếp các tác giả theo chữ thứ nhất của tên gọi hay bút hiệu.

- Cuối cùng, dù không cần thiết, chúng tôi vẫn thấy nên ghi lại ở đây, thêm một lần nữa rằng, chúng tôi không phải, (sẽ không bao giờ) tự nhận là một nhà phê bình văn học - Mà, chúng tôi chỉ là người ghi lại ít, nhiều cảm nghĩ của mình về một giai đoạn VHNT Việt phong phú, đa dạng, nhiều hứa hẹn tương lai rực rỡ... Như giai đoạn VHNT Việt sau chiến tranh: Giai đoạn 1975-2015.

Do đấy, xin bạn đọc đón nhận bộ sách còn nhiều khuyết điểm này của chúng tôi, như một thứ "Tùy-bút-nhận-định" mà thôi.

Trân trọng,

Du Tử Lê

(California, tháng 7-2015)

Chương một:
Âm Nhạc

Bản ngã nhị trùng và, tố chất nhạc sĩ: Hải Nguyên

và, th.bắc. t.dung. h.t

Bóng tối. Hiên nhỏ. Bụi mưa cắt xéo, mỏng những con đường ôm lỏng vòng đai công viên. Daly City, tình thân với Bắc. Biển không trong tầm mắt. Biển, đâu đó, ấm trong giọng nói người đàn ông. Tiếng nói chậm. Chẻ, tước từng nghĩa chữ. Tiếng nói bập bùng theo đốm lửa (cũng chậm, cháy trên khuôn mặt lắng, khắc hằn ưu tư, thao thức.

Người đàn ông nói về dòng nhạc được cấu tạo và, kiến trúc từ ánh sáng bất hoại của những lượng khối ca dao: Kim cang.

Cùng với bụi mưa cắt xéo, mỏng những con đường ôm, lỏng vòng đai công viên; cùng với Daly City/đêm/biển không trong tầm mắt/biển, đâu đó, ấm trong tiếng hát trưng dẫn (demo.) của người đàn ông.

Tiếng hát chẻ, tước lớp vỏ sần, cũ, ù lì nơi những thân âm nhạc mục, rỗng, cho thấy thấp thoáng lớp tơ nõn, tương lai của những đời cây khác.

Cùng với đốm lửa, say sưa tin tưởng, chất ngất, nghẹn nỗi khát khao bập bùng những lượng máu mới cho nghệ thuật, người đàn ông nói. Nói. Nói.

Những bày tỏ, những bộc lộ trái gió, nghịch thường với thói quen nín lặng, kín đáo nơi người đàn ông khá âm trầm này, khiến tôi nhớ lại, trước đó một lần trên lộ trình 101, hướng bắc, cũng trong bóng tối, cũng với đốm lửa, niềm say sưa, tin tưởng, cháy ngất, nghẹn ngào nỗi thèm khát bập bùng những lượng máu mới cho thi ca, người đàn ông nói. Nói. Nói.

(Đó là lần chúng tôi đem thơ, nhạc đến cho các sinh viên Berkeley, liên tiếp 2 lớp học về tiếng Việt và, văn chương Việt của thầy Bắc).

Người đàn ông nói về tính vĩnh hằng của thi ca và, hơi men ngợp, lịm, chếnh choáng của giai điệu âm nhạc, mới. Người đàn ông nói về đầu nguồn và suối ngọn, nghệ thuật. Người đàn ông nói về đáy sâu và, biển xanh, sáng tạo...

Đêm đó, chúng tôi không có hiên nhỏ. Đêm đó, chúng tôi không có bụi mưa cắt xéo, mỏng những con đường ôm lỏng vòng đai công viên. Chúng tôi không có Daly City, tình thân với Bắc. Chúng tôi cũng không có biển trong tầm mắt...

Nhưng, biển đâu đó, ấm, rất ấm trong giọng nói người đàn ông. Tiếng nói chậm. Chẻ, tước từng nghĩa chữ. Tiếng nói kia, nỗi khát khao đổi mới nọ, đã là những lửa ngọn cháy lại trong tôi.

Đêm nay, ở một khoảng cách địa lý có chiều dài, dài hơn chiều dài quê hương nghìn trùng; những ngọn lửa từ người đàn ông âm trầm ấy, bỗng soi tỏ, phóng chiếu trong tôi, cùng lúc hai nhân cách hay, hai bản ngã của một trái tim, một trí tuệ. Đó là trái tim và trí tuệ mang tên Hải Nguyên. Nhạc sĩ.

Đêm nay, ở một khoảng cách địa lý, có chiều dài, dài hơn chiều dài quê hương nghìn trùng, trên tay tôi là *"Lạc âm"*. Một hợp lưu của hai đời sông: Thi ca và âm nhạc. Hai đời sông lớn lên, đi ra từ trái tim, trí tuệ người nhạc sĩ mang tên Hải Nguyên (có thể còn xa lạ với nhiều người).

Tôi thấy tôi trong:

*"có lúc tôi quỳ bên nhóm lửa
Vườn khuya em bỏ đóa lan gầy
chắt chiu một chút hương còn lại
hơ nóng bàn tay che vết thương".*
(Thơ, nhạc Hải Nguyên)

Tôi thấy tôi, thấy bằng hữu trong:
*"dường như có những cơn mưa
rơi trên hạnh phúc hoa vừa nhú non
dường như em, ngón tay thon
vẽ mong manh những phấn son mặt đời
dường như tôi nói đôi lời
bỗng nghe gió bão trùng khơi vọng về"*
(Thơ, nhạc Hải Nguyên)

Tôi thấy tôi, thấy bằng hữu, thấy Việt Nam trong:
"em mang nặng bào thai đi hái cỏ

*luộc lên ăn, ta nhỏ lệ khôn cùng
đời đã thế, ta còn gì mơ ước
em, nụ cười vẫn xanh mướt tuổi thơ*

*"em, nụ cười thiên thu anh sẽ giữ
em, nụ cười thiên thu anh sẽ giữ
"em, nụ cười đã xanh lại thiên thu".*
(Thơ, nhạc Hải Nguyên)

Tôi cũng thấy tôi, thấy bằng hữu, thấy Việt Nam trong những ca khúc khác, của Hải Nguyên, như *"Mẹ tôi còn ở lại"*; như *"Cho người em chết biển"*; như *"Phố ngàn"* v.v...

Và, điều tôi thấy sau cùng, trên hết, là lớp tơ nõn, tương lai của những đời cây khác. Những đời cây thi ca và, âm nhạc mang tên Hải Nguyên.

Những đời cây âm nhạc Hải Nguyên trên lộ trình nhân gian, tôi tin, rồi đây, sẽ còn gió. Mãi.

(Garden Grove, Dec. 1999)

Nhất Chi Vũ và, những biến đổi nhạc thuật hôm nay

LNĐ: *Dù không thuộc giới nhạc thuật, nhưng có thể chúng ta đã từng nghe tới danh tiếng của đại học âm nhạc nổi tiếng thế giới Berklee - Từng được ví như một Harvard về phương diện âm nhạc. Tuy nhiên, đa số chúng ta dường không rõ lắm về tiến trình tuyển chọn sinh viên cũng như chương trình học của đại học Berklee.*

Vì thế, chúng tôi có cuộc nói chuyện với nhạc sĩ Nhất Chi Vũ, một trong vài nhạc sĩ đầu tiên, thuộc thế hệ tỵ nạn được tuyển chọn theo học đại học danh tiếng Berklee. Ông cũng là người có một sáng tác được tuyển chọn để trình diễn tại Tòa thánh Vatican, trong buổi Lễ Phong Thánh Các Thánh Tử Đạo Việt Nam, năm 1988... Bài phỏng vấn có đôi chỗ nghiêng nặng về chuyên môn. Nhưng thiển nghĩ, chúng ta cũng nên đọc, để tăng bổ phần nào kiến thức của chúng ta về lãnh vực nghệ thuật này. Chưa kể, trong suốt cuộc nói chuyện, nhạc sĩ Nhất Chi Vũ cũng cho chúng ta những câu trả lời khá bất ngờ...

Trân trọng.

Du Tử Lê (DTL): Là người từng tốt nghiệp trường nhạc nổi tiếng thế giới Berklee ở Boston, Mass. Câu hỏi đầu tiên: Một ứng viên phải trải qua những giai đoạn thi tuyển nào?

Nhất Chi Vũ (NCV): Thưa anh Du Tử Lê và quí anh chị, thời gian đã trôi qua nhanh, ngày ấy mình được nâng đỡ ghi danh nhập học bởi các cha Dòng gồm 3 linh mục Việt Mỹ và một Ca-nhạc trưởng Nhà Thờ. Một trong các vị này là Thầy dạy cũ của tôi ngày còn trong Chủng viện bên VN chính là Lm tiến sĩ Lê Ngọc Triêu, Chủng Viện Châu Đốc – Long Xuyên, người đã du học vùng trời này (Boston, Massachusetts) trước tôi khoảng gần 2 thập niên. Thành ra "đường đi nước bước," những thủ tục và giai đoạn ứng tuyển trở nên tương đối nhẹ nhàng hơn so với thông lệ chung cho sinh viên du học khác tại Hoa Kỳ.

Tôi được vào phỏng vấn khảo hạch trong không khí khuyến khích thân thiện. Ban Giám định đặt những câu hỏi sơ lược căn bản, chủ yếu để sắp xếp lớp học phù hợp sau này như Chính Tả (cấp mấy?), Xướng Âm, Hòa Âm, Nhạc Khí, khả năng Nhìn, Đọc, Nghe... Nhờ đã học sơ lược các sách giáo khoa giá trị của Nhạc sư An-tôn Tiến Dũng, đã sinh hoạt Ca đoàn và biết cách điều khiển nhóm Hợp ca. Tôi "qua" được trắc nghiệm một số hợp âm căn bản. Xướng âm rõ ràng một đoạn nhạc theo kiểu VN suông sẻ, như đọc một bài thơ. Nhưng đến phần phải dạo thử một khúc nhạc trên Piano, tôi "khớp" quá nên vấp váp, run tay, và choáng ngợp cả phím đàn!

Là người Việt tị nạn sang Mỹ năm 80. Lúc ấy, ở tuổi 25, tôi đã lớn hơn đa số sinh viên mới vào Đại Học. Là người đã tham gia tác chiến trong quân đội Sài Gòn một vài năm, bị thương và giải ngũ trước ngày miền Nam thất thủ; tôi mang theo nỗi buồn, mất mát, cảm giác lạc lõng, và sợ hãi nơi đất lạ quê người. Thực tình, tôi không có ý niệm gì về danh-thơm và sự nổi tiếng các trường ốc nhưng cũng mừng là mình có cơ duyên kỳ lạ được thu nhận vào học tại Nhạc Viện Berklee College Of Music tại Boston. Với Danh Xưng "The International Institution for the Study of Modern American Music," nghe, khá khiêu gợi và lôi cuốn tôi.

Tôi xuất thân từ đồng quê lễ giáo nên quan niệm về "xướng ca vô loài" còn nặng nề. Mặc dù tiếng Anh yếu kém, hoàn cảnh nghèo túng cần đi làm kiếm tiền hơn đi học nhạc, nhưng không kìm nổi tính hiếu kỳ bốc lên với lòng trí tò mò ham muốn học nhạc quá! Tôi liều nên kiếm cách tìm người giúp nộp đơn ghi danh vào "Học Đại." Học cho vui chứ không có mục đích rõ ràng, chỉ có mỗi một ý thức rằng "sang đây, rất nên đi học." Khi được cầm Thẻ sinh viên có hình và số danh bạ trên tay, tự nhiên nước mắt cứ trào ra không cầm lại được! Cảm tạ Ơn phước Rồng Tiên nhà mình đã cho tôi dịp may này.

DTL: Chương trình học trung bình bao nhiêu năm? Và môn học chính của NCVũ ở Berklee là gì? Tại sao Vũ lại chọn môn học đó?

NCV: Thưa anh, Berklee cấp văn bằng từ Cao Đẳng (2 năm) đến Thạc Sĩ. Em chọn chương trình Professional Music Diploma. Đây là chương trình 4 năm dành cho sinh viên muốn tự tìm hiểu hay khám phá một hướng đi riêng cho mình. Những sinh viên chọn chương trình 4 năm Diplomat đã có kinh nghiệm hoặc bằng cấp khác. Sinh viên trẻ thường chọn chương trình Cử Nhân 4 năm. Độc giả muốn tìm hiểu thêm có thể vào trang nhà của Berklee:

https://www.berklee.edu/professional-music/major,

https://www.berklee.edu/

DTL: Vũ ra trường năm nào?

NCV: Thưa anh chị, mùa Thu 1988 ra trường. Bởi bận rộn sinh kế và hoàn cảnh người-tị-nạn, mình không có cơ hội sinh hoạt âm nhạc trực tiếp như viết Phối khí giàn Nhạc hoặc dạy nhạc. Vũ cũng không thường xuyên tiếp tục tu tập nên cảm nghiệm lỗi thời theo mức tiến nhanh nhậy của Tin học điện tử Điện toán (cao trào là 1990 trở đi). Và rất khó giữ được tinh thần và nhân đức "Trần Tế Xương" là vừa kèm trẻ dạy học vừa làm thơ, vui vẻ!

DTL: Theo Vũ, có nhất thiết phải tốt nghiệp những trường nhạc nổi tiếng thế giới không? Khi thực tế cho thấy, chúng ta cũng có nhiều nhạc sĩ không tốt nghiệp một học hiệu âm nhạc nào, nhưng nhạc của họ vẫn chinh phục được hàng triệu trái tim người thưởng ngoạn?

NCV: Thưa anh, đúng. Không nhất thiết phải tốt nghiệp trường nhạc nổi tiếng. Mặc dù sự nổi tiếng ấy là vinh dự của học viên, hoặc sự nổi tiếng ấy nhờ vào nhà trường có thành phần ban giảng huấn gồm các giáo sư lỗi lạc chuyên cần làm việc hài hòa theo một giáo trình (curriculum) tân tiến và thực dụng. Ta hay nói "dạy nhạc" và học thuật Âm nhạc, tức đã có những điều truyền đạt và những qui tắc cho việc đào tạo chuyên môn. Tuy không nhất thiết muốn viết nhạc thì cứ phải học nhạc tại nhà trường, với một vị thầy, bè bạn, hay qua sách vở hoặc các phương tiện giáo dục khác. Nhưng Vũ nghĩ, bất cứ trường hợp nào, mình cũng phải tự học lấy cho chính mình.

Những Bản nhạc làm rung động trái tim (chinh phục được nhiều người) cũng vậy. Anh chị không nghe nói nhiều về học vấn nổi bật của tác giả, nhưng anh chị có thể đoán chừng một phương thức học hỏi âm nhạc nào đó (âm thầm và chuyên cần) đã giúp tác giả tạo nên được phong cách viết ra những bài bản độc đáo ấy. Hơn nữa, vấn đề sáng tác là vấn đề "linh ứng" thích ứng của tâm, đức và trí tuệ con người (hiệp thông với Thượng đế, với tha nhân). Có một khoảnh khắc trong sâu thẳm tâm hồn, trí khôn ta bất chợt sống động lên, chạm tới, kết hợp với nguồn ơn thiêng liêng "Trời cho". Khoảnh khắc "xuất thần" đó, qua lòng trí ta, Trời cho ta hiệu quả của sự sáng tác chính là tác phẩm. Tác phẩm này đi vào lòng người tự nhiên theo một điều kiện tốt, và một tiêu chuẩn thẩm mỹ sẵn có. Cho nên nó rung động và chinh phục được hàng triệu trái tim người thưởng ngoạn.

Nhưng bất cứ ở tầm nhìn "Trương Chi – My Nương" nào, việc học nhạc cho ta vốn liếng kiến thức nhạc lý và nhạc thuật để nhận xét, phân tích, và giải thích được tác phẩm âm nhạc. Mình nghĩ, đây là lý do rất tốt khuyên người làm nhạc nên tìm đến trường học nhạc.

DTL: Âm nhạc cũng như những lãnh vực văn học, nghệ thuật khác, đã có những biến chuyển, những đổi thay lớn lao. Bằng vào sự hiểu biết, kiến thức của Vũ thì những thay đổi lớn lao đó là những gì? Hòa âm? Quan niệm sáng tác? Nội dung?

NCV: Âm nhạc Âu Tây, ca khúc thịnh hành kết nối từ truyền thống nhạc cổ điển, song song với nhiều thể loại khác nhau như Symphony; Nhạc khiêu vũ; Nhạc Dân tộc; Nhạc nghệ thuật Giáo Đường: Ca khúc Gregorian, Chorale, Oratoria; Nhạc kịch; Nhạc Phim ảnh... Biến chuyển đổi mới không ngừng theo triết lý "hễ không tiến là lùi", mà chủ yếu môi trường rường cột thể hiện âm nhạc là cây Đàn Piano tức Đàn Dương cầm (tạm gọi là Mẹ của các loại nhạc khí).

Trong khi đó VN ta có thể loại Ca khúc là phổ thông và gần gũi với đời sống khán thính giả. Dân Ca ba miền nguyên thủy; Vọng Cổ; Ngâm Thơ; Ca Trù cũng cùng chung một hệ với thể loại Ca Khúc tức là Bài Hát. Và, ta không có một loại nhạc khí "phẩm lượng" nghệ thuật và thông dụng trên thế giới như Đàn Dương Cầm. Xin mở ngoặc nói thêm về Piano là nhạc cụ được chọn trong qui ước giảng dạy lý thuyết âm nhạc. Piano truyền đạt hòa âm đầy đủ và chính xác. Đó là loại nhạc khí đa năng, cùng một lúc tượng thanh – tượng hình và xúc tác cao, diễn tả được trình độ mọi ý muốn và sở thích của từng người sử dụng.

Thường vì khó khăn vật chất (tư-gia khó sắm nổi cây Piano), nhiều người đã có ý nghĩ rất đáng tiếc, lạc hướng là "Đàn nào mà chẳng là đàn! Đàn nào thì cũng đàn được!" Thiếu vai trò quan trọng của cây đàn Dương Cầm thì sự sáng tác âm nhạc ví như vị bác sĩ khám bệnh trong điều kiện không có y cụ thích ứng để hành nghề.

DTL: Cải tiến Âm Nhạc Việt có như cải thiện đời sống không? Chúng ta có nên "nghe ngóng" quay lại từ đầu? Từ nền móng thực nghiệm, sang cơ sở lý thuyết căn bản đầu tiên để khởi đầu Sáng tác một cách mới, tức là khác đi, khác các mẫu mực khuôn sáo đã ám ảnh ta như các "phép tắc" bấy lâu nay?

NCV: Thưa các anh chị, thay vì viết ra bốn-năm bài hát vội vàng dở dang. Chúng ta hãy viết chỉ một bài thôi. Một ca khúc này sẽ là công phu của 4, 5 bài kia cộng lại, chia ra cho từng phần ưng ý và hoàn chỉnh là: Melody (Dòng nhạc); Harmony (Hòa âm/hợp âm chuyển hành theo Melody); Form (Thể thức trình bầy); Lyrics (Lời ca). Và tổng hợp các phần vụ trên, gợi ý chúng ta viết thêm Orchestration (Bản đệm đàn cho Piano song hành). Vì như đã nói, dương cầm là đàn tiêu chuẩn "gốc", các nhạc khí như guitar, kèn, trống... có thể cộng tác rất tốt vào môi trường diễn tả hoặc thể hiện, nhưng không có tiêu chuẩn tương đương Piano. Vậy ta phải làm 5 phần vụ ứng hợp cân xứng với nhau để hoàn tất một bài hát, một ca khúc có giá trị nghệ thuật và tiêu chuẩn quốc tế.

DTL: Nhất Chi Vũ làm ơn giải thích rõ về sự khác biệt giữa cái gọi hợp âm 4 note thay vì chỉ 3 note như kỹ thuật cổ điển?

NCV: Hợp âm 4 Note (Tetrads – 4-Note Chords/còn gọi là Seventh Chords) là sự nối tiếp thêm vào căn bản Hợp âm 3-Note

(Triads); một hay hai hoặc ba note lấy từ chính thang âm (âm giai Trưởng) đã cấu tạo nên Triads này. Các note nối này nói rộng âm thanh, tạo tính phức âm, nghịch âm rất phong phú gọi là Tensions. Ví dụ, đệm đàn Hợp âm Đô trưởng với Tension 9, tức với note Rê thêm vào (Cmaj9/Cadd9). Hợp âm 4-Note cũng là nghệ thuật kết hợp 4 âm thanh 4 note (khác nhau/ít khi trùng lặp) vào với nhau theo thể thức 3-Note (triads). Và, cần riêng một quy tắc móc-nối liên-kết các chùm Hợp âm Chuyển hành hàng ngang hàng dọc theo từng khuôn nhịp trên Giai điệu dòng nhạc. Những hoán vị, thêm vào bớt đi vẫn đủ hoặc nhiều hơn 4 note, đều theo qui tắc liên-kết này.

Hợp âm 4-Note đã làm hình thành mô hình những Giàn nhạc Đại hòa tấu (kèn trống) Hoa Kỳ (The Big Band). Mặc dù khi viết hòa âm phối khí cho 3 bè Kèn đồng (Horns) hoặc 6 Kèn đồng, song ca tam ca... Qui tắc cấu trúc và nối kết vẫn theo thể thức Hợp âm 4-Note. Hợp âm này diễn tả hầu hết mầu sắc âm thanh âm nhạc, làm rộng mở và phong phú hóa thính thị chúng ta.

Thưa anh Du Tử Lê và quí anh chị. Đây là Câu Hỏi lạ lùng bất ngờ và rất hay, hay nhất đàng khác! Khiêu gợi và dí dỏm, bởi do người khởi xướng "Trường phái Cách-tân Lục Bát" Du Tử Lê đặt ra. Hỏi, thế nào là Hợp âm 4-Note, là có ý hỏi về một điều quyến rũ rất thú vị của người đã cảnh tỉnh về sự canh tân đổi mới "vượt thoát được hàng rào êm ái." Ai từng trải như thi-hào Hàn Mặc Tử khi xuất thần: "Cho Đê Mê Âm Nhạc Và Thanh Hương"; "... Và Thanh Hương" là gì? Thưa, có lẽ là, ông đã rất độc đáo, giới thiệu "Bầu trời" nhiệm lạ bằng cách sáng chế ra nhiều loại "Trăng" lộng lẫy nhất trên thế giới, và thêm nữa, từng loại trăng làm đẹp từng vẻ, từng nét đẹp bầu trời.

Xin đùa vui một chút có được không quí anh chị? Ví dụ món "Phở" VN vang danh khắp nơi và "Hợp âm 4 Note" thế này: Món Phở có 4 thành phần: Nước lèo, Bánh Phở, Thịt Bò/Gà, và Rau

Thơm Đủ Loại. Nếu ta muốn phục vụ trẻ em và người già tô phở thơm ngon chỉ cần 3 thành phần trên như một Triad, đơn giản nhưng vẫn là phẩm chất một tô phở. Dành cho người lớn, thêm vào thành phần thứ 4, chẳng những rau thơm đủ loại, ớt xanh nhà trồng và còn với một chung rượu mạnh. Tetrad! Bất cứ ai tỏ lời ca ngợi phở ngon, cả nhà đều tán thưởng.

Cùng với tài hoa Phạm Duy chúng ta hát slowly theo cung Đô trưởng: *"Nghìn trùng xa/cách người đã đi/rồi! Còn gì đâu/nữa. Mà khóc với/cười. Mời người lên/xe, về miền quá/khứ... "*. Thử dạo đàn và đệm theo; "***Cmaj7 * G7 * C6 *** E7 * Abdim7 * G7sus4 *** C7 * Fmaj7..." Hát đi hát lại chậm rãi, câu đàn câu hát nhiều lần, ta sẽ "thông cảm" với Hòa âm 4-Note.

Hòa âm 4-Note có khoảng từ 18 đến 20 cách hòa âm một note nhạc. Học viên cần một chương sách, khoảng 2 năm làm quen, đọc nhạc cả 2 khóa biểu Sol và Fa, phải biết nhận mặt note nhạc và các thế bấm, từ vị trí note Đô-trung-tâm (middle C) chính giữa bàn phím ra các số ngón tay-phải tay-trái trên phím đàn Piano; mặc dù học viên đã đang sử dụng một vài nhạc cụ khác.

DTL: Theo quan điểm riêng của NC Vũ thì một ca khúc giá trị, mang tính sáng tạo cao, phải đạt tới hay hội đủ những yếu tố nào?

NCV: Khi ta nghe và thưởng thức một ca khúc giá trị, mang tính sáng tạo cao cũng như nghe kể một câu chuyện đã viết thành Truyện kể, câu chuyện đã được sáng tác nên Truyện kể bằng hình thức ngôn ngữ âm nhạc. Câu chuyện này có thể ta chưa từng nghe, hoặc giả đã nghe nhiều lần không nhàm chán, nghe lại, lại khơi mở điều gì lạ lùng vẫn còn muốn nghe. Ca khúc giá trị sáng tạo cao, như có một dấu ấn khiêu gợi, làm người nghe bất chợt, nhận diện "tướng mạo" bài hát mặc dù chưa khám phá ra điểm phong nhã nào của bài hát nhưng tự nhiên ta được rung cảm. Bài hát này không giống bất cứ bài hát nào khác, cũng không gây chấn động, không tạo ngạc nhiên nào cả nhưng vẫn như quen quen, lay động trong lòng trí người nghe điều gì tương tự chưa kịp nói ra, hoặc điều gì làm xôn xao trái tim khó diễn giải thành lời. Giai điệu dòng nhạc như ân cần mời gọi ta hưởng ứng hòa hợp hát chung theo.

Một ca khúc giá trị, tự nhiên đã đạt tiêu chuẩn nghệ thuật cả về hình thức lẫn nội dung. Lời ca (Lyrics) Câu chữ thông dụng hợp thời có tính văn chương, diễn đạt triết lý cuộc đời về những sinh hoạt trong cõi nhân sinh gần gũi sống động này. Dòng nhạc (Melody) cân xứng, quyện cuốn lấy tình-ý Ca từ, tưởng chừng như không tách rời nhau được. Dòng nhạc phù hợp với tâm lý môi trường thể hiện, tức note nhạc nào cũng có thể phát âm, "nói" hoặc hát lên. Hễ cậu bé mục đồng phát âm mạnh dạn thế nào thì cô Thái Thanh lại cũng phát âm nhẹ nhàng hơn thế được. Và, dòng nhạc đó như đã thành hình một dạng thức lộng lẫy muốn được hòa âm "rước" lên trong cơ cấu hòa-đối dọc ngang cao rộng. Cuối cùng phần Hòa âm (Harmony) thoáng gọn và tròn đầy, kết hợp và móc nối các note tạo ra âm thanh độc đáo hợp lý và khoa học. Hòa âm trước tiên là hòa âm có tính quốc tế, tùy ý, cổ điển hay cách tân, phải ứng hợp chặt chẽ vào trạng thái và nhu cầu diễn cảm dòng nhạc.

Tách rời dòng nhạc đưa sang môi trường thể hiện nhạc hòa tấu (không lời) phối khí theo từng mô hình Giàn nhạc (lớn nhỏ) ta sẽ nghe nhiều phiên bản độc đáo của ca khúc này. Đây chính là vị trí cao thấp về một ca khúc.

Khi nhạc sĩ thành khẩn muốn dùng ngôn ngữ âm nhạc biến đổi, kết hợp và long trọng hóa lời nói, lời Thơ, lời tâm sự thành lời ca thì cảm xúc đã ngự xuống tràn đầy. Nếu không là điều ảo tưởng mơ hồ hay gian dối thì đích thị đó là một tác phẩm, ngay lành "Trời cho", một sáng tác mới.

DTL: Theo ghi nhận riêng của Vũ thì hiện tại, có nhạc sĩ VN nào dám phá bỏ quan niệm hoàn tất một ca khúc, bằng những thử-nghiệm-mới không?

NCV: Thưa anh Du Tử Lê và quí anh chị. Chưa thấy có ai dám phá-bỏ hẳn, chỉ là lột-xác sơ sơ nhè nhẹ nói văn hoa là "cải biên". Dân ca cải biên. Cách tân Lục bát, ý thức canh tân đổi mới... Mặc dù thế nào cũng là một khởi công rất tốt. Để học hỏi, để quyết tâm chuyển cái học thuộc lòng những câu "trả lời " sang suy tư những "câu hỏi" đương nhiên. Tại sao ta không dám phá bỏ một quan niệm, có lẽ, bởi vì ta không biết phá bỏ cách nào.

Một ca khúc mang tính sáng tạo cao, như đã nói, ngành học thuật âm nhạc có thể thẩm định và nhìn nhận. Phầ n nhiều tính sáng tạo cao có được là nhờ những tài năng rành sõi lý thuyết âm nhạc. Lý thuyết đã làm nền tảng, nhưng sự sáng tạo thường vượt cao lên trên nền tảng lý thuyết. Trong tôn giáo người có đức tin tươi sáng là người nhận biết, thông hiểu lý, lẽ Đạo. Họ đủ khả năng suy tư về các giáo điều, có khi lập luận đối lập nhưng không dị đoan buông thả hoặc cũng không cực đoan khô cứng. Trong sáng tác, cực đoan sinh ra tính khuôn mẫu áp đặt, và dị đoan dễ gây ra tai nạn theo tính bắt chước, suy tôn từ chương. Trước sau vẫn rất cần một ý thức mới phá bỏ quan niệm cũ như hạt giống tan biến vào lòng đất, nẩy mầm vươn lên.

DTL: Nhiều người cho rằng sinh hoạt tân nhạc của chúng ta ở hải ngoại cũng như trong nước ngày càng rơi vào tình trạng bế tắc, ù lì, đơn điệu, lập lại, thậm chí không có một giai điệu cho ra giai điệu và ca từ cho ra ca từ... Vũ có chia sẻ nhận định bi quan này không?

NCV: Thưa có lẽ, với người Việt hôm nay, âm nhạc VN vẫn còn như thiếu vắng phần kế thừa sự nghiệp tạo-tác (từ tim óc, từ lòng yêu mến, là tinh hoa quí giá) từ các đời khác để lại, trao tặng vào đời. Không có bậc tài hoa Nguyễn Du nâng cấp "Vè thành Thơ". Thơ thành Thúy Kiều, thì người làm thơ Lục bát theo mọi dạng thức mới mẻ tân kỳ đều rất tẻ nhạt, khô héo cạn kiệt. Từng thời đến sau gần như mất dấu thời đi trước. Sáng tác phẩm nhạc-Đạo nhạc-Đời các thập niên giữa khoảng thời Tiền chiến (tức thời phân tranh) đến thời Bây giờ (2015) có đủ phẩm và lượng trang trải đồng đều vào môi trường học hỏi và thưởng ngoạn âm nhạc cho thời đại nối tiếp không? Tình trạng bế tắc do vì thiếu tác phẩm truyền lại hay vì khan hiếm sáng tác mới?

Thời gian đang qua đây thôi, với người Việt, xã hội có nhiều nếp sống không ổn định và quá nhiều cảnh đời lầm than vất vả đã khuyên ta tính cần kiệm. Ngay cả một câu văn cũng tiết kiệm, thay vì "sáng gọn dễ hiểu" bị đổi ra "ngắn cụt dễ dãi" do không lựa-lời chọn-chữ mà ảnh hưởng vào ca từ bài hát. Câu văn quá ngắn cụt hoặc dài dòng điệu bộ thường dễ làm sai lạc ý nghĩa lời ca và làm kém đi thanh nhạc tiếng-giọng. Phần giai điệu, hơi khác một chút nhưng cũng có thể do thiếu căn bản lý thuyết mà rơi vào tình trạng bế tắc, lập lại. Hễ cứ vừa viết xong bài hát liền sau đó máy vi tính computer diễn tả (thể hiện) được ngay, không cần khổ công tập luyện như ca sĩ. Mới đầu người viết nhạc rất thích thú được "máy" sửa lỗi chính tả, sắp xếp chia nhịp phân canh chính xác, dấu hóa cho giai điệu đi lên là tăng, giai điệu đi xuống là giảm; lại còn đề nghị một chuỗi Hợp âm chuyển hành (Chord progression) sẵn có, khỏi cần suy nghĩ... Nhưng người viết nhạc đôi lúc cảm thấy ngỡ ngàng vì sự xâm nhập mạnh bạo của máy móc vào tâm hồn người. Tâm tư thời đại hướng về sự lẩn quẩn "người và máy," "vàng thau" lẫn lộn chẳng phân biệt không-gian thời-gian làm khủng hoảng âm nhạc và công việc sáng tác. Đây chắc chắn chỉ là giai đoạn là tạm thời, vì chính cái lập lại sẽ chán ngán cái lập lại. Chúng ta đều thấy rằng việc thu băng lại những ca khúc giá trị "một thời đã mất" là rất cần thiết nhưng không phải chỉ để cất giữ và lưu trữ. Mà là để soi lối cách tân, làm mới lại, móc nối cùng với tác phẩm mới được phát hành một cách sáng tạo và hợp lý. Nhạc sĩ lớp sau có rất nhiều trách nhiệm với tác phẩm kế thừa.

DTL: Một trong những thành tích đáng kể của NCVũ, mà ai biết, cũng đều khâm phục và hãnh diện – Đó là sự kiện một ca khúc của NC Vũ đã được trình bày tại đại sảnh Vatican, nhiều năm trước đây. Vui lòng thuật lại diễn tiến từng bước của "biến cố" này? (Thời điểm? tên ca khúc? Trình diễn hợp ca hay đơn ca?)

NCV: Thưa nếu được kể gốc tích một thời hoảng loạn tan nát đau thương thì hơn là ghi lại một thành tựu nghệ thuật. Thuở ấy hơn một triệu người đành đoạn bỏ quê hương mình ra đi, trong nước mắt nghẹn ngào, và từng ngày giờ chịu đựng cố vươn lên không oán thù. Chính những lúc trông về Quê mẹ là khi nghe như chỉ còn có lời Thánh vịnh xa xưa gọi về lay động vào nỗi niềm họ: *"Trăm ngàn vạn đắng cay/Thân phận kẻ lưu đầy!/Lỗi tại tôi quên thề/Mà bội ước cùng Gia-vê."* (Gia-vê là Thượng Đế tình thương, là Ơn Trên của con dân Si-on thuở xa xưa, có khác nào con dân Rồng Tiên hôm nay, sẽ có ngày hân hoan được Ngài dẫn đưa về.)

Tháng Sáu, năm 1988 có một biến cố lịch sử Công giáo rất cảm động. Đức giáo hoàng chủ tế Nghi lễ Tòa thánh tấn phong 117 vị thánh Tử Đạo VN, là các bậc tiền nhân đã chịu khổ hình và hy sinh mạng sống làm nhân chứng Đức tin và Tình yêu trên chính quê hương Việt Nam. Truyền thống Giáo hội vinh danh Công lý Hòa bình trên khắp thế giới này trùng hợp thời điểm "bao nhà ly tan" của quê mình.

Chính vì thế, một số bài Thánh ca VN được bình chọn cho Ca đoàn Tổng hợp đều có ý nghĩa phù hợp môi trường diễn tả hợp xướng và ý nghĩa góp chung tâm tình buổi lễ, kể cả ý nghĩa tế nhị nhạc Việt hát lên nơi xứ lạ quê người.

Tưởng cũng xin trân trọng nhắc lại Ban Thánh nhạc gồm các cựu giáo sư âm nhạc, Linh mục Ngô Duy Linh (cựu giám học Nhạc viện Huế), NS Hải Linh, Ca trưởng Nhị Long, Linh Mục Vũ Hân và Trần Cao Tường... đã bình chọn, nhuận sắc nếu cần và hòa-âm phối khí những bài hát đem đi Rome. Tựa đề "Dâng Cha Giấc Mơ

Chưa Tròn" của Nhất Chi Vũ là một trong những ca khúc được chọn. Sau này tựa bài hát được gọi ngắn lại thành "Giấc Mơ Chưa Tròn." Bài hát đã viết cho Ca Đoàn 2 bè dị giọng theo thể thức đơn sơ Lục bát ngũ cung VN, dân dã mộc mạc cung kính dâng lên Thượng Đế lời cầu nguyện phó thác và tâm tình kẻ lưu lạc tiếc nhớ thuở quê nhà.

Bài hát có ca từ như: *"(Xin Ơn Trên) Cho bao người, (người) Việt Nam/Đón nhau về khắp trời, (trời) nở hoa. "... Con đã đi/Lập thân giữa chốn đao binh/Để đem êm ấm thanh bình cho dân... Con sống trong/Cuộc đời buôn thúng bán bưng/Để đem cơm áo nuôi đàn con thơ... Giờ gặp lại nhau trên vùng đất lạ/Ôi, bao là nhớ quê nhà xa xăm!"*

Và lời nguyện cầu như vậy, phát triển ý tứ (thân phận lưu lạc) trên, theo bối cảnh Việt Nam và trong tâm tình người tị nạn hay buồn, nhưng không tuyệt vọng theo cung Rê trưởng. Nhạc sư Ngô Duy Linh ưng ý bài hát này, góp ý và soạn hòa âm phối khí rất công phu.

DTL: Được biết Nhất Chi Vũ có phổ nhạc thơ của một số nhà thơ. Câu hỏi đặt ra: a- Vui lòng ghi lại tên một số nhà thơ. b- Dựa trên những tiêu chuẩn nào mà Vũ phổ nhạc những bài thơ đó? c- Yếu tố nào là chính? Nội dung? Hay tình bạn?

NCV: Hình như bất cứ Nhà thơ nào cũng có một số bài thơ hay, và bài thơ hay nào cũng có những ý, câu, nửa câu, chữ hay toàn thể "hay" cách khác nhau. Hay hay đẹp, đẹp hay hay, đã hẳn là cảm thụ riêng từng người; không dễ kiếm nhưng do nhân duyên ta vẫn tìm thấy ở khắp mọi nơi; trong sách vở, báo chí, phim ảnh, trên các trang-mạng, ngay cả trong khi giao du trò chuyện... tình cờ gặp thơ, trước khi gặp, hoặc có khi chẳng bao giờ gặp nhà thơ. Bài thơ hay, đã thành hình như "Trời làm", như ơn thiêng liêng tác động trong nhà thơ. Nhà thơ (chưa từng có ai dạy) xuất thần tạo nên hình nên dạng "nàng" Thơ sống động, đến nỗi thu hút ta, say mê thích thú ta, thì cớ sao phải lập ra một tiêu chuẩn thơ? Phổ nhạc thơ là thuộc về sự tế nhị của ngôn ngữ âm nhạc chứ không do một tiêu chuẩn thơ. Địa vị và danh dự của Âm nhạc, nhất thiết, là tăng cấp "cung nghinh" thơ lên thôi.

Mình hứng khởi phổ nhạc thơ, phần nhiều là muốn đi vào chi tiết, rất chi tiết, sự học hỏi cách viết lời ca và tìm hiểu thêm cách lựa chọn những câu-chữ có nhiều nhạc tính trong bất kể bài thơ hay nào mình có dịp đọc. Điều này không mấy liên hệ tên tuổi nhà thơ hoặc bao nhiêu nhà thơ mình đã phổ nhạc. Tuy nhiên nếu học hỏi phong cách riêng từng tác giả nào đó, mình sẽ chọn nhà thơ tiêu biểu.

Ví dụ: Hoán vị chữ và hay nói lái, ngữ vựng nổ đốp đốp như ngô (bắp) rang, là Hồ Xuân Hương; dí dỏm dễ thương "Đi hát mất ô" dùng chữ Việt xác đáng, là Trần Tế Xương. Cách tân, tỉnh lược, cộng, sinh, óng ả câu chữ, là đương thời Du Tử Lê. Câu chữ mạnh, khiêu gợi, ngất ngưởng trên nỗi cơ cùng, là Chân Phương. Chữ nghĩa đời thường, chân chất, là người bạn hiền Trần Thu Miên, và là anh của sinh viên lưu lạc gốc Việt "... Anh nhớ em bàn tay gầy guộc/Mắt sao trời sương đọng chiều đông/Đường về nhà quán buồn anh đợi/Ngồi co ro ngơ ngác chờ mong."

Bởi vì chưa bao giờ đã có một thể thức liên kết thơ-nhạc và một qui ước thanh nhạc chung cho thể loại này; phần nhiều chất liệu, mượn và cải biến từ Dân ca. Nhạc sĩ được hết sức tự do và tự trọng trong khi thực tập hoặc phổ nhạc thơ; rất có thể vì thế mà chúng ta sẽ có ca khúc mới với tác giả thơ.

DTL: Tới hôm nay, cho Nhất Chi Vũ những kinh nghiệm đáng kể nào về sự nhập-hồn vào bài thơ?

NCV: Thưa, như đã nói, bài thơ nào có sức hút vào trái tim thì dường như tâm trí đã dọn sẵn một vài ý nhạc để đón rước. Tuy vậy không phải lúc nào ta cũng dễ "cảm" được thơ. Đang nhớ người yêu muốn chết đi thì sự nhập hồn vào bài thơ nào cũng phải... ráng chờ!

DTL: Có gặp trở ngại vì sự không hòa hợp giữa ngôn ngữ thơ và note nhạc?

NCV: Âm nhạc có bản chất hòa hợp và nhẹ nhàng, thơ lại có vẻ "làm nên hài hòa" và trung thực. Chữ thơ trung thực mạnh hơn sự nhẹ nhàng của note nhạc. Thơ, nhạc rất giống nhau nhưng chính những khác biệt nho nhỏ đã gặp trở ngại vì sự gượng ép hòa hợp giữa tính trung thực và tính nhẹ nhàng.

Anh chị nếu có bao giờ nhìn thấy một cháu bé chơi đàn trình tấu nhanh mạnh như máy như Robot art? Ta có đặt lại vấn đề rằng mong em dùng "sức người" và trái tim mình để chuyển đưa cảm xúc qua âm thanh vào lòng người nghe, hay là ta càng cứ muốn em tận tâm tận lực biến âm thanh thành động cơ rập rang tiếng máy? Hầu hết các cô - thầy dạy đàn Piano vẫn khuyên học viên "chậm lại và rõ ràng" trong mọi lúc. Ra ngoài bản chất êm dịu nhẹ nhàng, khó mà đưa bất kỳ một dòng nhạc mạnh bạo nào vào thơ.

Có ai dám phổ nhạc câu thơ Nguyễn Du: *"Mai cốt cách, tuyết tinh thần/Mỗi người một vẻ, mười phân vẹn mười"* không?

DTL: Rất nhiều nhạc sĩ khi phổ nhạc 1 bài thơ, đã không hề để ý tới "hỏi, ngã" trong ngôn ngữ Việt - Khiến ca sĩ khi trình diễn cứ phải hát... lơ lớ như ngọng (không rõ chữ). Gặp trường hợp này Nhất Chi Vũ giải quyết bằng cách nào?

NCV: Trường hợp uốn-éo vặn-vẹo lơ-lớ "hỏi, ngã" trong ngôn ngữ Việt sẽ chỉ bớt đi khi ca sĩ có trình độ âm nhạc tương đương với nhạc sĩ. Khi ca sĩ có trình độ cao, nhạc sĩ sẽ không còn lơ là ý thức "hỏi, ngã" vì biết chắc ca khúc của mình sẽ vượt qua mạng lưới "thanh trừng" của ca sĩ. Hơn nữa, danh dự của ca sĩ là hiểu biết âm nhạc để thực thi "quyền diễn xuất" đặc thù của mình và "quyền ứng tác"(Improvisation/Comping, Cooking – tiếng lóng Jazz là tham dự vào, bịa thêm, làm to lên!), tức sáng tác lần thứ hai của mình, ít nhất một-phần-ba độ dài bất cứ nguyên tác bài hát nào ca sĩ muốn diễn tả. Có nhiều ca sĩ không rành sõi âm nhạc đã bị mất cái quyền... "công dân" này.

Anh chị hãy thử "sửa lại" Phạm Duy, trong ca khúc "Ngậm Ngùi" phổ thơ Huy Cận. Xin hát với đàn thật chậm từng note một; Ta sẽ thấy ông là một gương mẫu "hỏi, ngã": "Nắng chia nửa bãi chiều rồi/... nữ... lá sầu/... hãy ngủ anh hầu quạt đây". Nếu ta có một cách giải quyết "hỏi, ngã" khác Phạm Duy thì lại càng mới lạ.

DTL: Chủ đề nào trong thơ là những chủ đề chính, dễ làm Nhất Chi Vũ rung động nhất (Tôn giáo, Tình cảm, triết lý, quê hương, đất nước...) Để từ đó, đưa Vũ tới quyết định soạn thành ca khúc?

NCV: Thưa anh Du Tử Lê và quí anh chị. Thể loại Ca khúc trở thành phổ thông và gần gũi với nếp sinh hoạt đời sống VN vì nó diễn tả trực tiếp tâm tình và nhịp sống giàu-nghèo/sang-hèn từng thời đại. Một ca khúc chung chung "nhẹ vốn" âm nhạc có thơ nâng đỡ dễ làm nhiều người viết được ca khúc. Một ca khúc vượt lên thượng hạng thì rất khó, bởi vì ca khúc (lời ca tuy đã hay) phần nhiều vẫn do ý nhạc chi phối nên không có đồng hạng. Không có cả 2 bài đều hay bằng nhau, đồng hạng trong chủ-đề! Dựa theo văn-bản-thơ ta chia nếp sinh hoạt đời sống ấy ra từng chủ-đề. Chứ thể loại ca-khúc không có chủ đề, hễ nghe và hát lên được, tức là ca khúc. Chủ đề hoặc giả nếu có sẽ là Tình yêu, tình yêu bao hàm tất cả triết lý, tôn giáo hay quê hương để đạt tiêu chuẩn lời-ca.

Trong sáng tác, phần thưởng Của Trời là tự-do sáng tác trước cũng như sau. Mình nghĩ, ngoại trừ làm bài thực tập, nếu ta - Theo "chủ đề" là theo đơn đặt hàng, tinh thần đã bị áp đặt. - Câu nệ nguyên-văn là suy tôn khuôn mẫu, tinh thần cũng đã bị vây hãm. - Sửa chữa tác-phẩm người khác bất cứ trên danh nghĩa gì, đều là xúc phạm là áp bức tinh thần. Tâm trí đã quá chật hẹp áp lực, thử hỏi còn lấy đâu ra nữa những khoảnh khắc xuất thần?

Bằng thiện cảm VN dồi dào, trở về quá khứ gần 60 năm trước, mời anh chị tìm nghe lại, thưởng thức ca khúc *"Gửi người em gái miền Nam"* của nhạc sĩ tài hoa Đoàn Chuẩn. Hãy nghe, nghe như một bài thơ Tự do, nghe như tổng hợp bản tin lâng lâng buồn, nghe như âm giai đông- tây móc nối giọt nước mắt và tiếng nấc nghẹn của người xa nhau, nghe như tiếng chuông ngân còn mới hôm qua. Có nói nặng gì ai đâu! Có chọn trước chủ đề nào? Cớ sao có thể làm xao xuyến bâng khuâng như thắt tim xé lòng mọi người đi kẻ ở người về?

DTL: Kinh nghiệm cá nhân của Nhất Chi Vũ có cho thấy phổ nhạc thơ tự do có phải là công việc khó khăn nhất không? Nếu có thì tại sao? Và hình như NCVũ thường ưa đi vào con đường gai góc này, có phải? (Xin đơn cử vài bài thơ tự do đã được NC Vũ soạn thành ca khúc).

NCV: Vâng, phổ nhạc thơ Tự do là công việc có vẻ khó khăn, vì chưa quen và vì tự công việc đã hơi mất tự do trong kiểu cách trình bày cũ, lề lối theo đuổi một khuôn mẫu nào đó như Bô-lê-rô/Tăng-gô chẳng hạn. Thực tình, nhờ tính trào lộng đùa nghịch, Nhất Chi Vũ đã tin rằng bất cứ một lời hay ý đẹp nào cũng hát lên được, hòa và hợp với nhạc, cộng và sinh với nhạc. Hồi còn ở đồng quê VN (gần nửa thế kỷ rồi), cứ mỗi lần nghe nhà hàng xóm đọc kinh cầu nguyện chung buổi tối, đang tiện ôm cây đàn guitar, thế nào tôi cũng nhè nhẹ gẩy và đệm theo bắt chước giọng đọc uốn lượn lên cao xuống thấp của họ. Có khi ngồi bên cây phong cầm trong nhà thờ trang nghiêm cũng vẫn thỉnh thoảng nghịch ngợm như thế. Lớn lên tìm hiểu dân ca và có chút ý thức âm nhạc tôi mới biết đó là giọng đọc Thức Hóa Bùi Chu đưa từ Bắc vào Nam. Điều này, về giọng đọc, giọng rao, giọng ngâm... đều rất bổ ích cho việc sáng tác ca khúc như thầy Hùng Lân tác giả hợp xướng *"Hè Về"* đã đề cập nhiều lần trong các tài liệu giáo khoa ở Sài Gòn.

Phổ nhạc thơ Tự do, văn vần/văn xuôi, tất cả những đoạn văn hay và giá trị triết lý văn chương, có nhạc tính đều rất nên phổ nhạc, nên nói lên. "Hát như nói và đàn như hát" để diễn tả và tận hưởng ca khúc. Anh chị sẽ thấy thú vị ngay từ khi "vượt hàng rào êm ái" là, sắp xếp chọn vần (rất cần yêu vận) cho yếu tố thanh nhạc tiếng-giọng (vocalization) ra sao? Mượn kỹ thuật tiếng đệm trong Dân ca một cách kín đáo (í-a) tế nhị; mà, tính tang tính tịch tình tang? Đưa hình thức văn học "Cành hoa tím" sang hình thức ca từ "Cành hoa tim-tím"? Chia nhịp phân canh ứng hợp nhu cầu giai điệu để diễn tả câu thơ dài ngắn, khi hòa điệu, khi đơn ca, ngắt quãng, mạnh yếu thay đổi chữ đơn chữ kép thế nào? Lại phải rất yêu thích bài thơ và yêu thích lối hòa âm (quốc tế) bài hát phổ nhạc bài thơ nữa. Có khi gẫy cánh dọc đường vì không đủ ý nhạc chạy đua theo với ý thơ phóng đãng. Không sao hết! Ta vẫn đã được hưởng nhờ cái không khí tự do bài thơ và thi sĩ; vẫn đã, hát như nói và đàn như hát.

Thưa anh Du Tử Lê và quí anh chị. Mặc dù chưa có phương tiện (không có tiền) thâu băng phát hành, Nhất Chi Vũ đã rất ưng ý hoàn tất việc phổ nhạc một số bài thơ Tự do của các nhà thơ thân quen như - Trường ca *"Mùa Lúa Chín"*(196 trường canh), linh mục Nt Nguyễn Tầm Thường; - *"Lạc Mất Rừng Xưa"*, Nt Trần Thu Miên; và mới đây, - *"Thư Gửi Tác Giả The Color Purple"*, Nt Du Tử Lê; - *"Làm Thơ Trên Cát"*, *Nt Chân Phương*. Và có ý nghĩ sẽ chọn ra một số đoạn văn xuôi để phổ nhạc của các nhà văn như Vũ Trọng Phụng, Nguyễn Hiến Lê, linh mục Trần Cao Tường, rất dí dỏm đáng chú ý là bài *"Đồng Xu Cái"* của Nguyên Hồng.

Cảm ơn anh Du Tử Lê và quí anh chị đã tạo cho NCV cơ duyên tỏ bày, chia sẻ cảm nghĩ riêng tư về âm nhạc, nhất là thể loại ca khúc. Nói chung, âm nhạc VN vẫn còn cần cố gắng và dạn dĩ mở những cánh cửa vẫn còn khép chặt để không những chỉ tiếp thu thêm tinh hoa âm nhạc khắp nơi trên thế giới thời văn hóa giao lưu thật kỳ diệu này, nhưng còn nâng cao, điểm tô, phong phú hóa Việt tính những gì mình đã có để cống hiến phù hợp cho xã hội mới. Chẳng hạn chúng ta có thể phục hồi, lập ra nhiều nhóm hợp-ca/hợp xướng, hát trong hầu hết mọi trường hợp; chúng ta có thể làm đẹp thêm ca nhạc Cải Lương bằng hoà âm mới và dùng nhiều nhạc khí để nâng Cải Lương lên hàng quốc tế như những vở tuồng Opera. Hãy tưởng tượng một tuồng Cải Lương được giàn nhạc Giao Hưởng Boston (Boston Symphony Orchestra) hoà tấu nhạc nền cho các đào Cải Lương diễn ca thì đẹp biết bao. Hoà âm mới sẽ thổi sinh lực mới cho Cải Lương Vọng Cổ và dễ quyến rũ được mọi giới người nghe. Việc này không chỉ ứng dụng được cho Cải Lương, nhưng tất cả các bộ môn thanh nhạc khác kể cả Ngâm Thơ hay Ca Trù đều có hòa âm, bè phụ họa, bộ gõ dân tộc và toàn thể giàn nhạc. Chúng ta sẽ cùng suy tư, chia sẻ thêm về những ý kiến sáng tạo âm nhạc trong tương lai.

DTL: Cám ơn nhạc sĩ Nhất Chi Vũ đã dành cho chúng tôi cuộc nói chuyện hữu ích này.

Ngọc Uyên,
hát như một hành trình
đi tìm chính mình!

Tôi nghĩ, nhiều phần, những người bước lên sân khấu, với tiếng hát của mình, dù chuyên nghiệp hay tài tử thì, cùng lúc, họ cũng mang theo mong ước được ngưỡng mộ, được đám đông đón nhận cái "tôi" của họ. Và khi người MC không ngớt kêu gọi "... xin cho một tràng pháo tay" - cũng là để son phấn thêm cho cái "tôi" ấy?

Tuy nhiên, tôi cũng biết, có những người bước lên sân khấu, không mang theo cái "tôi". Những người này, nằm trong thành phần "nghiệp dư". Trời cho họ tiếng hát. Họ mang theo với tiếng hát của mình, một hành trình vô thức, đi tìm chính họ. Nói cách khác, qua nội dung những ca khúc được chọn lựa, họ đi tìm niềm hạnh phúc mong manh của phần đời khuất kín. Phần đời ẩn tàng những ước mơ thất, lỡ. Những truy tìm vô vọng. Thậm chí, cả những qúa khứ đã xa và, tương lai chưa đến.

Đó là cảm nhận của tôi, khi nghe Ngọc Uyên hát.

Tôi không biết cảm thức của Ngọc Uyên ở mức độ nào, khi cô thường chọn hát ở nhà hát Thành Phố hoặc, những chương trình không chính thức; một số ca khúc của Phạm Duy như "Kỷ Vật cho em", "Kỷ niệm" hay, "Mùa thu chết", và nhiều tác giả khác(?) Nhưng với "Mùa thu chết" của họ Phạm:

"Ta ngắt đi một cụm hoa thạch thảo, em nhớ cho mùa thu đã chết rồi, mùa thu đã chết em nhớ cho, mùa thu đã chết em nhớ cho, mùa thu đã chết, đã chết rồi, em nhớ cho, em nhớ cho, đôi chúng ta sẽ chẳng còn nhìn nhau nữa, trên cõi đời này, trên cõi đời này, từ đây mãi mãi không thấy nhau, từ đây mãi mãi không thấy nhau, từ đây mãi mãi không thấy nhau... Ta ngắt đi một cụm hoa thạch thảo, em nhớ cho mùa thu đã chết rồi! ôi ngát hương thời gian mùi thạch thảo, em nhớ cho rằng ta vẫn chờ em..."[1]

(Thì), tôi trộm nghĩ, Ngọc Uyên không đi tìm, để chia sẻ, cảm thông với những tàn tạ, phai nhạt của mùa thu. Ngọc Uyên cũng không tìm lại, để sống thêm một lần nữa, cuộc tình đã chết (tượng trưng bằng hình ảnh cụm hoa thạch thảo bị ngắt, lìa khỏi cành). (Mà), tôi nghĩ, ca khúc ấy, khi cất lên, gửi vào không gian, có thể Ngọc Uyên muốn truy tìm một hình ảnh, một mơ ước thầm kín, riêng. Đó là những hình ảnh, mơ ước nằm ở phía bên kia rã rời. Bên kia chia ly, bẵn bặt.

---

[1] Theo Wikipedia-Mở thì "Mùa thu chết" là tên một bài hát của Phạm Duy, sáng tác năm 1965. Phần lời được phổ từ bản dịch tiếng Việt của Bùi Giáng cho bài thơ tiếng Pháp L'Adieu của Guillaume Apollinaire, rấtt nổi tiếng trong thập niên 70 tại Saigon, và còn được nhiều người chọn hát, sau nhiều năm, tháng. Trong số đó, có Ngọc Uyên.

Nhưng rõ nhất, theo tôi, khi Ngọc Uyên chọn "Mùa thu chết", có thể chính vì hương, vị thi ca tươm ướt trong mỗi con chữ mà, cuộc hôn phối giữa thơ, nhạc đã nâng tính nghệ thuật lên tới đỉnh cao.

Cũng vậy, mới đây nhất, khi Ngọc Uyên chọn ca khúc "Trả thượng đế" nhạc của Nguyễn Mạnh Cường (thơ DTL) để cất lên tiếng hát của mình, tôi cho cũng vì đó là một hôn phối tốt đẹp giữa thi ca và âm nhạc.[2]

Ngọc Uyên, người nữ ca sĩ có một hành trình âm nhạc đặc biệt. Cô sinh tháng 11 năm 1973. Năm lên 10 đã học nhạc và sinh hoạt trong Ca đoàn Nhà Thờ. Năm 15 tuổi, cô đã là ca đoàn trưởng. Hiện tại, cô là ca trưởng 2 ca đoàn: Một ca đoàn thiếu nhi, lứa tuổi 8-14 và, một ca đoàn người lớn tuổi trên 40.

"Trả thượng đế" của Nguyễn Mạnh Cường, là ca khúc đi ra từ một bài thơ, với "thông điệp": "Xin đem về..." hay "đem đi" tất cả mọi "chối nhận" của định mệnh, của đời buồn...

Nhưng qua tiếng hát Ngọc trong sáng, lấp lánh của Ngọc Uyên, tôi lại cảm được những ngân, rung vang vọng ở mặt bên kia của tiếng hát: Tính lạc quan hoặc, sự... "nhận lại" một điều gì đó, khác hơn tuyệt vọng.

Tôi nghĩ, có dễ đó là tính hai mặt của nhan sắc một tiếntg hát. Nhan sắc tuyệt vọng và, nhan sắc niềm tin, ở được với người và, với đời.

Và, "Một điều gì đó, khác hơn tuyệt vọng" (ẩn tàng nơi tiếng hát Ngọc Uyên), theo tôi, phải chăng là sự tìm thấy chính mình, trên hành trình nhân thế và, hành trình tự thân có nơi tiếng hát(?)

---

2 Mời đọc Nguyễn Mạnh Cường, "Tại sao tôi chọn bài 'Trả thượng đế' để phổ nhạc. Bài này đi nơi cột mục "Bằng Hữu Ghi Nhận về DTL" đăng cùng lúc với bài viết trên trong web-site dutule.com.

Ngắn, gọn hơn, tôi muốn nói, đó là hành trình đi tìm chính mình, qua nhan sắc tiếng hát Ngọc Uyên, hôm qua và, hôm nay vậy.

(Garden Grove, July 23-2014)

Nguyễn Cao Nam Trân, tiếng hát chở quá khứ vào lấp lánh, mai sau

Đó là tháng chín, 2013. Thành phố Garden Grove. Ngôi nhà đường Ward. Ngôi nhà có hàng hiên nhỏ, ôm dọc vách tường gỗ, nhường diện tích lớn còn lại cho sân cỏ.

Đó là lúc những hưng phấn bằng hữu tỏa ngời từ những trang văn xuôi đẹp, còn thơm mùi mực của Lê Lạc Giao trong *"Một thời điêu linh"*. Chiếc máy ảnh không chút nghỉ ngơi, thường trực gia tăng công xuất trong tay nhà thơ Phan Tấn Hải. Tiếng cười rộn rã của Nguyễn Lương Vy, xen kẽ với những hỏi han, nhắc nhở ân cần của chủ nhà và, Lê Lạc Giao...

Đó là lúc những ly rượu chát đỏ, những khay thức ăn có từ thâm tình Saigon cũ đến với họ Lê.

Đó là lúc bóng tối đã tìm tới cùng những tiếng hát nghiệp dư của những tấm lòng Việt luân lạc quê người, lần lượt bước ra, ở lại trong hoài niệm một Việt Nam, bên kia biển đông. Bất biến.

Đó cũng là lúc màu đen của bóng đêm đã gia tăng sắc tố và, những người không thể ở lại lâu hơn, đã ra về.

Giữa lúc bóng đêm chia hàng hiên và, sân cỏ thành những tụ điểm của tâm tình, rì rầm thân ái cũ, bất ngờ, tiếng hát nơi bậu cửa dẫn ra vườn sau, cất lên.

Người con gái đứng xéo góc với ngọn đèn lớn. Ánh sáng cắt nghiêng khuôn mặt trẻ thơ của người con gái mà, phần chìm trong bóng tối, lại là phần lấp lánh nhất của nhan sắc. Hình ảnh người con gái vừa bất ngờ cất lên tiếng hát, như hồi chuông ngậm buồn quá khứ. Những hồi chuông không chỉ gọi buổi chiều trở lại mà, tiếng hát cô còn như những lượng sóng sững sờ cực mạnh, làm tê cứng những tâm tình thân ái, nơi những bóng hình còn lại:

"Anh nhớ trước đây dáng em gầy gầy
Dịu dàng nhìn anh đôi mắt long lanh
Anh nhớ bước em khi nắng vương thềm
Má em mầu ngà tóc thề nhẹ vương

"Nay anh về qua sân nắng
chạnh nhớ câu thề tim tái tê
chẳng biết bây giờ
người em gái duyên ghé về đâu

"Nay anh về nương dâu úa
giọng hát câu hò thôi hết đưa
hình bóng yêu kiều
kề hoa tím biết đâu mà tìm..."
("Nắng chiều" Lê Trọng Nguyễn)

"*... Biết đâu mà tìm*" - Câu hỏi nao lòng, bước ra khỏi "*Nắng chiều*" của tài hoa Lê Trọng Nguyễn, để trở thành câu hỏi của những người còn lại, đêm tháng 9, đường Ward, Garden Grove.

Người con gái không chuyển động. Chỉ đôi mắt cô long lanh những bước chân "về nương dâu úa" (hay trở về cố lý?). Hình ảnh người con gái vừa bất ngờ cất lên tiếng hát, như hồi chuông ngậm buồn. Những hồi chuông không chỉ gọi buổi chiều trở lại mà, tiếng hát cô còn như những lượng sóng sững sờ cực mạnh, làm tê cứng những tâm tình thân ái, nơi những bóng hình còn lại. Hơn thế, tiếng hát cô còn khiến những còn lại kia bỏ sân cỏ, bỏ hàng hiên, bước lại gần bậu cửa. Trong những lại gần đó, có tôi, khi người con gái, bằng vào tiếng hát như có ma lực của mình, một lần nữa, gọi buổi chiều trở lại:

"*Lắng trầm tiếng chiều ngân
Nhạc dặt dìu ái ân
Người ôi! Nhớ mãi cung đàn
Năm tháng phai tàn
Duyên kiếp vẫn còn lỡ làng*

"*Đã quên hết sầu chưa
Lời này là tiếng xưa
Quỳ dâng dưới nắng phai mờ
Bên gối ơ thờ
Ôi tiếng tơ tình mong chờ*

"*Chiều êm êm đưa duyên về người
Đàn triền miên nắn tiếng sầu đời
Người hỡi!
Đến bên tôi nghe lời xao xuyến
Như chuyện thần tiên.
Niềm mơ xưa là đó
Cho ta nâng niu lời ca
Chiều mơ không gian*

Thở hơi khói Thiên Đàng*
Thuyền trôi bến sông xa đừng chờ
Xin hãy lắng nghe bao lời thơ chiều tà..."
(Enrico Tosilli "Serenata". Lời Việt Phạm Duy)

Người con gái vẫn bất động. Ánh sáng cắt nghiêng khuôn mặt trẻ thơ của cô mà, phần chìm trong bóng tối, lại là phần lấp lánh nhất của nhan sắc. Nhan sắc trẻ thơ ấy dường lấp lánh, rực rỡ hơn nữa, khi cô... nhắc nhở:

"Người hỡi!
Đến bên tôi nghe lời xao xuyến
Như chuyện thần tiên.
Niềm mơ xưa là đó
Cho ta nâng niu lời ca
Chiều mơ không gian
Thở hơi khói Thiên Đàng
Thuyền trôi bến sông xa đừng chờ..."

Người con gái nhắc nhở *"Thuyền trôi bến sông xa đừng chờ..."* - Nhưng, chờ đợi lại chính là ngọn lửa bỗng được thắp lên, ngậm ngùi trong góc kín khuất nhất mỗi người.

Và, cuối cùng thì:

Ai lướt đi ngoài sương gió
Không dừng chân đến em bẽ bàng
Ôi vừa thoáng nghe em
Mơ ngày bước chân chàng
Từ từ xa đường vắng
Đêm mùa thu chết
Nghe mùa đang rớt rơi theo lá vàng...
(Văn Cao, "Buồn tàn thu")

---

* Có bản chép "Hờ hững cõi Thiên Đàng"

Người con gái vẫn bất động. Nhưng trong tiếng hát của cô, kỳ diệu thay, lại có người *"... lướt đi ngoài sương gió".* Có *"bước chân chàng",* có *"đêm mùa thu chết"* và nhất là có *"mùa đang rớt rơi theo lá vàng"...*

Tôi biết, không ít ca sĩ đã "đặt cược" tài năng, tên tuổi họ vào chữ *"lướt"* huyền ảo của đời nhạc Văn Cao. Nhưng kết quả họ nhận được, chẳng may, lại là thất bại! Với tôi, chỉ có một vài tiếng hát đem được chữ *"lướt"* mê mị trong *Buồn tàn thu* của Văn Cao vào sâu da-thịt-cảm-xúc, là Thái Thanh, Ngọc Hạ... Và, đêm tháng Chín, ở Garden Grove, đường Ward, là người con gái bất động, có nhan sắc trẻ trẻ thơ, bị ánh sáng xéo góc, cắt nghiêng đó.

Một sớm mai đầu năm, mới đây, nơi hành lang nhà hàng Tài Bửu, Nguyễn Lương Vỵ mở tôi nghe *"Đêm, nhớ trăng Saigòn"* của Phạm Đình Chương, bằng chiếc I-phone của Nguyễn.

Một lần nữa, tôi ngạc nhiên tới sững sờ, khi cũng tiếng hát đó, đã thánh thót với âm vực vượt trên một bát độ, lúc cô ra khỏi ca khúc với chữ *"bến nào"* của tài hoa âm nhạc họ Phạm... Một thử thách từng gây thất vọng cho tác giả và, người nghe bởi nhiều ca sĩ. Và, một lần nữa, ngoại lệ, với chữ *"bến"* kia, vẫn là Thái Thanh. Quỳnh Giao. Lê Hồng Quang...

Người con gái có nhan sắc trẻ thơ, bị ánh sáng xéo góc, cắt nghiêng, đêm tháng Chín, đường Ward, Garden Grove, cách đây hai năm đó, là tiếng hát Nguyễn Cao Nam Trân.

Nguyễn Cao Nam Trân, ở góc riêng của hiện diện mình, có thể chưa quen thuộc lắm, với đám đông. Nhưng, cách gì thì cũng đã là: Tiếng-hát-Nguyễn-Cao-Nam-Trân.

Gần đây, tôi mới được biết Nguyễn Cao Nam Trân sinh trưởng trong một đại gia đình gồm những chói lọi âm nhạc. Như giáo sư âm nhạc, bà Nguyễn Thế Phiệt, em ruột của bà ngoại Nam Trân.

Như pianist Cao Xuân Ánh Minh. Như danh ca Minh Trang, chị ruột của thân mẫu Nam Trân v.v...

Là hậu duệ, được thừa hưởng những chủng tử âm nhạc lớn, cộng thêm nỗ lực tự đào luyện và học thanh nhạc ở xứ người, bây giờ thì tôi không còn chút ngạc nhiên nào, nơi tiếng hát của người con gái có âm vực vượt trên bát độ - Và khả năng khêu thức những giai điệu vàng son một thời của dòng tân nhạc Việt.

Tôi muốn gọi tiếng hát Nguyễn Cao Nam Trân là tiếng hát chở được quá khứ, nghìn trùng vào lấp lánh, quê người, mai sau.

(Garden Grove, May 2015)

Nguyên Long: "Thi ca món quà đặc biệt trong lãnh vực văn chương

(Phỏng vấn)

LNĐ: *Sau nhiều năm dõi theo hành trình âm nhạc của nhạc sĩ Nguyên Long (bút hiệu cũ Đỗ Vy Hạ) qua những buổi sinh hoạt ca nhạc tại thành phố Boston, cũng như nhiều nơi khác ở tiểu bang Massachusetts chúng tôi nhận thấy, âm nhạc đối với ông là phương tiện thể hiện ba mối quan tâm lớn của ông ở ba lãnh vực: Tôn giáo, Thiếu nhi và, Âm giai hóa thi ca của những nhà thơ cũ cũng như mới, trong cũng như ngoài VN.*

Cảm nhận này, khiến chúng tôi nghĩ rằng, nên có một cuộc trò chuyện với ông, hầu ghi lại tấm lòng đau đáu ăn ở với văn học và đời sống Việt, của người họa sĩ và, cũng là nhạc sĩ khá đặc biệt này.

Kính mời quý bạn-đọc-thân-hữu, theo dõi cuộc trò chuyện của chúng tôi, dưới đây.

Trân trọng.

Du Tử Lê (DTL): Được biết Nguyên Long là một họa sĩ đã tốt nghiệp Cao Học Mỹ Thuật tại Hoa Kỳ, hiện vẽ cho một studio ở thành phố Boston, Mass. Đồng thời cũng là một nhạc sĩ có nhiều sáng tác được trình diễn ở nhiều nơi khác nhau, thuộc tiểu bang *Massachusetts.* Câu hỏi được đặt ra là:

- Hội họa hay âm nhạc đến với Nguyên Long, trước nhất?

Nguyên Long (NL): Thưa anh, phải nói rằng âm nhạc đã đến với NL trước hội họa. Lúc còn ở Việt Nam, vào lúc còn nhỏ thì NL đã tập đờn guitar rồi. Và vào lúc 15 tuổi thì đi học đờn guitar với nhạc sĩ Hoàng Nam (Em của nhạc sĩ Hoàng Quý - tác giả bản Cô Láng Giềng) ở Đà Lạt. NL cũng có vẽ nhưng không mê lắm. Vào thời gian đó ở Đà Lạt thịnh hành việc cưa chữ và khắc gỗ, nên NL và vài người bạn làm những đồ tiểu công nghệ này, rồi đem bán cho khách du lịch kiếm tiền uống café cho vui thời còn trẻ. Riêng về âm nhạc thì NL rất chú tâm luyện tập hầu như là mỗi ngày. Sau khi qua đến Hoa Kỳ thì NL bắt đầu vẽ tranh và chú tâm chuyên nghiệp vào bộ môn nghệ thuật này. Sau đó thì đi học để lấy bằng chuyên nghiệp.

DTL: Theo Nguyên Long thì có một tương quan máu huyết hay tương quan hữu cơ nào giữa hai bộ môn nghệ thuật đó?

NL: Trong gia đình NL thì không có ai chơi nhạc cả. NL chỉ biết ông nội NL cũng là một người rất mê âm nhạc và biết đánh đờn mandoline thế thôi. Mặc dù Âm nhạc và Hội họa là hai lãnh vực hoàn toàn khác nhau, vì Hội họa là bộ môn thuộc về không gian, trong khi Sáng tác Âm nhạc thì lại thuộc bộ môn thời gian; tuy nhiên, cả hai bộ môn đều chia chung một sự quan hệ mật thiết đó là sự sáng tạo, tức là đều cùng bị chi phối bởi khối óc. Khi khối óc này nằm ở trong hai con người thì có thể hiểu được. Vì con người chúng ta ai cũng có một sự khác biệt nào đó trong lãnh vực sáng tác. Tuy nhiên, khi hai bộ môn đều nằm trong cùng một con người và chịu sự chi phối bởi một bộ óc thì vấn đề trở nên hơi khó hiểu. NL nhận thấy rằng sự sáng tạo đều nằm tiềm tàng đâu đó trong não bộ của con người chúng ta. Có khác chăng là sự tập trung và huy động để phát triển nó. Đã có nhiều nhạc sĩ, họa sĩ, hay thi sĩ phát triển cả hai hay nhiều hơn một bộ môn sáng tác như Trịnh Công Sơn, Lê Thánh Thư, Du Tử Lê, Nguyễn Trọng Khôi... Tuy nhiên bộ môn chính yếu sẽ phát triển trước và sau đó thì bộ môn kia sẽ phát triển và trở thành bộ môn phụ. Nó cũng tương tự như ngôn ngữ vậy. Ai trong chúng ta cũng có khả năng để phát triển sự hấp thụ một hay nhiều ngôn ngữ, và bao giờ cũng thế, một cái sẽ trở thành chính và cái kia sẽ trở thành phụ.

Trong trường hợp Hội họa và Âm nhạc của NL thì NL đã tự chọn để phát triển song hành cả hai bộ môn cùng một lần, tức là NL đã luân chuyển nó hoặc là một ngày cái này, một ngày cái kia. Hoặc là một tuần cái này, một tuần cái kia... Vì NL có studio cho nên khi bước vào studio thì NL bắt đầu vẽ ngay mà không phải mất công để bày biện. Còn âm nhạc thì nó đến với NL ngoài những giờ giấc ở trong phòng vẽ, thường thì ngồi một mình ở đâu đó ngoài trời hoặc ở trong nhà.

DTL: Ca khúc đầu tay của Nguyên Long, tên gì? Sáng tác năm nào?

NL: Đó là ca khúc *"Có Nhau Lần Này"*, sáng tác năm 1972.

DTL: Từ đó đến nay, đã có những thay đổi lớn nào về kỹ thuật, nội dung và quan điểm riêng dành cho việc sáng tác ca khúc?

NL: Thưa anh, vào thời còn trẻ thì hầu như nhạc sĩ nào cũng viết tình khúc hoặc những ca khúc có nội dung về tình yêu hay thân phận... Rồi sau đó lớn dần lên thì khuynh hướng sáng tác bắt đầu chuyển hướng tùy theo khung cảnh sống và thời gian. NL cũng không ngoại lệ. Vào thời điểm 1970-75 ở tại Việt Nam, chiến tranh lúc này đã trở nên khốc liệt, và giới trẻ như NL vào thời đó hầu như bị dồn vào tình trạng yêu cuồng sống vội, vì đâu có biết ngày mai của mình ra sao. Những ca khúc viết trong thời gian này lẽ dĩ nhiên cũng bị ảnh hưởng bởi cuộc sống chung quanh mình, thường là về thân phận, tình yêu, hay phản chiến. Sang đến hải ngoại, trong những thập niên đầu thì những bài hát phần lớn đều mang hơi hướm thương tiếc quê hương Việt Nam và tự nhiên một chủ đề mới xuất hiện cho các nhạc sĩ suy nghĩ là về thân phận lưu vong ty nạn. Hoàn cảnh sáng tác của NL cũng không thoát khỏi cái vòng kiềm tỏa như đã nói ở trên cho nên những sáng tác đều xoay quanh những chủ đề đó. Tuy nhiên, bắt đầu vào năm 2000, tức là khi chúng ta bước vào niên kỷ mới thì tự nhiên NL bỏ hết những chủ đề ở trên và chỉ chú trọng vào việc sáng tác Thánh ca hoặc là phổ thơ của các thi sĩ khi thấy có một bài thơ hay mà thôi. Cho đến bây giờ thì NL vẫn chưa hiểu rõ lý do mà mình đã bước qua lãnh vực soạn Thánh ca. Khi bước vào lãnh vực này rồi thì NL thấy rất thích vì nó bao hàm một quan niệm về sáng tác rất lớn mà chỉ khi nào mình bước vào thì mới thấy. Ngoài việc lấy Thánh kinh làm nền tảng để sáng tác, thánh ca còn cho phép mình nới rộng ra những chủ đề mà trong đời thường hay bị giới hạn. Lấy ví dụ như chủ đề tình yêu chẳng hạn, thì thánh ca cho phép mình bước ra khỏi cái sự hạn hẹp tình cảm yêu thương giữa con người với con người, để có thể đi vào một loại tình yêu mới, một loại tình yêu mà trước nay nhiều khi mình đã không nghĩ tới, như tình yêu tha nhân hay tình yêu thiên nhiên, chẳng hạn.

Riêng về vấn đề kỹ thuật thì cách soạn nhạc của NL xưa nay cũng không có nhiều thay đổi gì lắm. Tuy nhiên trong thời gian gần đây thì NL hay dùng cung Si giảm thứ (Bbm) để phổ một số những bài thơ có tâm trạng xót xa. Vì cung Si giảm thứ tạo cho người nghe một cảm giác lâng lâng, trầm mặc và mang nhiều tính chất u uất. Đồng thời NL cũng hay áp dụng thể thức chuyển cung trong một bài nhạc để tạo cảm giác thay đổi cũng như để tạo thêm nhiều trường canh cho bản nhạc khi phổ những bài thơ ngắn không đủ trường canh cho một bản nhạc.

DTL: Được biết Nguyên Long phổ nhạc thơ của khá nhiều nhà thơ. Câu hỏi đặt ra: a - Vui lòng ghi lại tên một số nhà thơ. b-Tại sao là những nhà thơ đó mà không là những nhà thơ khác?

NL: Để trả lời câu hỏi của anh, NL xin kể câu chuyện này. Khi phổ nhạc một bài thơ, NL có một cái tật là thường không chú ý đến tác giả của bài thơ đó, mà chỉ chú ý đến bài thơ đó thôi. Lý do là vì NL có một cái tật (lại tật...) là khi gặp một bài thơ mà NL thích thì NL cắt ra, hoặc làm một copy, đôi khi phải chép lại rồi bỏ tất cả vào một tập riêng (folder) và để dành đó. Đến khi cảm thấy trong người có hứng sáng tác thì lúc đó mới lấy tập đó ra và tìm một bài thơ để viết ra bài hát. Trong cái tập này thì từ ngày xưa NL đã sưu tập thơ của nhiều nhà thơ nổi đã nổi tiếng từ trước như Nguyễn Bính, Đinh Hùng, rồi sau đó là Phạm Thiên Thư, Du Tử Lê, Nguyễn Tất Nhiên... Và sau này những nhà thơ như Chân Phương, Trần Thu Miên, Hạ Uyên, Phương Uy, Nguyễn Hoàng Anh Thư, Bảo Yến, Nguyễn Trọng Tạo... Nói như thế thì có nhiều nhà thơ đã chẳng biết NL đã phổ nhạc thơ của họ. Điều này rất đúng vì nếu NL không có cơ duyên để liên lạc, hoặc bài nhạc không được phổ biến thì đương nhiên tác giả bài thơ sẽ chẳng bao giờ biết.

Riêng về câu hỏi thứ hai của anh thì NL xin trả lời tóm gọn như sau: NL thâu lượm những bài thơ của những tác giả đó và để dành để phổ nhạc vì một lý do rất đơn giản: Đó là trong những bài thơ khi NL đọc lên thì thấy có nét nhạc trong đó. Một trong những nhà thơ mà NL thấy trong thơ có nhiều nét nhạc nhất đó là nhà thơ Du Tử Lê. Và đây cũng là lý do mà NL đã phổ nhạc khá nhiều thơ của nhà thơ này.

Cũng xin nói thêm là NL vẫn cập nhật khi tập sưu tập thơ của NL quá dày thì NL cũng đã lấy ra những bài thơ cũ và chỉ giữ những bài thơ mới trong đó mà thôi. Đồng thời đã hơn một lần, NL đã làm mất tập sưu tầm thơ rồi anh ạ. Đó một lần đi khi đi ra khỏi Việt Nam và một lần dọn nhà ở đây rồi. NL tiếc lắm, nhưng biết làm sao bây giờ? Và một lần nữa NL đã làm mất một số những bài nhạc đã phổ thơ của một số tác giả, trong đó, tác giả Du Tử Lê bị thiệt hại nhiều nhất vì NL đã làm mất tới gần 20 bài nhạc đã phổ thơ của tác giả này. Lý do là vì NL đã để những bản nhạc này trong một "Zip disk". Sau một thời gian khi CD trong máy vi tính ra đời thì NL không thể nào tìm được một cái "Zip Drive" để đọc những bản nhạc đó nữa. Thật là đáng tiếc!

DTL: Kinh nghiệm phổ nhạc thơ tới hôm nay, cho Nguyên Long những kinh nghiệm đáng kể nào về sự cảm-nhập vào bài thơ? Đâu là trở ngại hay sự khó hòa hợp giữa ngôn ngữ thơ và note nhạc?

NL: Thưa anh, trong bài tham luận "*Tại Sao Tôi Phổ Thơ Du Tử Lê*" mà NL đã viết.* NL có đề cập đến sự nhận định của David Byrne trong "How Music Works" và nay xin nhắc lại: " Âm nhạc hay sức sáng tạo nói chung có thể coi là sự thôi thúc được phát sinh từ những xúc cảm nội tâm, bắt nguồn từ những cảm tính hoặc cảm xúc. Rồi từ đó nguồn cảm hứng của người nhạc sĩ sẽ trào dâng và từ đó sẽ tìm ra một bản thể mà người nhạc sĩ có thể nghe được, đọc được và thấy được." Ông Byrne đã nói rất đúng vì sự sáng tạo thường được bắt nguồn từ những xúc cảm nội tâm của con người, và NL thì cũng không ngoại lệ. Dẫu sao, đối với NL

---

* Xem thêm dutule.com

thì như NL đã nói: Trước tiên NL phải thích bài thơ đó trước đã. Việc đầu tiên mà NL cần thấy là bài thơ phải đưa ra một hình ảnh hoặc là cụ thể, hoặc là trừu tượng... Nhưng nhất thiết phải là một hình ảnh (có thể đây là sự méo mó nghề nghiệp vì NL là người vẽ tranh nên cần phải có một hình ảnh trước) rồi sau đó sức sáng tạo mới đến. Lấy ví dụ như cố thi sĩ Nguyễn Tất Nhiên đã viết câu thơ *"Thà như giọt mưa, vỡ trên tượng đá..."* mà cố nhạc sĩ Phạm Duy đã phổ nhạc. Đối với NL thì cái hình ảnh giọt mưa vỡ trên tượng đá quá đẹp. Nó đẹp vì thi sĩ đã dùng chữ "vỡ". Nếu thi sĩ viết câu thơ mà dùng chữ "rớt" trên tượng đá thì câu thơ sẽ không làm cho NL xúc động vì giọt mưa rớt thì đâu có gì đặc biệt, nhưng chữ "vỡ" đã làm cho câu thơ trở nên huyền ảo, lung linh trong sự diễn tả sự òa vỡ của những giọt mưa. Hoặc nữa, cũng diễn tả về mưa hơi có tính chất siêu thực như nhà thơ Phạm Thiên Thư đã viết: *"Lắng nghe từng sợi mưa dài - Cơn mây xõa tóc bên ngoài hè xanh - Hạt nào biếc phố long lanh - Hạt nào cẩn ngọc trên nhành tay hương..."* Với những hình ảnh như thế thì thi sĩ không những đã tạo nên một vẻ đẹp riêng cho câu thơ mà còn làm cho hình ảnh mà người thi sĩ muốn diễn tả trở nên sống động hơn.

Sau khi NL đã cảm nhận được hình ảnh của bài thơ rồi thì những giòng nhạc thường sẽ tự nhiên đến. Có nhiều khi giòng nhạc đến tới hai ba lần cho một bài thơ, và cũng có nhiều khi giòng nhạc chẳng bao giờ đến, hoặc đến nửa chừng rồi đứt đoạn thì NL cũng phải đành chịu vậy, chứ biết sao?

DTL: Nhiều nhạc sĩ khi phổ nhạc 1 bài thơ, đã không hề để ý tới "hỏi, ngã" trong ngôn ngữ Việt - Khiến ca sĩ khi trình diễn cứ phải hát... lơ lớ như ngọng. Gặp trường này Nguyên Long giải quyết bằng cách nào?

NL: Thưa anh, trong một bài nhạc thì cũng có những câu nhạc, giống như trong bài thơ hay bài văn thì cũng có những câu thơ, câu văn. Như thế, khi nhạc sĩ phổ nhạc một bài thơ thì tùy theo từng thời điểm để tạo ra những câu nhạc theo bài thơ đó, đồng thời những câu nhạc còn phải tuân theo luật cân phương trong một bài hát nữa. Cho nên khi gặp những từ có dấu hỏi, ngã thì hay làm cho sự phát âm bị "dị giọng" lúc hát. Sở dĩ có chuyện này vì thường khi viết nhạc, người nhạc sĩ sẽ đặt nhạc trước rồi mới đặt ca từ. Còn ở đây thì người nhạc sĩ viết nhạc sau khi đã có ca từ - tức là bài thơ, cho nên hay gặp những trường hợp về dấu trong ngôn ngữ Việt. Nhất là trong những trường hợp dấu hỏi, ngã đứng ở cuối câu thơ hoặc đứng trước một chữ có dấu nặng ví dụ như... cổ tự,... khổ cực,... ngưỡng vọng - nhất là gặp những trường hợp nhị trùng âm hỏi ngã đứng ở cuối câu thì lại càng "chết" nữa, ví dụ như... thỉnh thoảng,... nghênh ngãng chẳng hạn.

Sự "dị giọng" trong một bài hát làm cho người ca sĩ khó khăn khi phát âm nốt nhạc, đôi khi sẽ làm cho câu nhạc trở nên ngớ ngẩn, hoặc làm thay đổi ý nghĩa của câu thơ. Nên NL để ý rất kỹ sự dị giọng này trong các bài hát và tìm cách giải quyết nó. Một trong những cách để giải quyết là dùng hai hoặc ba nốt nhạc cho một ca từ thì sự dị giọng sẽ hết, hai là viết lại câu nhạc đó để làm cho sự dị giọng mất đi. Đôi khi phải viết lại nguyên cả một đoạn nhạc để tránh sự dị giọng. Cũng có một cách nữa là viết lại một lời khác cho câu thơ theo ý của người nhạc sĩ. Cách này thì NL tránh không dùng vì như thế sẽ làm mất đi sự sáng tạo trung thực của người thi sĩ. Gặp trường hợp mà không thể nào làm khác hơn được cho giòng nhạc thì đôi khi NL dùng cách lấy một hay hai chữ nào đó trong bài thơ của thi sĩ và ráp vào chỗ bị dị giọng với điều kiện không giảm đi ý nghĩa trong câu thơ của thi sĩ.

DTL: Xin Nguyên Long nói thêm, rõ hơn về chủ đề nào trong thơ là những chủ đề dễ làm Nguyên Long rung động nhất - Để từ đó, đưa tới quyết định soạn thành ca khúc?

NL: Như NL đã nói ở trên, thưa anh, NL thường không chú ý nhiều tới chủ đề mà chỉ tìm hình ảnh trong bài thơ để chọn lựa phổ nhạc. Lẽ dĩ nhiên những hình ảnh này phải có "chất thơ" trong đó thì câu thơ đó mới hay, mới đẹp. Đối với NL thì cách dùng chữ của thi sĩ trong câu thơ đã nói lên sự trau chuốt, và kỹ năng về cách dùng chữ của người thi sĩ khi viết bài thơ đó rồi. Mặc dù nhiều khi cùng diễn tả một hình ảnh, nhưng mỗi thi sĩ sẽ có cách dùng chữ riêng của người đó. Đây là chỗ mà NL thiết nghĩ sẽ làm cho người đọc bài thơ "cảm nhận" được cái mà người thi sĩ muốn nói, không riêng gì NL. Trong những năm gần đây thì NL có chú trọng đến những bài thơ mang nhiều tính chất diễn tả thiên nhiên pha sự lãng mạn của tình cảm nhìn từ nhiều phía. Đối với NL, thiên nhiên lúc nào cũng mang đến cho con người một nét đẹp hết sức thanh tao và đầy sự hồn nhiên, một nét đẹp tự nhiên không pha trộn hay chịu ảnh hưởng của những yếu tố khác. Hơn nữa, khi thiên nhiên được mang vào thi ca thì đương nhiên vẻ đẹp của nó sẽ tăng lên gấp bội nhất là khi được trau chuốt, gọt dũa bởi những bậc thi sĩ lỗi lạc. Một bài thơ như thế, sẽ sẵn sàng làm rung động bất cứ con tim sắt đá nào - nói gì đến một con tim đã có chứa sẵn chất âm nhạc như NL.

DTL: Kinh nghiệm cá nhân của Nguyên Long cho thấy thể thơ nào dễ phổ nhạc hơn cả? Thí dụ: năm chữ, bảy chữ, tám chữ hay lục bát?

NL: Thơ năm, bảy, hay tám chữ cho phép người nhạc sĩ tìm ra câu nhạc tương đối dễ dàng hơn các thể thơ khác. Lý do là vì các câu thơ đều kết thúc giống nhau. Tuy nhiên nó lại rất dễ làm cho một bài hát trở nên nhàm chán vì cái tính giống nhau của nó. Hơn nữa, bài nhạc nào cũng cần phải có một điệp khúc cho nên đôi khi cách gieo vần trong những bài thơ thuộc thể loại này làm cho người nhạc sĩ khó tìm ra một đoạn điệp khúc cho tương xứng. Lý do là vì cách gieo vần của các loại thơ này thì nằm ở cuối câu mà lại là vần bằng. Cho nên nếu người nhạc sĩ muốn tìm một câu thơ có vần trắc ở cuối để nâng giòng nhạc lên thường hay gặp trở ngại là vì vậy.

Riêng đối với thơ lục bát thì do cách gieo vần đặc biệt của nó nên thơ lục bát thường thích hợp với những nhịp điệu lẻ như 3/4, 3/8, hay 9/8. Cho nên khi nhạc sĩ mang vào những nhịp điệu chẵn như 2/4 hay 4/4 thì câu nhạc hay bị xé lẻ ở câu tám chữ vì nó vần ở chữ thứ 6 với câu sáu chữ cho nên thường gây khó khăn cho người soạn nhạc. Cũng tương tự như thể thơ tự do, thi sĩ có thể dùng bao nhiêu chữ cho một câu thơ cũng được và có thể gieo vần hoặc không, khiến cho nhạc sĩ gặp khó khăn khi muốn tìm ra câu nhạc thích hợp cho loại thơ này. Tuy nhiên đối với NL thì khi thật sự chú tâm vào bài thơ thì nhiều khi những câu nhạc tìm ra lại mang một tính chất nguyên thủy rất mới lạ. Cho nên đôi lúc NL lại thích phổ nhạc những bài thơ loại này vì cái tính mới lạ của nó. Trong ý nghĩa trên căn bản tìm hứng khởi để sáng tác thì nó đã tạo cho NL một sự hứng thú đặc biệt trong lúc đi tìm những câu nhạc cho bài thơ. Lấy ví dụ như trong bài thơ *"Điều Duy Nhất Cuối Đời/Em Nên Biết"*, nhà thơ Du Tử Lê đã viết: *"Khi em đến ngôi nhà kia đã có chủ mới - Viên gạch rêu dưới vòi nước rỉ còn đấy - Chỉ những con dế nơi hàng rào xi măng bị bệnh đậu mùa..."* thì câu thơ đầu mười chữ và kết bằng chữ *"mới"* - vần trắc, và câu thứ hai chín chữ cũng kết bằng một vần trắc, và cho đến câu thứ ba 13 chữ mới kết vần bằng. Chỉ riêng hai chữ ở vần trắc này thôi thì khi câu nhạc được viết ra đã có một sắc thái đặc biệt, và làm cho câu nhạc có nét nguyên thủy khó bị pha trộn với những câu nhạc khác. Và đây là một trong những điều mà NL luôn để ý tìm kiếm cho những câu nhạc của mình.

DTL: Cố nhạc sĩ Phạm Đình Chương từng cho biết, phổ thơ lục bát khó nhất - Vì nó sẵn nhịp, sẵn điệu - rất khó để phá cái dòng chảy đã thành bất đi bất dịch ấy. Quan điểm riêng của Nguyên Long là gì?

NL: Điều này rất đúng, thưa anh, vì như NL đã nói ở trên, thơ lục bát là một thể thơ đặc biệt trong ngôn ngữ Việt Nam, với cách gieo vần đặc biệt và thường phải tuân thủ theo luật bằng trắc để gieo vần. Vì vậy, nếu phổ nhạc thơ lục bát không khéo thì giai điệu của bài nhạc sẽ dễ bị lẫn lộn với những giai điệu của những bài nhạc khác. Theo NL thấy thì cái khó ở đây là việc đi tìm cho nó một giai điệu mới lạ. Mà, một khi nhạc sĩ muốn đem một giai điệu mới vào bài thơ thì luật bằng trắc của bài thơ nó cứ "sờ sờ" ra đó làm "kỳ đà cản mũi". Lấy ví dụ như đến lúc câu nhạc phải đi lên thì lại bị cái vần bằng của câu thơ kéo xuống, cho nên câu nhạc đành phải uốn xuống cho thích hợp. Trong những thời gian gần đây, một số nhà thơ đã chú trọng đến việc cách tân thơ lục bát mà nhà thơ Du Tử Lê đã làm rất nhiều trong thơ của ông. Phương cách sử dụng dấu gạch tới (slash), thay đổi hệ thống bằng trắc, ngắt nhịp, ngắt câu, xuống hàng, hay bỏ bớt một chữ, hay thêm vào một chữ (dùng ngoặc đơn) trong bài thơ thì điều này, trong một phong cách nào đó, đã giúp cho NL tìm ra được những câu nhạc mới và nhịp điệu mới cho bài thơ.

DTL: Một câu hỏi rất thường, nhưng tôi nghĩ, có thể nhiều độc giả muốn biết: Tới hôm nay, Nguyên Long có được bao nhiêu sáng tác? Không phân biệt phổ thơ hay sáng tác từ nhạc tới ca từ?

NL: Nếu kể từ những ngày bắt đầu sáng tác thì NL có khoảng 350 bài anh ạ. Trong số này thì số nhạc Thánh ca đã chiếm đến gần một nửa rồi, còn lại một nửa kia thì một nửa của một nửa đó là nhạc phổ thơ. Trong số còn còn lại thì NL có khoảng 50 bài viết riêng cho thiếu nhi. Còn lại bao nhiêu là những ca khúc viết theo từng thời kỳ tùy theo hứng khởi và cảm xúc của mình.

DTL: Trước khi chấm dứt cuộc trò chuyện của chúng ta hôm nay, còn điều gì Nguyên Long thấy nên nói thêm nhất?

NL: NL chỉ muốn nói là ngoài một số những tập nhạc mà NL góp lại để dự trù xuất bản nhiều khi đã thất lạc... Thì vào năm

2010, NL đã xuất bản tập nhạc "*Đàn Chim Trong Nắng*" gồm 37 ca khúc viết cho thiếu nhi. Trong năm nay 2015 này, NL dự trù xuất bản tập "*Cho Em Cội Nguồn*" gồm 25 ca khúc viết về cội nguồn, và sau đó sẽ xuất bản tập nhạc "*Nguồn Đọng Từ Thi Ca*" gồm 60 ca khúc phổ thơ chọn lọc mà NL ưa thích.

DTL: Thay mặt quý bạn-đọc-thân-hữu, chúng tôi trân trọng cảm ơn nhạc sĩ Nguyên Long qua những giây phút trải lòng của ông.

(Calif. May 6-2015)

Dưới đây là 2 trích đoạn, chúng tôi may mắn có được của chính tác giả hai tập nhạc mới, sẽ ấn hành trong năm nay, phản ảnh nỗi niềm đau đáu của Nguyên Long dành cho tuổi thơ Việt Nam và, lòng biết ơn của ông cái mà ông gọi là thi ca, quà tặng của văn chương. Đó là tuyển tập nhạc "*Cho em cội nguồn*" và, "*Nguồn đọng từ thi ca*".

Trân trọng kính mời bạn-đọc - thân hữu thưởng lãm.

HÁT CHO TUỔI THƠ (trích)

... Hát về tuổi thơ và hát cho tuổi thơ là tự khóa mình vào khuôn khổ của sự hồn nhiên để có thể thoát ra khỏi những xiềng xích ngụy tạo của sự giả dối và đau khổ. Khi hát cho tuổi thơ, ta có thể trở về với tấm lòng hồn nhiên, trong sáng và bất diệt. Ta có thể kể lại cho nhau nghe những phiếm tình dấu yêu của một thời niên thiếu, với những chất liệu đầy tính cách tươi đẹp, ươm thơ, lắng đọng và tràn đầy sự êm ấm được bộc lộ theo những xúc cảm mang theo sự hiền hòa và chân thành nhất của con người - một xúc cảm tự nhiên, không xa hoa phù phiếm hoặc pha trộn tính cách giả tạo.

Trở về với tuổi thơ là trở về với những ước mơ bình dị - để trao đổi những hạnh phúc đơn giản, chưa biết đến những u ám, phong tỏa của đau khổ. Khi ta trở về với tuổi thơ, mây trời có thể lắng đọng, bóng trăng sẽ muôn đời chiếu sáng những màu thùy dương vào thực chất của thuở thiếu thời. Đó là một khoảng đời mà thời gian chỉ có thể bao hàm và cương tỏa những nỗi niềm vương vấn, dịu ngọt của cả một tuổi xuân thì.

Tuổi thơ quá êm đẹp. Tuổi thơ có quá nhiều những chân tình. Vì vậy chúng ta cần phải nâng niu và quý mến nó. Tuổi thơ của quê hương lại càng mang theo những kỷ niệm thật đơn sơ nhưng rất đằm thắm. Qua sự ngây ngô của con sáo, mùi hương mộc mạc của cái lược, tiếng kêu nỉ non của giun dế, màu sắc dịu ngọt nhưng lộng lẫy của những cánh bướm đã là những gì thật dễ thương, đầy ngây thơ và hoàn toàn trong sạch. Nó bao hàm một ước vọng cho chúng ta có thể nhận ra những rung cảm đầy hồn nhiên của thời mới lớn - một khoảng thời gian đã được thu gọn lại trong suốt cả một quãng đời mà con người không thể thiếu vắng.

TƯƠNG GIAO CẢM TÍNH GIỮA THƠ VÀ NHẠC

Cho dù chúng ta có gọi nó là gì đi chăng nữa thì khi âm nhạc và thi ca gặp nhau ở cùng một tụ điểm, thì nó vẫn là nguồn hạnh phúc vô biên của người tìm gặp được nó. Có thể, nhiều khi trong những lối nhỏ của tâm hồn âm nhạc, nơi mà thi ca đã len lỏi vào, cô đọng, lẩn quất, và biến hóa song hành với nhau để tạo nên những giai điệu mượt mà, lấp lánh...

Nơi đó, như người tìm được ánh trăng soi lối trên bước đường tìm kiếm hứng khởi, mặc dù, nhiều khi chỉ là những giây phút ngắn ngủi, nhưng cũng đã đủ để tạo dựng nên những hình hài, và từ đó sẽ khai sinh ra những bản thể, mà khi đến tai người thưởng lãm thì, có thể thấy được, và hiểu được từng giòng cảm xúc mà người thi sĩ đã trải qua khi đặt bút viết nên những giòng thơ đó...

Hành trình này, có thể gọi là sự tương giao tình cảm, hay giao hoán cảm xúc, hay sự sẻ chia tính đồng cảm, có cùng một cảm tính, hay bất cứ một tên gọi đồng nghĩa nào mà chúng ta muốn đặt cho nó, thì, điều chính yếu vẫn là sự cảm nhận của người nhạc sĩ qua những giòng thơ, là lúc mà khi người nhạc sĩ đọc lên, đã thấy trong đó một mẫu số chung, một sự cảm thông giữa hai tâm hồn, hai khối óc, mặc dù nhiều khi cả hai đều xa cách nhau đến cả ngàn dặm trường trên địa cầu rộng lớn này...

Cũng có thể gọi đó là niềm hạnh phúc, cho dù đôi khi đó chỉ là một niềm hạnh phúc nhỏ bé, bởi lẽ, đây là loại hạnh phúc tự nhiên, và chúng ta chỉ có thể nhận thấy được khi cố tâm đi tìm nó, mà, loại hạnh phúc này thì không có hình dạng, và lại càng không có một dấu ấn thiên nhiên nào để chúng ta có thể nhận dạng ra nó, ngoài những làn sương mong manh, lẩn quất của môi trường hứng khởi, điều mà ngay tự bản chất, có thể tan biến đi bất cứ lúc nào...

Đó là những phút giây mà chúng ta gọi là sự hòa nhập, một sự hòa nhập giữa hai giòng hứng khởi, với một bên là thơ và một bên là nhạc, điều mà tự bản chất cũng đã khác nhau trên nhiều phương diện, dẫu sao, cả hai vẫn có thể san sẻ, bổ túc cho nhau trên bước đường tạo dựng nên một bản thể mới, một bản thể lung linh, huyền diệu, với đầy chất thơ, chất nhạc mà, xưa nay chúng ta vẫn hay gọi là bài hát...

Như thế, thì đây chính là nỗi trăn trở, nhưng đồng cảm trên bước đường tìm hạnh phúc qua sự tương giao cảm tính và chia sẻ tâm hồn giữa thơ và nhạc vậy.

Nguyên Long

Phạm Gia Cổn, từ âm nhạc tới Hoàng Hạc

Không cần phải đi ngược về thời tiền chiến, đã quá xa, chỉ cần nhìn vào thực trạng của sinh hoạt văn học, nghệ thuật trong vòng vài chục năm qua, ta sẽ thấy từ hải ngoại tới trong nước, mức độ lạm phát nhà văn, nhà thơ, thậm chí ở cả lãnh vực ca nhạc, trình diễn, phát thanh, truyền hình... đã đạt tới "đỉnh điểm"!

Theo một số nhà quan sát thì, có nhiều lý do để giải thực hiện tượng "quá tải", đi tới chỗ bát nháo này. Ttrong đó có những yếu tố đáng kể sau đây:

-Thứ nhất, lãnh vực in ấn đã tiến những bước rất xa, như thể nó có nơi chân đôi hia bảy dậm vậy. Gần đây, kỹ thuật photocopy còn tiến xa hơn nữa. Khi chỉ cần có một chiếc máy nhỏ, gọn, cũng đã đủ để sản xuất mỗi ngày hàng chục cuốn thơ hay tập truyện, với đầy đủ các loại, mầu sắc...

- Thứ nhì, tiến bộ và tiện nghi ấn loát này, đã làm cho giá thành của một cuốn sách chỉ bằng ½ hay 1/3 so với trước đây.

- Thứ đến, những tuần báo, nguyệt san, "diễn đàn" đủ loại, cộng với các "đài" phát thanh, truyền hình "số" "mọc" lên, như nấm sau mưa; đã dẫn tới tình trạng cần nhiều nhà báo, nhà dịch tin, nhà "lay out" cũng như xướng ngôn viên..., nói chung là "văn nghệ sĩ", cũng leo thang theo nhu cầu!

- Lại nữa, khi những bộ máy Karaoke trở thành phổ cập với giá bán vừa túi tiền mọi gia đình, số lượng "ca sĩ nghiệp dư" cũng trở thành hiện tượng "đại trà". Và khoảng cách từ một "ca sĩ karaoke" tới một "nhạc sĩ không biết một note" cũng có nhiều "đột biến".

Trong quá khứ, một nhạc sĩ lão thành từng kể tôi nghe, ông nhận được khá nhiều đề nghị nhờ ông viết xuống thành một bản nhạc, căn cứ vào "bài hát" đã được thu vào cassette của ông A, ông B, hay bà C., với thù lao do chính vị nhạc sĩ lão thành kia, ấn định.

Sau đấy, "nhạc sĩ không biết một note" thuê ca sĩ thu âm bài hát. Khi đủ 10 bài hay nhiều hơn, ông/bà ta sẽ cho sang thành cassette (sau này là Cd), để phổ biến, hoặc... ra mắt.

Thực trạng ấy, đưa đến hiện tượng có những "văn nghệ sĩ" làm chủ nhiều hơn một... "nhà". Thí dụ, cùng lúc ông/bà ta có thể là "nhà" thơ, "nhà" văn. "Hoành tráng" hơn, có người còn kiêm thêm nhiều "nhà" nữa. Như nhà "nhạc", "nhà" ca sĩ, "nhà" báo, "nhà" phát thanh, "nhà" "MC", vân vân...

Tuy nhiên, trong thực tế, dù ở đâu, tôi nghĩ, chúng ta cũng vẫn có những cá nhân xuất chúng. Những cá nhân này, được tập thể nhìn nhận cùng một lúc, nhiều tư cách khác nhau, với tất cả nể trọng. Điển hình, trường hợp của bác sĩ, giáo sư, võ sư, nhạc sĩ

Phạm Gia Cổn. Gần hơn, trong khoảng gần mười năm qua, họ Phạm còn được nhìn nhận là người khai sáng môn Thể dục Khí công Hoàng Hạc, ở miền nam California nữa.

*

Tôi biết suốt 30 năm trong ban giảng huấn của Đại học UCLA, Bs Phạm Gia Cổn luôn chú ý đến vấn đề giáo dục Y đức và Văn hóa Việt, để các bác sĩ ngoại quốc dễ thông cảm hơn khi săn sóc các bệnh nhân Việt Nam.

Phải chăng vì thế mà họ Phạm đã được bầu chọn là "Teacher of the Year" liên tiếp 2 năm?[3]

Tôi không biết Võ sư Phạm Gia Cổn, với đệ cửu huyền đai Hapkido, đệ bát huyền đai Tae Kwon Do; chưởng môn kế thừa Thất Sơn Thiếu Lâm, đã đào tạo được bao nhiêu môn sinh, bao nhiêu võ sư bộ môn Hapkido? Nhưng rõ ràng với hơn nửa thế kỷ dậy võ, Bs Phạm Gia Cổn luôn chú trọng vấn đề giáo dục Võ-Hạnh và Võ-Đạo.

Tôi không biết và cũng không thấy cần thiết phải hỏi họ Phạm, bắt nguồn từ động lực sâu xa nào, ông đứng ra thành lập ban nhạc Star Band, với sự tham dự của rất nhiều nhạc sĩ nổi tiếng từ thời tiền chiến, cũng như thuộc 20 năm tân nhạc miền Nam. Star Band của ông đã trình diễn khắp nơi, với những thành tựu và những lời khen tặng trân, quý mà, ông là người chơi Saxophone độc nhất của Star Band.

Về sáng tác ca khúc, hiện tại, trên trang mạng "dactrung" còn lưu trữ một số ca khúc do ông sáng tác.[4]

---

[3] Để được theo học với giáo sư Phạm Gia Cổn, sinh viên phải là những người đã tốt nghiệp bác sĩ tổng quát.

[4] Đó là các ca khúc "Hẹn ước", phổ thơ Phan Xuân Hiệp, "Một ngày mũ đỏ, một đời mũ đỏ", phổ thơ Hà Huyền Chi và, "Ta tiếc thiên đàng sớm lập xong", phổ thơ Du Tử Lê.

Trong một cuộc phỏng vấn dành cho phóng viên Phương Anh của đài RFA, hồi tháng 6 năm 2006, đề cập tới ba lãnh vực Y, Võ Nhạc, họ Phạm nói:

"Vấn đề y võ nhạc áp dụng trong đời sống là phối hợp 3 chuyện đó để nó phục vụ cho đời sống con người, vì con người cần phải khoẻ mạnh, từ tinh thần cho đến thể chất, võ sẽ làm chuyện đó, âm nhạc cũng là một loại làm cho mình relax.

"Bây giờ, y khoa đã dùng âm nhạc để chữa bệnh. Nếu mình phối hợp được cả ba, thì đời sống của mình sẽ khoẻ mạnh và vui tươi từ tinh thần cho đến thể chất cho chính từng cá nhân. Trong một xã hội mà đều có những người có sức khoẻ và tinh thần tốt thì nó sẽ tạo cho một xã hội tôi gọi là 'thiên hạ bình'. Đó là cái mục đích mà tôi nghĩ rằng y võ học áp dụng thực tế vào trong xã hội con người."[5]

Tôi cũng không biết có phải khởi đi từ quan niệm *"Bây giờ, y khoa đã dùng âm nhạc để chữa bệnh. Nếu mình phối hợp được cả ba, thì đời sống của mình sẽ khoẻ mạnh và vui tươi từ tinh thần cho đến thể chất cho chính từng cá nhân..."* hay không mà, năm 2007, Giáo sư, Võ sư, Nhạc sĩ Phạm Gia Cổn đã sáng lập môn Thể Dục Khí Công Hoàng Hạc - Một môn tập phối hợp Y, Võ, để phục vụ sức khỏe con con người, bao gồm "Tinh thần, thể chất và xã hội".

"Hoàng Hạc Khí Công", đem lại đời sống *"khoẻ mạnh và vui tươi từ tinh thần..."* cho hàng ngàn môn sinh của ông ở khắp nơi trên thế giới.

Chúng tôi xin dùng trích đoạn dưới đây trong bài viết tựa đề *"Tính thiền trong Hoàng Hạc"* của HH Kiều Hạnh, tiêu biểu cho thành quả cụ thể và, lòng biết ơn của một môn sinh Hoàng Hạc, HH Kiều Hạnh:

"... 'Bấm, Vòng, Vươn, Buông' là 4 căn bản của Hoàng Hạc. Tôi thích nhất chữ 'buông' của Hoàng Hạc. Thầy (Bs Phạm Gia Cổn) dặn, khi buông thì buông cho hết, thả lỏng vai ra, nhẹ nhàng và tĩnh lặng.

"Tôi tập Hoàng Hạc đã 3 năm. Hàng ngày tập, như tập thể dục. Cho đến một ngày, một buổi sáng sớm, 6 giờ sáng tại nơi tôi làm việc, chưa ai vào cả, chung quanh tôi thật tĩnh lặng, tôi mang 7 thế ra nhẹ nhàng phe phẩy, và rồi hơi ngạc nhiên khi phát hiện ra một điều: Tôi bỗng nhận được những cảm giác tương tự như những lúc tôi đang trong thiền. Tôi tập thiền được 5, 7 năm, chỉ cốt để cho mình được thanh thản, được buông bỏ những xáo trộn chung quanh mình. Những lúc ngồi vào thiền, tôi thường nhận được những cảm giác thật nhẹ nhàng, thật tinh tế, như những hạt bụi rón rén, lăn tăn đi nhẹ chung quanh vùng đầu, và trên thân thể... Sáng hôm đó, tôi bỗng nhận ra những cảm giác đó len lén đi nhẹ qua đầu, ngang qua vai, thoảng qua cánh tay, và đi đến những ngón tay, những cảm giác nhẹ nhàng và êm ái. Chung quanh tôi là một sự tĩnh lặng và buông bỏ..."

Trước tình cảnh lạm phát... "nhà", sự có mặt của Bs Phạm Gia Cổn, với những đóng góp của ông ở nhiều lãnh vực, cho tập thể Việt, ở quê người, với tôi, là một hãnh diện lớn[6].

---

[5] Nguồn Wikipedia.
[6] Tưởng cũng nên nói thêm: Trước biến cố tháng 4-1975, họ Phạm là một trong những bác sĩ quân y vào sinh ra tử của Sư đoàn Nhảy Dù/QLVNCH. Ở hải ngoại, ông cũng từng đắc cử chức vụ Chủ tịch ban Chấp hành Trung ương Gia đình Mũ Đỏ VN; chủ tịch Hội Y sĩ VN tại Hoa Kỳ...

Quỳnh Giao, hát, viết như đi tìm chân dung mình qua học thuật

Tôi, nhiều lần được thấy chị bước ra sân khấu, dịu dàng với nụ cười trẻ thơ, đứng giữa một Mai Hương, đằm thắm, một Kim Tước trầm, tịnh - Hợp ca, những ca khúc được coi là bất tử của nền tân nhạc Việt Nam, trên, dưới năm mươi năm.*

Tôi, nhiều lần được thấy chị khoan thai bước tới, ngồi xuống chiếc dương cầm, đơn ca, những ca khúc, tự thân vốn đòi hỏi nơi người thưởng ngoạn một trình độ, một cảm quan không phổ thông, đại chúng.

---

* Nữ ca sĩ Quỳnh Giao tên thật Nguyễn Phước Công Tằng Tôn Nữ Đoan Trang, sinh năm 1946 tại làng Vỹ Dạ, Huế, nổi tiếng rất sớm. Ca sĩ Quỳnh Giao qua đời vào lúc 3 giờ sáng hôm thứ tư ngày 23 tháng 7 năm 2014 tại Fountain Valley, California, hưởng thọ 68 tuổi.

Tôi nhiều lần được nghe tiếng hát chị thao thiết, chênh vênh trên những nát tan; sâu, kín nơi những nồng nàn tình khúc, thất lạc.

Đó là những lúc tôi một mình, với đĩa nhạc, với tiếng hát sang cả, lênh đênh niềm xa, vắng của chị.

Đó là những lúc, không một hình ảnh cụ thể nào của chị diễn ra trước mắt tôi. Nhưng chẳng vì thế mà, tôi không thể hình dung chị.

Trong đời thường, tôi không có cơ hội giao tiếp nhiều với chị, để mọi nét đặc thù của một nhân dáng, một dung nhan, trở thành nhàm, nhạt.

Trong đời thường, tôi cũng không đến nỗi quá ít cơ hội tiếp xúc với chị, để ở mức độ chẳng một ngưng đọng nào, khắc, rạch đậm nét trong tôi.

Nghe chị hát, từ những đĩa nhạc, tôi có thể hình dung chị, buổi sáng, thả bước chân đầu ngày trên đường phố Saigòn.

Nghe chị hát, từ những đĩa nhạc, tôi có thể hình dung chị, buổi trưa, rừng, cây, Hoa Thịnh Đốn.

Nghe chị hát, từ những đĩa nhạc, tôi có thể hình dung chị, buổi tối, ngọn đèn, quây quần, tình thân, California.

Hình ảnh nào, nơi người nữ, mang tên Quỳnh Giao, (vừa kể,) nổi tiếng từ khi còn rất trẻ, với tôi, vẫn là hình ảnh gần/xa, bước ra từ âm nhạc.

Tôi muốn gọi, đó là hình ảnh của một Quỳnh Giao, nhạc sĩ...

Hình ảnh nào, nơi người nữ, mang tên Quỳnh Giao, (vừa kể,) từ rất sớm, đã có lấy cho riêng mình, một thổ ngơi, một phong cách, với tôi, cũng vẫn là hình ảnh gần/xa, bước ra từ dương cầm, từ tiếng hát.

Tôi muốn gọi, đó là hình ảnh của một Quỳnh Giao, ca sĩ.

Nhưng, tôi thực sự bất lực. Tôi thực sự không thể hình dung, lúc một Quỳnh Giao nhạc sĩ, bước tới (và,) ngồi xuống, bàn viết.

Tôi không thể hình dung, hình ảnh chị, khi cúi xuống, những trang văn xuôi, truyện ngắn...

Tôi không thể hình dung, chị với những đoạn văn, viết về thảm kịch của sự bất phân chia giữa thân, tâm một nghệ sĩ; giữa tài năng và diện mạo: Hai mặt đối nghịch của đồng xu số kiếp!

Nhưng tôi cảm nhận được cái sóng sánh đến muốn trào, lăn của những rung cảm thầm kín nơi một Quỳnh Giao, nhà văn, qua văn xuôi.

Quỳnh Giao không chỉ hát như một ca sĩ đã thành danh, (mà,) Quỳnh Giao còn hát, như nhà văn đi tìm chân dung và, linh hồn mình, qua thi, ca, nữa.

2005

Tạp ghi Quỳnh Giao

Chiều Vàng Với Tôn Thất Niệm

Sinh thời, nhà văn Mai Thảo rất trọng nghề văn và những người sống vì văn chương, báo chí. Nhưng cũng vì thế mà ông lại thiếu kiên nhẫn với những người giàu có, như y sĩ, lâu lâu viết văn một cách tài tử mà cũng tự xưng là nhà văn. Ông không coi họ là nhà văn, hoặc nói theo lối xưa, nhất định không ngồi chung chiếu!

Vậy mà con người khắt khe ấy lại rất thích nghe Luật Sư Khuất Duy Trác hát nhạc của Cung Thúc Tiến, chuyên viên Bộ Kinh Tế của Sàigòn thời xưa! Với Mai Thảo, cái nghiệp cầm ca có được trường hợp giảm khinh, và một chiếu riêng trên lãnh vực nghệ thuật!

Thật ra, Duy Trác đã lẫy lừng là một ca sĩ trước khi trở thành luật sư và nổi tiếng hơn nữa vì hát một cách tài tử. Ông thích thì hát, để làm hài lòng chính mình, và chọn bài hát với mỹ quan của một người trí thức.

Trong giới y sĩ, một trường hợp tương tự và có lẽ đầu tiên là của Thu Hà.

Thu Hà bước vào nhạc từ khi còn là sinh viên y khoa, với kỹ thuật rất gần với một danh ca là Châu Hà, trầm ấm và tròn trịa. Hát cùng thời và thân thiết với Tuyết Hằng, một giọng nữ rất đẹp được Hoàng Thi Thơ mời hát giọng chính trong các vở nhạc kịch, Thu Hà tiếp tục lên sân khấu sau khi tốt nghiệp bác sĩ. Ban ngày là lương y như từ mẫu, ban đêm, Thu Hà đội khăn mặc áo gấm hát giữ bè cho ban tam ca Đông Phương tại Đêm Màu Hồng. Người nghe thường hiểu lầm về các ca sĩ hát bè phụ. Trong ban tam ca Đông Phương, Thu Hà và Tuyết Hằng giữ bè phụ cho Hồng Vân hát giọng chính vì hai người rất giỏi về nhạc lý, cùng học nhạc pháp ở trường Quốc Gia Âm Nhạc Sàigòn, và hát có kỹ thuật hơn. Hoài Bắc Phạm Đình Chương cũng hát bè phụ cho người anh là Hoài Trung trong ban hợp ca Thăng Long chính là vì ông giỏi về kỹ thuật và là cái hồn nhạc của ban hợp ca danh tiếng này. Cần nhắc lại như vậy cho công bằng khi nhớ đến Thu Hà và Tuyết Hằng của mấy chục năm về trước, và những người hát bè phụ.

Có một giọng nam trong ngành y khoa cũng nổi tiếng trước khi trở thành bác sĩ là Trung Chỉnh, tiếng hát lừng danh trên truyền hình Sàigòn cùng với Hoàng Oanh, khi Sàigòn bắt đầu có Ti-vi. Trẻ trung và tươi vui trong các bài song ca với Hoàng Oanh về đời lính và cô em hậu phương, Trung Chỉnh hát rất rõ lời và được mọi giới yêu chuộng.

Đó là về những giọng ca bác sĩ trước 1975.

Ra tới hải ngoại, chúng ta có trường hợp của Bích Liên.

Giới yêu nhạc biết tới giọng ca Bích Liên trước khi để ý tới Bác Sĩ Bích Liên, một giọng ca đầy kỹ thuật của người có rèn luyện thanh nhạc. Y như Duy Trác, Bích Liên hát cho nghệ thuật hơn là thị hiếu của đám đông nên chọn bài rất kỹ, rất kén người nghe, với sự điêu luyện rất độc đáo.

Cũng trong giới y khoa, Hà Thúc Như Hỷ là một bác sĩ chuyên nghiệp có giọng ca trầm ấm và làn hơi phong phú. Nhưng ông không hát thường xuyên và cất tiếng hát là khiến bằng hữu sững sờ, vui thích. Nhiều người trong ngành y khoa có giọng ca rất đạt, hát còn vững hơn những ca sĩ chuyên nghiệp, như trường hợp của hai chị em Ngọc Sương và Như An. Hoặc giọng "bass" rất trầm của Bác Sĩ Vũ Duy Hiển, êm nhẹ và tình cảm như Vương Đức Hậu, trầm ấm như Phạm Gia Nghị.

Đấy là những người hành nghề y khoa nhưng yêu nhạc và hát cho nghệ thuật hơn là một cách sinh nhai. Nếu chú ý, chúng ta cảm được nhiều điều hay và đẹp về nhạc. Quần chúng nghe nhạc của họ cũng thuộc thành phần biết nghe, và biết thưởng thức bằng tai hơn là bằng mắt.

Trong thế giới ấy, có một người lại đi ngược với mọi người. Là ca sĩ trước khi thành bác sĩ, và khi trở thành lương y thì lại ra khỏi làn sóng nhạc.

Đó là Tôn Thất Niệm.

Ông đi hát và nổi tiếng đã từ lâu lắm rồi, từ đài phát thanh Huế rồi vào Sàigòn với đài Pháp Á, hát cùng Minh Trang - thân mẫu của người viết. Ông cũng có thời gian đã hát tại đài phát thanh Đà Lạt. Nhớ lại về nghệ thuật và âm sắc, Tôn Thất Niệm là giọng ca độc đáo ở giữa hai danh ca Anh Ngọc và Duy Trác.

Giọng Tôn Thất Niệm "trong" và "dày" hơn giọng Duy Trác. Vì trong hơn nên có nét láy thật ý nhị, dịu dàng, nhưng vì dày hơn nên cũng có chất "trượng phu" rất đặc biệt của Anh Ngọc. Thời xưa, khi làng tân nhạc còn váng vất với những tiếng hát Quách Đàm, Ngọc Bảo của Hà Nội, Anh Ngọc, Tôn Thất Niệm và Duy Trác đã đem lại một thế giới âm thanh khác, đàn ông hơn, thanh lịch hơn. Và Sàigòn văn minh hơn.

Hơn hẳn sau này...

Thời gian qua đã quá lâu, những đĩa nhạc "33 tours" đã là dư âm thời cũ. Nếu còn nhớ lại, người nghe phải nhắc mãi đến Đêm Tàn Bến Ngự hay Áng Mây Chiều của Dương Thiệu Tước qua tiếng hát Minh Trang. Và không thể quên được Chiều Vàng, Gửi Gió Cho Mây Ngàn Bay hay Tiếng Chuông Chiều Thu với tiếng hát Tôn Thất Niệm.

Đấy là những đỉnh cao giờ này ít nam ca sĩ nào vươn tới.

Cứ nói về nghệ thuật diễn đạt thì lại nhớ đến cách Tôn Thất Niệm dẫn vào Chiều Vàng của Nguyễn Văn Khánh, một tuyệt chiêu. Kể từ đấy, thấy ánh chiều vàng là người ta nhớ đến Tôn Thất Niệm:

Trên đồi xanh, chiều đã xuống dần
Mặt trời lấp ló sau đồi, chiều vàng...!

Hoặc lúc nhấn giọng để vào điệp khúc của Gửi Gió Cho Mây Ngàn Bay của Đoàn Chuẩn:

Gửi gió cho mây ngàn bay,
Gửi bướm đa tình về hoa.
Gửi thêm ánh trăng, màu xanh ái ân
Về đây với Thu trần gian...

Cũng như câu kết trong Tiếng Chuông Chiều Thu của Tô Vũ:

Chuông reo mùa nắng mới, tình ta đẹp bao nhiêu

Lòng anh thầm nhắn tiếng chuông ban chiều (u ù)...

Đấy là giọng ca ấm áp, dịu dàng, tình tứ, nghe mãi không chán. Tôn Thất Niệm có cách luyến láy rất khác người, mềm mại mà không ẻo lả, tình tứ mà không say đắm. Rất chừng mực. Nếu đã được nghe, và còn nhớ, chúng ta sẽ thấy là chưa ai hát ba ca khúc ấy tuyệt vời hơn Tôn Thất Niệm!

Ngày xưa, Tôn Thất Niệm cùng Minh Trang là đôi song ca nổi tiếng. Người viết xưng hô là "cậu Niệm" và được ông từ tốn kể lại rằng mình chỉ biết hát chứ còn kém về nhạc lý nên thường nhờ mẹ giữ nhịp cho chắc. Hai người đã song ca bài Bến Cũ của Anh Việt rất được yêu thích và vẫn còn được nhắc nhở như một chuẩn mực của thời trước!

Tôn Thất Niệm cũng kể lại "sự nghiệp quốc tế" của hai người khi Bến Cũ đã vang vọng tại Manila của Phi Luật Tân trong một tuần lễ văn hóa. Hai nghệ sĩ của Việt Nam hát "quện" đến nỗi thiên hạ (thiên hạ đây là người Phi!) tưởng là đôi uyên ương, dù Minh Trang lớn hơn cả chục tuổi. Người xưa kể lại rằng thời đó Tôn Thất Niệm đẹp trai lắm, hát rất hay nên dĩ nhiên là có nhiều cô ái mộ. Nhưng cậu Niệm chỉ mê mợ thôi, một người đẹp trong gia đình Nguyễn Tường.

Vì vậy mà đại đăng khoa xong là tiểu đăng khoa, và Bác Sĩ Tôn Thất Niệm xuất hiện thì tiếng hát Tôn Thất Niệm cũng dứt ngang, ở lúc sung mãn nhất.

Cách đây khá lâu, trong một "ngày Hoàng Tộc", khán giả tại California bỗng được thấy một chiều đông Hà Nội qua bài Em Đến Thăm Anh Một Chiều Mưa của Tô Vũ. Quỳnh Giao và Tôn Thất Niệm song ca! Hai thế hệ trong một ca khúc thuộc loại trữ tình nhất của Việt Nam. Giọng Tôn Thất Niệm vẫn thanh lịch ấm áp, hơi ngân dài và chuỗi ngân rất dày và chắc. Đấy là một cách diễn tả nghệ thuật nhất của một ca khúc nghệ thuật tuyệt đẹp.

Cũng vì vậy mà người viết mới đề nghị Tôn Thất Niệm cùng thực hiện lại bài này trong đĩa nhạc Ngàn Thu Áo Tím. Ông nhận lời như một cách ghi lại giọng ca của mình. Sau cùng lại do dự, và thôi! Cách hòa âm và lối hát với một dàn nhạc thời bây giờ khiến ông ngần ngại. Quỳnh Giao mời Anh Dũng hát chung và quả nhiên là ca khúc đem lại thành công, nhưng chúng ta vẫn tiếc là không còn được nghe lối trình bày thật trân trọng và lãng mạn của Tôn Thất Niệm.

Chúng ta không thiếu bác sĩ. Nhưng vẫn tiếc sự trân quý nghệ thuật của những người biết hát vào một thời đã qua... và đang dần tắt như trong một buổi chiều vàng. - (Nguồn: Wikipedia-Mở)

Tân Nhạc Việt Nam Sau Di Cư Và Trước Di Tản*

Người Việt lãng mạn của chúng ta thường bị giằng xé với hai giấc mơ tương phản.

Sống tại vùng chập hẹp với giang hồ sông nước là sự cách trở, chúng ta mơ chân trời xa lạ "*như lũ chim quyết tung trời mây*"... Và dù có gặp "*biển hồ mênh mông không nơi ngừng cánh tránh gió táp*", chúng ta vẫn "*thề quyết ra đi từ đây*". Nhạc sĩ Lâm Tuyền ghi lại cho tiềm thức chung cái giấc mơ đó.

Thế rồi, khi đã toại lòng với "*bao năm qua ta sống giang hồ xa quê nhà, nơi xa xôi muôn ý phiêu lưu dâng cho đời*", thì cũng chính tâm hồn lãng mạn ấy hát khúc ngày về. Giấc mơ hồi hương là phần tương phản của cái chí tung hoành đi tìm đất lạ.

Nếu đọc lại nhiều bài viết của Vũ Hoàng Chương thì có thể mường tượng ra giấc mơ giang hồ đó. Nó trải rộng trong hồn thơ

---

* *Bài này là "tạp ghi" cuối cùng của Quỳnh Giao, viết trong nhiều ngày và hoàn tất ngày 14 Tháng Bảy. Xin ghi vào đây như một kỷ niệm... Được đăng bởi Nguyễn Xuân Nghĩa. (nguồn Wikipedia –Mở.*

chứ vẫn thu hẹp vào khoảnh đất nhỏ xíu. Từ Nam Định đến Hà Nội đã là một phiêu lưu. Lên tới núi rừng Việt Bắc thì đấy là cõi bạt ngàn!...

Quỳnh Giao nhắc lại Lâm Tuyền hay Vũ Hoàng Chương vì nhớ tuổi ấu thơ thao thức của mình khi sắp được đi Vũng Tầu! Lên tới Đà Lạt thì đã tựa như vào Thiên Thai trong cổ tích....

Thế rồi một biến cố đã giập giấc mơ vào thực tại. Với nhiều người thì đấy là cơn ác mộng.

Hiệp định Genève năm 1954 chia đất nước ra hai vùng giới tuyến làm nhiều người phải giang hồ thật! Phong trào di cư từ Bắc vào Nam là biến cố lớn lao nhất thế kỷ, cho đến ngày có cuộc di tản năm 1975 và sau đó.

Nền tân nhạc cải cách Việt Nam xuất phát đầu tiên từ trong Nam vào quãng 1938-1940. Rồi bùng phát và trưởng thành là ở ngoài Bắc trong thời kỳ 1945-1954. Đấy là giai đoạn hào hùng mà lãng mạn với rất nhiều ca khúc trữ tình. Rồi cuộc di cư 54 là một giao động lớn trong thế giới tân nhạc ấy...

Chúng ta có những nhà soạn nhạc đã thành danh ở miền Bắc. Phần lớn trong số này cũng là nhạc công, là nhạc sĩ trình diễn chuyên nghiệp với một hay nhiều nhạc cụ. Những người vào Nam từ trước chỉ là một thiểu số hiếm hoi. Sớm nhất thì có Lê Thương từ năm 1941, trễ hơn chục năm thì có Phạm Duy và Phạm Đình Chương trong "gia đình Thăng Long".

Phong trào di cư từ 1954 mới xô đẩy đa số còn lại vào Nam và làm thay đổi không khí tân nhạc.

Các nhạc sĩ tên tuổi từ miền Bắc có Dương Thiệu Tước, Thẩm Oánh, Ngọc Bích, Hoàng Trọng và Vũ Thành. Những nhạc sĩ kế tiếp nổi danh như cồn ở trong Nam thì có Đan Thọ, Nguyễn Hiền hay Nhật Bằng, Cung Tiến, v.v... Phải gõ chữ vân vân vì nhiều lắm.

Những người còn ở lại miền Bắc, như Văn Cao, Hoàng Giác, Hoàng Phú, Tô Vũ hay Đoàn Chuẩn, Nguyễn Văn Tý thì hết viết... như cũ.

Nhớ lại chuyện 60 năm trước, chúng ta tự hỏi là lớp nhạc sĩ di cư đã sáng tác những gì sau đó?

Trong mọi cơn chấn động bàng hoàng, con người chúng ta chỉ là lũ trẻ thơ. Hãy nhìn bầy trẻ khi chúng hãi sợ hoặc gặp điều phật ý mà khó hiểu. Có những đứa thì hờn lẫy dẫy dụa, nhưng cũng có đứa lặng người không thể gào khóc. Còn gào thét là còn tin rằng ai đó sẽ phải lo cho mình, chứ nếu lặng người nín thinh thì đấy là lúc đứa trẻ bần thần tuyệt vọng nhất.

Sau cơn chấn động như 1954 hay 1975, chúng ta đều lặng người trong tê tái.

Nhưng các nhạc sĩ của chúng ta lại khác bầy trẻ. Họ không nín lặng mà khóc bằng nhạc.

Cảm hứng viết nhạc hoài hương có sẵn trong tâm khảm đã từ biến cố 54 đưa tới nhiều ca khúc về cố hương. Không kể những bài đã có từ trước như "*Ôi Quê Xưa*" của Dương Thiệu Tước, "*Tình Hoài Hương*" của Phạm Duy hay "*Hướng Về Hà Nội*" của Hoàng Dương, chúng ta nhớ lại "*Khóc Biệt Kinh Kỳ*" và "*Bên Bờ Đại Dương*" của Hoàng Trọng, "*Xa Quê Hương*" của Đan Thọ, "*Bóng Quê Xưa*" của Nhật Bằng và "*Tìm Về Bến Xưa*" hay "*Thanh Bình Ca*" của Nguyễn Hiền, v.v....

Đan Thọ và Nguyễn Hiền là hai nhạc sĩ có nhiều tác phẩm về nỗi hoài niệm quê hương đã mất kể từ thời 54. Ngày nay, Đan Thọ vẫn còn và có lẽ không quên sự thổn thức của 60 năm trước.

Ngồi nhớ và nghe lại thì sau biến cố Genève 54, các nhạc sĩ của chúng ta còn bị giằng xé theo một cách khác. Nhiều người vẫn tin vào một ngày trở về.

"*Giấc mơ hồi hương*" của Vũ Thành là tác phẩm đẹp nhất của đề tài này. Ngoài lời một được gợi lên từ một bài thơ, lời hai của chính tác giả trong điệp khúc có âm điệu khải hoàn ca: "*ngoài chân mây xa bừng lên muôn ánh hào quang*" vì đấy là lúc giấc mơ đã thành, là "*cùng dìu nhau sát vai sống trong tình thương*"....

Người khác thì khám phá và hát mừng sự bao la choáng ngợp của miền đất mới.

Vào Nam từ trước, Phạm Đình Chương sớm ngợi ca miền Nam đôn hậu từ hình ảnh Cửu Long của trường ca *Hội Trùng Dương*. Rồi qua năm 1955, ông chấm nơi này là "*Đất Lành*" và hát về mối tình Nam-Bắc một nhà: "*Em gái Bắc Ninh, anh trai Biên Hòa. Em đất Thanh Nghệ, anh nhà Cà Mâu. Đôi nương thương sức cần lao, Se duyên Nam Bắc ngọt ngào tình yêu*"....

Cũng trong dòng nhạc đó, trường ca "*Con Đường Cái Quan*" do Phạm Duy thai nghén từ năm 54 tại Paris và hoàn thành về sau ở trong Nam đã có những giai điệu *tốt tươi* nhất - chữ "tốt tươi" là của ông – là từ đoạn 16 trở về sau, khi chàng lữ khách mơ giấc hải hồ vào tới trong Nam!

Trong số nhạc sĩ di cư, Hoàng Trọng nổi danh từ đất Nam Định với nhiều ca khúc luyến nhớ. Sau khi vào Nam, từ "*Mộng Ngày Hồi Hương*" năm 1956, ông hòa vào niềm vui mới qua bài "*Đẹp Mùa Yên Vui*" sáng tác năm 1958 với lời từ của Hồ Đình Phương: "*Miền Nam mưa nắng giao hòa, Câu hát câu hò say trời quê đẹp như gấm hoa...*"

Sự giằng xé dễ hiểu mà đáng thương của người viết nhạc diễn tả tâm tình day dứt của chúng ta giữa cái cũ đã mất và cái mới đã thành đời sống thật.

Ngồi hát lại trong tâm tưởng, "*Con Đường Cái Quan*" đã từ đoạn *Cửu Long Giang* mà hò "*Về Miền Nam*" và dẫn tới đoạn kết là "*Đường Đi Đã Tới*". "*Về Miền Nam*" cũng là tên ca khúc của Trọng

Khương. Chúng ta không đi nữa mà về. Thâm tâm hát mừng như vậy thật, chứ không vì sự tuyên truyền của loại nhạc cổ động, mà dẫu gì thì hai miền vẫn chung một đất nước.

Rồi thời gian và sự tự do của miền Nam hàn gắn tất cả và dẫn tân nhạc qua một thế giới khác lạ.

Sau khi đất nước chia đôi, trong số đông đảo các nhạc sĩ và ca sĩ di cư vào Nam có nhiều nhạc công cự phách. Nhạc khúc mới và cách trình diễn tân kỳ thổi gió mới vào nhạc qua đài phát thanh, qua phần phụ diễn văn nghệ của phim chiếu bóng rồi các đại nhạc hội, phòng trà hay khiêu vũ trường....

Khác bộ môn văn chương là nơi mà lối viết của dân miền Nam làm phong thái chân phương của nhà văn miền Bắc trở thành sống động hơn, với những đối thoại rất gần với thực tế ngoài đời, bộ môn tân nhạc ở miền Nam lại tiếp nhận tính chất trang nhã nhiều khi cầu kỳ của ca nhạc sĩ di cư từ miền Bắc.

Nghệ sĩ di cư như Dương Thiệu Tước, Vũ Thành, Hoàng Trọng, Anh Ngọc cùng các ban nhạc và lối hòa âm đã thật sự làm tân nhạc miền Nam đổi khác. Từ đó, các nhạc sĩ trong Nam không còn viết như trước nữa, nhiều ca sĩ cũng trình bày theo giọng Bắc.

Sau đấy còn có sự đóng góp của đông đảo thi sĩ di cư từ miền Bắc, và cả các nhà thơ tòng quân nhập ngũ, khiến nghệ thuật phổ thơ vào nhạc còn đem lại một phong thái khác hẳn cái thời mà chúng ta gọi là "tiền chiến".

Cũng từ đấy, người nghe khó phân biệt được sáng tác Y Vân, Nguyễn Văn Đông, Lê Dinh, Minh Kỳ hay Lam Phương với ca khúc của nhạc sĩ di cư đất Bắc. Nếu có khác thì đấy là giữa thể loại ca khúc của thành phố thanh bình, có men rượu, khói thuốc và cả một chút Paris, với nhạc chân quê hay nhạc của người lính thời chiến.

Cho đến khi Nam Bắc thật sự là một nhà, và khi nền tân nhạc hết phân biệt hậu phương hay tiền tuyến thì chúng ta gặp cuộc đổi đời thứ hai, biến cố 1975. Lần này cũng vẫn phong ba giông tố, nhưng không là một nơi chốn mới của quê hương mà là một sự giã biệt bi thảm hơn. Sang năm, chúng ta sẽ viết lại chuyện này....

Từ nhiều tháng nay, người viết ngồi dưỡng bệnh bằng nhạc, cho đến khi Chủ bút Thiện Giao yêu cầu một bài đặc biệt về tân nhạc trong và sau biến cố 54.

Không vì "yêu sách" của tờ báo mà vì yêu nhạc, Quỳnh Giao cố gõ lại trí nhớ mà gửi độc giả bài này, với một kết luận là sự tri ân của một người đã nghe và hát: "Nền tân nhạc Việt Nam có nhiều tác phẩm nghệ thuật nhất, và đáng nhớ nhất vì còn được hát ngày nay, là ở miền Nam, trong giai đoạn 1954-1975. Trước đấy thì chưa có và sau đó thì không còn..."

Thái Xuân, nữ đại-sứ-tân-nhạc-Việt-xứ-người

Cách đây khoảng trên dưới hai tháng, Đinh Anh Dũng chở vợ, con từ San Jose về miền nam Cali, ghé thăm tôi.

Khi Băng và Bambi nói chuyện với T., ở nhà trước, tôi rủ Đinh Anh Dũng ra vườn sau, hút thuốc.

Vẫn dưới dàn chanh dây, Dũng hỏi tôi, *"Lâu nay anh có gặp chị Thái Xuân?"* Tôi nói, đã lâu không gặp. Tôi nói, nghe đâu, sau này, chị ấy chọn cho mình một đời sống yên tĩnh, rất xa mọi xôn xao, thị phi, ánh đèn...

Còn nhớ thời gian Đinh Anh Dũng được mời làm đạo diễn cho bộ phim video tựa đề *"Du Tử Lê, giữ đời cho nhau"*, do Trung tâm Diễm Xưa sản xuất, giữa Thái Xuân và Đinh Anh Dũng đã có ít, nhiều quan điểm khác biệt về hình thức dàn dựng chung quanh một vài ca khúc phổ từ thơ của tôi. Nhưng không lần nào, anh em gặp nhau mà, Dũng không hỏi thăm về Thái Xuân!

Kể lại chuyện này, tôi chỉ muốn nói, có thể có một số người, (ngay cả những ca sĩ thành danh, nổi tiếng từ bệ phóng Diễm Xưa, không còn nhớ (hay không muốn nhớ?) Thái Xuân, linh hồn của Diễm Xưa, khi Thái Xuân vì lý do sức khỏe, buộc phải rời khỏi sân chơi âm nhạc Việt ở hải ngoại, từ năm 2007.

Tuy nhiên, thực tế vẫn có rất nhiều người nhớ tới một Thái Xuân, ca sĩ, tiếng hát nồng nàn cảm xúc của những phòng trà vũ trường nổi tiếng ở Saigon, tính tới năm 1966, là năm Thái Xuân theo chồng qua Hawaii, định cư.

Tôi không biết có phải sau một thời gian dài, chia tay với định mệnh âm nhạc, định mệnh đã tìm ra Thái Xuân, để "dẫn độ" người nữ đặc biệt của âm nhạc này, trở lại với hành trình nắng, gió giai điệu và, ca từ Việt Nam, sâu, lắng?

Rõ hơn, tôi muốn kể, đầu thập niên 1980s, Thái Xuân đi chuyến từ San Francisco, về Orange County, gặp Duy Cường trong một đêm nhạc... Người nhạc sĩ trẻ tuổi, nổi tiếng rất sớm về tài hòa âm, phối khí, hỏi Thái Xuân, tại sao chị không mở trung tâm? Không sản xuất băng nhạc?

Câu hỏi có thể vô tình – Nhưng vô tình này đã như một hồi chuông khua thức mạnh mẽ, rưng rưng phần đời nghệ thuật, những tưởng đã ngủ yên, đã trôi xa, một thời Thái Xuân.

Thức giấc hạnh phúc (hay đắng cay, nghiệt ngã kia) được sự khuyến khích của cố nhạc sĩ Phạm Duy, khi ông bảo:"Thái Xuân, hãy trở lại với âm nhạc. Hãy trở về nguồn..."

(Lời khuyên ngắn ngủi này, đã ở với Thái Xuân nhiều chục năm sau).

Thức giấc hạnh phúc (hay đắng cay, nghiệt ngã này) như một vườn cây (nghệ thuật), được mùa, khi Thái Xuân nhận được sự hợp tác quý báu của Phạm Ngọc Sơn (anh ruột Khánh Ly) – Để bảng hiệu Diễm Xưa dựng thành, đánh dấu giai đoạn quan trọng (kéo dài tới cuối đời) của người nữ đặc biệt này.

Tôi cũng không biết định mệnh chọn Thái Xuân làm nữ đại-sứ-tân-nhạc-Việt-xứ-người - Hay Thái Xuân chọn âm nhạc, như chọn thủy chung với tình yêu thứ nhất của đời mình?

Chỉ biết, vì khoảng cách địa lý, sau 4 album đầu tiên Phạm Ngọc Sơn phải chia tay Diễm Xưa, để về lại miền bắc Cali. Một mình Thái Xuân, đi tiếp con đường đã chọn. Còn đường "về nguồn".

Tính tới năm 2007, là thời điểm Diễm Xưa phải ngưng hoạt động vì lý do sức khỏe, Thái Xuân, với gần 30 năm hoạt động liên lủy, đã cống hiến cho giới thưởng ngoạn 170 album và 15 bộ video. Tính ra con số, mỗi cassette hay CD phải có ít nhất 10 bản nhạc và, mỗi video phải có ít nhất 15 ca khúc - thì Thái Xuân, linh hồn Trung tâm Diễm Xưa đã để lại cho người, cho đời gần 2,000 ca khúc: Những ca khúc tiêu biểu cho dòng nhạc lãng mạn, tiền chiến, cũng như những hạt ngọc của dòng nhạc hải ngoại, sau biến cố tháng 4-1975

Trong ghi nhận của tôi, cống hiến của người nữ đại-sứ-tân-nhạc- Việt-xứ-người, Thái Xuân còn lớn lao, ý nghĩa hơn nữa, khi Diễm Xưa từng là bệ phóng của những tiếng hát rực rỡ một thời, hay vẫn còn là những mặt trời nhỏ (nóng bỏng quyến rũ) trên các sân khấu, như Ý Lan, Vũ Khanh, Hoàng Nam, Kỳ Anh, La Sương Sương, Thanh Hà...

Tôi nói *"lớn lao, ý nghĩa"* vì, không phải trung tâm băng nhạc nào, cũng có những tìm kiếm, phát hiện và đẩy được những tiếng hát, những tên tuổi còn xa lạ, mới mẻ đến với đám đông. Để cuối cùng, đã được đám đông chấp nhận với lòng mến, yêu.

*

Thưa chị Thái Xuân,

Tôi hiểu khi ra khỏi sân chơi âm nhạc vì lý do sức khỏe, chị đã chọn cho mình một đời sống khác. Một đời sống yên tĩnh, xa, rất xa mọi xôn xao, thị phi, ánh đèn chớp, tắt...

Nhưng những lúc cô đơn, những lúc một mình, khi nhìn lại, tôi trộm nghĩ, có thể chị không tránh khỏi giây phút ngậm ngùi, nuối tiếc với cảm giác tựa như chị đã bị đứt lìa, bị loại khỏi môi trường, thế giới nghệ thuật một thời, chị đã có những đóng góp không nhỏ.

Tôi hiểu đời sống là dòng sông nước xiết. Dòng sông không bao giờ cho phép nó tự ngưng chảy. Nói cách khác, đời sống là đi tới và, lãng quên!!!

Nhưng, thưa chị Thái Xuân,

Theo tôi, tuy định luật đi tới và, lãng quên vốn là thuộc tính của thời gian! Nhưng định luật này lại không ứng dụng cho lãnh vực văn học, nghệ thuật, chị Thái Xuân à.

Ở lãnh vực thương mại, với bất cứ ngành nghề nào, một khi chủ nhân của những ngôi chợ lớn, nhỏ; chủ nhân của những nhà hàng trăm bàn, nghìn ghế, hay những cơ sở sản xuất bánh mì, thịt nguội, bánh phở, hủ tíu, trái cây, rau tươi... vĩ đại, "hoành tráng" đến đâu chăng nữa, một khi đã rời khỏi thị trường thì, lãng quên sẽ tìm đến rất sớm!!!

Nhưng lãnh vực văn học, nghệ thuật thì không. Tôi muốn nói, ngược lại. Ngay cả khi những tiếng hát thành danh, có khuấy quên người đưa những tiếng hát đó, đến với giới thưởng ngoạn, thì, đám đông thầm lặng vẫn biết, vẫn nhớ tên tuổi, công lao của người tạo dựng những tên tuổi ấy.

Thưa chị Thái Xuân,

Vì thế, dám mong những lúc cô đơn, những lúc một mình, nhìn lại... xin chị đừng quên, trường hợp nào thì, định mệnh cũng đã chọn chị, chọn Thái Xuân, vào vai trò nữ đại-sứ-tân-nhạc-Việt-xứ-người. Một chọn lựa không thể đúng hơn của định mệnh vốn đành hanh, bất trắc!!!

Tôi nghĩ, chị rất xứng đáng với chọn lựa đó. Như thế, đó là mặt khác của tấm lòng thủy chung với mối tình đầu của chị, dành cho âm nhạc vậy.

Dù cho nó có là một chọn lựa hạnh phúc (hay đắng cay. Nghiệt ngã!!!) thưa chị.

(Garden Grove, June 2015)

Trần dạ từ và, cuộc cách mạng xanh cho ca khúc

Ca khúc Trần Dạ Từ: một bất ngờ hạnh phúc

Trong sinh hoạt thi ca 20 năm miền Nam (1954-1975) những đóng góp của nhà thơ Trần Dạ Từ ở lãnh vực này, đã được khẳng định rất sớm.

Trước 1975, thi tập đầu tiên của Trần Dạ Từ là *"Tỏ Tình Trong Đêm"* xuất bản năm 1966 tại Sài gòn, gồm những bài thơ về chiến tranh. Ngay từ cuối thập niên 1960, nhiều bài trong tập thơ thời chiến này đã nhanh chóng được chọn dịch sang Anh ngữ, phổ biến và, có ảnh hưởng tại Hoa Kỳ. Riêng tại Việt Nam, thi tập *"Thủa Làm Thơ Yêu Em"*, gồm những bài thơ tình đầu của Trần Dạ Từ, xuất bản năm 1970, được trao tặng giải thưởng Văn chương toàn quốc 1971.

Đóng góp lớn lao của tác giả "*Tỏ Tình Trong Đêm*" ở lãnh vực thi ca, không dừng lại sau biến cố tháng 4-1975. Mà, sau hơn 12 năm tù đày, ông đã tặng hiến cho thi ca Việt Nam trường khúc "*Hòn đá làm ra lửa*" dài hơn 4000 câu.

Đó cũng là bài thơ đầu tiên, duy nhất tính tới hôm nay, đã khiến một thi sĩ gốc Việt, được mời đọc thơ trong một họp mặt trang trọng tại trụ sở Quốc Hội Hoa Kỳ ngày 28 tháng 4-1992.

Với tôi, vinh dự đó, không chỉ dành riêng cho tác giả mà, còn cho cả dòng thơ miền Nam sau tháng Tư 1975. Nhưng, một Trần Dạ Từ nhạc sĩ, một Trần Dạ Từ của những ca khúc gần như chưa từng xuất hiện trong dòng chảy tân nhạc Việt Nam gần một thế kỷ, với tôi, lại là một bất-ngờ-hạnh phúc, khác.

Hạnh phúc bất ngờ này, mãi tới thập niên thứ hai của thế kỷ 21, tôi mới có cơ hội biết tới, khi nghe CD đầu tiên của nhà thơ do Khánh Ly thực hiện. Tôi không nhớ được mình đã nghe đĩa nhạc đầu tay của thi sĩ Trần Dạ Từ vào lúc nào? Ở đâu? Chỉ biết đó là một hạnh phúc bất ngờ.

Mới đây, khi đọc lại bài viết của Ngọc Lan, tường thuật buổi ra mắt CD "*Nụ Cười Trăm Năm*" trên nhật báo Người Việt, tôi lại được hít thở một lần nữa cái không gian đầm đầm những bất ngờ và hạnh phúc ấy.

Ngọc Lan viết:

"Tôi đến với đêm ra mắt CD "Trần Dạ Từ-Khánh Ly và '*Nụ Cười Trăm Năm*' khi* miệng tôi đã có thể nghêu ngao những câu hát '*Chiều mưa. Mưa cho ta nhớ. Ta nhớ ôi ngày thơ. Thành phố xưa, hai đứa ta. Nơi hẹn hò, quán nhỏ chiều mưa lũ...*' cũng bằng cảm xúc của những miên man, se sắt, và thấm đẫm những nhớ nhung đến nao lòng.

"Nghĩa là, 'Nụ Cười Trăm Năm' đủ sức níu tôi nghe, nghe, và lại tiếp tục nghe để càng lúc càng nhận ra những điều thật lạ qua những ca từ, những thanh âm vừa mới vừa quen của nhạc sĩ/thi sĩ Trần Dạ Từ, cùng giọng ca có ma lực của Khánh Ly.

"Khán phòng sang trọng của The Turnip Rose nằm ở thành phố Costa Mesa chiều tối Chủ Nhật qua đầy nghẹt người. Họ là những người thân, những bằng hữu, những khán giả, những người cùng thế hệ, đến để gặp gỡ, để lắng nghe, để chúc mừng Trần Dạ Từ và Khánh Ly lần đầu tiên ra mắt CD.

"'Nụ Cười Trăm Năm' CD đầu tiên của nhà thơ, nhạc sĩ và người ca sĩ đã hiện diện trong dòng thơ nhạc Việt Nam suốt nửa thế kỷ qua, đáng để người ta phải nghe và phải có lắm chứ!

"Tôi thuộc loại người thường không nhớ và không hay tìm hiểu về tác giả của những bài thơ, những tình khúc. Tôi chỉ mê nghe, và nhẩn nha theo những giai điệu có thể khiến lòng mình chùng lại, dịu đi, để rồi sau đó lại chùng chình, xốn xang, rưng rức những nỗi niềm, những kỷ niệm buồn vui, của mình, và cả của người.

"Thế nên, tôi đã cảm thấy ngạc nhiên đến bất ngờ thích thú khi nhận ra điều mà có lẽ nhiều người đã nhận ra từ lâu: Tác giả của lời thơ trong các bài hát 'Người đi qua đời tôi' (nhạc Phạm Đình Chương), 'Thuở làm thơ yêu em' (nhạc Cung Tiến), 'Nụ hôn đầu' (nhạc Phạm Duy)... không ai khác hơn chính là Trần Dạ Từ, người nhạc sĩ của 'Nụ Cười Trăm Năm.' "

Bài viết của Ngọc Lan đã giúp tôi nhớ lại điều chính mình từng phát biểu trong buổi ra mắt CD của người bạn thi sĩ, khi cô ghi lại:

"... Nhà thơ Du Tử Lê, trong lời phát biểu của mình tại buổi ra mắt CD 'Nụ Cười Trăm Năm' đã cho rằng: 'Vẫn là thành phố, vầng trăng, con sông, và tình yêu, nhưng đất trời nhân gian trong nhạc (cũng như trong thơ Trần Dạ Từ) là một đất trời, một nhân gian khác. Không phải là cái mà chúng ta thường thấy trong tình khúc của chúng ta trong quá khứ."

Cám ơn Ngọc Lan. Nhớ lại, vẫn thấy đúng là một hạnh phúc bất ngờ.

Loạt bài này viết thêm về hạnh phúc ấy, từ một Trần Dạ Từ, thi sĩ, tới một Trần Dạ Từ, nhạc sĩ.

Trần Dạ Từ, từ thơ tới nhạc

Từ những năm giữa thập niên 1950s, trong một loạt bài 3 kỳ, đăng trên tuần báo Văn Nghệ Tiền Phong thời đó, cố thi sĩ Hồ Đình Phương đã không ngần ngại gọi ông là "*Thần đồng thi ca*". Theo bài viết, đầu năm 1956, thi sĩ họ Hồ là thành viên hội đồng giám khảo của cuộc thi thơ xuân mừng Tết Nguyên Đán do đài phát thanh Pháp Á tại Sài gòn tổ chức, với giải thưởng trị giá bạc ngàn, khá lớn thời ấy. Sau khi kết quả được công bố, người đến đòi nhận giải nhất thơ chỉ là một cậu bé di cư chưa đầy 16 tuổi, không giấy tờ tùy thân! Giám đốc chương trình đài Pháp Á thời ấy là ông Hoàng Cao Tăng phải yêu cầu hội đồng giám khảo mở phiên họp truy xét xem cậu bé đủ cách lãnh giải, để chứng thực. Sau khi đã duyệt xét bản thảo cả trăm bài thơ do cậu bé mang tới và thử thách đủ kiểu, chính thi sĩ Hồ Đình Phương, với tư cách thư ký hội đồng giám khảo, phải ký tên bảo lãnh cho *"thần đồng thi ca"* có thể nhận tiền thưởng. Cậu bé di cư năm ấy sau này chính là Trần Dạ Từ. Nhận định của họ Hồ được thời gian thực chứng, với những đường bay thi ca tân kỳ qua những thi phẩm sau đó của Trần Dạ Từ.

Bộ sách hai tập *"Thi Ca Việt Nam Hiện Đại"* của Trần Tuấn Kiệt do Khai Trí xuất bản trong những năm 1960 tại Sàigòn phần về Trần Dạ Từ, viết nguyên văn như sau:

"Từ lúc phong trào thơ tự do xuất hiện, những người như Thanh Tâm Tuyền, Tô Thùy Yên, Nguyên Sa... viết nhiều bài nói đến một ý thức mới của thi ca thời hậu chiến, thì Trần Dạ Từ âm thầm sáng tác và gây ảnh hưởng sâu rộng trong quần chúng, sinh viên học sinh và giới trí thức hôm nay. Chẳng khác nào một Xuân Diệu của thời tiền chiến, thời nay người ta đua nhau đọc thơ của Trần Dạ Từ. Phải nói là sau thời chiến tranh (Việt Pháp) những tiếng thơ cũ không gây say sưa trong giới đọc thơ nữa. Người duy nhất làm cho chúng ta ngây ngất là Trần Dạ Từ với tiếng thơ của ông."

Trần Tuấn Kiệt là người làm thơ. Sách *"Thi Ca Việt Nam Hiện Đại"* của ông có thể chỉ là những cảm nghĩ chủ quan của một thi sĩ thời tuổi trẻ, như chính Trần Dạ Từ từng có lần nhận xét khi được hỏi. Nhưng tôi từng biết, *"Thuở Làm Thơ Yêu Em"* của Trần Dạ Từ là một trong dăm ba thi tập được tái bản nhiều lần trước 1975.

Từ đó tới nay, suốt 40 năm, dù đã an cư tại California, Trần Dạ Từ không in lại thơ cũ, cũng không phổ biến thơ mới, cho tới khi Khánh Ly Productions cho ra mắt CD *"Nụ Cười Trăm Năm"* ngày Chủ Nhật 13 tháng Một năm 2011.

Câu chuyện về CD này và tương giao giữa Khánh Ly, người hát, đồng thời cũng là nhà sản xuất, và tác giả ca khúc, Trần Dạ Từ, được kể lại như sau:

"Mùa hè 1959, ông Mặc Thu, sếp chương trình Tiếng Thơ, Đài Phát Thanh Saigon, trịnh trọng bảo một anh nhóc tì, 'Thi sĩ coi cháu Mai tập bài này, điệu ru con miền Bắc.' Tức cười. Năm ấy tôi 14. Thi sĩ bất quá chỉ hơn dăm ba tuổi. Hai anh em cùng dân bà cả đội, đi xin ngâm thơ để kiếm cơm. Biết nhau từ đó.

"Ba mươi năm sau, tháng Chín 1989, mừng đón Trần Dạ Từ lần đầu tới Mỹ, một số bạn thân gồm các anh Mai Thảo, Phạm Đình Chương, Trầm Tử Thiêng, chị Kiều Chinh và chúng tôi họp nhau ở Cerritos. Ngồi vòng tròn trên sàn nhà, tới phiên anh Từ, thay vì đọc thơ, anh cầm đàn. 'Một mùa hè chết oan bên trời...' Anh hát và nói, chỉ là loại bài hát lầm bầm cho qua trong tù thôi, chẳng để làm gì.

"Từ đó về sau, không thấy anh nhắc gì đến việc ca hát nữa.

"Mùa hè 2009, bỗng nhớ bài hát cũ, tôi đi tìm anh Từ, bảo anh ngó quanh coi còn ai. Các ông ấy chết rồi. Anh cũng sắp chết. Những bài hát 13 năm tù đâu, đưa ngay chúng cho em.

"Nhờ vậy, có Nụ Cười Trăm Năm."
(Trích sách nhỏ kèm CD Nụ Cười Trăm Năm)

Dù câu chuyện đã được Khánh Ly kể lại, việc một nhà *thơ bỗng dưng thành nhạc sĩ vẫn gây nhiều thắc mắc. Trong mục "Trò truyện với tác giả"* trên trang nhà Du Tử Lê, chính nhà thơ Trần Dạ Từ đã trực tiếp trả lời với độc giả, thính giả. Xin trích nguyên văn phần hỏi đáp:

- Đỗ Lê (San Francisco)

"Tôi đã đọc bài nhà thơ Du Tử Lê viết về Trần Dạ Từ, đã nghe Khánh Ly hát Chuông và Mưa, nghe Quang Tuấn hát Sinh Nhật Ca và đang theo dõi mục "Trò truyện với nhà thơ". Trong kỳ 3 vừa rồi, có câu hỏi của ông Quý Trần, về sự gần gũi và khác biệt giữa thơ và nhạc. Câu hỏi rất hay. Đúng là điều chính tôi từng thắc mắc. Nhưng câu trả lời của nhà thơ thì quá vắn tắt, không trả lời gì cả, nên câu hỏi còn nguyên. Và tôi cũng còn nguyên thắc mắc. Xin cho biết theo ông, thơ và nhạc gần gũi và khác biệt ra sao.

- Nhà thơ Trần Dạ Từ trả lời

"Để cám ơn sự nhắc nhở của ông Đỗ Lê và tạ lỗi với câu hỏi rất hay của ông Quí Trần, thật khó vắn tắt. Đành xin phép dài dòng.

"Về sự gần gụi giữa thơ và nhạc, tôi đã thưa gọn rằng ông Quý Trần đúng, quan hệ thơ nhạc vốn tuy hai mà một. Theo sự nhắc nhở của ông Đỗ Lê, xin phụ hoạ thêm: Chỉ riêng các từ ngữ thi ca hoặc kinh thi, đã cho thấy chính thi dẫn đến ca hoặc kinh. Ấy là vì thơ vốn là cách nói, mà loài người thì biết nói trước khi biết hát, sau đó mới biết tới kinh sách hay trống kèn đàn địch.

"Như chúng ta đều biết, chính thơ dân gian -đồng dao, ca dao- là gốc của mọi loại dân ca, dân nhạc, thánh ca. Bên Tầu, từ cả ngàn năm trước tây lịch, ca dao 15 nước thời xuân thu đã là gốc của bộ 'Kinh Thi' do Khổng Tử san định. Bên ta, ca dao là gốc mọi điệu ru, điệu hò, điệu hát. Cùng vậy, tại Trung Đông, thơ dân gian Do Thái là gốc của thi thiên hay thánh vịnh trong Cựu Ước. Tại vùng thung lũng sông Hằng ở Ấn Độ, thơ dân gian Aryans là gốc của thánh ca Veda/Vệ Đà.

"Chúng ta cũng biết, như sử sách cho thấy, tài ba âm nhạc ít được kể tới trong lãnh vực sáng tạo: Lý Bạch viết Thanh Bình Điệu, Tô Đông Pha làm mới Tống từ; Fujiwara no Teika khai sinh những bài ca vùng Yamato của nước Nhật cổ; Trần Nhân Tôn, Nguyễn Công Trứ, Dương Khuê, viết đạo ca, ca trù, hát nói bằng chữ nôm... Tại Pháp, Guillaume de Machaut hoàn chỉnh các thể điệu tây phương ballade, rondeau, virelai. Vậy mà tất cả đều là thi sĩ, không thấy vị nào được gọi là nhạc sĩ. Rõ ràng về 'danh phận' khi hai hợp thành một, tài thơ là chính, tài nhạc là phụ, giống như các bà vợ phải mang tên họ của ông chồng. Thậm chí, không thấy một nhạc sĩ nào được ghi lại tiểu sử, nếu nhạc sĩ không chịu làm thi sĩ, hệt như các cô không chồng thì xin miễn danh phận, chẳng có gì đáng kể.

"Tình trạng 'bất công' này kéo dài đã nhiều thiên niên kỷ, mãi tới thế kỷ 18 mới chịu kết thúc tại Âu Châu, nhờ thành quả của thời kỳ Baroque (mở đầu cho thời kỳ khai sáng, phát động bởi nhà thờ Ý, từ 1600 tới 1760, được thị dân hưởng ứng, lan khắp Âu

Mỹ, mãi tới thế kỷ 20 mới tới Việt Nam do ảnh hưởng văn hoá Pháp.) Phong cách Baroque - từ ngữ gốc Bồ Đào Nha có nghĩa là xù xì, thô ráp - coi mọi khuôn mẫu nghệ thuật cũ là ngọc đã mài xong, chẳng còn gì để làm. Muốn sáng tạo cái mới, phải coi mọi loại nghệ thuật là thứ ngọc còn xù xì thô ráp để mài lại từ đầu: Thơ nhạc phải phá bỏ mọi mẫu mực cố định (formes fixex/fixed forms) ví dụ: thể rondeau gồm 15 câu, ballade, Virelai từ 10 tới 13 câu, tương tự thể cố định của thơ Đường luật là thất ngôn bát cú.

"Từ đây, thơ và nhạc tách biệt và tự chuyên biệt hóa: thi (và) ca mỗi bài tự tạo thể điệu riêng, âm nhạc tự tạo thêm hoà điệu, nhịp điệu, không chỉ là thanh nhạc ca hát véo von, mà còn là khí nhạc hoà tấu không lời... cứ thế mà sinh sôi biến hoá cho đến ngày nay, đưa đến 'những khác biệt quan trọng' giữa thơ và nhạc mà ông Quý và ông Đỗ thắc mắc.

"Về yêu cầu phân tích, tôi đã thưa thật với ông Quý là 'không quen". Xin mượn kiểu phân tích 'bài hát-câu thơ' trong kinh Veda, phân khúc Atharva Veda:

"'*Anh là chàng, em là nàng/Anh là bài hát, em là câu thơ/Anh là bầu trời, em là mặt đất*

Đôi ta cùng ăn ở tại đây,/cùng tạo ra con trẻ... '

"Veda/vệ đà, có nghĩa "tri thức", bộ kinh gốc của Ấn Độ Giáo. Atharva Veda, có nghĩa "Tri thức theo các thầy tư tế ghi lại." Trích theo bản anh ngữ:

" '*I am he; you are she./I am song; you are verse. I am heaven; you are earth.*

Let us two dwell together here;/let us generate children'.
(*Atharva Veda* 3:29:3)

"Từ thời Veda đến nay đã là 3000 năm. Cuộc hôn phối 'bài hát-câu thơ' đã sản sinh nhiều thế hệ con trẻ. Biến dạng của chúng là vô cùng. Thú thật tôi không đủ khả năng phân tích, nên đành tự an ủi, rằng thơ nhạc cũng giống như tình yêu, vẻ đẹp hoặc món ăn, thay vì phân tích, ta có thể thưởng thức. Đề nghị hai ông Quý-Đỗ thưởng thức hát nói Nguyễn Công Trứ, từ khúc Tản Đà, thơ Du Tử Lê, nghe hò Huế hay hát quan họ, hoà tấu khúc của J. S. Bach, và cả ca khúc… Lady Gaga. Hy vọng sẽ thanh thản 'cảm nhận' như từ ngữ ông Quý đã dùng, thay vì nhức đầu đọc phân tích dài dòng…"

(http://www.dutule.com/D_1-2_2-128_4-3736_5-10_6-12_17-173_14-2_15-2/tro-truyen-voi-nha-tho-tran-da-tu-ky-6.html)

"Khi phát hành CD đầu tiên năm 2011, Trần Dạ Từ nói '*Cám ơn Khánh Ly, người đã đánh thức những bài hát ngủ quên.*' Bốn năm sau, trong tháng Năm , năm 2015, Trần Dạ Từ và Khánh Ly sẽ tiếp tục ra mắt thêm 2 CD mới, gồm 23 ca khúc. Bên cạnh các bài hát từ thời nhà tù, còn thêm nhiều bài hát mới viết. Như vậy, không chỉ 'những bài hát ngủ quên', mà cả người nhạc sĩ ngủ quên nhiều thập niên cũng đã được đánh thức, như tên gọi của hai CD này cho thấy. Trong thơ nhạc Việt, 'Gội Đầu/Bay' là thứ chưa từng thấy. "Gọi Tên Dòng Sông" là niệm khúc đầu tiên – một 'requiem' hướng về các nghệ sĩ. Tôi rúng động khi nghe. Tưởng như thấy thời đại mình thở. Hơi thở ấy ra sao?

Từ "cách nói khác" tới "cảm nghiệm khác" trong ca khúc Trần Dạ Từ

Tôi không nhớ lần đầu tiên được nghe ca khúc '*Ném con cho giông tố*' của thi sĩ Trần Dạ Từ, cách đây đã bao năm? Chỉ nhớ, trong một buổi họp mặt ở một thính phòng lớn trên đường Beach, thành phố Westminster, khi tiếng hát Quang Tuấn mới cất lên, tôi đã nắm tay bạn tôi, bày tỏ xúc động bất ngờ của mình:

"Em có lũ con thơ bị quê hương ruồng bỏ
Từ bóng tối hận thù. Em nghiến răng

Ném con vào giông tố..."

Tiếng hát Quang Tuấn càng lúc, càng đẩy cảm xúc tôi đến đỉnh cao chót vót của bi kịch đất nước mà, những người vợ, những đứa con miền Nam phải gánh chịu, khi chồng, cha họ biệt tăm nơi những trại giam cay nghiệt từ Nam ra Bắc.

Trong tôi, câu hỏi cay đắng bật lên: Nếu không có hơn mười năm tù đầy, liệu ông có thể cho chúng ta ca khúc *"Ném con cho giông tố"* - Một ca khúc, như tôi biết, chưa từng có trong lịch sử tân nhạc thế giới:

"Giông tố giông tố ngoài khơi xa
Ta gửi ngươi. Ta gửi ngươi con ta
Xương thịt ta. Tâm hồn ta. Hy vọng ta
"Giông tố giông tố ngoài khơi xa
Giông tố giông tố ngoài khơi xa
Như niềm tin tự do, từ quê hương mịt mù..."

Nhưng, sau đó, khi xúc động lắng xuống, tôi lại thấy, trong thảm kịch tháng Tư – 1975, chúng ta không chỉ có một tù nhân Trần Dạ Từ. Chúng ta có hàng triệu người tù của thời thế xấp, ngửa như Trần Dạ Từ. Trong số đó, chúng ta cũng có những người tù nổi tiếng như Doãn Quốc Sỹ, như Nguyễn Sĩ Tế, như Như Phong, như Tô Thùy Yên, như Nguyễn Hải Chí... Trong số đó, có những người tù bị giam cầm tù dài lâu hơn Trần Dạ Từ. Có những người tù nằm "cát-xô" nhiều ngày tháng hơn Trần Dạ Từ... Thí dụ nhà văn nổi tiếng Thảo Trường, một trong mười mấy người tù có trên 17 năm địa ngục – Ông được coi là một trong số những người đóng cửa... nhà tù. Nhưng khi được trả tự do, thì, đâu phải vì thế Thảo Trường đã cho bạn đọc của ông một hay nhiều ca khúc! Thảo Trường, những năm tháng được tự do nơi quê người, vẫn gửi tới những người yêu mến tài năng ông, những trang văn xuôi nghẹn ngào tính người, lắng, sâu nhân bản... Nhưng tuyệt nhiên, ông không cho chúng ta một ca khúc, như *"Ném con cho giông tố"*. Thảo Trường cũng không cho chúng ta:

*"Lòng ta ở với người
Người thật thà bị lừa dối
Người trung trinh bị phản bội
Người tín nghĩa bị bỏ rơi
Người vô tội bị săn đuổi
Người ngây thơ bị vùi dập
Người ơi đây lòng tôi sôi sục bài hát*

*"Bài hát lòng tôi ở với người
Người thân giam ngục tối
Người xác vất bể khơi
Người trôi dạt bên trời
Người mẹ góa con côi
Người đêm đêm mòn mỏi
Và bài hát lòng tôi còn ở mãi bên người..."*
(Trích ca khúc "Lòng Ta ở với người", Trần Dạ Từ, trại tù Gia Trung, 1977)

Vì thế, câu hỏi lớn đến và ở lại với tôi là: Từ đâu? Tại sao chúng ta lại có thể có một Trần Dạ Từ, nhạc sĩ? Sau khi văn chương miền Nam 20 năm, đã đem đến cho chúng ta một Trần Dạ Từ/Lê Hạ Vĩnh, thi sĩ mà, cố thi sĩ Hồ Đình Phương, từ giữa thập niên 1950, đã không ngần ngại gọi họ Lê là *"thần đồng thi ca?"*

Câu hỏi của tôi, chỉ được trả lời thỏa đáng, khi biết, ngay tự những năm 15, 16 tuổi, họ Lê đã được đài phát thành mời phụ trách một chương trình âm nhạc. Ở vai trò người thực hiện chương trình, thành tích to lớn, họa hiếm đã xấy ra:

- Ông là người đầu tiên và duy nhất, tính tới hôm nay, thực hiện liên tục 300 chương trình chủ đề nhạc Phạm Duy. Sự kiện này, cho tôi đi tới kết luận, chủng tử âm nhạc nơi Trần Dạ Từ đã được cấy, gieo tự những ngày niên thiếu. Chính sự kiện này, làm thành sự khác biệt giữa người tù, thi sĩ Trần Dạ Từ với những người tù, văn hữu khác của ông.

Tôi nghĩ, chúng ta sẽ dễ dàng đồng ý với nhau khi xét nguyên nghĩa cụm từ "thi ca" trong cách nói của tiếng Việt, để thấy rằng thơ và nhạc, tựa như hai mặt của một đồng tiền VHNT. Phải chăng, vì thế, khi trong hoàn cảnh tù đầy, để tồn tại, nó buộc thi sĩ của chúng ta phải tìm vào mặt bên kia của đồng tiền VHNT: Mặt âm nhạc (ghi lại bằng trí nhớ), thì, Trần Dạ Từ/Lê Hạ Vĩnh, không chỉ đi tiếp con đường tìm cho ca khúc của ông những "cách nói khác" (vốn là sở đắc ông có được ngay từ những ngày đầu làm thơ) - Mà, ông còn cho ca khúc của mình, những cách nhìn hay "*cảm nghiệm khác*".

Tôi thường dùng cụm từ "*cách nói khác*" cho thi ca, hiểu theo nghĩa đó là khả năng liên-tưởng (thought-connection) của nhà thơ khi quan sát vũ trụ hay thế giới sự vật... Nhưng cách gì thì liên-tưởng vẫn nằm trong giới hạn về sự so sánh riêng của nhà thơ trước ngoại giới trực diện. Nhà thơ chỉ thực sự lớn, theo tôi, khi ông/bà ta bước khỏi phạm trù liên tưởng, để vào phạm trù khác: Phạm trù nhân bản. Từ đó, mở được cánh ngôi nhà chung: Ngôi nhà nhân loại. Tôi muốn gọi đó là "*cảm nghiệm khác*".

Khởi tự "*cảm nghiệm khác*", những ai dõi theo những ca khúc mang tên Trần Dạ Từ/Lê Hạ Vĩnh, từ đĩa nhạc đầu tiên "*Nụ cười trăm năm*", hẳn cảm được rằng, trong nhạc của ông, có những cảm nhận chưa từng có trong lịch sử ca khúc Việt Nam non một thế kỷ.

Tính chất "*cảm nghiệm khác*", trong ca từ của họ Lê, qua hai đĩa nhạc mới "*Gội đầu*" và "*Bay*", ngày càng thêm đậm nét, khi ông viết:

"*Gội đầu. Gội đầu thôi. Gội đầu thôi
Bê bết lâu rồi. Ơi cái đầu xấu xí*

Cay cú, cuồng si.

"Gội đầu. Gội đầu đi. Tử biệt. Sinh ly.
Gội đầu bằng bão tố. Gội đầu bằng nắng lửa
Ơi cái đầu bể dâu..."
(Trích "Gội đầu" – Ca khúc Trần Dạ Từ)

Ở đây, ngoài sự kiện lần đầu tiên, họ Lê đem được vào ca khúc việc làm tầm thường nhàm chán, hàng ngày, không một chút lãng mạn, thơ mộng... Ông còn cho thấy tính "cảm nghiệm" nhân sinh. Cảm nghiệm mọi bi kịch con người dành cho nhau, luôn khởi đi tự cái... đầu (nguồn gốc tư duy):

"Gội đầu mà gội đầu. Gội cái dầu chua lè.
Gội cái đầu cay sè. Gội sạch nhé
Gội cho ngày sau nhìn ra nhau..."

"Nhìn ra nhau" hay hãy nhận ra đồng loại, hãy nhận ra ruột thịt mình - Dù cho, cuối cùng chỉ là một *"mái đầu tuyết sương"*:

"Gội đầu thật sạch, đứng bên đường
Một mình trơ trụi, cây bạch dương
Mặc cho gió vò mãi mái tóc
Vò mãi. Vò mãi niềm sót thương

"Vò mãi. Vò mãi. Ơi mái đầu tuyết sương."
(Trích "Gội đầu" – Ca khúc Trần Dạ Từ)

Với tôi, thành quả *"Ơi mái đầu tuyết sương"*, là một đìu hiu lớn của tâm thái thi sĩ. Nó cho tôi liên tưởng tới sức phấn đấu của con người trước mọi khó khăn, nghịch cảnh qua bộ xương cá marlin mà, cuối cùng, Hemingway có được trong truyện "Ngư ông và biển cả" (tác phẩm từng được trao giải Nobel văn chương) thì, ở *"Gội đầu"* của Trần Dạ Từ, chính là phẩm giá mang tính nhân quần giữa con người với con người vậy.

Trần Dạ Từ và, cuộc "cách mạng xanh" cho ca khúc

Tôi nhớ khoảng đầu thập niên 1970, ở Saigon, tình cờ tôi đọc được phát biểu của một nhạc sĩ nổi tiếng, nói rằng, Việt Nam không có âm nhạc, hiểu theo nghĩa nhạc không lời mà, chỉ có ca khúc, dựa trên hai yếu tố giai điệu và ca từ.

Sau này, có điều kiện tìm hiểu, tôi mới biết loại nhạc không lời mà chúng ta quen gọi là "nhạc cổ điển" theo phân tích của tác giả Nguyễn Bách trên trang mạng Sóng Nhạc thì: "Nền âm nhạc Kinh điển (classic) để lại 3 dấu ấn quan trọng trong nền văn hóa âm nhạc thế giới đến ngày nay. Đó là 3 thể loại: Sonate, Concerto, Symphony (giao hưởng..." (Nguồn wikipedia-Mở)

Vì nền tân nhạc của chúng ta chỉ có ca khúc, nên giai điệu và ca từ là hai yếu tố quyết định sự thành bại của ca khúc đó. Phổ cập hơn, theo ghi nhận của một số nhạc sĩ thì, thói quen của giới thưởng ngoạn Việt, thường coi trọng ca từ hơn giai điệu. Ca từ mới là linh hồn của ca khúc (trường hợp Trịnh Công Sơn). Có dễ cũng vì thế mà những nhạc sĩ nổi tiếng như Phạm Duy, Phạm Đình Chương, Trịnh Công Sơn... xa hơn như Văn Cao, Đoàn Chuẩn-Từ Linh... , ngoài nỗ lực trau chuốt giai điệu, họ đều có những thao thiết tìm kiếm cái mới (thích hợp) cho ca từ. Nhưng không phải nhạc sĩ nào cũng thành công ở cả hai phương diện cấu trúc (hình thức) và nội dung (thông điệp ẩn chứa trong ca từ).

Chủ quan, tôi cho rằng, mãi gần đây, ở hải ngoại, hiện tượng Trần Dạ Từ, nhạc sĩ xuất hiện, mới đem đến cho người nghe những hôn phối xứng đôi giữa hình thức và, nội dung một ca khúc.

Về phương diện hình thức, như tôi biết, trong lịch sử tân nhạc Việt non thế kỷ, ở phần lời, tôi chưa thấy một nhạc sĩ nào chỉ dùng vài ba chữ thậm chí, chỉ một chữ - để làm thành một mệnh đề độc lập. Như ca khúc "Bay", ở đoạn coda, Trần Dạ Từ viết:

Bay bay! Ta cùng bay. Bay bay! Bay!
Bay ngay trong đời này.
Bay bay! Bay bay! Bay!

Phân đoạn này, tổng cộng chỉ có 18 chữ, thì *"bay"* chiếm hết 12 chữ - với 4 chữ *"bay"* khép" và 2 lần *"bay"* đơn (chỉ có một chữ).

Nhìn từ khía cạnh văn phạm, khi những chữ *"bay"* kép" hay *"bay"* đơn chấm dứt bằng một dấu chấm than thì, chúng là những mệnh đề độc lập.

Tại sao họ Lê lại dùng nhiều động từ *"bay"* như thế? Để làm gì?

Phải chăng ông sử dụng động từ này như những ẩn-dụ-mở, tạo cho người thưởng ngoạn cơ hội tự do, bay bổng với những liên tưởng của mình... Hay ông muốn đưa dẫn người nghe bay lên khỏi những khối ngục tù trần gian? Bay trên hận thù, đọa lạc, mù quáng? Hoặc bay khỏi bốn bức tường ngục tù do chính cái tâm sân si của mình tạo dựng?

Cũng vậy, ở điệp khúc bài *"Ave Maria"* (phổ thơ Nguyễn Hải Chí), Trần Dạ Từ cũng sử dụng dấu chấm, đem lại người đọc 11 mệnh đề độc lập, mang tính ẩn dụ dẫn tới kết luận "Mẹ là tất cả"(?):

"*Maria. Maria. Mẹ! Tất cả.*
Tất cả. Mẹ. Maria
Mẹ. Mẹ. Maria. Maria.".

Theo ghi nhận của những người từng được nghe *"Tấm lòng Phan Rang"* (qua tiếng hát Nguyên Khang, rồi Lê Uyên) thì, ca khúc này của Trần Dạ Từ/Lê Hạ Vĩnh, là một trong những ca khúc tiêu biểu cho những hôn phối xứng đôi nhất, giữa hình thức và nội dung một ca khúc của họ Lê:

Tấm Lòng Phan Rang,

"Nơi đoàn xe chở tù ngừng đổ xăng, 1977
Chiều chiều, từng đoàn xe bít bùng
Từng đoàn xe bít bùng
Lạnh lùng qua thành phố
Lòng vợ kêu chồng. Lòng già kêu con
Lòng em thơ kêu bố.
Chiều chiều, từng đoàn xe bít bùng
Từng đoàn xe bít bùng. Từng đoàn xe bít bùng.
Chiều chiều. Chập choạng
"Đoàn xe bít bùng vừa ngừng đầu ngõ
Trông sắt cùm lấp ló, lòng gọi lòng hối hả
Ném lên. Ném lên. Ném lên nữa
Từng điếu thuốc. Từng lát đường
Ném lên. Ném lên. Ném lên nữa
Từng gói bắp. Từng vắt cơm
Ném cả gánh hàng rong. Ném tràn như nước mắt
Ném hết. Ném hết. Ném cho người đi đày
Tấm lòng Phan Rang. Tấm lòng. Ôi Việt Nam."

Với ca khúc *"Tấm lòng Phan Rang"*, Trần Dạ Từ/Lê Hạ Vĩnh, một lần nữa, lại đem được vào dòng tân nhạc của chúng ta: Một trong những truyền thống Việt. Truyền thống người dân đứng về phía những kẻ bị đọa đày, bị bách hại...

Theo tôi, đây là một trong những truyền thống giúp cho dân tộc Việt tồn tại đến hôm nay, dù phải trải qua thăm thẳm ngặt nghèo, trùng trùng núi non thử thách.

Mặt khác, đó cũng là tâm thức *"thấy thời đại mình thở"* như họ Lê đã từng ghi trong trường khúc *"Hòn đá làm ra lửa"*, cách đây nhiều chục năm: *"Chúng ta yêu nhau, yêu bằng hữu/kinh ngạc và thích thú biết bao/chớp mắt. Thấy mình có trong nhau/Mở cửa. Thấy anh em đông đủ/Bắt tay, chào hỏi. Thấy thành phố/Bước đi, trò chuyện. Thấy quê hương/Hất mặt, vươn vai. Thấy bầu trời/Hít hà. Thấy thời đại mình thở"*.

Tuy nhiên, theo tôi, tác phẩm lớn nhất trong 2 albums nhạc Trần Dạ Từ phát hành lần này là ca khúc *"Gọi tên dòng sông"* - Họ Lê là người thứ nhất, và duy nhất tính đến hôm nay, viết Niệm Khúc (Requiem) dành cho các văn nghệ sĩ...

Ở lãnh vực âm nhạc, tôi cho tác phẩm này lớn không kém trường khúc *"Hòn đá làm ra lửa"* của thi sĩ, ở lãnh vực thi ca. Tôi không chút ngạc nhiên, khi biết, có một nhạc sĩ trẻ đã bật khóc khi nghe ca khúc:

"Gọi Tên Dòng Sông,
"California, 2014. Hát Tưởng Nhớ Thi sĩ và Nhạc sĩ.
"Với thơ cuối đời của Mai Thảo, Nguyên Sa,
"Thơ Du Tử Lê, Tôi trôi theo tôi, con Sông
Và giai điệu Phạm Duy, Chiều Về Trên Sông.
"Thế giới có triệu điều không hiểu
Càng hiểu không ra lúc cuối đời
Chẳng sao. Mai mốt nằm trong đất
Đọc ở sao trời sẽ hiểu thôi.
(Mai Thảo, Thơ Cuối Đời)

"I. Thấy Mình Ra Đi
"Nguyên Sa, thơ Tiễn Bạn
"Ngọn đèn bật sáng bức tranh
Nhìn lên ôi Hà Nội đâu đình miếu xưa
Nhớ nhau, nhớ tháng Giêng mưa
Sông Hồng (nghe) nước động bóng chưa nhập hình
"Tiễn nhau, sợi khói lung linh
Lênh đênh xương thịt, (như) thấy mình ra đi"

"II. Đi và Trôi
Thơ Du Tử Lê, Tôi Trôi Theo Tôi - Con Sông.

"Tôi đi xuyên qua đêm/mưa
Tiếng ca mưa dào dạt
Câu thơ lục bát, buổi trưa em về
"Tôi đi xuyên qua lời thề
Lu bu tuổi trẻ. Chữ nghĩa bộn bề
Chiến tranh! Ô chiến tranh!
"Tôi đi xuyên qua mầu xanh
Thấy bên kia biển trời
Vẫn long lanh mắt người
Ô nét cười sinh sôi
Tôi đi xuyên qua cuộc đời
Lớ quớ làm người
Câu thơ lục bát, thôi nôi từng dòng
Tôi trôi theo tôi (mà) con sông
Tôi trôi theo tôi (mà) con sông
Tôi trôi - Trôi theo tôi, con sông.

"III. Gọi Tên Dòng Sông
Thơ Trần Dạ Từ, 01-30-2013.
"Gọi tên dòng sông. Ngọn triều tung vỡ
Đâu bến đâu bờ. Quê quán thẩn thờ
Cây đàn rơi. Con chuồn bay
Về đâu ôi giấc mơ
Chàng thi sĩ ngu ngơ. Và năm tháng bơ vơ
"Bờ nắng bờ mưa. Mẹ già khô héo
Nợ nần kêu réo. Ân oán mè nheo
Xương máu hò reo
Lũ con xa... day dứt mẹ nghèo
"Dòng sông của tôi. Lời mẹ ru của tôi
Bài ca sự sống. Trời đất mênh mông
Mảnh vỡ. Cơn giông. Anh nhớ gì không
"Gọi mãi dòng sông. Tình yêu của tôi
Một đóa hư không. Về với vô cùng.

(Trình tấu Phạm Duy, trích "Chiều Về Trên Sông").

...

*"Gọi mãi dòng sông. Tình yêu của tôi
Một đóa hư không. Về với vô cùng."*

Hôm nay, nghe lại ca khúc "*Gọi tên dòng sông*", tôi nhớ, tôi đã phát biểu đâu đó rằng, "*... Tôi đã rúng động khi nghe ca khúc ấy vì tưởng như thấy lại bằng hữu, thấy lại chính mình, 'thấy thời đại mình thở'...*" Chẳng những tôi không thấy đó là lời nói quá mà, nó là một lời nói (còn)... thiếu!!!

Tôi tự thấy mình thật thiếu sót, khi chỉ tìm đến vào cõi nhạc Trần Dạ Từ/Lê Hà Vĩnh, cách đây vài năm... Trong khi 15 năm trước, ký giả John Gittelsohn, trong một bài viết công phu dành cho nhật báo The Orange County Register, số đề ngày 23 tháng 12 năm 2001, đã ghi nhận:

"*... Sau khi Sài Gòn sụp đổ năm 1975, cả hai vợ chồng nhà văn nhà thơ (Nhã Ca – Trần Dạ Từ) bị cộng sản bắt đi tù. Nhà cửa bị tịch thu. Đàn con bảy đứa, lớn nhất 13, nhỏ nhất chỉ 2 tuổi, bị đẩy ra lề đường. Hơn một năm sau bà mẹ mới ra khỏi nhà tù nhưng ông bố còn tiếp tục đi đầy 12 năm. Bằng cách nào gia đình này nguyên vẹn?*"

Để trả lời câu hỏi này, cuối cùng, ký giả John Gittelsoh, đã có được giải đáp thỏa đáng:

"*... Mọi người trong nhà này đều biết âm nhạc. Những bài hát gắn bó họ, dù trong cảnh cùng khốn, chia lìa. Thời cuối 1970', Sàigòn bị dìm khuất sau bức màn tre. Cũng chính nhờ tiếng đàn, tiếng hát mà các nhà ngoại giao Thụy Điển, những người phương tây đầu tiên được phép tiếp cận với phố xá Sàigòn, tìm ra gia đình này. Từ đó, hồ sơ các nhà văn Việt Nam đi tù được chuyển tới tổ chức Writer in Prison của Văn Bút Quốc Tế, đưa tới sự lên tiếng từ khắp thế giới...*"

Ở một đoạn khác, ký giả này viết: *"... Tôi nhớ Trần Dạ Từ có viết đâu đó, rằng ông không phải nhạc sĩ mà chỉ là một Song writer, người viết bài hát. Vậy những bài hát trong 12 năm tù thì sao? Tôi thắc mắc chữ viết. Viết bằng cách nào, giấy bút nào, lúc nào?*

"Nhà thơ trả lời: Viết bằng cách thở. Đâu cần phải giấy bút. Bạn biết, khi thở kiểu huýt gió, ta có một điệu sáo. Chụm môi, tiếng vang ra lớn. Huýt gió mà môi miệng bình thường, tiếng không vang ra mà dội vô. Có thể tự mình thấy tiết điệu trong tai hoặc trong đầu mà người ngoài không biết. Vậy là có thể viết bất cứ lúc nào, dù đang trong nhà cùm hay cầm cuốc khổ sai. Hơi thở chính là bút và bộ nhớ là giấy. Đây là thứ bút giấy không thể bị tước bỏ, cấm đoán..."

Tôi nghĩ, nếu có dịp gặp ký giả John Gittelsohn, câu đầu tiên tôi sẽ nói là, cám ơn ông. Cám ơn bài viết về một thi sĩ/nhạc sĩ Việt Nam của chúng tôi. Bài viết mang lại cho chúng tôi một số dữ kiện chúng tôi không biết... Sau đấy, tôi sẽ nói với ông, tương lai, nếu có một bài viết thứ hai về gia đình âm nhạc *"trong cùng khốn, chia lìa"* kia, thì xin ông ghi thêm cảm nhận của một người Việt Nam (là tôi) sau khi được thưởng thức những ca khúc Trần Dạ Từ, rằng, người thi sĩ/nhạc sĩ mà ông đề cập, đã làm được *"một cuộc cách mạng xanh"* cho âm nhạc Việt hôm nay, với những cái đầu tiên ông ta đem được vào âm nhạc. Chưa kể, dù phải trải qua tới 12 năm tù đầy nhưng, thơ cũng như ca khúc của ông ấy vẫn ngời ngợi niềm tin, yêu đồng loại; vẫn bát ngát nhân bản, tình người... Ba yếu tố giúp cho nhân quần tiếp tục tồn tại, đi tới - Dù trải qua cơ man nào tai ương, chia lìa, bất hạnh. Do đấy, tôi thấy phải cảm ơn ông ta (như đã cảm ơn ông vậy).

(May 2015)

Chương hai
Báo chí, Xuất Bản

Đoàn Thạch Hãn/ Đoàn Kế Tường: hai tên gọi, một kiếp đời oan nghiệt

Trong số những bạn trẻ của tôi, ở lãnh vực văn chương hay báo chí, không ít người có tuổi thơ cháy nám! Nhưng khi bước vào tuổi trưởng thành, giai đoạn trung niên, hoặc gần cuối đời, cũng có lúc họ nhận được nụ cười ân hận của định mệnh. Nhưng, Đoàn Thạch Hãn, hay Đoàn Kế Tường (tên thật Đoàn Văn Tùng), thì không! Tuyệt nhiên không! Tới những năm tháng năm tháng cuối đời, Tường vẫn bị vẫn định mệnh truy sát, với những bản án nghiệt oan, không nguyên cớ!!!

Trước tháng 4-1975, tôi không hề có thời gian làm việc chung với Đoàn Kế Tường. Nhưng tôi thân thiết với Tường, ngay sau lần tôi rủ Tường đi Huế, thăm T. Đó là một buổi trưa tình cờ gặp nhau, tôi nói ngày mai, tôi đi Huế. Tường có muốn đi? Tường trả lời ngắn gọn "đi" - Và không hề hỏi lại: Đi bằng phương tiện nào? Ăn ngủ đâu? Bao lâu thì về lại?

Thời gian đó, hình như Tường đang là phóng viên cho nhật báo Sóng Thần; đồng thời phụ trách báo chí cho TĐ 8/TQLC(?) Trưa đó, tôi điện thoại cho Phan Lạc Giang Đông, ở Bộ TLKQ/Saigon, nhờ xin 2 chỗ trên một chuyến C-130 đi Huế.

Sau đấy, chúng tôi cũng có dịp đi với nhau, đôi lần rong chơi bè bạn ở Đà Nẵng, Pleiku... Tính cách "giang hồ, gió bụi" bất kể ngày mai của Tường là điều khiến tôi thích nhất, nơi người bạn trẻ này.

Dù có nhiều ngày lang thang với nhau, từ thành phố này tới thành phố khác, nhưng tôi tuyệt đối tôn trọng đời sống riêng của Tường và, Tường cũng hiếm khi nói về chuyện cá nhân, tình cảm riêng của mình.

Biến cố tháng 4-1975 xẩy ra, toàn thể hai mươi mấy triệu người dân miền Nam, như nắm cát vụn bị bàn tay định mệnh hắt tung trăm hướng, điêu linh.

Ở quê người, đầu thập niên 1980, tôi được tin Đoàn Kế Tường bị 10 năm tù vì dính vào một vụ án chính trị... Rồi, tin Tường được thả, trở thành cộng tác viên đắc lực của tuần báo CA/TPHCM, với bút hiệu mới: Đoàn Thạch Hãn. Vài năm sau, tôi lại được tin Đoàn Thạch Hãn viết một cuốn sách gì đó, giễu cợt những người ôm mộng... "phục quốc"...

Chính những tin tức dồn dập này, khiến đầu năm 2000, trong lần về Saigon lo việc gia đình, khi từ quán cơm Đồng Nhân, bước ra, bất ngờ gặp Đoàn Kế Tường, tức Đoàn Thạch Hãn, tôi đã không che dấu thái độ không thiện cảm của mình, dù trên 20 năm mới gặp lại nhau. Thời gian đó, Tường còn đi một chiếc mô-tô phân khối lớn, hỏi tôi, có muốn đi nghe nhạc, nhảy đầm thì Tường mời. Tôi lắc đầu, cám ơn và kéo tay T. đi ngay, như thể có chuyện gấp...

Là nhà báo, đồng thời cũng là người làm thơ, nên Tường rất nhậy cảm. Tường tâm sự với một vài người bạn cũ của tôi rằng, Tường biết tôi không muốn nhìn Tường. Tường nói: *"Tôi cũng xứng đáng để ông ta khinh bỉ tôi, vì những việc tôi làm sau khi ra tù... Nếu không bị xô vào đường cùng, nếu không quá đói, tôi biết, tôi không đến nỗi như thế... Dù sao thì tay tôi cũng đã lỡ nhúng chàm..."* Người bạn này, kể thêm tôi nghe hoàn cảnh sống của Tường, sau ngày ra tù.

Xu hướng chung của con người là hấp tấp lên án kẻ bị vùi dập đáy địa ngục để thấy mình... thanh sạch, cao cả hơn người. Sau khi trải qua qúa nhiều phen bị kết án, ngộ nhận, tôi luôn tự nhắc nhở, đừng vội kết luận về kẻ bất hạnh, khi mình không ở hoàn cảnh của họ... Tôi tự hỏi, nếu ở hoàn cảnh của Tường, liệu tôi có giữ được nhân cách của mình? Hay tôi sẽ nhơ nhuốc hơn? Từ đó, tôi tự thấy mình không phải với bạn!!!

Vì thế, nhiều năm sau, khi kiểm chứng được những gì người bạn kia cho, tôi chủ động liên lạc với Tường. Có dễ vì sự kiện này và vì, không thể biết bao giờ mới gặp lại nhau, nên thảng hoặc, trong những gặp gỡ ít ỏi, Tường kể tôi nghe chuyện đời Tường: Từ những ngày niên thiếu, sống trong mái trường Thiếu Sinh Quân, Vũng Tàu; chuyện ngày tháng lội sình, đóng trại trong Lực lượng Biệt Kích. Rồi đào ngũ. Rồi trở thành phóng viên báo chí cho một tiểu đoàn TQLC/VNCH... Tới chuyện tình cảm, gia đình đổ vỡ... Nhất là những năm tháng bị tù ở khám Chí Hòa. Và, những ngày không cơm ăn, không chỗ ngủ, bị người chị duy nhất ở Saigon, xua đuổi... sau khi được trả tự do...

Tất cả những lần tâm sự hiếm hoi đó, Tường kể với giọng đều đều, xa lạ, như một người vô can với câu chuyện (dù Tường/Hãn là người rất dễ khóc). Nhưng cũng vì thế mà có người nghe, đã phải quay đi, che dấu nước mắt của họ.

Thời gian đó, Bùi Cung và Nguyễn Khắc Nhượng biết tôi thích một nhà hàng nổi khu giải trí Bình Quới, nên thường mời tôi đi. Lần nào Bùi Cung cũng cho phép tôi được mời thêm ai đó, không giới hạn. Và, một đêm, xúc động đọng lại, sau khi nghe chuyện Tường/Hãn, trở về Mỹ, tôi viết tùy bút, *"Tóc trên đầu vẫn từng ngọn riêng tây"*, phân đoạn 4:

"Nhà hàng trên mặt hồ, như kết quả của những kiễng chân, nhón gót quá trớn của chính nó. Nơi chiếc bàn hình chữ nhật, có tất cả sáu nhân vật. Tôi dùng hai chữ *"nhân vật"* cho có vẻ trịnh trọng. Sự thực, đó là bốn người của buổi tối trước ở biển. Hai người mới, một là em gái của *người phụ nữ được sinh ra, dường để sống cho kẻ khác*. Cô có vẻ mau mắn, như nụ cười sởi lởi luôn có trên môi. Người thứ hai là một người đàn ông đã bước qua tuổi trung niên. Ông phục phịch, bệu bạo một cách đáng nghi ngại, với khuôn mặt hồng hào của một thứ *"hồng hài nhi"*.

"Gió từng cơn luông tuồng khua khoắng nhà hàng bốn phía không vách ngăn, mang theo trong nó nhiều nhắn nhủ không thành tiếng. Đêm trải từng lớp sương mỏng, như giấy quyến lên mặt hồ. Khá xa, nơi bờ bên kia, những tòa nhà cao tầng sáng đèn, không in bóng xuống mặt nước.

"Người ta cũng không nghe được tiếng rì rầm của xe cộ chạy trên con lộ bên tay trái nhà hàng. Nhờ thế, khi người đàn ông có khuôn *mặt hồng hai nhi* kể chuyện bằng giọng Quảng Trị, đôi lúc như bị nghẹt, ríu vì xúc động, mọi người vẫn nghe được.

"Ông kể, sau mười năm, ba tháng tù trở về, ông tá túc nơi nhà bà chị. Qua giai đoạn đạp xích lô, ông biết mình thất bại vì không đủ sức. Đối đế, ông viết một bức thư, cho người vợ vượt biên đã lâu, mang theo mấy đứa con chung.

"Lá thư được viết một cách rất ý tứ, phòng xa lọt vào tay người đàn ông mà, vợ ông đang chung sống. Ông cẩn trọng gọi vợ ông bằng "*chị*." Ông kể cho *chị* biết, ông mới ra tù. Ông nhắc chút ít tình nghĩa những ngày chung sống, cũ. Mọi sự kiện được đề cập trong lá thư, chỉ nhằm mục đích dẫn đến việc ông xin *chị* giúp ông năm trăm bạc, để ông có phương tiện làm lại cuộc đời. Trong thư, có đoạn:

"*Năm trăm đồng tôi biết với chị chẳng là bao. Nhưng với tôi, trong hoàn cảnh của một người mới ra tù và trong hiện trạng của đất nước mình hiện nay, thì đó lại là một số tiền rất lớn. Mong chị hiểu cho rằng, vạn bất đắc dĩ, tôi mới phải viết thư này. Xin chị an tâm, tự hậu, chị sẽ không bao giờ nhận được từ nơi tôi, một lá thư nào khác...*"

"*Người đàn ông phục phịch, bệu bạo một cách đáng* ngại, đọc đoạn thư viết cho người vợ cũ, bằng giọng lên bổng, xuống trầm; lưu loát như thể ông đã đọc nó cả nghìn lần trong hơn hai chục năm qua. (Tôi muốn nói, nếu ông không đọc cho ai đó nghe thì, chí ít ông cũng đọc cho... chính ông, những lúc một mình?)

"Đoạn thư của *người đàn ông có khuôn mặt hồng hài nhi* làm đốm thuốc nơi tay *người thanh niên đánh bạn sớm với những con rết nhiều chân*, bất động. Những người còn lại cúi xuống bàn tay vô duyên, lạc lõng trên mặt bàn của họ. Chỉ riêng *người con gái mau mắn, với nụ cười xởi lởi luôn nở trên môi* là nhấp nhổm, bứt rứt.

"Không thể nín, đợi lâu hơn, cô hỏi:

"Rồi sao anh? Chị ấy gửi ngay tiền cho anh chứ?"

"*Người đàn ông phục phịch, bệu bạo một cách đáng ngại*, lắc đầu. Ông châm cho mình điếu thuốc khác. Không nhìn ai, ông chậm rãi:

"Ngày ấy, nếu có được năm trăm của bà ấy, cuộc đời tôi đã khác. Chắc chắn tôi đã không nhận làm công việc mà, đến hôm nay, tôi biết, anh em, bạn bè cũ vẫn còn khinh tôi. Họ nhìn tôi như một kẻ 'sớm đầu tối đánh!' Mà cũng đúng thôi! Họ có cái lý của họ. Chỉ tôi biết, tôi cùng đường. Tôi quá đói! Nghề mạt hạng là đạp xích lô thì tôi không có sức. Sau chừng đó năm tù, được thả ra tôi đã mang theo trong người hàng chục thứ bệnh... Tôi cũng có nghĩ tới chuyện ăn chực một số bạn bè chứ! Nhưng nhà nào, dù có tốt mấy, họ cũng chỉ có thể cưu mang tôi dăm ba bữa! Thời đó, mọi người còn đói lắm. Họ cũng bữa đói, bữa no. Chưa kể còn vợ, con họ...

"Nói thế, không có nghĩa tôi quên ơn người giúp tôi. Anh từng bị anh em tôi ngày xưa, coi là kẻ thù. Giữa lúc tôi sắp chết đói, thì anh ta cho tôi chén cơm... Nhờ thế, tôi còn sống đến ngày hôm nay. Dù sao, tôi cũng không bao giờ quên cái ơn ấy..."

"Người đàn ông ngừng lại để thở. Kéo thêm một hơi thuốc, ông tiếp:

"'Khi anh ta không còn, tôi cũng nghỉ việc'". Ông thở ra, rồi thêm, 'Nhưng cách gì thì tay tôi cũng đã nhúng chàm!' Ông kết thúc câu chuyện.

"Tới đây, *người con gái mau mắn, với nụ cười xởi lởi luôn nở trên môi* không biết nói gì. Tới phiên cô cúi xuống. Cô chẻ những ngón tay mình ra để sau đó, lại đan vào nhau, một cách ngượng nghịu.

"Gió vẫn từng cơn luông tuồng khua khoắng nhà hàng bốn phía không vách ngăn. Về khuya, dường nó mang theo nhiều hơn những nhắn nhủ không thành tiếng. Đêm cũng trải dầy thêm, những lớp sương mỏng, như giấy quyến lên mặt hồ.

"Trước khi chia tay, *người phụ nữ được sinh ra, để sống cho kẻ khác* hí hoáy viết ít giòng trên tấm khăn giấy. Cô chuyển nó cho ông già ngu ngơ:

"Bất hạnh là thuộc từ của đời sống. Cuộc sống sẽ khác đi biết bao, nếu ta có thể đem lòng biết ơn cả những bất hạnh mà nó đã đem đến cho ta. Dù cho *'đời tẻ nhạt, liếm môi mình cũng nhạt/tóc trên đầu vẫn từng ngọn riêng tây.'*"

"Đọc xong, ông già gật đầu. Mỉm cười.

"Nhưng, liệu ông có hiểu?" - Là câu hỏi của tôi?!?" [7]

…

Tôi hiểu, người đàn ông trong đoạn kể *"Nói thế, không có nghĩa tôi quên ơn người giúp tôi. Anh từng bị anh em tôi ngày xưa, coi là kẻ thù. Giữa lúc tôi sắp chết đói, thì anh ta cho tôi chén cơm… Nhờ thế, tôi còn sống đến ngày hôm nay. Dù sao, tôi cũng không bao giờ quên cái ơn ấy…"* của Đoàn Thạch Hãn… dành cho cố nhà báo Huỳnh Bá Thành.

Gần đây, trong một bài viết về Đoàn Kế Tường của nhà thơ Phạm Chu Sa, một trong vài bạn thân cuối đời của Đoàn Thạch Hãn, nói rõ hơn về nhân vật Huỳnh Bá Thành, cùng những… lẽ ra Hãn đã phải chết lâu rồi, như sau:

"… Sau ngày 30-4-1975, tôi đi bán sách cũ, rồi bán thuốc tây chợ trời, loay hoay lo chuyện áo cơm nuôi vợ con nên chỉ nghe loáng thoáng tin Đoàn Kế Tường và vài người quen biết khác dính vào một vụ án chính trị, bị bắt đi tù cải tạo. Sau này qua lời kể của Duyên Anh sau khi ông ra tù năm 1981, tôi được biết trong tù, có thời gian Tường nằm chung phòng với Duyên Anh và mấy nhà văn, nhà báo đàn anh… Sau này trong bài viết về Duyên Anh với

---

[7] Đọc thêm "Trên ngọn tình sầu", tùy bút Du Tử Lê, HT Productions, XB. Calif. 2011.

bút danh Đoàn Thạch Hãn đăng trên báo An ninh Thế giới, Tường cũng kể lại nhiều kỷ niệm với Duyên Anh trong tù, kể cả chép nguyên một bài thơ dài mà Duyên Anh nhờ Tường học thuộc để nhỡ ông ấy chết trong tù, thì khi ra tù Tường về đọc cho vợ con ông ấy nghe. Thế nhưng Duyên Anh ra tù trước Tường gần 5 năm, rồi vượt biên. Khi Duyên Anh định cư ở Pháp thì Tường mới ra tù... Năm 1985 hay 1986 gì đó, tôi nghe tin Đoàn Kế Tường vừa ra tù, ít lâu sau lại nghe Tường vô làm ở báo Công An TP. HCM, viết mảng văn hóa nghệ thuật. Tôi và vài bạn quen biết cũ khá ngạc nhiên, vì một người mới ở tù Chí Hòa 10 năm về tội 'phản động' lại được làm báo. Mà lại làm báo Công An nên càng bất ngờ. Nhiều người đặt dấu hỏi về chuyện bất thường này! Tiếp sau đó, tập hồi ký *Ảo vọng phục quốc* của Tường được ấn hành với bút danh Đoàn Thạch Hãn đã gây nhiều phản ứng trong dư luận. Tập hồi ký có nhắc tới nhiều nhân vật tên tuổi, đặc biệt trong đó có nhiều nhà báo, nhà văn đàn anh của Tường trước 1975. Cuốn sách đã làm nhiều người người quen cũ e dè khi tiếp xúc với tác giả. Kể cả tôi. Sau này qua lời kể của Dương Đức Dũng, cựu phóng viên báo Trắng Đen, một bạn tù chung vụ án với Tường, tôi được biết, ban đầu đồng tác giả là Tường và Dũng, nhưng sau đó Dũng đề nghị rút tên khỏi sách vì nhiều đoạn trong sách được người biên tập tự ý viết thêm vào; còn Đoàn Kế Tường - bấy giờ là Đoàn Thạch Hãn - thì không thể, bởi mang nặng ơn người biên tập và đỡ đầu cho cả người lẫn sách là nhà văn, nhà báo Huỳnh Bá Thành, đương kim Tổng Biên tập báo Công An TP. HCM. Huỳnh Bá Thành trước 1975 là cán bộ cộng sản nằm vùng và cũng đã từng làm báo dưới chế độ cũ, vẽ biếm họa cho vài tờ báo đối lập với bút danh Ớt. Huỳnh Bá Thành quen biết khá nhiều người cầm bút dưới chế độ cũ, trong đó có Đoàn Kế Tường.

"Mấy năm trước, lúc đã thân với tôi, Tường xác nhận lời của Dương Đức Dũng. Tường kể, anh ở tù Chí Hòa mười năm thuộc loại 'tù mồ côi' vì không một ai thăm nuôi. Khi ra tù, Tường về tá túc ở nhà bà chị ruột, chờ kiếm việc gì làm. Được ít lâu bà chị đuổi khéo: 'Các cháu chuẩn bị vào Đoàn mà có cậu ở tù về ở trong nhà khó cho cháu quá. Cậu nên ra khỏi nhà thật sớm, khuya hãy về. Nhớ đừng cho ai thấy'. Tường quá tủi thân bèn xách túi quần áo đi lang thang, tối ra ngủ ở ga xe lửa Hòa Hưng. Một đêm công an đi thu gom những kẻ bụi đời, vô gia cư đưa đi lao động hoặc kinh tế mới. Tường bị bắt cùng đám người tận đáy xã hội đó đưa về nhốt ở công an quận 3. Sáng hôm sau, công an lập danh sách thanh lọc hết mọi người đưa đi lao động cải tạo, chỉ còn trường hợp Đoàn Kế Tường quá đặc biệt vì tù Chí Hòa mới ra, công an quận chưa biết xử lý thế nào. Họ để anh ngồi giữa sân tới gần trưa. Bất ngờ ông Huỳnh Bá Thành chạy xe vespa vào công an quận có việc gì đó, lúc quay trở ra, ông thấy Tường đang cố cúi mặt xuống lẩn tránh ánh mắt của ông. Nhưng ông Thành chợt thấy và dừng lại, kêu lên: 'Đoàn Kế Tường hả?' Rồi ông vào công an quận xin bảo lãnh cho Tường, chở anh về nhà, tắm rửa, ăn uống, nghỉ ngơi. Ít lâu sau, theo gợi ý của Huỳnh Bá Thành, Đoàn Kế Tường rủ Dương Đức Dũng, đã ra tù trước Tường vài năm, cùng viết cuốn hồi ký *Ảo vọng phục quốc*. Tên sách là do Tường bắt chước tên một cuốn truyện cũng gần dạng hồi ký của Duyên Anh: cuốn *Ảo vọng tuổi trẻ* viết về những tháng ngày chàng thanh niên hai mươi tuổi Vũ Mộng Long, tên thật của Duyên Anh, năm 1955 đi theo những đàn anh đảng Duy Dân lên cao nguyên Đắc Lắc với ảo vọng lập chiến khu chống Ngô Đình Diệm, nhưng sau đó đã vỡ mộng... Duyên Anh ở tù chung với Đoàn Kế Tường, đã truyền đạt cảm hứng và có ít nhiều ảnh hưởng tới Tường.

"Cũng theo lời Đoàn Kế Tường, sau đó Huỳnh Bá Thành đưa Tường đến gặp ông Năm Xuân, tức Mai Chí Thọ, Giám đốc Công an Thành phố, trình bày hoàn cảnh của Tường và xin bảo lãnh cho anh về báo Công An. Huỳnh Bá Thành xin lấy sự nghiệp chính trị bảo lãnh cho Tường. Đó là món nợ mà Tường đã phải trả cho đến cuối đời và đã nhận biết bao điều tiếng thị phi, chê trách và cả công kích. Ông Thành phân công Tường về Ban Văn hóa Văn nghệ, tham gia tổ chức các chương trình ca nhạc, công tác từ thiện, cộng tác với hãng phim Người Bảo Vệ. Đó là lý do tại sao Tường quen biết với nhiều người trong giới showbiz.

"Đầu năm 1993 Huỳnh Bá Thành đột ngột qua đời. Đoàn Kế Tường - Đoàn Thạch Hãn trụ lại báo Công An thêm mấy năm, rồi cũng phải ra đi. Tường viết bài cộng tác với các báo để kiếm sống. Còn tôi, sau khi nghỉ ở báo Thanh Niên, chuyển về sống ở quận 2, tình cờ gặp lại Tường cũng về ở quận 2 trước tôi ít lâu. Tường ở phường Bình Trưng Đông, còn tôi ở phường Bình Trưng Tây, sáng sáng hai thằng đi tập thể dục hay uống cà phê lại gặp nhau, dần dà thân thiết. Chứ trước kia khi Tường còn làm báo Công An, đôi khi gặp tôi cũng chỉ chào hỏi xã giao thôi. Đoàn Kế Tường thuê nhà trong một con ngõ vắng, sống lặng lẽ một mình, gặm nhấm nỗi cô đơn. Hàng đêm Tường mặc áo cà sa tụng kinh Phật. Tường tụng kinh hay không thua gì các sư cụ tu trì lâu năm! Một tuần vài ba lần tôi ghé thăm, Tường pha trà mời tôi và nhẩn nha kể chuyện đời mình, bộc lộ hết tâm sự u uất mà lâu nay giữ kín trong lòng. Tôi bảo Tường sao không viết lại những chuyện ấy cho mọi người thông cảm hoặc ít ra cũng nhẹ bớt trong lòng. Nhưng Tường bảo, nói ra cũng chưa chắc ai tin và hiểu cho mình, có khi còn tác dụng ngược. Thôi thì ai nghĩ sao cũng được, được bạn bè thông cảm và chia sẻ là quý rồi. Tôi bảo, thôi để khi nào tiện tao viết. Tường nói, thôi để khi nào tao chết hãy viết. Hôm nay Đoàn Kế Tường đã ra người thiên cổ, giữ lời hứa, tôi viết những giòng này..."

Ở đoạn kế tiếp, Phạm Chu Sa nhắc tới một ân nhân khác, ra tay cứu Đoàn Thạch Hãn, sau cố nhà báo Huỳnh Bá Thành là nhà báo Nguyễn Công Khế:

"... Một người bạn tâm giao, ở tù chung với Tường khá lâu là Dương Đức Dũng là người thường xuyên cưu mang Tường trong những lúc ốm đau, khó khăn. Đặc biệt suốt thời gian dài bệnh tật của Tường, người lo toan và giúp đỡ cho Tường nhiều nhất có lẽ là Nguyễn Công Khế, nguyên Tổng Biên tập báo Thanh Niên. Tôi cũng không rõ quan hệ bè bạn thân thiết thế nào, nhưng lâu lâu Tường lại khoe, Khế vừa cho tao mấy triệu. Nguyễn Công Khế gửi Tường đến một bác sĩ quen thân để đặc biệt điều trị cho Tường, mọi chi phí Khế lo hết. Thế nhưng bệnh quá lâu, đã đến giai đoạn cuối, biến chứng xâm nhập nhiều bộ phận... Kể cả chuyện Tường về làm ở hãng phim Thanh Niên chung với Hai Nhất một thời gian cũng là ý của Nguyễn Công Khế. Hôm ở đám tang Tường, Nguyễn Công Khế bảo, nếu ông ấy nghe tôi, về ở với tôi bên quận 9, có người lo phục vụ đầy đủ thì có lẽ ổng chưa chết. Nguyễn Công Khế nhiều lần bảo Tường đừng thuê nhà mà về ở nhà của anh ấy, một cơ ngơi rộng cả mấy ngàn mét vuông, gồm nhiều căn nhà riêng biệt ở quận 9, nhưng Tường cám ơn và từ chối. Tường bảo, mình sống một mình quen rồi, không muốn làm phiền anh em. Tường là người rất hào sảng, hiếu khách và rất 'sĩ'. Chính Nguyễn Công Khế cũng là người tận tâm lo chuyện hậu sự cho Tường. Anh có mặt gần như suốt từ nhà xác bệnh viện đến nhà tang lễ chùa Xá Lợi, đóng góp tiền bạc để đưa Tường về quê an táng khá chu đáo. Tôi biết một số nghệ sĩ nổi tiếng như ca sĩ Bạch Yến, 'cải lương chi bảo' Bạch Tuyết, đạo diễn Lê Cung Bắc, vợ chồng ca sĩ Cẩm Vân - Khắc Triệu... rất quí Tường. Hôm Tường mất, Cẩm Vân đến tận nhà xác khóc sưng cả mắt; còn Lê Cung Bắc đang bận quay phim ở Gò Công cũng bỏ ngang, tất tả về chùa Xá Lợi thắp hương cho Tường. Tôi còn thấy có họa sĩ Đằng Giao, nhà văn Cung Tích Biền, điêu khắc gia Phạm Văn Hạng... và đại diện gia đình nhạc sĩ Trịnh Công Sơn đến phúng điếu. Tôi nghĩ chắc Tường cũng ngậm cười nơi chín suối..."[8]

Tôi cố tình trích dẫn đoạn văn trên của nhà thơ Phạm Chu Sa, chỉ để thêm minh chứng bản chất sống chết với bằng hữu của

---

[8] Đọc thêm, Phạm Chu Sa, Web-site dutule.com

Đoàn Thạch Hãn. Cũng vì bản chất này, vào những năm tháng cuối đời mình, Hãn lại tạo thêm một scandal lớn khác, sau tập hồi ký *"Ảo vọng phục quốc"* - Vụ Hãn viết một bài đả kích nặng nề một nữ ca sĩ nổi tiếng ở hải ngoại, như một bày tỏ ân tình sâu nặng của Hãn, dành cho một nhà báo mà, Hãn chịu nhiều ơn nghĩa!.!

Một buổi sáng, T. download từ đâu đó, bài viết ấy của Hãn, chuyển cho tôi đọc. T kinh ngạc, thẳng thắn bày tỏ sự thất vọng ghê gớm của T. qua bài báo này.

Tối đó, tôi điện thoại về cho Hãn. Hãn kể vì tình bạn vì nhớ ơn ân nhân, nên Hãn viết và hứa, sẽ không viết nữa!!!

Tiếc thay, chỉ vài tháng sau, T. lại chuyển tôi đọc - Hai bài: một của ai đó, lên tiếng bênh ca sĩ kia và mạt sát Đoàn Thạch Hãn không tiếc lời, với nhiều chi tiết sai lạc.. Bài viết (thứ hai) của Hãn, trả lời người tấn công anh. Trong bài viết mới này, Hãn lại tấn công ca sĩ kia, một lần nữa!!!

Trước sự kiện mới này, T. coi như Hãn đã vượt qua "vạch phấn đỏ". T. bảo tôi, T. không muốn gặp gỡ, giao thiệp gì với Hãn nữa, nếu còn có dịp trở lại Saigon, với lập luận:

"Muốn trả ơn, thì thiếu gì cách! Đâu phải đó là cách duy nhất?!?"

Tôi biết, T. không thể hiểu, cũng không thể thông cảm cho một con người thiếu tình gia đình, ngay tự niên thiếu đã sống nhờ tình bằng hữu, trưởng thành, thiếu thốn mọi thứ tình căn bản, trải qua bao nhiêu thăng trầm, oan trái, tù đầy, bệnh hoạn... Nếu không nương nhờ tình bạn, chắc chắn con người đó không thể tồn tại tới bây giờ. Những tình bạn đó, với Hãn, nó thiêng liêng, thay thế cho bất cứ một thứ tình thiêng liêng, căn bản nào khác, cho đời riêng của Hãn.

Nhắc tới sự thiếu thốn tình cảm gia đình của Đoàn Thạch Hãn, tôi nghĩ, cũng nên trích đoạn một bài viết khá đầy đủ, cảm động của nhà báo Hà Đình Nguyên, trên báo Thanh Niên Online mô tả chi tiết một oan nghiệt khác của con người sống thuần cảm này:

"... Nhà thơ Nguyễn Miên Thảo kể với người viết về khoảng thời gian ông cùng Đoàn Kế Tường (một bút danh nhưng nhiều người nhầm là tên thật của Đoàn Thạch Hãn), Vũ Hoàng (không phải nhạc sĩ), họa sĩ Đằng Giao cùng làm ở nhật báo *Sóng Thần* (những năm đầu thập niên 1970), về cuộc hôn nhân đổ vỡ của Đoàn Thạch Hãn với người vợ đầu tiên (hiện sống ở Mỹ)... Chị chủ phòng trà ca nhạc Dã Quỳ cho biết có lần anh Dũng Việt Phố đưa anh đến phòng trà của chị. Khi được giới thiệu, chị ồ lên thích thú vì bà chị của mình từng là phụ dâu trong đám cưới của Đoàn Thạch Hãn. Chị Dã Quỳ có sở thích sưu tầm các thiệp cưới, và chị đã giữ cái thiệp cưới của Đoàn Thạch Hãn... suốt mấy mươi năm. Khi cầm lại cái thiệp cưới của mình ngày nào, Đoàn Thạch Hãn đã khóc nức nở, bất kể có nhiều người chung quanh... Xem ra, hạnh phúc gia đình đã rời xa Đoàn Thạch Hãn từ lâu lắm rồi và anh cô đơn trong chính ngôi nhà của mình ở Bình Trưng Đông (quận 2, TP.HCM)...

"Rồi bạn bè tự động đứng ra lạc quyên, mỗi người một chút để làm lộ phí đưa anh về Quảng Trị. 9 giờ, thi hài anh được đưa ra cho bạn bè nhìn lần cuối, nhiều người bật khóc... Ca sĩ Cẩm Vân vừa khóc vừa đặt tay lên người anh như thầm khấn nguyện. Anh Phạm Chu Sa nói với bạn: 'Thôi mày cứ yên tâm thanh thản ra đi, bạn bè ai cũng thương cũng quý mày hết. Vợ tao mới mua cho mày hộp sữa dành cho người bệnh tiểu đường, chưa kịp đưa...' " [9]

Và, đây, một hình ảnh khác cho thấy, tới những ngày cuối đời, định mệnh tai quái vẫn không nới tay xiết vòng kim cô đời Hãn.

---

[9] Đọc thêm, Phạm Chu Sa, Web-site dutule.com

Đấy là khao khát bình thường của tình cha, con... Nhưng nếu không thể có thì ngược lại, nó chính là một bất hạnh, nhiều phần sẽ đi theo người cha vào nấm mồ thiên thu:

"... Nghe Tường có hai người con ở nước ngoài nhưng ít khi anh nhắc đến. Có điều gì đắng cay và trầm uất nên Tường ngại thố lộ. Tôi chỉ nghe một người bạn của Tường là Phi Giang, hàng xóm với gia đình vợ cũ Tường, kể lại: Một lần Giang nghe tin cô con gái Tường từ Mỹ về thăm, Giang vội đến nhà Tường thì cô con gái đã đi rồi. Phi Giang kể: khi anh đến thì thấy Tường thì ngồi gục đầu trên bàn, mắt đẫm lệ. Tường bảo, ước gì nó gọi tao một tiếng 'ba' thì tao chết cũng được. Sau tôi hỏi Tường có đúng vậy không, Tường nói, con nhỏ đi với chồng nó tìm đến nhà mình chỉ hỏi một câu: 'Có phải ông là Đoàn Kế Tường?' Rồi nó ngồi yên lặng khoảng 15 phút, trong lúc mình bập bẹ vài câu tiếng Anh với chàng 'rể' người nước ngoài. Một lúc sau cả hai ra về. Gần 30 năm mới gặp mặt đứa con gái. Hồi Tường đi tù, nó còn nằm trong bụng mẹ! Còn cậu con trai đầu của Tường trước đây cũng có về Việt Nam nhưng không đến thăm mà viết cho anh một lá thư dài mà Tường vẫn giữ và đưa cho tôi xem. Cuối thư cậu viết: 'Con tha thứ cho Ba'..."
(Phạm Chu Sa, Bđd.)

Tuy nhiên:

"Cũng may là những ngày cuối đời, Tường được gặp lại cô con gái thất lạc từ cuối những năm sáu mươi của thế kỷ trước, cùng đứa cháu ngoại đã trưởng thành, có vợ con. Người con gái là kết quả của mối tình ngắn ngủi của một cậu trai mười bảy tuổi và cô thợ may ở Lộc Ninh lớn hơn chàng hai, ba tuổi. Và một bất ngờ đáng mừng là tại tang lễ Tường ở Quảng Trị có sự xuất hiện của 'người vợ không bao giờ cưới' của Tường và đứa con trai 21 tuổi - kết quả của một cuộc tình chớp nhoáng trong một đêm mưa gió ở Quảng Trị hơn hai mươi năm trước, theo lời kể của Tường hôm đám giỗ mẹ anh, trước ngày mất mấy tuần. Hai mẹ con mặc đồ tang phủ phục bên quan tài Tường làm mọi người vô cùng xúc động. Nếu linh hồn còn vương vất quanh đó, chắc Tường hạnh phúc lắm!" (Phạm Chu Sa, Bđd.)

Trường hợp nào, cuối cùng thì vào lúc 2 giờ 30 ngày 3 tháng 9-năm 2014, Đoàn Thạch Hãn, tức Đoàn Kế Tường cũng vĩnh viễn tự do, thoát khỏi vòng kim cô đáng nguyền rủa của định mệnh hàm hồ, đố ky - Dành riêng cho một người có hai tên gọi, và, một kiếp đời oan nghiệt!

(Calif. May 2015)

TRÍCH THƠ, VĂN ĐOÀN KẾ TƯỜNG/ĐOÀN THẠCH HÃN

Thi sĩ Vũ Hoàng Chương Sài Gòn Rong Chơi Ký
(Bút ký)

Không có gì khó khăn để tôi tìm ra nhà nữ sĩ Mộng Tuyết. Gọi là "gác mây", cái tên nghe rất thơ mộng, nhưng thật ra, đó là một căn phòng nhỏ, chỉ hơn 20 thước vuông, không có lấy một thứ đồ đạc nào đáng giá. Trên một chiếc đi văng bằng gỗ, được trải mấy tấm chiếu hoa, Vũ Hoàng Chương ngồi tựa lưng vào vách, gầy gò và mệt mỏi. Trên khuôn mặt xanh xao là một cặp kiếng trắng dày cộm. Trước mặt ông là một tờ báo và một chiếc kính lúp, mỗi khi đọc, ông phải soi từng dòng. Ngồi trên chiếc ghế kê sát cửa ra vào là bà Thục Oanh, vợ của ông, một người đàn bà với vẻ bên ngoài rất bình thường, nhưng lại có đời sống rất phi thường. Bởi lẽ, bà còn là chị ruột của thi sĩ Đinh Hùng. Suốt đời người đàn bà này là chỗ dựa của hai nhà thơ lớn mà ngoài tánh khí thất thường ra, cả hai còn là những con nghiện á phiện rất nặng từ khi còn rất trẻ, nhưng chẳng bao giờ làm ra được nhiều tiền. Vì thế, mà bà Thục Oanh âm thầm chịu đựng cảnh túng thiếu, cắn răng lo cho hai nhà thơ lớn của Việt Nam mà chẳng hề ta thán...

Trên phương diện học thuật, không ai có thể phủ nhận Vũ Hoàng Chương là một trong những cây đại thụ của thi ca Việt Nam cận đại. Theo nhận định của nhiều nhà phê bình văn học thuộc nhiều thế hệ, so với các nhà thơ đồng thời, thơ Vũ Hoàng Chương có những nét riêng trau chuốt từng câu, từng chữ, giàu nhạc điệu, nhẹ nhàng, sâu lắng, lãng mạn và sang trọng.

Ông sinh ngày 5/5/1916 tại làng Phù Ủng, huyện Đường Hào, phủ Thượng Hồng, Nam Định (nay thuộc về Hưng Yên). Vũ Hoàng Chương đỗ tú tài Pháp năm 1937. Sau đó, theo học Trường Luật rồi cử nhân toán tại Hà Nội, nhưng tất cả cũng chỉ được một vài năm rồi bỏ, để theo nghề dạy học và làm thơ cho đến cuối đời. Năm 1954, ông di cư vào Nam, tiếp tục dạy văn ở một số trường trung học, và Trường Đại học Văn khoa Sài Gòn. Vũ Hoàng Chương mất ngày 6/9/1976, khi vừa tròn tuổi 60.

Tôi là một người may mắn, khi có một thời gian được tiếp xúc và gặp gỡ thi sĩ Vũ Hoàng Chương dường như mỗi ngày. Đó là vào khoảng cuối năm 1973, đầu năm 1974, khi vợ chồng ông đang tá túc tại nhà nữ sĩ Mộng Tuyết, trong một căn phòng được ông gọi là "gác mây", nằm cuối đường Nguyễn Minh Chiếu (nay là Nguyễn Trọng Tuyển, quận Phú Nhuận).

Lúc bấy giờ, tôi đang giữ trang thơ của nhật báo Sóng Thần. Một buổi sáng, vừa bước vào tòa soạn ở số 133 Võ Tánh (nay là Nguyễn Trãi), đã thấy nhà văn Chu Tử (chủ bút) đang ngồi uống trà với Ngọc Thứ Lang (người dịch cuốn Bố Già) và nhà thơ Hoàng Trúc Ly. Bỗng dưng có ai đó nhắc đến thi sĩ Vũ Hoàng Chương và nói ông đang bệnh nặng. Thế là Ngọc Thứ Lang buột miệng: "Tội nghiệp, Vũ Hoàng Chương nghèo kiết xác, nên thiếu "thóc" (thuốc phiện) là ngã bệnh, nếu được hút đủ đô là khỏe ngay". Điều này có lẽ không sai, bởi hơn ai hết, Ngọc Thứ Lang cũng là một con nghiện rất nặng và thỉnh thoảng vẫn ghé lại "gác mây" thù tạc với Vũ Hoàng Chương. Không hỏi thêm một câu nào, ông Chu Tử quay sang ra lệnh cho tôi, xuống ban Trị sự, lấy tiền mua vài lạng thuốc phiện đem biếu cho thi sĩ Vũ Hoàng Chương. Nghe thế, tôi rất vui khi biết mình sắp được gặp gỡ nhà thơ lớn mà mình ái mộ từ lâu, nhưng chỉ nghe danh chứ chưa được diện kiến lần nào. Có tiền, tôi nhờ anh Ngọc Thứ Lang đưa qua con hẻm đối diện tòa soạn, nơi có hai động hút dường như bán công khai, mua hai lạng thuốc phiện loại hảo hạng rồi đi ngay. Dọc đường, tôi cứ phân vân không biết phải xưng hô với thi sĩ Vũ Hoàng Chương như thế nào cho phải phép. Cuối cùng, tôi quyết định sẽ gọi ông bằng thầy và xưng em là ổn nhất.

Không có gì khó khăn để tôi tìm ra nhà nữ sĩ Mộng Tuyết. Gọi là "gác mây", cái tên nghe rất thơ mộng, nhưng thật ra, đó là một căn phòng nhỏ, chỉ hơn 20 thước vuông, không có lấy một thứ đồ đạc nào đáng giá. Trên một chiếc đi văng bằng gỗ, được trải mấy tấm chiếu hoa, Vũ Hoàng Chương ngồi tựa lưng vào vách, gầy gò và mệt mỏi. Trên khuôn mặt xanh xao là một cặp kiếng trắng dày cộm. Trước mặt ông là một tờ báo và một chiếc kính lúp, mỗi khi đọc, ông phải soi từng dòng. Ngồi trên chiếc ghế kê sát cửa ra vào là bà Thục Oanh, vợ của ông, một người đàn bà với vẻ bên ngoài rất bình thường, nhưng lại có đời sống rất phi thường. Bởi lẽ, bà còn là chị ruột của thi sĩ Đinh Hùng. Suốt đời người đàn bà này là chỗ dựa của hai nhà thơ lớn mà ngoài tánh khí thất thường ra, cả hai còn là những con nghiện á phiện rất nặng từ khi còn rất trẻ, nhưng chẳng bao giờ làm ra được nhiều tiền. Vì thế, mà bà Thục Oanh âm thầm chịu đựng cảnh túng thiếu, cắn răng lo cho hai nhà thơ lớn của Việt Nam mà chẳng hề ta thán. Thấy tôi xuất hiện, bà Thục Oanh đứng dậy chào khách và hỏi tôi muốn tìm ai? Tôi nói ngay: "Ông Chu Tử nhờ em đem biếu cho thầy ít quà". Tôi trở nên hụt hẫng khi nghe Vũ Hoàng Chương nói, cho dù giọng ông chậm rãi và nhỏ nhẹ: "Chu Tử là ai? Hình như tôi không quen người này, nhưng tại sao lại biếu quà cho tôi, mà quà gì thế?". Khi nghe tôi nói tới thuốc phiện, nét mặt ông rạng rỡ hẳn lên.

Tôi ngồi xuống mép đi văng, đặt hai lạng thuốc phiện lên tờ báo cũ mà ông đang đọc dở. Như bị ma lực của nó thu hút, ông cầm lên, mở ra, vẻ thích thú của một tay sành điệu: "Thuốc Thượng Lào, sản phẩm hảo hạng đây". Thế là câu chuyện giữa tôi và thi sĩ Vũ Hoàng Chương trở nên thân mật hơn. Ông nói, mỗi ngày ông vẫn có thú vui đọc báo, nhưng chỉ đọc được một tờ, bởi không có đủ báo. Tôi hứa, mỗi ngày sẽ mang đến cho ông đủ các loại nhật báo phát hành trong ngày. Để cho ông yên lòng, tôi nói, mỗi ngày tôi thường đi ngang qua đây, nên rất thuận đường. Nói thế là vì tôi mong được kết thân với ông, chứ chẳng có viếc gì phải cần đến khu vực này cả. Ông nhận lời một cách vui vẻ, và từ đó, chiều nào tôi cũng mang báo đến cho ông, rồi ngồi chuyện trò với nhau đủ mọi thứ chuyện trên đời, rồi thành thân thiết.

Vài tuần sau, một lần Vũ Hoàng Chương bất chợt nhắc đến sức khỏe nhà văn Chu Tử. Nhân đó, tôi hỏi, dường như ông và Chu Tử cũng quen nhau, nhưng giữa hai người có điều gì đó lấn cấn? Ông thú thật là có quen biết. Nhưng do mâu thuẫn gì đó với Chu Tử, nên thôi. Còn như Chu Tử có xúc phạm Vũ Hoàng Chương hay không, cũng chẳng ai biết hư thực ra sao, bởi đó cũng chỉ là thị phi của người đời.

Có những buổi chiều khi tôi đến thì bà Thục Oanh vắng nhà. Tôi tự pha trà và ngồi đối ẩm với thi sĩ Vũ Hoàng Chương. Tôi hỏi ông về chuyện tình yêu và những bài thơ đau tình bất hủ của ông. Nét mặt ông trở nên buồn vời vợi, nói như nói với chính mình: "Năm tôi 25 tuổi thì Tố Uyển đi lấy chồng, tôi đã như điên, như cuồng. Người ta biết nhiều đến chuyện tình ly cách và những bài thơ tôi làm cho Tố Uyển giai đoạn này, đặc biệt là hai câu mà nhiều người thuộc:

Tình ta, ta tiếc cùng ta khóc -
Tố của Hoàng, nay Tố của ai...

Ông nói tiếp: Thật ra còn có một người phụ nữ nữa, cũng làm cho tim tôi và thơ tôi rỉ máu, nhưng ít được người ta nhắc tới hơn:

Kiều Thu hề! Tố em ơi
Ta đang lửa đốt tơi bời mái tây...

Tôi hỏi: "Thế còn cô Thục Oanh?" Ông nói: "Đó là một người bạn đời, người chia ngọt sẻ bùi, tuy không phải là người tình nhưng còn hơn cả người tình".

Thi sĩ Vũ Hoàng Chương thường nói với tôi là ông không có bạn. Nhưng theo tôi nhìn thấy thì ông sống rất tình nghĩa. Có lần ông hỏi tôi có thường gặp Ngọc Thứ Lang không? Tôi nói rất thường gặp. Sáng nào cũng thấy anh ngồi ở quá cà phê trước tòa soạn báo Sóng Thần. Dạo này trông anh rất yếu và hay đau ốm. Thế là chẳng nói, chẳng rằng, ông lấy trên đầu nằm ra một cục thuốc phiện, cắt làm đôi, gói cẩn thận bằng một mảnh giấy kiếng màu cam, rồi trao cho tôi, dặn dò: "Đưa cho Ngọc Thứ Lang và đừng nói gì cả".

Một buổi chiều khác, tôi gặp Lê Cung Bắc (nay là đạo diễn - NSƯT Lê Cung Bắc) tại tòa soạn, và rủ anh ghé Vũ Hoàng Chương chơi. Lê Cung Bắc nhận lời ngay, bởi anh cũng là người yêu thơ và rất ái mộ thơ Vũ Hoàng Chương. Đó là một buổi gặp gỡ hết sức thú vị. Trước khi theo tây học, Vũ Hoàng Chương từng học chữ Nho nhiều năm, thuộc loại uyên bác. Còn Lê Cung Bắc lại xuất thân trong một gia đình khoa bảng, mấy đời ông cha liên tục đỗ đầu các đại khoa dưới triều Nguyễn. Do đó, anh cũng rất tinh thông Tứ Thư, Ngũ Kinh,... từ hồi còn rất trẻ. Đặc biệt, Lê Cung Bắc thuộc làu rất nhiều bài Đường thi, và cả những bài từ, bài phú. Thế là một già, một trẻ, hết đọc rồi bình thơ Lý Bạch, Đỗ Phủ, đến Bạch Cư Dị, Thôi Hiệu... say sưa cho đến sẩm tối. Vũ Hoàng Chương nói, ông tuy đã già nhưng tâm hồn còn rất trẻ, nên rất thích chuyện trò với những người bạn trẻ có được kiến thức như Bắc.

Ông dặn tôi, thỉnh thoảng nhớ rủ Lê Cung Bắc đến thăm ông, để chuyện trò cho đỡ buồn. Khi chia tay, ông rời đi văng bước ra cửa tiễn chúng tôi bằng những bước đi không vững, để bày tỏ lòng mến khách. Ông nói: "Lâu lắm không bước ra đường, chẳng biết phố xá dạo này ra sao?". Lê Cung Bắc trả lời: "Phố xá thì vẫn thế. Có điều, càng ngày các cuộc xuống đường của những lực lượng tranh đấu càng nhiều hơn. Ngựa sắt, hàng rào kẽm gai và khẩu hiệu, biểu ngữ xuất hiện khắp nơi". Ông lại hỏi: "Người ta viết gì trên đó?". Tôi đáp: "Thì đại loại chế độ của Tổng thống Thiệu muôn năm, hoan hô cái này, đả đảo cái kia". Lập tức thi sĩ Vũ Hoàng Chương ứng khẩu, đọc liền hai câu:

Thế mà cứ chúc muôn năm mãi
Nó sống lâu thì nước chết non.

Ra đầu đường, Lê Cung Bắc nói với tôi, quả thật, nếu cứ nhìn vào cái thân xác gầy còm, yếu ớt đó, không ai ngờ tiềm ẩn trong tim là ngữ khí ngất trời.

Điều làm tôi cảm động nhất, là vào một buổi chiều cuối năm 1974, khi tôi đến với ông như thường lệ đã thấy trước mặt ông là một tập sách mỏng. Ông cầm lên đưa cho tôi và nói: "Đây là quà của tôi biếu anh, một trong những người rất hiếm hoi mà tôi quý mến". Tôi lật ra, cứ tưởng như mơ. Đó là một tập thơ của Vũ Hoàng Chương, do chính ông viết bằng đầu tăm, chấm mực tàu viết lên giấy bổi. Tập thơ có cái tựa là Song Kiều, ngoài bìa Vũ Hoàng Chương viết tặng đích danh tôi, có chữ ký và triện son hẳn hoi, nhưng chỉ dày hơn 20 trang, mỗi trang có 4 câu lục bát, vì nét chữ rất to. Dĩ nhiên là tôi vô cùng sung sướng. Cái công mỗi ngày tôi vẫn mang báo đến tặng ông rõ ràng không bỏ.

Đầu năm 1975, khi chuyển nhà đi nơi khác, vì không ổn định chỗ ở, tôi đã mang tập thơ quý giá, với chỉ một ấn bản duy nhất đó, cùng một ít tư liệu riêng, gởi gắm cho nhà thơ Huy Tưởng trên đường Huỳnh Tịnh Của. Về sau tôi hỏi, thì Huy Tưởng nói đã nhiều lần cố lục tìm trong đống sách vở và đồ đạc lỉnh kỉnh trong nhà anh, nhưng chẳng biết thất lạc ở đâu. Thế là mất!

Một thời gian sau, thi sĩ Vũ Hoàng Chương rời khỏi "gác mây", dọn về Vĩnh Hội. Từ đó, cho đến lúc ông qua đời vào năm 1976, vì bộn bề công việc, tôi không đến với ông được nữa. Ngay cả khi ông nhắm mắt, tôi lại ở thật xa thành phố, nên cũng không thể đến thắp cho ông một nén nhang như lòng tôi mong ước.

Tôi nghĩ, cho dù quá nhiều thăng trầm ở đời này, hạnh phúc thì ít, khổ đau thì nhiều, nhưng có lẽ thi sĩ Vũ Hoàng Chương cũng đã mỉm cười ra đi bởi ông đã thấm đẫm tinh thần Phật giáo như lời thơ ông:

Biển khổ mênh mông sóng ngập trời
Khách trần chèo một mái thuyền chơi
Thuyền ai ngược sóng, ai xuôi sóng
Cũng chỉ trong cùng biển khổ thôi.
(Đoàn Thạch Hãn. Nguồn dutule.com)

Thơ Đoàn Kế Tường

Nhớ quê nhà

Quê nhà có nắng vàng hoa cúc
Có những trưa hè căng gió nam
Và giọng hò ơi nghe muốn khóc
Bên lũy tre còm buông tiếng than

Nước cạn phơi lòng con sông cộ
Đã hết mùa chiêm rơm, tót khô
Cát lấp khoai cằn trơ lá đỏ
Xế chiều lên điệu sáo vu vơ

Thương mẹ từ khi làm dâu thảo
Mưa nắng nên ngày xuân chóng phai
Còng lưng chống đỡ mùa giông bão
Giấu kín buồn vui, tiếng thở dài

Thương cha áo vá đời chân đất
Khô héo theo từng mùa áo cơm
Nấm mả, bình hương không thể mất
Vắt máu nuôi đàn con lớn khôn

Thương những tình quê chia nghèo khó
Vẫn giữ tình chung trong trái tim
Trăm năm người phụ người sao nỡ
Cách mấy đò giang cũng phải tìm

Tôi lớn theo lời ca dao đó
Mang nặng hồn quê đi rất xa
Ở đây tình nghĩa như cơn gió
Coi nhẹ hơn làn mây thoáng qua

Quê người điệu hát không gợi nhớ
Và những lời nghe không thiết tha
Trăm năm nắng lửa, bờ sông cộ
Và giọng hò ơi mãi đậm đà.

Khi gặp lại mình

*Lâu rồi ta chẳng gặp ta
Sáng nay soi kiếng thấy già hơn xưa
Chút xuân thôi đã cuối mùa
Tóc xanh mấy dạo đã như sương chiều
Ngày vui gom chẳng bao nhiêu
Ngày buồn còn lại quá nhiều đớn đau
Đời xuôi qua vạn nẻo sầu
Thế nhân mắt vẫn một màu phôi pha*

Sáng này mới gặp lại ta
Thoáng nhìn cứ ngỡ như là không quen.

Đêm qua phà Thủ Thiêm

Ta ôm thương nhớ qua sông
Lung linh mặt nước gió đông lạnh về
Lưng trời côi cút sao Khuê
Mạn phà sóng vỗ lòng tê tái lòng
Chẳng còn em để chờ mong
Qua sông mà cũng ngược dòng ấy thôi
Này em giờ đã xa xôi
Ngại ngùng kỷ niệm, mắt môi hững hờ
Một mình ta giữa đôi bờ
Nửa đêm bỗng thấy chơ vơ đời mình.

Khúc xuân

Hẹn về cạn chén mừng xuân
Cho quên mấy thủa trầm luân giữa đời
Đốt nhanh quỳ tạ đất trời
Tìm trong nắng cũ một thời hồn nhiên
Muốn về lại chốn đầu tiên
Thoát từ hột máu ra miền khổ đau
Nơi cha mẹ đã vì nhau
Dắt dìu đến tận ngày sau ngọt bùi
Ở đây chẳng có gì vui
Cuối năm lòng vẫn ngậm ngùi cố hương
Lòng ta lá rụng ven đường
Chiều ba mươi Tết ai thương nhớ mình.
(Đoàn Kế Tường. Nguồn: Sưu tập của Phạm Chu Sa)

Phương Dung, và "sự tái sinh của các Lạt Ma Tây Tạng"

Không biết tôi có sai lầm chăng(?) khi luôn nghĩ rằng, phụ nữ chỉ có thể làm tròn một trong hai nhiệm vụ: Người vợ, người mẹ trong gia đình hoặc; kẻ phụng hiến toàn tâm, ý cho một lý tưởng nào khác. Thí dụ tôn giáo. Nhất là khi người phụ nữ kia sống giữa xã hội Tây phương khắc nghiệt thời gian, lạnh lùng, cay cực thực tế.

Ngay tại những môi trường sinh hoạt xã hội Phương đông, nơi điều kiện sinh sống tương đối dễ thở hơn; chỉ cần có một công việc tàm tạm, phụ thêm vào kinh tế gia đình, người phụ nữ cũng có thể thuê mướn người giúp việc một cách dễ dàng, để có thì giờ phụng hiến niềm tin tôn giáo của mình thì, vai trò làm vợ, làm mẹ của người phụ nữ kia, cũng đã khó có thể toàn vẹn, nếu không muốn nói là sẽ dẫn tới nhiều hư, khuyết!!!

Không biết tôi có sai lầm lắm chăng(?) khi cho rằng, cách gì thì sự bền vững gia đình cũng sẽ bị chông chênh, bập bềnh dễ đưa tới gãy, vỡ... khi người phụ nữ trong gia đình (dù môi trường nào), phân thân giữa ba công việc nặng nhọc: kiếm tiền, làm vợ, mẹ và, hoằng dương đạo pháp!...

Nhưng, gần đây, tôi biết tôi không lầm, chỉ ngạc nhiên, khi ghi nhận một ngoại lệ: Trường hợp Phương Dung, người bạn đời của nhà báo, nhà thơ Ngọc Hoài Phương.

Tôi biết một Phương Dung thời thiếu nữ, từng là xướng ngôn viên đài truyền hình Cần Thơ. Tôi biết một Phương Dung, nguyên phóng viên báo Đuốc Miền Tây và báo Tranh Thủ trước khi chọn tỵ nạn tại Hoa Kỳ. Ở quê người, Phương Dung đi học... Trở thành một chuyên viên thẩm mỹ - Nguồn kinh tế chính của gia đình.

Bên cạnh đó, Phương Dung, người bạn đời của nhà báo, nhà thơ Ngọc Hoài Phương, không chỉ chu toàn bổn phận với chồng, con (thậm chí với cả bạn bè bốn biển, năm châu của chồng) mà, cô còn là linh hồn của những tiếp đón nhiều phái đoàn Lạt Ma Tây Tạng - Nhất là nỗ lực tổ chức, đón rước quy mô Đức Đạt Lai Lạt Ma đời thứ 14 – nhà lãnh đạo đất nước Tây Tạng – lần đầu tiên đến với tập thể Việt vào năm 1997 tại thành phố Long Beach, miền nam California. Và, lần thứ hai, Phương Dung cũng là người được chọn tổ chức, đón tiếp Đức Lạt Lai Lạt Ma, để ngài ban truyền đại lễ "Quán đảnh Thiên thủ Thiên nhãn Đại Bi Quán Thế Âm Bồ Tát" tại Long Beach Convention Center, ngày 24 tháng 6 – 2000 - Mở đầu thiên niên kỷ mới.

Phương Dung nói:

"Sự kiện Phương Dung được phước duyên thỉnh cầu được Đức Đạt Lai Lạt Ma hai lần đến với cộng đồng Phật giáo VN là một ân phước cực kỳ lớn lao mà Chư Phật, Bồ tát đã từ bi ban tặng cho Phương Dung- Một con người nhỏ bé... Bản thân Phương Dung đã phải hy sinh, rất nhiều và, trải qua cũng rất nhiều những thử thách vô cùng khó khăn, hầu có thể hoàn thành được ước nguyện lớn lao của đời mình ở kiếp này. Nhất là Phương Dung phải tu giữa chợ đời..."

Đó là hình ảnh Phương Dung ở vai trò hay, lãnh vực thứ ba: Lãnh vực tôn giáo.

Trong ghi nhận riêng của tôi thì, ở vị trí nào, giai đoạn nào, Phương Dung cũng làm tròn bổn phận, trách nhiệm mình, một cách tốt đẹp.

Nhưng, khi Phương Dung trở thành người trước tác hai bộ sách lớn từ lượng tới phẩm; đó là các bộ sách tựa đề *"Sự tái sinh của các Lạt Ma Tây Tạng"* và, *"Những điều huyền diệu của Kim Cang Thừa"* thì, người cựu phóng viên này, đã dấy lên trong tôi, niềm nể, phục.

Tôi e rằng, ở lãnh vực tôn giáo, trừ những người được học tập, huấn luyện bài bản, chính quy... thì, sự nắm vững nguồn gốc, giáo lý, tinh thần, tín lý của tôn giáo đó, là điều không dễ.

Nó càng khó hơn nữa, khi đó lại là một tôn giáo chưa được phổ cập lắm, như Phật giáo Tây Tạng, trong đời sống tâm linh của người Việt.

Vì thế, tôi cho rằng, cố nhạc sĩ Việt Dzũng, trong một cuộc trò chuyện với người viết bộ sách *"Sự tái sinh của các Lạt Ma Tây Tạng"* và *"Những điều huyền diệu của Kim Cang Thừa"*, trên đài phát thanh LSR 96.7 FM, tháng 5 năm 1996 đã rất nhanh, nhạy khi hỏi tác giả bộ sách kể trên, về sự khác biệt giữa Phật Giáo Tây Tạng và Phật Giáo Việt Nam...

Không ít thính giả theo dõi cuộc nói chuyện trực tiếp này đã tỏ dấu lo lắng cho người bị hỏi... Nhưng, Phương Dung đã trả lời câu hỏi này một cách dễ dàng, mạch lạc như sau:

"... Trên phương diện danh từ thì có Phật Giáo Việt Nam, Phật Giáo Tây Tạng, Phật Giáo Nhật Bản hay Trung Hoa... Nhưng kỳ thực Phật Giáo chỉ có một mà thôi, vì cùng chia sẻ chung những điều Đức Phật dạy. Thí dụ như trên thân cây Bồ đề có nhiều nhánh khác nhau, nhưng vì cùng nằm trên một thân cây, chung một gốc nên không thể nói là khác nhau được. Tuy nhiên, Phật Giáo được chia làm 3 thừa: Phật giáo Nguyên thủy, còn được gọi là Tiểu thừa (Hynayana), Đại thừa (Mahayana), Kim cang thừa (Vajrayana). Lý tưởng của Tiểu thừa là tu để đạt được sự giải thoát cho chính mình. Lý tưởng của Đại thừa vừa giải thoát cho chính mình vừa thực hành hạnh Bồ Tát trở lại cõi đời để cứu độ những chúng sinh khác nữa. Còn Kim cang thừa tức Phật giáo Tây Tạng hay Mật giáo Tây Tạng cũng thế. Lý tưởng cũng giống như Đại thừa là tu để giải thoát rồi tiến tu thành Bồ Tát, thành Phật để có thể cứu độ chúng sinh một cách bao la hơn. Trên phương diện hành trì, Phật giáo Tây Tạng có đôi chút khác biệt với Phật giáo Việt Nam, nhưng về lý tưởng thì không có gì khác biệt..."

Trong cuộc phỏng vấn, cố nhạc sĩ Việt Dzũng cũng dành cho tác giả *"Sự tái sinh của các Lạt Ma Tây Tạng"* câu hỏi mà nhiều thính giả muốn nghe, đó là vấn đề "Luân hồi" - một đề tài ngày càng được nhiều người quan tâm.

Trả lời câu hỏi này, Phương Dung nói:

"Nếu giải thích tường tận về vấn đề Luân hồi của Phật giáo thì chúng ta sẽ mất rất nhiều thì giờ. Vì thế, (chúng tôi) xin được tóm lược như thế này: Theo giáo lý của nhà Phật thì con người phải chịu trách nhiệm tất cả hành động do mình gây ra, chứ không ai ban thưởng hay trừng phạt cả. Đạo Phật gọi điều này là Nhân quả và Nghiệp báo. Ba nơi tạo nghiệp của con người là thân, khẩu và ý. Thí dụ như một người trong đời sống luôn có những tư tưởng thiện, nói những lời thiện, và làm những điều thiện thì người đó tạo được thiện nghiệp, và các điều thiện này được lưu giữ nơi

Tàng-thức hay A-lại-da-thức của mình, không bao giờ mất. Ngược lại, một người mà khi còn sống lúc nào cũng nghĩ xấu cho người khác, miệng hay nói ác cho người, và thân thì làm những điều hại kẻ khác thì tạo thành ác nghiệp và Tàng-thức cũng lưu giữ những điều xấu này.

"Chính nhân quả và nghiệp báo đưa con người đi tái sinh. Người tạo được thiện nghiệp sau khi chết sẽ tái sinh làm người xinh đẹp, phú quý và hạnh phúc. Hoặc sinh về các cõi trời để hưởng phước. Người tạo nhiều ác nghiệp sẽ tái sinh trong cảnh tăm tối, đầy khổ đau. Đó là nghiệp báo và chính nghiệp báo này sẽ đưa dẫn con người sau khi chết đi mãi trong vòng luân hồi để chịu cảnh sinh, lão, bệnh, tử..."

Giải thích về hiện tượng hay tiến trình tái sinh của các bậc bồ tát, tác giả của tác phẩm *"Những điều huyền diệu của Kim Cang Thừa"*, nói:

"... Vấn đề tái sinh cũng có ở Phật giáo Việt Nam chứ không phải không có. Nhưng vì Phật giáo VN trong lịch sử không có truyền thống tái sinh, cho nên có những bậc chân tu phát những hạnh Bồ tát trở lại cõi đời, nhưng vì (VN) không có truyền thống tìm kiếm các vị tái sinh như Phật giáo Tây Tạng nên chúng ta không thấy mà thôi. Trở lại vấn đề tái sinh (của Phật giáo Tây Tạng), lấy thí dụ như Đức Đạt Lai Lạt Ma, nhà lãnh đạo Phật giáo Tây Tạng tính đến nay đã qua 14 đời tái sinh, có khác nhau trong hình hài, pháp hiệu nhưng tâm thức vẫn chỉ là một.

"Về tiến trình của các vị Lạt Ma cao cấp tái sinh được diễn tiến như sau: Các vị Lạt Ma cao cấp thường biết trước ngày, giờ mình sẽ qua đời. Nên các ngài để lại những di chúc bí mật mà trong đó thường là một bài kệ được viết bằng ẩn ngữ, mật ngữ, để các bậc trưởng lão theo đó mà tìm đến nơi chốn các ngài sẽ tái sinh. Hoặc các vị thực hành các nghi thức đặc biệt của Phật giáo Tây Tạng như nghi lễ cầu nguyện, thiền định. Và qua thiền định, các vị sẽ nhìn thấy những linh ảnh, cũng như các điềm báo trước các vị Lạt Ma đó sẽ tái sinh lúc nào, ở đâu, cha mẹ tên là gì, em bé có những đặc điểm gì, cũng như rất nhiều chi tiết khác để các vị trưởng lão theo đó mà đi tìm..."

Nói thế, không có nghĩa là các vị trưởng lão có nhiệm vụ đi tìm các Lạt Ma tái sinh, không có những thử nghiệm khác. Ở điểm này, tác giả *"Những điều huyền diệu của Kim Cang Thừa"* nhấn mạnh:

"... Ngoài ra, Phật giáo Tây Tạng còn có truyền thống từ lâu đời để khảo nghiệm xem em bé đó có đúng là Lạt Ma cao cấp tái sinh không, bằng cách trộn lẫn các vật dụng cá nhân dùng hằng ngày của các vị Lạt Ma lúc sinh tiền, như chuỗi tràng hạt, chuông và chày Kim Cang, bát ăn cơm v.v... với những đồ vật khác cũng giống y như vậy, để em bé lựa chọn. Nếu em bé chọn đúng tất cả các vật dụng quen thuộc mà tiền nhân đã dùng ở kiếp trước thì em bé đó đúng là Lạt Ma tái sinh. Phương cách này luôn được áp dụng với nhiều phương cách khác nữa, với mục đích xem em bé có đúng là Lạt Ma tái sinh mà mọi người đang tìm hay không. Vì là truyền thống lâu đời nên các cuộc trắc nghiệm như vậy đôi khi mất nhiều thời gian và khá cam go..."

Tác giả *"Sự tái sinh của các Lạt Ma Tây Tạng"* cũng cho biết thêm rằng, sự tái sinh của các vị Lạt Ma cao cấp, không nhất thiết phải là người Tây Tạng mà, sự tái sinh có thể thể thị hiện qua một em bé Âu châu, Phi Châu hoặc Nam Mỹ châu.

Trả lời câu hỏi của ký giả Nguyễn Huỳnh Mai (trong một cuộc phỏng vấn khác), về nhân duyên nào đã đưa Phương Dung tìm đến Phật giáo Tây Tạng? Phương Dung cho biết, khởi đầu từ một giấc mơ:

"... Đây cũng là nhân duyên của Phương Dung. Vì đạo Phật quan niệm rằng mọi sự xảy ra trên đời này không phải do tình cờ, ngẫu nhiên mà do nhiều nhân duyên kết hợp lại. Trong đó, có cả túc duyên của các đời trước nữa. Cho nên, điều này hoàn toàn thuộc về lãnh vực tâm linh. Mà ở lãnh vực bất khả tư nghì này thì chúng ta không thể lấy kiến thức để chứng minh hay luận bàn được! Nhất là ở vào thời đại khoa học điện tử tiến bộ như ngày nay, có thể sẽ đưa đến nhiều ngộ nhận. Vì thế, Phương Dung chỉ có thể tâm sự rằng, Phương Dung quan niệm đời người có nhiều đoạn và cũng có nhiều khúc quanh.

"Khúc quanh của cuộc đời Phương Dung là qua một giấc mơ kỳ diệu, cánh cửa tâm linh hé mở, và dưới bàn tay dìu dắt từ bi của Đức Bồ tát Quán Thế Âm, để từ đó Phương Dung bước vào Phật giáo Tây Tạng..."

Tính chất nhuần nhuyễn, phản ảnh qua những câu trả lời khi được hỏi, bởi một số nhà báo, tác giả bộ sách 2 cuốn, gần 1,000 trang: *"Sự tái sinh của các Lạt Ma Tây Tạng"* và, *"Những điều huyền diệu của Kim Cang Thừa"*, cho thấy khả năng cảm nhận, thấu hiểu tận cội, rễ tín lý Phật giáo Tây Tạng hay "Kim Cang Thừa" của Phương Dung - Khiến tôi không ngạc nhiên khi biết, chỉ trong vòng 3 tháng, bộ sách này đã được tái bản để đáp ứng cầu bạn đọc.

Cũng qua những câu trả lời sâu sắc, mạch lạc, rõ ràng của Phương Dung ở trên, tôi không hề ngạc nhiên khi bộ sách *"Sự tái sinh của các Lạt Ma Tây Tạng"* và, *"Những điều huyền diệu của Kim Cang Thừa"* đã có được lời tựa của hai bậc cao tăng là Đại Lão Hòa Thượng Thích Tâm Châu và Đức Đạt Lai Ma, đời thứ 14.

Ghi nhận về công trình trước tác của Phương Dung, Đại Lão Hòa Thượng Thích Tâm Châu viết:

"... Đệ tử Diệu Hạnh - Phương Dung là một Phật tử được tôi trao truyền quy giới từ năm 1964 tại Cần Thơ, nam Việt Nam. Diệu Hạnh - Phương Dung được lớn lên trong tinh thần Phật giáo Đại Thừa và dần dần ảnh hưởng trong giáo pháp Mật Tông, Tây

Tạng. Diệu Hạnh - Phương Dung đã được tu học theo các vị Lạt Ma cao cấp và cũng như đã được thân thừa cúng dường các vị mà Phật giáo Tây Tạng công nhận là các vị Lạt Ma tái sinh. Bởi nhân duyên ấy, Diệu Hạnh - Phương Dung đã cố gắng nghiên cứu và biên soạn cuốn sách *"Sự tái sinh của các Lạt Ma Tây Tạng"*. (STSCCLMTT)

"Cuốn sách này có lẽ nó chưa được dự vào hàng tuyệt tác, nhưng hẳn nó đã được ấn chứng những công phu tu tập, nghiên cứu biên soạn, đem lại lợi ích cho bổn thân Diệu hạnh – Phương Dung, và có thể giúp ích phần nào cho những bạn đồng tu và những vị muốn tìm hiểu..." (STSCCLMTT, trang 7 và 8)

Trong *"Lời tựa"* mở vào cuốn *"Những điều huyền diệu của Kim Cang Thừa"* (NĐHDCKCT), Đức Đạt Lai Lạt Ma viết:

"... Catherine Phương Dung đã chuẩn bị xong quyển sách này để giới thiệu một cách xác thực về Phật giáo Tây Tạng đến độc giả Việt Nam. Đây là một công trình quý báu vì tôi thường thấy những hiểu lầm, ngay cả giữa những cộng đồng Phật giáo, vì phong tục và truyền thống tu tập khác nhau. Điều quan trọng nhất là qua sự tu tập và ứng dụng những lời dạy của Đức Phật từ bi mà tìm được sự bình an trong tâm hồn, thanh thản trong cuộc sống, thì dù theo truyền thống nào cũng đều tốt. Tôi hy vọng đọc giả sẽ tìm thấy những điều hữu ích chứa đựng trong bộ sách này, sẽ đem lại sự bình an hơn nữa trong từng người nói riêng và cho cả thế giới nói chung." (NĐHDCKCT, trang 7 và 8).

"... Điều quan trọng nhất là qua sự tu tập và ứng dụng những lời dạy của Đức Phật từ bi mà tìm được sự bình an trong tâm hồn, thanh thản trong cuộc sống, thì dù theo truyền thống nào cũng đều tốt..."

Tôi chọn lập lại phát biểu trên của Đức Đạt Lai Lạt - thay cho lời cảm ơn tôi muốn gửi tới Catherine Phương Dung và, những ai đọc tới dòng chữ cuối cùng này.

(Dec. 1998- June 2015)

Chương ba:
Hội Họa

Ann Phong, người đem được sắc màu Việt Nam tới quảng trường hội họa thế giới

Cũng như sinh hoạt nhiếp ảnh nghệ thuật, sinh hoạt hội họa của người Việt ở hải ngoại, 40 năm qua, được ghi nhận là rất khởi sắc với nhiều đột phá, mang hãnh diện về cho tập thể Việt quê người - Khi những tác phẩm nghệ thuật đó, được công nhận rộng rãi từ đông qua tây.

Tuy nhiên, nếu có những họa sĩ tự viết bài hoặc, cầy cục nhờ các cơ quan truyền thông, phổ biến, đánh bóng tên tuổi mình thì, cũng có những họa sĩ lặng lẽ cống hiến đam mê sắc màu và, đường nét của mình mà, vẫn được thế giới trân trọng, đón nhận...

Một trong những tài năng đó, theo tôi, là nữ họa sĩ Ann Phong, hiện cư ngụ tại miền nam California.

Trong một bài phỏng vấn cách đây 4 năm, ký giả Thiên An, nhật báo Người Việt đã ghi nhận về họa sĩ Ann Phong như sau:

"... Họa sĩ Ann Phong tốt nghiệp bằng thạc sĩ mỹ thuật tại Đại Học Cal State Fullerton, chuyên về tranh sơn dầu. Bà hiện là giáo sư đang dạy hội họa tại trường đại học Cal Poly Pomona. Từ 1992 đến nay, Ann Phong dự hơn 80 triển lãm, từ gallery đến viện bảo tàng như Laguna Museum, Kytakishu Museum ở Nhật, Queen Art Gallery ở Bangkok Thái Lan, Gang Dong Art Center ở Seoul Nam Hàn. Các tác phẩm được nhiều tư nhân và nơi công cộng sưu tầm, như Cal Poly Pomona, Cal State U Fullerton, UC Riverside Sweeney Gallery, hay Queen Art Gallery ở Thái Lan. Ngoài ra, bà Ann Phong hiện là đồng chủ tịch của VAALA (Hội Văn Học Nghệ Thuật Việt Mỹ)..." (Nguồn Wikipedia-Mở)

Cuộc nói chuyện giữa Thiên An và Ann Phong hiện ra nhân dịp họa sĩ Ann Phong được tổ chức LA Artcore mời trưng bày tác phẩm cùng với 2 nữ họa sĩ khác là: Ann Gooding - Mỹ, và Kaoru Mansour- gốc Nhật...

Đề cập tới nghệ thuật tạo hình và cách phối màu độc đáo của Ann Phong, Ông Robert Seitz, Giám định tác phẩm, đại diện phòng triển lãm LA Artcore, đã kết luận rằng:

"... Lối vẽ của Họa Sĩ Ann Phong sâu sắc và có sự 'khuấy động' trên bề mặt 'như sóng vỗ bờ'..." (Nđd)

Trả lời một câu hỏi của Thiên An về chủ đề *"Rác"* trong tác phẩm của mình, Ann Phong nói:

"... Sống tại miền Nam Cali, tôi có dịp đến gần biển. Nhìn nước, tôi thấy thiên nhiên thân thiện với tôi, thấy được những sinh vật dưới nước, đang sống đồng hành với cuộc sống của tôi. Gần đây tôi thấy nhiều nơi, cả dưới nước và trên mặt đất bị ô nhiễm, càng tân tiến chúng ta càng thải rác nhiều."

"Khi ngồi trước giá vẽ, tôi tưởng tượng mình như những vật thể dưới nước, đang bị ảnh hưởng của môi trường. Tôi tự thử thách là vật lộn sống còn với rác, với các chất hóa học mà con người thải ra. Khi sáng tác, tôi nhìn chung quanh, lấy những món vật mà ngày trước còn được xem là quý và cần thiết, mà hôm sau đã bị ruồng bỏ thành rác... để vào tranh, như một lời nhắc nhở. Khi màu sắc hình dạng ý nghĩa đã quyện vào nhau, đó là khi tác phẩm đã xong," Bà nói thêm về những tác phẩm mới nhất..."
(Nđd)

Ở góc độ khác, góc độ của một nhà văn, kiêm nghiên cứu hội họa, tác giả Đặng Phú Phong đã phân tích cõi-giới hội họa của Ann Phong, trong một bài viết đăng tải trên nhật báo Việt Báo ở California hồi trung tuần tháng 11 -2011, như sau:

"... Bắt đầu cho sự nghiệp hội họa của mình, Ann Phong lấy chủ đề cuộc chiến Việt Nam dưới cái nhìn của một người dân bình thường để sáng tác. Thời gian sau, Ann Phong bước sang đề tài 'Sự chuyển mình của một phụ nữ Việt Nam sống bên ngoài đất nước'. Nhưng những chủ đề đó không thực sự là điều Ann Phong kiếm tìm.

"Biển đã giúp Ann Phong vượt thoát, nhưng cũng chính biển cầy sâu vào tâm thức chị. Khi trốn chạy, Ann Phong mong đi qua biển thật nhanh, qua được rồi, nhiều năm sau nước biển vẫn còn 'thấm trên da thịt' (chữ của Ann Phong). Biển đã trở thành một khúc quành thiết thân của đời mình, thế nên chị đã quay lại biển. Nhưng lần này Ann Phong không dùng thuyền máy mà dùng cọ vẽ làm cột buồm, kết màu sắc thành thuyền, ung ung ra khơi. Hai chuyến đi có khác về phương cách nhưng có cùng một mục đích thăng hoa; một thăng hoa cho đời sống, một thăng hoa cho nghệ thuật của mình.

"Trong giai đoạn nầy, những nét cọ, nhát dao, phóng tay trên khung bố của Ann Phong là những đợt sóng dữ. Biển không phải là sự trầm mặc, bí ẩn, êm đềm, hiền hòa mà biển ở đây là biển động, hung hãn, cuồng nộ, gào thét, căm thù. Kỹ thuật đắp nổi bằng Acrylic diễn tả mạnh thêm lên sự hung bạo của sóng, như chồm lên, vượt ra khỏi bức tranh, cuốn lấy, nhận chìm người xem. Không khí của tranh hừng hực thù hận. Đó là thời kỳ Ann Phong mỗi khi cầm cọ trước khung bố là chị nhớ lại những giọt nước mắt thống thiết của mấy cô học trò chỉ khoảng 13, 14 tuổi, ôm chầm lấy cô, khi vừa gặp lại trên đảo, kể cho chị nghe chuyện chúng bị hải tặc hãm hiếp. Chị đã vẽ tranh bằng những giọt nước mắt của học trò và của chính mình..."

Phải chăng, vì người nữ họa sĩ gốc Việt được nhiều tổ chức triển lãm quốc tế mời trưng bày tranh, hình thành những tác phẩm nghệ thuật của mình từ "những giọt nước mắt của học trò và của chính mình" - Nên, chủ đề *"Biển"* đã giữ một vị trí lớn trong quá trình tạo dựng sự nghiệp hội họa của Ann Phong?

Và, đây là lời giải đáp:

"... Vẽ biển đã thành thói quen của Ann Phong. Ở bất kỳ bức tranh nào của chị, người xem đều dễ dàng thấy biển trong đó, dù chủ đề chẳng liên quan gì với biển, dù sắc màu của tranh là sắc màu của đất đá, là sắc màu của mặt trời mặt trăng. Những đường cong nhỏ, khệnh khạng, tung tóe là hình dạng của cơn sóng dữ đập vào trí não của chị. Sự dữ dội của biển nuốt chửng bàn tay của người họa sĩ. Những chiếc thuyền nhỏ chệch choạc, mong manh bên cạnh những đợt sóng khổng lồ, những con người, những bàn tay chới với, những đôi chân trần buông thỏng diễn tả mạnh mẽ sự phá hủy của biển đối với con người. Ann Phong thường dùng gam màu đậm bên cạnh gam màu nhạt như muốn dẫn người xem thấy được sự tranh đấu sinh tử trong đời sống nghiệt ngã mà điển hình nhất là hành trình của những người 'vượt biển'..." (Đặng Phú Phong. Wikipedia-Mở)

Xa hơn nữa, tôi thấy cũng nên ghi lại ở đây, một ghi nhận khác. Ghi nhận của nhà phê bình hội họa Huỳnh Hữu Ủy (tháng 12 năm 2001) - Khi ông giới thiệu cuộc nói chuyện giữa họa sĩ Khánh Trường (ký Kiều Toàn trên tạp chí Hợp Lưu, đề 10 & 11, 1997) với họa sĩ Ann Phong. Trong lời dẫn nhập, họ Huỳnh viết:

"... Trải qua những năm tháng cùng khốn ở quê nhà, rồi những ngày khủng khiếp giữa biển cả mênh mông, hung bạo, và sau cùng nhập vào một cuộc sống hoàn toàn xa lạ; Ann Phong thường bày giải kinh nghiệm riêng tư của mình qua các sáng tác nghệ thuật. Có thể nói rằng kinh nghiệm của Ann Phong cũng chính là kinh nghiệm rất đặc biệt của một cộng đồng, khổ đau mà bi tráng, cùng với chiều sâu của một nền văn hóa riêng biệt.

"Năm 1995, đậu cao học về ngành mỹ thuật ở Đại học Fullerton. Hiện nay dạy hội họa ở các trường Đại học Fullerton, Đại học Bách Khoa Pomona, và Học Viện Mỹ Thuật Los Angeles - Orange County. Ann Phong đã thực hiện 10 lần triển lãm cá nhân và tham dự khoảng 40 cuộc triển lãm tập thể ở các phòng tranh và bảo tàng tại California..." (Theo Diễn Đàn Thế Kỷ. Nguồn Wikipedia-Mở)

Với những trích dẫn trên, tôi không thấy cần thiết phải nói gì thêm về tài hoa, trí tuệ của Ann Phong, người đem được sắc màu, đường nét, Việt đến giữa các quảng trường hội họa thế giới - Trừ một điều:

-Tôi hãnh diện được biết một người Việt Nam, mang tên Ann Phong, ở quê người.

(Garden Grove, June 2015)

Những nẻo đường văn chương, hội họa... quyết liệt của Võ Công Liêm

LNĐ: *Võ Công Liêm là một trong số ít trường hợp khiến chúng tôi bối rối! Không biết phải xếp ông vào lãnh vực nào (dù cho sự xếp loại cũng chỉ có tính cách tương đối!)*

- Ông là một nhà thơ đã được dư luận công nhận? – Đúng thế.

- Ông là một nhà văn có tác phẩm và, những bài viết được nhiều độc giả yêu thích? – Không sai.

- Ông là họa sĩ, đồng thời cũng là nhà nghiên cứu hội họa có chiều sâu đáng kể? – Nhận định này cũng không thể đúng hơn!

Sau nhiều cân nhắc, chúng tôi quyết định xếp ông vào chương "Hội họa". Vì ngoài số lượng tranh rất lớn họ Võ đã hoàn tất; ông còn là tác giả tập sách viết về hội họa - Một thể loại tính đến nay, vốn rất ít được xuất bản và, sự phổ biến cũng không được rộng rãi lắm...

Dám mong quý bạn đọc tạm chấp nhận cho chúng tôi về sự sắp xếp này.

Trân trọng,

Du Tử Lê.

Nhiều năm qua, những người theo dõi sinh hoạt văn chương ở hải ngoại cũng như trong nước, dường không mấy ai còn xa lạ với tác giả Võ Công Liêm. Ông được dư luận ghi nhận là một trong những người có kiến thức khá sâu rộng về văn học thế giới. Cụ thể qua những bài viết của ông về các tác giả cổ điển từ đông qua tây... Ông luôn dẫn người đọc tới những nhận định mới mẻ, bất ngờ. Mạnh mẽ và, dứt khoát.

Mặt khác, thi ca, tùy bút, truyện ngắn của ông (nhất là hội họa), cũng cho thấy nỗ lực mở thêm nhiều cửa khác, cho các thể loại văn học, nghệ thuật mà ông bước vào - Chọn ăn ở một cách đầy đặn, ân cần, với nhiều thao thức...

Một trong những tác phẩm của họ Võ được nhiều người chú ý là tuyển tập *"Tạp Văn/Võ Công Liêm"*, xuất bản bởi Hội Nhà Văn, cách đây vài năm (2010).[1]

---

[1] Được biết nhà văn, họa sĩ Võ Công Liêm sinh năm 1943 tại Huế. Ông là cựu học sinh Quốc Học Huế. Năm 1963, ông tốt nghiệp tú tài ban văn chương. Từ năm 2000 tới 2003 ông học hàm thụ triết học Tây phương với đại học Cambridge, Anh Quốc. Về hội họa, họ Võ cho biết ông "Tự học vẽ, vẽ những ám ảnh nội tại, những vóc dáng khác nhau qua đường nét phóng túng để diễn tả trọn vẹn tình yêu và tự do". Năm 2007, ông đã có một cuộc "Triển lãm gia đình" tại Calgary, AB, Canada..." Về sáng tác thơ,

Trong *"Lời ngỏ"* trước khi vào tuyển tập, họ Võ viết: *"... Hầu hết các bài viết trong tuyển tập là đánh dấu cả một thời gian nghiên cứu, học hỏi, tìm đọc qua các tư liệu khác nhau để đúc kết và thành hình tập Tạp Văn hôm nay. Những suy nghĩ và nhận xét có thể phiến diện phần nào trong tư tưởng, nhưng vẫn cố gắng tìm kiếm và khai thác 'dòng sinh mệnh văn hóa' một khám phá phong cách trong lối trình diễn của văn chương.*

"Đối tượng của những bài viết chỉ đạt đến một phương diện nào đó qua một quá trình văn học lâu dài và một bề dày đáng kể. Ở đây; không phải là những bài viết có tính nhận định, bình luận quả quyết mà chỉ là một thể tài có tính văn nghệ cho một số tác phẩm, tác giả được nêu ra và xem như một đóng góp nhỏ về văn hóa trong và ngoài nước cho thêm phần phong phú..."

Dù đứng ở góc độ nào, thận trọng hay khiêm tốn thì, xuyên qua một số tựa đề của 15 tạp văn, được chọn để in thành tuyển tập, người đọc vẫn cảm nhận được tính khai phóng của tác giả qua những trang viết lao lung suy tư và, trí tuệ.

Với cá nhân tôi, từ trường của những nhan đề như *"Chí phèo, nhân vật bị khước từ," "Âm nhạc trong truyện Kim Dung,"* hay *"Nỗi thống khổ của Edgar Allan Poe,"* hoặc *"Krisnamurti tâm thức vô sư"*... đã hút tôi vào những tâm cảm chìm, lắng nơi đáy sâu mà, lênh đênh mặt nổi là những con chữ, như những lượng sóng bạc đầu của tác giả.

---

văn, Võ Công Liêm xuất hiện thường xuyên trên báo giấy, báo mạng trong và ngoài nước kể từ năm 2000 đến nay.
Trước khi cho xuất bản tuyển tập "Tạp Văn", họ Võ đã cho phát hành tuyển tập "Thơ Võ Công Liêm" năm 2008. Và, tác phẩm mới nhất của ông (XB năm 2013) là tuyển tập nghiên cứu hội họa nhan đề "2013 VCL tranh vẽ"...
Cần liên lạc với tác giả Võ Công Liêm, xin qua địa chỉ Email: lvocong@hotmail.com

Khép lại tuyển tập *"Tạp Văn"*, là bài viết nhan đề *"Một chuyến đi tây"*.

Một bất ngờ ý nhị! Khi họ Võ cho thấy khả năng hay tính hí lộng khá cao nơi ông.

Theo tôi, tính hí lộng trong đoạn văn trích dẫn dưới đây, lại là phản đề của những nụ cười hình thành từ ngậm ngùi, đi ra từ siêu thực:

" 'Cậu có làm thơ?' André Gide hỏi. Tôi hoảng! Cắt-ké mà dám trả lời có, thấy cũng ê trong lòng. 'Dạ thưa có'. 'Thế tốt quá', Chateaubriand khen. Ông đưa ly vang (vin rouge) lên miệng mỉm cười, nụ cười hài hòa.

" Cậu làm thơ lục bát hay thất ngôn? Tôi khớp, nhưng trả lời đại: Dạ thưa thơ 'tào lao'. Cả bàn cười ầm lên, chỉ trừ Balzac ngồi lặng không cười..."

...

"... Tôi hỏi Balzac: 'Lúc này Sainte Beuve còn lui tới với Victor không? Thưa ông'. 'Sao cậu lại hỏi tôi chuyện này?' Chateaubriand có vẻ trách cứ tôi. 'Nghe nói một thời Sainte Beuve lẹo tẹo với vợ Hugo'. Stendhal bịt miệng tôi. 'Kìa họ đi vào. Họ là bạn thân'. 'Không có Sainte Beuve thì không có Victor Hugo', Chateaubriand kể, rồi hỏi tôi:

"- Cậu tên gì? Cả bàn đang ngóng đợi.

"- Dạ tôi tên Việt.

"- Có bút hiệu không?

"- Dạ thưa Âu Cơ. Rất hân hạnh! Rất hân hạnh!..."

(Trích "Tạp Văn", tr. 165, 167.)

Không chỉ với tạp văn, ở những thể loại khác, như thi ca, truyện ngắn, họ Võ cũng cho thấy nỗ lực mở một lối đi khác, cho cõi-giới văn chương của ông.

Đây là một trích đoạn thơ Võ Công Liêm, bài *"cõi lặng"*:

*"gió cuốn những mảng tình vô ngại
rơi rụng trái sầu đông
biến mình thành vũng tối
của sa mạc ngủ quên rừng gió hú
màu trắng nắng xanh xao vàng cỏ úa
một chiều không có em
hoàng hôn hay hồn hoang màu tím huế trong tôi
những cụm khói chết cuốn theo rặng núi thở
mình co cúm đêm đen*

*"tôi đi vào cõi lặng
trên bước đường tùng lộ
vọng động
cơn mê đời chưa tắt"*²

Ngay cả những tùy bút của Võ Công Liêm về tình bằng hữu (dù chưa hề gặp nhau), cũng cho thấy bản chất ân cần, quyết liệt của ông với bất cứ thể tài nào.

Thí dụ trong bài *"Du Tử Lê và tôi"*, ông viết:

"Ra khỏi cổng trường Quốc Học 1963 thì tôi biết đến Du Tử Lê. Nhà thơ đến với tôi như một thỏa hiệp, một chất liệu sáng tạo đã đánh động trái tim tôi. Một cái mốc thời đại mới, một cái gì vững tin, mạnh dạn đã tìm thấy giữa muôn ngàn lẫn lộn vàng thau của những trào lưu, trường phái hay hiến chương từ Tây sang Đông; có thể đó là một sự bình tâm cho một tâm hồn vượt thoát, có thể đó là một phản kháng nội tại do từ những nguyên nhân khác mà

---

² Nguồn dutule.com

ra, đất phương Nam cho họ gieo hạt, nẩy mầm, phát tiết, nói theo kiểu của F. Nietzsche: 'bi thảm của sinh tồn/the birth of tragedy' giữa một xã hội ngổn ngang, gò đống của hai miền đất nước.

"Trăm hoa đua nở vào thời đó, họ gặp nhau như hội trùng dương 'trên ngọn tình sầu'. Du Tử Lê đứng giữa một khung trời khác biệt, để đi vào một ngôn ngữ thẩm mỹ thơ, chất chứa một cái gì sâu lắng, trầm tư (zen), đượm một triết lý nhân sinh vốn đã nằm nôi trong tay mẹ, để rồi ra đi như kẻ du tử giữa phong ba; du tử là một đánh đổi và rồi chấp nhận bằng một sự bi thương của cuộc đời... nhà thơ trở nên độc lập và tư duy ở một cõi riêng như định vị vai trò và chức năng của một thi nhân đối diện với thực tại. Con đường Du Tử Lê đi không vin vào sự thế mà vin vào thơ để nói lên sự thế.

"Tôi rung động trước một dòng thơ như thế. Cái 'hoang/wild' của tôi trong đó, thời của Thanh Tâm Tuyền và Du Tử Lê: - một trường phái lãng mạn thơ mới của văn chương Việt Nam- một cái gì mới như một cuộc cách mạng tư tưởng và có một ít chất của, A. Robbe-Grillet đã dựng nên. Du Tử Lê thắp lên ngọn đuốc để đi vào 'rừng đen/dark forrest' như soi rọi, như canh tân trường phái, một kiểu thức của 'tân hình thức'; có lẽ Du Tử Lê là kẻ tiên phong avant-garde của newformalism- poetry mà chưa một lần nói đến, đến bây giờ thì nó trở thành hậu-tân-hình-thức (post-newformalism). Nhận định nầy có thể làm hư hại khuôn phép thẩm mỹ của văn chương; nhưng ở đây chỉ định lượng một giá trị của ngôn ngữ thơ, lời thơ tức linh hồn thơ là những khoảnh khắc thức tỉnh đời sống, cho nên chi đối với Du Tử Lê sử dụng ngôn ngữ để làm phương tiện cho thơ chớ thơ không phải là phương tiện của ngôn ngữ (...)

"... Trong tâm trạng thúc đẩy tự chính mình để tìm cho mình một sự vượt thoát sáng tạo. Một: 'sáng tạo trong tinh thần đừng để mất mình, cái tôi hôm nay phải hơn cái tôi hôm qua và kém cái tôi ngày mai' (Nietzsche) bởi trong thơ Du Tử Lê đã cho ta tìm thấy được 2 yếu tố quan trọng 'CHỮ" và 'ÂM'. Chữ và âm là trọng tâm chính cho thơ.

"Du Tử Lê xử dụng tài tình chất liệu nầy. Du Tử Lê lấy thơ để nói một cái gì trong đó – a poem should not mean but be, nhưng là hiện hữu. Có những câu thơ đưa ta về 'vô dư' nhà Phật. Rốt ráo trong chiều sâu thơ Du Tử Lê không có Thăng và Trầm, bởi tâm thức nhà thơ, lúc ấy; là 'tâm bình đẳng'. Cho nên thơ của Du thi sĩ trở nên thanh thoát, diệu vợi (enlightenment). Rải rác khắp nơi từ khi khởi làm thơ cho tới những tháng ngày cuối đời, Du Tử Lê chủ trương thơ chỉ cần ngữ thuật (jeu du langage) hơn là ý nghĩa, có những câu thơ đứt ngang làm cho câu thơ trở nên 'nonsence' nhưng cái vô nghĩa có duyên kỳ lạ.Thơ Du Tử Lê vững chắc, đông cứng, đậm đặc, cụ thể (concrete poetry) là thế. Một cách riêng của Du Tử Lê không thể 'thuộc địa' dễ dàng. Hay ở chỗ đó! đến nỗi sau khi thâm nhập và ngộ được một câu thơ hay, bài thơ hay của Du Tử Lê, tôi phải 'thốt' bằng lời lẽ của E. Kant: 'pourquoi vert l'éternité' cũng chẳng khác gì lời phẫn nộ J. Pollock khi nhìn tranh của P. Picasso kinh hoàng mà thốt lên cái chữ phàm tục nầy: 'fuck!'. Một cái 'Đi-Em' thỏa chí tang bồng hồ thỉ. Cảm nhận được nghệ thuật là ở chỗ đó! Và đó cũng một đòi hỏi cho người đọc thơ hay ca ngâm thơ Du Tử Lê. Đều chung một cảm thức siêu thoát; đừng đi xa quá mà lạc đường thơ, nhất là thơ Du Tử Lê. Nói đến con người và thơ Du Tử Lê chúng ta không cần dẫn chứng hay bình giải hoặc so sánh Du Tử Lê với những nhà thơ lừng danh xưa nay, trong và ngoài nước, ví Du Tử Lê nầy nọ, trích dẫn những hoạt đầu như thế là một thẩm định không nói lên cái siêu lý của thơ, ngược lại làm hư hại một thiên tài chữ nghĩa thơ văn vốn đã nẩy sinh giữa kỷ nguyên nầy(epic) và càng làm thế vô hình dung hạ thấp giá trị cho một thi nhân. Tại sao? bởi quá nhiều lý lẽ để bào chữa, quá nhiều cuốc xẻng để đào đục (dù đào bới, 'bắt' những cái hay trong thơ) mà trong lúc khắp nơi trong và ngoài nước, trước và sau chiến tranh đều đồng tình và thừa nhận với Du Tử Lê.

"Du Tử Lê không buồn không vui trước những lời thị phi, ông mỉm cười không nói hay đó là bản chất tự tại của nhà thơ (DTL). Đánh giá phải hợp lý mới thấu suốt hồn thơ Du Tử Lê. Bởi cái chất thơ Du Tử Lê không thể nói suông (như mắm) không thể ngọt bùi (như vắt chanh) và cũng không thể ngợi ca (ầu) như chứng nhân mà cần có con mắt thẩm mỹ quan (aesthetics) mà thấy được ý và hồn thơ Du Tử Lê. Theo quan điểm của tôi nó tiềm tàng một chất triết lý trong đó; vậy có cần dẫn chứng ở đây? Không! bởi thơ có một cá tính siêu lý, siêu nhiên vì thơ là cõi phi, tự tìm thấy trong thơ để rồi cảm nhận, dẫn chứng là biện minh, buộc thơ đi vào ngã rẽ, cái triết lý nhân sinh quan trong thơ Du Tử Lê là ý thức (consciousness) hơn là dẫn chứng, tất cả đã dàn trải hơn nửa thế kỷ qua, không cần một đòi hỏi nào khác, không cần phê bình (dưới dạng phê bình văn học nghệ thuật) khi mà mình chưa đạt tới; vậy 'criticize' như định mức cho một phủ nhận, điều ấy làm thương tổn cho dòng thơ đi vào đời. Tư duy của Du Tử Lê là bản anh hùng ca, thấm nhuần tình người và tình quê, tự nó đã xuyên thủng những giáo điều giả tạo, cố công tuyên truyền nhưng vẫn không hấp dẫn người nghe kể cả giới bình dân, một thứ văn chương cho mọi giới; nếu cảm nhận một cách sâu sắc. Du Tử Lê không cho mình đã thành danh, dù ở tuổi thất thập, Du Tử Lê thành danh ở quần chúng chớ không ở nơi mình; và đến nay Du Tử Lê vẫn giữ hồn thơ cho tới khi nhịp tim không còn cảm hóa. Khí tiết của một người làm thơ là 'thép đã tôi thế đấy'. Du Tử Lê vẫn còn hít thở nguồn thơ đó cho nhân gian dù hôm nay hay mai sau. Du Tử Lê và Tôi: tôi ở đây là một bản ngã tự tại, một cái 'self' trong tôi, một cái ngã-mạn chưa đạt tới để phải thốt: của Zarathustra, của Kant, của Pollock, của Freud, của Sartre, của Warhol và Basquiat... vì rằng 'tôi' chưa bao giờ 'tới', chứ 'tôi' không phải nói lên cái thân tình; tôi là cảm phục khí phách. Cho nên chi

Du Tử Lê và Tôi gặp nhau bằng cảm thức vô hình của người đồng cảnh, giữa hai chúng tôi có một cái đau chung, đau thể xác và linh hồn, một quằn quại của bi thương. Giữa chọn lựa; chúng tôi chọn 'điều hai'. Xin nhớ 'hai' không phải ở cái phép nhị-nguyên(!), trong cái chọn lựa nó đã có thuyết nhị-nguyên mà Du Tử Lê đã trút vào dòng thơ bất tận đó... từ bấy lâu nay..."[3]

Tuy nhiên, lãnh vực mà Võ Công Liêm gây cho tôi ấn tượng mạnh mẽ nhất lại là Hội họa.

Tôi được xem khá nhiều tranh của họ Võ.

Cõi giới tranh Võ Công Liêm hầu hết là màu lạnh = tối.

Tôi có cảm tưởng họ Võ đi tìm cái đẹp của con người qua những đường nét dị dạng. Méo mó. Mất cân bằng. Bất bình thường (rất gần với tranh Picasso). Tựa tác giả muốn cụ thể hóa đời sống mất cân bằng của con người hôm nay, sau bao nhiêu bi kịch chiến tranh và thiên tai? Hay đó cũng chính là sự "phá sản" tinh thần? Phản ánh tình trạng thân, tâm phân liệt của những trục trặc tâm lý nhuốm bệnh?

Tôi không biết đâu là cảm nhận sâu kín của họ Võ qua những bức tranh của đời-sống-dị-dạng-hôm-nay. Nhưng, nhờ thế, tôi không mấy ngạc nhiên, khi thấy trong tập sách viết về hội họa *"2013 VCL"* của Võ Công Liêm[4], ông đã cho in lại một số tranh mà, nhân dạng chỉ còn như một cái cớ, để ông diễn tả một điều gì khác hơn...?!!

Nhận định về tác phẩm vừa kể, nhà thơ Phan Tấn Hải viết:

---

[3] Nguồn dutule.com
[4] Tác phẩm này do NXB Hội Nhà Văn ấn hành, Hà Nội, 2013. Tập chú vào ba họa sĩ ảnh hưởng sâu rộng trong giới là Salvador Dalí; Picasso và, Modigliani.

"Đó là một tuyển tập tranh vẽ và các bài lý luận về hội họa, một hình thức hiếm thấy. Không chỉ là cách vẽ hiếm thấy, chính cách lý luận trong các bài viết của Võ Công Liêm cũng rất mực hiếm gặp trong đời thường.

"Anh là họa sĩ? Vâng, Võ Công Liêm là họa sĩ rất mực hậu hiện đại ngay nét vẽ của anh, nơi đó hình người và chân dung như những phóng ảnh đã biến dạng trong trí nhớ, dù là tranh vẽ trên giấy (như tấm 'Tình Trong Như Đã Mặt Ngoài Còn E' với những khuôn mặt dài, cơ phận trên mặt chệch nghiêng hư ảo) hay trên bố (như tấm 'Bóng Tối' nơi những tảng màu phi hình dạng nằm chồng lên nhau cũng đầy ẩn nghĩa như bóng tối).

"Tranh Võ Công Liêm là những tảng màu trong trí nhớ, trong mơ, nơi hình dạng không đủ hiện ra hình dạng. Thí dụ, tấm tranh 'Người Đàn Ông và Trăng' là một người ngồi, đầu trông như lưỡi chiếc rìu và chúng ta không thấy trăng đâu cả, chỉ trừ vài lần trắng như gợi ra(...)

"... Võ công Liêm cũng là một nhà lý luận về mỹ thuật. Trong bài tựa đề 'Modigliani: Họa Sĩ Không-Hóa' họ Võ đã viết về họa sĩ nổi tiếng này, trích như sau:

"... Thời gian sống ở Pháp Modi la cà khắp phố phường Paris, trao đổi hay thảo luận về hội họa với những bậc tài hoa, hay những bậc thầy mà Modi một thời ngưỡng mộ, ông thường ngồi cà phê nơi tụ hội văn nhân nghệ sĩ hay những hộp đêm, hầm rượu, say sưa tửu điếm. Modi ham vẽ như ham sống, đến đâu cũng vẽ, ông vẽ những đường nét như 'vết chém' qua chân dung của các nghệ sĩ như Diego Rivera, Picasso, Juan Gris, Jacques Lipchitz, Moise Kisling và Chain Soutine... với những nét bung phá đó, dần dần ông chuyển hướng qua đường nét 'cổ-dài' (long-necked nude) khởi từ đó Modi nghiên cứu và dồi mài đường nét 'dài' để tạo cho mình thế đứng riêng biệt. Qua những hình ảnh trong tranh người ta gán cho ông cái tên gọi họa-sĩ-phỉ-báng (le peintre maudit).

Nhưng chính trong cái xấu xí (damnable) là cả một ngạc nhiên sau nầy khi mà người ta tìm thấy 'chất liệu' đó như một bản chất riêng biệt về cái bôi nhọ, chê bai mà Modi đã vẽ lên những hình tượng như thế.

"Đời bỏ quên Modi, những đứa con tinh thần của Modi trở nên **vô** thừa nhận; điều đó có khác gì Van Gogh. Modi ngậm đắng lao vào đời như kẻ khốn cùng; mặc dù những năm gần đây tiếng tăm Modi đã trở thành 'huyền-sử-ca' trong giới văn nhân ở Paris cũng như ở cố quốc. (Nước Ý mắc cái nợ di sản của Modigliani) nhưng không phải những thừa nhận đó mà kéo Modi ra khỏi vũng tối, có những đêm say mướt dưới cơn mưa ở Montparnasse, lạnh, đói, thiếu thốn 'poverty-stricken' sống nương nhờ như kẻ **vô** gia cư **vô** địa táng, một đời phóng đãng phủ quanh ông để rồi buột miệng: 'Tôi say ngất ngư cho tới chết' (I am going to drink myself to death) Tiếng nói đó như thổn thức cho thân phận mình. 'Modigliani chấp nhận mọi thương đau để hoàn thành những tác phẩm mà Modi nuôi dưỡng từ khi dấn thân vào con đường hội hoạ, người đã trải qua những chặng đường khốc liệt nhất, kể cả những cuộc tình đi qua trong đời Modi. Những tác phẩm của ông chính là đời ông... ' "[5]

Để ra khỏi bài viết này, tôi muốn mượn câu văn của Võ Công Liêm, dành cho Modigliani, để nói về Võ Công Liêm, rằng:

"Những tác phẩm của ông chính là đời ông" vậy.

(Dec. 2012 – June 2015)

---

[5] Nguồn dutule.com

Chương bốn:
Thi Ca

Hư-Ảo-Hình, Làm Thành Hư-Ảo-Thơ Đoạn Trường,

Nếu không kể những tác giả dùng tên thật của mình, cho những sáng tác thơ, văn của họ thì, mỗi nhà văn, nhà thơ thường có cho mình một bút hiệu. Đôi khi bút hiệu có được từ sự đổi ngược tên thật của mình, như bút hiệu Thế Lữ (thời tiền chiến), do hai chữ "Thứ Lễ" là tên thật của tác giả "Hổ nhớ rừng" mà ra. Bên cạnh đó, chúng ta cũng có những bút hiệu mang tính thách đố hay... đố là gì(?) Như bút hiệu Tchya của nhà văn Đái Đức Tuấn (cũng thời tiền chiến.) Cho đến ngày từ trần (năm 1969), tác giả của một số truyện nổi tiếng một thời như "Thần Hổ", "Kho Tàng Sầm Sơn", "Ai hát giữa rừng khuya"... vẫn chưa một lần chính thức tiết lộ năm mẫu tự ông đã chọn làm bút danh cho mình. Vì thế, đến nay, mỗi người, tùy suy, tưởng mà "giải mã" 5 mẫu tự đó. Người thì cho rằng, đấy là mấy chữ viết tắt của cụm từ Tôi chẳng yêu ai"... Người khác, để tỏ mình thân cận với tác giả "Kho tàng Sầm Sơn", quả quyết đó là "Tôi chỉ yêu Anh" hay "Tôi chỉ yêu Ánh" v.v...

Ngoài ra, các nhà thơ, nhà văn thường chọn cho mình những bút hiệu có liên quan gần xa tới mối tình đầu, ước mơ thầm kín thời mới lớn, hay du dương, lãng mạn... Thậm chí bút hiệu... nổ đì đùng, hoặc chỉ là một số chữ ghép, không mang một ý nghĩa nào hết...

Tuy nhiên, cũng có những tác giả chọn cho mình bút hiệu mà, khi đọc thấy, độc giả rất dễ não lòng, thương cảm... Như bút hiệu Đoạn Trường mà tôi giới thiệu cùng bạn đọc, thân hữu lần này, ở đây.

Với những người theo dõi sinh hoạt thơ, văn trên một số trang mạng nghiêng về văn chương, tôi tin, đôi lần trông thấy bút hiệu Đoạn Trường...

Cũng thế, với tôi, lần đầu tiên bắt gặp bút hiệu Đoạn Trường, tôi liên tưởng tới một lão niên, một tác giả trọng tuổi, chán ngán thế sự, cay đắng tình trường, ghim hờn qúa khứ...

Nhưng, khi bước vào cõi-giới thi ca Đoạn Trường, tôi ngỡ ngàng với những dòng thơ ngồn ngộn sức trai:

"những sợi tóc xanh ngả đầu dưới nắng
hơi ấm tinh khôi tràn về
tâm hồn tôi tíu tít
bám rễ..."
(Đoạn Trường, trích "Mặt trời rim đất lạnh")

Hay, những câu thơ cồn cào hưng phấn, phương cương:

"máu thịt nàng tái sinh từ khuy áo
vải nở mượt vệt hương

tôi mở nút áo nàng
bầu trời trắng ngoan dại
bóng tôi trong mê lộ..."
(Đoạn Trường, trích "Bia mộ nghìn thu còn hóa chữ".)

Hoặc, những khổ thơ chứa đầy liên tưởng mạnh mẽ, như khối thuốc nổ, như những quả lựu đạn, đã rút chốt, ném về chân trời:

"xiêm áo nàng rơi chậm chậm rơi mãi trong không gian
chưa kịp chạm nền ngọc
ký ức hóa rượu
kéo ngày về

"hông nàng lắt lay kiêu hãnh
tiếng nói nàng nở hoa
những bông kết trái
nụ cười nàng chín
mật hoa bung nổ nham thạch lạnh lùng
từng ánh mắt đàn ông suy sụp hoang phế
nàng dú trong vương quốc tôi..."
(Đoạn Trường, trích "Cung điện thăng hoa".)

Chỉ với mấy bài thơ có trong tay, nhưng bài nào cũng mang lại cho tôi những hình ảnh được tác giả nhân cách hóa một cách mới mẻ: Như *"những sợi tóc xanh ngả đầu dưới nắng"*. Như *"mỗi ngày sợi chỉ bình minh thêu lên lá/như những vân tay"*...

Chỉ với mấy bài thơ có trong tay, nhưng Đoạn Trường đã cho tôi rất nhiều câu thơ, cho thấy khả năng hoán dụ (metonymy), cùng khả năng hoán vị (đổi chỗ) giữa chủ thể (subject) với khách thể/sự vật (object) nhuần nhuyễn, bất ngờ:

"những hạt thạch lựu vừa chín đỏ mọng
tôi hái từ môi nàng
mật ngọt thấm mắt tôi..."
(Đoạn Trường, trích "Cung điện thăng hoa".)

Hoặc:
"tiếng suối mát rỉ tai đất
tôi nghe nhịp chiêm nương phong ấn khung trời riêng
rất riêng của ánh mắt
thố lộ mùa gặt hưng phấn

rồi những cánh hoa thơm sóng sánh sông đời
quên bụi cũ kềnh càng áo đạo..."
(Đoạn Trường, trích "Mặt trời rim đất lạnh".)

Và, những câu thơ đẹp mà, tôi muốn gọi là hư-ảo-hình, làm thành hư-ảo-thơ, như:

"nàng diễm lệ hơn các cung trăng
những vì sao làm nô lệ tóc nàng
đêm vắng giấu trong sa mạc
âm thanh từ hoàng cung vọng lại
mắt nàng chưa qua mi..."
(Đoạn Trường, trích "Cung điện thăng hoa".) .

Bây giờ, tôi được biết Đoạn Trường là một người trẻ, sớm thành đạt ở quê người - Và, nhận ra cõi-giới thi ca của Đoạn Trường là những đoạn trường... ngược. Nhưng tôi vẫn muốn nói với Đoạn Trường rằng, hãy tiếp tục dòng thơ... "đoạn trường", như những bài thơ... "đoạn trường" hôm nay, ở ngày mai.

(Mar. 2013)

Thơ Của Đoạn Trường

Cuống Gió Chiêm Nương

Anh cuống gió
từ cánh hường đông xa tít
trĩu ngang đời em
vàng chiêm nương
mày cong lá lúa nhuốm thu tình
bước chân mùa gặt nghe đâu đây
vi vu tiếng gọi tên nhau bất khả kháng

anh làm sao hiểu thấu
khi bung mầm bước vào bùn
trục đời em xoay quanh nắng mưa trắng đen luân chuyển
giọt sương rơi sâu bọ gặm
bầy ong vo ve trên đồi
em đợi xanh lồng lộng
vàng chiêm nương

cuống gió về với em
ngàn sao kim cương, mặt trăng thủy tinh, thoang thoảng mùi
hương gió
xuất hiện
như những chiếc lá vàng trôi về bên bồi đang đợi

dần dần lúa chín vàng qua mùa thu nồng nàn
phơn phớt gió lên men trong lồng ngực thắm thiết

nếu có ngày lúa ngừng trổ bông
em mọc lên những hàng phi lao chắn gió
đẩy anh ra bên lề trái tim êm ấm
nơi gió bám rễ
anh ngước mắt lên trời thành nguồn gió xoáy
nhắc bổng men cay

bay về phương trời phiêu lãng

trong giây phút nầy
vàng chiêm nương bên nhau
gió quên vùng đất lạ
lúa trĩu hạt môi ngoan
cuống ngày nối ngày vuốt nhẹ nhẹ
Đoạn Trường 11/16/12

Vòng Tay Tình Ca

Gợn sóng dịu dàng lên thân thể tôi
nụ cười bình minh
đôi mắt nàng như cặp bồ câu bay thấu tim
trắc ẩn
nàng sưởi ấm giường tôi
nơi trăng khuyết mỗi đêm ngấp nghé
lưỡi nàng ca tụng danh phận
tôi dương cầm trống vắng lâu ngày được tay nàng chạm đến
phát ra âm thanh tuyệt diệu
réo rắt tình yêu
hiện hữu
vận mệnh tôi sinh ra để đón nhận
nàng cởi bỏ tất cả các mùa
đến với tôi cát bụi
như khởi nguyên chúng ta phạm tội có nhau
hạnh phúc mặn muối trên biển
đau cát trong sông
theo vòng tay tình ca kết hậu

Lửa Dịu Dàng

Tôi lần mở cúc vàng
vườn địa đàng quyến rũ lương nhân

đất dường như im lặng
trái nho nàng căng tròn tình yêu
long lanh chùm khát vọng
cháy bỏng linh hồn tôi âm ỉ
tôi nhấp nháp tiếng mật ngọt nàng như lời côn trùng thấm
vào đất
từng lũ gió hạ áp vào lưỡi
lửa thiêu đốt cổ họng tôi
tim tôi ẩn náu trong đôi mắt nâu đại dương sâu thẳm
từ yêu đời đời đến thực thể

Sự sống là cuộc hành trình đến vũng bóng chết
nàng là cuộc hành trình của tôi

Ngọc lan nở hoa trên thân thể nàng
ngực bảo tàng của tất cả vẻ đẹp thiên nhiên hoang dã
từng góc cạnh cuộc đời tôi vẽ
đôi mắt nàng xoa dịu xương rồng trên cát
nước xanh thấm vào sa mạc
tôi muốn reo tên nàng đến khi dòng Nin cạn kiệt

Thánh nữ nàng bước ra từ lòng sông
mùa xuân về trong nắng hạ
niêm phong môi tôi bằng dục vọng
sức nóng phá hủy các mô hình
thuần khiết
rát quần áo
hợp thể nàng cùng tôi
chịu lửa dịu dàng độc nhất

Không Ngăn Được Lửa

Hãy hôn tôi bằng nụ hôn trái nho đầu mùa
mùi thơm rượu vang thấm vào da thịt

trái cằn cỗi chảy ra men rượu
đêm nở hoa
nàng là hoa huệ giữa trũng sa mạc
ánh huệ tỏa hồng chân đời thăng trầm
tôi ngồi dưới bóng nàng
gió Hạ ùa mát xương rồng dĩ vãng
ánh mắt nàng mua chuộc ghen tương tôi
tôi lập thể
sắc đẹp nàng như chim hoàng oanh giữa lùm mận gai
quyến rũ đầu gai nhọn rĩ máu
trái nàng ngọt ngào trên môi tôi
tim tôi lạc vào vườn nho Đà Lạt
tâm hồn tôi bơi dòng sông Mê_Kong
phù sa rung cảm
cánh tay nàng ghì chặt rừng hoang dã
tuyến mật ứa ra từ khóe mắt bôi hoàng hôn vẽ bình minh
trong mắt
huyền bí
độ lượng
nàng cởi lá vàng ra, để lộ mùa Thu
đất mịn màng dưới bàn tay cỏ non
tôi du mục trên ngực nàng tìm nơi ẩn trú
kho báu hiện ra
tôi chọn cửa sanh/tử bước vào
không quay lại

Con đường của ái tình
tôi nghe nhịp đập bên kia cửa thúc giục
đôi môi thành ngôn ngữ
viết lên bài thơ không ngăn được lửa

Đọt Sóng Nhún Nhảy Trên Thân Thể

Tình yêu chạm môi em
mặt trời phóng sinh từ đêm
lửa giao mùa
hương ái tình bốc cháy
bài ca trong lồng ngực
hoang dã
tiếng măng nứt đất vươn lên

Chớ thuần hóa dục vọng em
muối là nguồn sinh lực của biển
đốt cháy lửa bị giam tù
đọt sóng nhún nhảy trên thân thể
dòng đại dương bất tận
đi sâu vào lòng đất
nơi quỹ đạo hợp tan
hạt bụi trong sương mờ giữa mùa hạ rạo rực

Vũ trụ reo mừng
làm chứng nhân tình yêu hóa thành ngôn ngữ
nét chấm phá cuộc đời là câu kinh cầu siêu
động đực sao băng

Khi tôi yêu em
hóa tên lửa thành bồ lúa
lò nguyên tử - nồi thuốc bổ
vị ngọt thấm vào tim
vị đắng len vào máu
khoan dung
hàng cây ký ức lùi ra sau
tình yêu vùn vụt phía trước định hướng bình minh

Hỡi cún xinh yêu dấu
mùa xuân với đôi mắt nâu sâu thẳm

ngái ngủ trên võng tôi
em cởi nỗi buồn ra
khoe trái đầu mùa no mùa gặt
tiếng tù và tâm hồn tôi run rẩy
tôi câm nín
quãng bất tử thay lời

30 Tháng 4 Lộc Cộc Về

Nắng lê bước qua đêm
30 tháng 4 lộc cộc về
Trăng ngủ yên trên đầu nòng súng
Viên đạn nằm cong queo ngái ngủ
Đôi mắt song hành về phương Bắc
Chiếc ba lô già

Từ Vương Kim Vân tới thơ Lê Giang Trần: Bập bùng những hơi thở buồn!

Với tôi, Lê Giang Trần như một "Công Tử Bạc Liêu" lỡ thời, thất thố. Giữa khi Trần chưa kịp biểu diễn những đường gươm hoa mỹ của một tay chơi tỉnh lẻ về thủ đô, dưới những ngọn đèn màu Saigon thì, lịch sử sang trang. Đổi đời. Sóng biển Đông quăng, ném Trần ra trại đảo. Từ những chao chát nắng, mưa rát mặt ở hoang đảo, bản năng sinh tồn thiết lập cho Trần bảng chỉ dẫn mới. Bảng chỉ dẫn như một cuộc lột xác cay nghiệt, để sống còn. Những kinh nghiệm quá khứ thủ đắc được từ những năm tháng "tay chơi" bất kể ngày đêm, đã bị thực tế lóc sạch, thả đáy biển sâu. Những mưu sinh thoát hiểm mới, làm thành một thân thế khác cho Trần - Trước khi trại đảo tiễn Trần vào đất liền. Vùng đất mới.

Từ những năm tháng Houston, thủ vai người bảo trì, sửa chữa, quản lý mấy chục căn hộ của một chung cư, cũ kỹ... tới những năm tháng di chuyển về Los Angeles theo tiếng gọi khẩn thiết của người cha, trong vai trò của quản lý một tiệm buôn bán thực phẩm Á đông nhỏ của gia đình... "Công tử Bạc Liêu" nửa đời, nửa đoạn kia, như một chiếc lá nổi, chìm theo dòng sống, trăm dòng, nghìn bến. Và, hồi chuông nghiệt ngã cuối cùng đã gióng giả gọi đích danh Lê Giang Trần, khi Trần ngã xuống trong một tai nặng khuân vác nặng: Cụp xương sống.

Từ giã mọi toan tính, mơ ước... dù chấp chới, nhỏ nhoi. "Tay chơi Bạc Liêu" một thời trở thành chuyên viên chuyển âm phim bộ, khi phong trào phim bộ Hồng Kông "lên ngôi" trong cộng cộng đồng Việt tỵ nạn, quê người. Nhưng, rồi một lần nữa, định mệnh vẫn chưa chịu buông tha Trần. Định mệnh (đúng hơn bệnh hoạn và sự xuống thang của phim bộ Hồng Kông) lại nhận đầu Trần vào khó khăn mới: Đối mặt thực tế cay nghiệt cơm, áo đời thường!

Cho tới một buổi tối, tôi nhớ, thời gian đó, khoảng giữa thập niên 1980, Dì Từ Hạnh, một người bạn của chúng tôi, đem Lê Giang Trần về địa chỉ 1029 Ranchero Way, Garden Grove, căn nhà nhỏ, giáp tuyến với thành phố Santa Ana - Địa chỉ tiếp nhận khá nhiều những mảnh đời lưu đầy, cần một nơi nương náu, ấm áp cho những ngày tháng đầu, tỵ nạn.

Đó cũng là thời gian, Võ Thạnh Đông mới... "ra riêng" dựng bảng tuần báo "Nghệ Sĩ" - Việt Dzũng theo tiếng gọi của Lê Văn Hào, trở lại Houston, khai trương "Nhà in Thế Giới".

Trước đó, Trần Duy Đức cũng đã dẫn Đặng Thanh Phong, một cựu KQ, chuyên viên cơ khí, thất nghiệp về nhập bọn với đám làm báo còn lại của chúng tôi là Lê Dũng, Kim Ngân, Nguyễn Ngọc Oánh, Cao Đông Khánh, Đỗ Vẫn Trọn...

Trần Duy Đức lãnh nhiệm vụ hướng dẫn "Công tử Bạc Liêu" lỡ thời, thất thổ, những công việc liên quan tới nghề làm báo thời đó là cắt, dán, trình bày (đôi khi còn phải bỏ dấu tay nữa...)

Tôi nhớ, cuối tuần, mùa hè, khi báo đã được bỏ in, trên bậc cấp bước xuống vườn sau, bên cạnh vòi nước tưới cây mà, phía trước là cây chanh sai trái, xa hơn, cuối sân, cây avocado cổ thụ cho bóng mát quanh năm... Lê Giang Trần ngồi, ôm guitar hát những bài hát cũ. Những bài hát đã hòa tan trong máu của Trần. Nó hiện diện tự nhiên, mặc nhiên, như hơi thở, quá buồn!

Những buổi tối thanh bình như vậy, tôi nhớ, Trần hát rất nhiều ca khúc quen thuộc. Có hai bài mà không một lần "tự biên tự diễn" nào, Trần không hát - Đó là "Ngăn Cách" của Y Vân và "Bài không tên số 2" của Vũ Thành An.

Tôi cũng nhớ, khi tiếng guitar bập bùng của Trần vẳng đưa trong không gian yên tĩnh của đêm Garden Grove, con đường nhỏ Ranchero Way, tiếng hát Trần cũng bập bùng những kỷ niệm rói tươi, thì dù ngày mai, có phải dạy sớm đem báo tới các thành phố rất xa như Canoga Park, Ventura, Los Angeles... Đặng Thanh Phong vẫn chồm dậy khỏi chiếc bàn ăn lớn, cuối phòng khách, để nghe Trần hát. Số anh em khác, trừ phi không có mặt, ai cũng bước lại gần, tìm một chỗ ngồi thích hợp, để được nghe rõ hơn, tiếng "bập bùng" đi ra từ lồng ngực tay chơi nửa đời, nửa đoạn này! Khi Trần hát:

"Yêu nhau trong cuộc đời, mơ duyên tình dài gắn bó đôi lời. Ta quen nhau một ngày, thương nhau trọn đời, giữ cho lâu dài - Khi chia tay lần đầu, duyên chưa đậm mầu cũng đã say nhiều - Một thời gian quen biết, tình ta tha thiết muôn phần- "Nhưng không ai nào ngờ, duyên đang mặn mà bỗng đã chia lìa. Đêm chia ly lạnh lùng, đưa tay một lần, đến mai không còn. Đêm nay không còn dài, xin cho vài lời, chớ trách nhau hoài. Lời từ ly êm ái, để đâu không nói đêm nay (...)

"Mây sao quên hạn kỳ? Cho trăng buồn vì nhớ mãi câu thề. Mây đem mưa trở lại, mưa hay nhiều lời, khiến trăng mỉm cười...

Nhất là khi tới đoạn coda:

"Không! Trăm không ngàn lần, không ai giận hờn nếu đã hay rằng: Lòng người như chiếc lá, nằm trong cơn gió vô tình." (Wikipeadia-Mở)

Trần cao giọng lập đi lập lại ca từ "Không. Trăm không ngàn lần..." - Với tinh thần dứt khoát không giận hờn, không oán trách... Nhưng chúng tôi, những người nghe lại cảm nhận được một điều gì ngược lại. Nó thê thiết, nó đau đớn, chua xót hơn chính ý tứ mà những ca từ kia nhắm tới!!!

Cũng vậy, khi Lê Giang Trần bước qua "Bài không tên số hai":

"... Kỷ niệm xưa đã chết, cơn mê đã chiều -, Tình yêu đã hết, xót xa đã nhiều - Đời thôi sẽ còn mai sau – Thôi em đừng xót thương - Rồi ngày tháng phai đi - Thôi cuộc tình đó tan rồi - Không còn gì nữa, tiếc mà chi..." (Nđd)

(Thì) tôi thực sự không biết Trần muốn nhắn gửi những lời ân tình đó cho người con gái ở bên kia biển Đông? Hay cho chính Trần, trong hoàn cảnh lưu đầy này?

Tôi cũng không biết, qua tất cả những ca khúc Trần hát, cuối tuần, đêm hè, ở 1029 Ranchero Way, thì Bạc Liêu, những ngày nước lớn, Bạc Liêu với Chợ Lồng nổi tiếng, và sắc màu ánh đèn Saigon - Chợ Lớn... phì nhiêu, có chiếm một vị trí đặc biệt nào trong bập bùng hơi thở dĩ vãng của Trần? Hay tất cả đã sớm trở thành một phần máu huyết, một phần muộn phiền bất ly thân trong đời sống tinh thần người trẻ tuổi này?

Thời gian đó, như tôi biết, cũng là thời gian những bài thơ tình đầu đời Lê Giang Trần được viết xuống - Trước khi chúng được gom lại, do bằng hữu khuyến khích, để thành thi phẩm "Saigon ở phố lưu vong", xuất bản năm 1991.

Gần đây, tình cờ một bạn đọc, gởi lại tôi bài viết ngắn, tôi viết thay cho lời tựa mở vào "Saigon ở phố lưu vong" - Đọc lại bài viết ngắn của mình, sau hơn 20 năm, tôi còn thấy ngậm ngùi cho Trần, cho những kẻ thủy chung với kỷ niệm, gắn bó với nơi chốn:

"... Trong ký ức tôi, mãi tới đầu năm 1985, mới có ba chữ Lê Giang Trần.

"Trong gặp gỡ đầu, Từ Hạnh giới thiệu cho tôi một người đàn ông cùng làm nghề chuyển âm với Từ Hạnh trong khu chợ Viễn Đông ở đường 17 - Tên Vương Kim Vân.

"Trong ký ức tôi, là căn phòng làm việc nép dưới những tàng cây avocado, đường Ranchero way. Trên chiếc ghế bố kê sát vách tường, tôi được đọc những bài thơ đầu tiên của Vương Kim Vân, ký Lê Giang Trần.

"Trong cái thế giới nhỏ bé, có những trái avocado rụng khô trong đêm. Lê Giang Trần ca cải lương, ca tân nhạc và viết văn nữa. Đời sống như thơ của anh, đơn giản, hiền lành.

"Tự nào giờ, tôi vẫn cho thi ca là tiếng nói đầu tiên và cuối cùng, tinh khôi nhất của một trái tim, tinh ròng không có chỗ những làm dáng màu mè, trí thức. Tinh ròng hay, sần sùi, thô, nháp, là đặc tính đáng ghi nhận nhất của cõi thơ Lê Giang Trần.

"Tự nào giờ, tôi vẫn nghĩ, sân chơi tinh ròng thi ca, chỉ dành riêng cho những tấm lòng chung thủy mở ra với trời đất, với thiên nhiên, với bằng hữu. Kẻ làm thơ không có một tấm lòng thủy chung, thì, căn bản, y chỉ là một tay xài bạc giả. Cái bóng bẩy, hào nhoáng của nghệ thuật chỉ là một lớp sơn che dấu cốt lõi mục, rã.

"Tự nào giờ, tôi vẫn cho những kẻ thiết tha, gắn bó với nơi chốn, với cảnh đời y đã đi qua, chính là kẻ thủy chung ở với ta vậy.

"Lê Giang Trần chính là người ở với kỷ niệm, ở với nơi chốn. Cõi thơ của anh, đầy những cánh chim về núi. Cõi thơ của anh, bay trên những dặm trường khuất lấp, chân mây... "Và, bạn còn muốn đòi hỏi gì khác hơn, những dặm trường tan nát trong thơ người mang tên Lê Giang Trần này?

"Du Tử Lê "tháng 2-1991".

Có dễ vì Lê Giang Trần tin rằng không ai đòi hỏi nơi Trần một điều gì khác hơn nữa, cho nên, phải mất 22 năm sau, Lê Giang Trần mới hiến tặng cho những người yêu thơ mình, thi phẩm thứ hai, tựa đề "Trạm người quá bước" - Tập thơ ra đời cũng do thiện duyên của bằng hữu bốn phương ấp ủ và, nuôi nấng giùm anh. "Trạm người quá bước" theo tôi, là một thể nghiệm thi ca mới mẻ, bước tới những chân trời lồng lộng bâng khuâng. Cật vấn bản thể... Vì thế(?), nhà thơ Phan Tấn Hải, trong một bài đăng tải trên nhật báo Việt Báo, đã viết:

"Thơ của Lê Giang Trần là một trận gió 'thơ mộng mãnh liệt' – khi bạn mở trang sách ra, sẽ thấy những dòng chữ được nhà thơ ném lên trời, và rồi biến thành những trận gió lạnh buốt làm cho chàng run rẩy đối mặt với cuộc đời thơ mộng.

"Lê Giang Trần, trong phần Kết, cũng đã tự nói về thi tập này:

" 'Những bài thơ này chuyên chở đời sống của những người đã sống một cách 'thơ mộng' mãnh liệt mà nhờ tình cờ hay tình thân tôi được biết. 'Chính cái chất thơ mộng hay mãnh liệt ấy gây xúc động cho tôi viết xuống một mảng đời. Nhất là cuộc sống đau đáu ấy lại là đời sống tị nạn lưu vong'.(trang 153)

"Thơ của Lê Giang Trần đa dạng, ngôn ngữ có nơi đùa cợt như khi gặp lại bằng hữu sau nhiều năm xa cách, có nơi bùi ngùi khi nhớ bạn đã bước qua cõi bên kia, có nơi tha thiết với mùi hương của tình nhân chợt nhớ lại...

"Sống với những thơ mộng mãnh liệt, nghĩa là trực diện về tính cô đơn của cuộc đời, là thấy rõ những hư vỡ và bất toàn của đời, và cũng là nếm trải vô thường khi từng người tình biến mất – những ý nghĩa này lại nổi bật khi Lê Giang Trần đưa vào thơ thỉnh thoảng những dòng Kinh Phật.

"Và ngay cả khi Lê Giang Trần phải chấp nhận tính vô thường của cuộc đời, trong thơ vẫn ẩn tàng những nét khó hiểu của đau đớn.

"Trong bài 'Nhớ nhà rừng mai,' Lê Giang Trần làm khi nhớ tới thi sĩ Phạm Công Thiện, chúng ta nhìn thấy những hình ảnh của thơ Thiền, như trăng sáng, rừng im, lạnh tỏa, rừng mai... và cả những bùi ngùi thương nhớ, trích:

"... rằm tháng giêng mất ngủ
trăng sáng trắng trên đầu
rừng im sương lạnh tỏa
lòng cạn như hồ sâu.

"lại lui về thị tứ
xuân nhớ nhà rừng mai
thương bạn bè quá cố
buồn bâng quơ tương lai... (tr. 23)

"Trong chương 'Vào Thơ', Lê Giang Trần nói về duyên khởi của thi tập:

"... Khi chạm đến cái giới hạn của trí tuệ mới nhìn ra cái mông mênh của tri thức, như lời đức Phật dạy về hiểu biết bằng thí dụ nắm lá trong tay. Cho nên, dù tạm gọi là nghiệp dĩ thơ, sẽ có lúc thi nhân dừng lại vì năng lực chỉ đến đấy. Người nào luôn là kẻ lên đường sống từng giây phút mới lạ sinh động bất ngờ, người đó mới có thể có được sự mới mẻ đầy ân sủng, yêu đời tươi thắm trong tư tưởng.

"Những bài thơ trong tuyển tập Trạm Người Quá Bước này là một số may mắn còn lưu giữ từ năm 1992 được gom lại và xuất hiện trong một ấn bản in năm 2013, do nhiều thân hữu góp tặng ấn phí và tuần báo Sống nhận phát hành. Từ nay đời sống của những bài thơ này tùy thuộc vào độc giả, ngoài tầm tay của tác giả.

"Mai kia mốt nọ nếu tôi có vài bài thơ thất thểu lang thang, mong được xem như là vết chân của người quá bước ngang qua vườn thơ". (Trang 8)

"Có phải thi sĩ Lê Giang Trần đã 'bước ngang qua vườn thơ' như vừa nói? Hay cõi này thực ra chỉ là một cõi đầy đau đớn của người lưu vong?..." (Phan Tấn Hải/Việt Báo).

Trước khi khép lại bài viết này, tôi muốn mượn vài cảm nhận đã được nhà thơ Nguyễn Lương Vy làm cho sắc xuống, khi ông viết về thi phẩm "Trạm người quá bước" của Lê Giang Trần: "... 55 bài thơ, bàng bạc những hồi ức, kỷ niệm với những chiêm nghiệm sâu lắng, đầy tính nhân văn về quê hương, tình người, tình bạn. Chữ thơ giản dị, mộc mạc, nhưng đã tạo được âm vang rất rộng, rất sâu. Chữ vẫy gọi chữ, âm vẫy gọi âm, dội vào tâm thức người đọc những liên tưởng, những hình ảnh, những ý tứ rung động đến nao lòng.

"55 bài thơ, bàng bạc những vết cứa trầm luân về phận người, phận mình sau 33 năm lưu vong, biệt xứ. Những chữ thơ kể chuyện trầm trầm, lời tình tự thoáng nét bi tâm nhưng không ai oán, khổ lụy. Người thơ ắt hẳn đã trải qua một chặng đường tu tập khá dài về tâm linh để bật ra một cách hồn nhiên, tự nhiên như hơi thở: Thơ này không phải là thơ/là anh gửi đến giấc mơ của mình/thơ này không phải là tình/là trong tim bất thình lình nói ra... Một quan niệm về thơ rất tự tại, rất thi sĩ!

"55 bài thơ, bàng bạc những tâm tình hoài vọng. Kể phận mình để nhớ đến phận người, mệnh nước. Xác thân ở xứ người nhưng tâm hồn vẫn lang thang bay về với ngọn cỏ, bóng cây, cành hoa, cụm khói, áng mây quê nhà. Cuộc đời nghiệt ngã, nổi trôi đã thăng hoa rồi kết tụ thành thơ. Thơ đã trở thành hơi thở của người thơ, gắn bó, đồng hành với người thơ trên nẻo đường thiên lý". (Nguyễn Lương Vy).

(Garden Grove, May 2015)

Dăm bài thơ tiêu biểu của Lê Giang Trần

Một đời mưa trôi

*Chiều nay mưa vào tối
chim bay theo lá rời
mưa và hoa rụng rơi
có gì như tình khơi.*

*Chiều xưa mưa hoàng hôn
tóc ai thơm ngang đường
vàng lên khung trời muộn
dáng người xa còn vương.*

*Chiều hôm nao tạnh mưa
khúc đường quanh nhà nhỏ
như dòng sông sông nằm co
một tôi trên bến đò.*

*Nhà kia gần nhà thờ
vào thu vàng cúc nở
chiều mưa chuông ngân nga
buồn lan nỗi nhớ nhà.*

*Chiều đi ngả tối về
gió cuồng bay trên lộ*

trời chuyển mưa như thế
làm sao em đi lễ?

Màn chiều lất phất mưa
xóm nhà quanh lối nhỏ
ngó về dãy phố xa
cách người vẫn cách xa.

Chiều mưa hoài mưa mãi
khoác áo đi tìm ai
đi luồn trong mưa bay
đi tìm chút men say.

Nhà đây người đâu thấy
lá vàng tiễn ai bay
hay rời theo bóng ấy
để trời mưa ngất ngây?

Một đời tôi mưa trôi
một đời hoa lạc lối
bước về con phố tối
trăng lạnh ngập hồn tôi.

Bến xe đò

Vào ra cái bến xe đò
Có hôm xe chở đời ta đến mình
Có hôm đổ xuống thình lình
Dưới con dốc khuất những tình tội xưa
Có ngày đợi chuyến xe thưa
Ngồi trong quán vắng giận mưa trách trời
Có khi bè bạn xa xôi
Về thăm gió bụi còn mùi phương xa.

Bến nào cũng lắm xót xa
Kẻ ăn xin sống ngả ba góc đường

Có cô xuống bến hỏi đường
Dung nhan ủ dột nét buồn man man
Có chàng bị túi than van
Đời trăm vạn nẻo đường thang thênh dài
Có em mặt ngọc mày ngài
Ngác ngơ lơ kéo bác tài xế vây

Có người phiêu dạt về đây
Rượu giang hồ uống cho say lên đường
Có đêm khuya khách má hường
Lượn qua lượn lại trên đường ngớt mưa
Có ngày bến vắng xe thưa
Trẻ em cao ốc buổi trưa thả diều

Bến xe nhộn nhịp sáng chiều
Kẻ lên người xuống lúc nhiều lúc vơi
Bến đi, dậy tiếng thúc còi
Bến về, ran tiếng nói cười gọi nhau
Bến đời, xuân đã rời lâu
Chuyến xe chung cuộc khi nao khởi hành?

Bông tím

con đường không thể buồn hơn
từng chùm bông tím chập chờn rụng bay
vu quy là ngày ta say
hàng hoa điệp tím rải đầy tiễn em
rải buồn tím xuống ngày đêm
tím tràn sân cỏ tím huyền lối đi
tím than cả khối tình si
tím bầm hết mối duyên thề trăng hoa
ngày nàng vĩnh viễn lìa xa
đời còn chi để bước ra đời thường?

*Người sang ngang, người đi ngang
quỳnh hương xuân bỏ lại hoàng hôn sương.*

Sinh nhật 912

*Sinh nhật thơm ổi ruột đỏ
Nóng căng tàn hè sang thu
Lặng những đêm oi thức trắng
Tuổi tác như gạc thuốc vun tàn*

*Tôi nhớ em vô cùng
Không dễ dàng em tan theo nắng sớm
Hay em chìm theo sương đêm
Tháng Chín bắt đầu vàng rừng
Lá rồi chín ươm rụng bay*

*Ở lại những thân cây trơ nhánh
Ở lại tôi trơ trọi cánh tay thừa
Im lặng với nghìn trùng
Em Sapa mắt trầm tóc rối
Cô Sài Gòn son mã hãn hung
Nàng Đà Lạt tình sương giăng
Cô Cần Thơ đời sông nước
Những dung nhan Hà Nội Bạc Liêu
Những vũ điệu quyến rủ mơ
Và tôi là khán giả mù
Tưởng tượng âm thanh thành nhan sắc*

*Niềm vui có khi như trái phá
Mơ tưởng có khi là dao xuyên
Ước ao xước xây gai nhọn
Và tôi như trăng khuyết
Trên vườn hồng nở thắm tươi*

Trăng khuyết như một nụ cười
Tim bất động như núi

Anh không biết làm sao
Như đứng giữa hoa đào
Chỉ ngắm
Tôi là ai nhảy vào hố thẳm
Bâng quơ không hiểu nổi mình
Trôi như thể dòng sông
Có khi mênh mông biển rộng

Như thế làm sao em hiểu
Sapa lạnh rét cầu treo
Sài Gòn rượu tràn đêm mưa phố
Đà Lạt dã quỳ vàng võ sương lan
Bên kia Cali đời vấn nạn
Những niềm riêng đồng dạng tim hoang

Xin tri ân tình người cứu trợ
Mang ơn mình và cảm kích em
Cảm ơn thổ ngơi biển bán đảo
Pháo bông Disney nở lúc vừa khuya
Computer nuôi sống buổi cơ hàn
Cảm tạ hết bạn bè hào sảng
Và tình ai gửi gấm thi nhân

Lê giang trần

Nguyễn Khắc Nhượng, Thơ Như Một Cứu Rỗi

1.

Năm 2007, nhờ công lao và sự hy sinh lớn lao (theo tôi,) của nhà văn và, cũng là nhà thơ Trần Hoài Thư, tôi được gặp lại một số bạn văn cùng thời, qua sưu tập "Thơ Miền Nam Trong Thời Chiến," tập II.*

Nếu không kể những người đã khuất, trong số bằng hữu còn lại, tính tới ngày hôm nay, tôi có Nguyễn Khắc Nhượng. Nguyễn Khắc Nhượng với bài thơ "Bên Đường Gặp Người Đồng Hương."

---

* "Thơ miền Nam trong thời chiến", tập II, thuộc "Tủ sách di sản văn chương miền Nam", do Trần Hoài Thư chủ biên. Thư Ấn Quán XB, New Jersey, Hoa Kỳ, 2007.

Tôi không biết, (cũng không hỏi bạn tôi,) bài thơ viết năm nào? Tôi đồ chừng bài thơ của Nguyễn Khắc Nhượng ra đời trong khoảng thời gian 1965 -1975.

Tính héo thì bài thơ của Nguyễn cũng đã ra đời gần nửa thế kỷ. Vậy mà cảm khái của bạn tôi trong thơ, vẫn còn rói tươi với tôi! Cái cảm khái của một nhà thơ ngay tự thời thanh niên, đã nặng chĩu quang gánh nỗi buồn non nước!

Bài thơ năm chữ của Nguyễn Khắc Nhượng, chỉ có 5 đoạn. Đoạn chót 4 câu:

"Bạn hỏi không dám nhớ
"Đẩy đưa lời gần xa
"Thưa: mười năm lưu lạc
"Đâu cũng là quê nhà."

Hiển nhiên, Nguyễn Khắc Nhượng làm thơ cho chính mình. Nhưng hôm nay đọc lại, tôi bỗng thấy như, bạn tôi làm bài thơ đó, cũng là cho tôi, cho Bùi Cung và, nhiều độc giả khác.

2.

Năm năm sau, tháng 3, 2012, tôi được tin Nguyễn Khắc Nhượng phải nhập viện. Mổ ung thư ruột. Dù đã trải qua, nhưng chẳng vì thế mà tôi không phập phồng hồi hộp, lo lắng cho Nguyễn Khắc Nhượng. Tôi chỉ tạm an lòng khi Bùi Cung trả lời thư, cho biết, Nhượng đã ra khỏi phòng chăm sóc đặc biệt, vài ngày sau khi mổ.

Thời gian qua, chúng tôi vui hơn khi chính Nguyễn Khắc Nhượng báo tin, đã trải qua chemo lần thứ ba.

Tôi không biết có phải, như tôi hằng tin rằng: Chữ có khả năng gọi chữ. Màu có khả năng gọi màu... Vì vậy, niềm vui cũng có khả năng gọi niềm vui? - Nên, cách đây hơn tuần, HT gửi cho tôi một thư ngắn, từ chỗ làm, với dòng chữ bold/đậm "... Anh Nhượng sắp in 'Mưa Chiêm Bao'."

Trong cơn mưa... chiêm bao của riêng mình, tôi thấy tôi hạnh phúc khi được gặp bạn, không chỉ qua một bài thơ mà, cả một tuyển tập. Những bài thơ Nguyễn Khắc Nhượng viết tự những năm mới 17, tới lúc bạc đầu...

3.

Dù nhân loại đã bước vào thiên niên kỷ thứ ba, với sự phát triển tăng tốc tới chóng mặt của điện toán và người máy/robot; dù tình trạng sách, báo in trên giấy mỗi lúc một tuột dốc thê thảm, trước sự đắc thắng, lên ngôi rực rỡ của E-book hay báo Online,... Tôi vẫn thấy không vì thế mà, thi ca mất chỗ đứng trong đời sống tinh thần của nhân loại. Nhất là người Việt.

Tôi trộm nghĩ, tự thân, thi ca vốn mang tính cứu rỗi. Tựa nó là một tôn giáo không kinh bổn. Không cương, giới. Nhưng không phải ai cũng có thể ăn ở với thi ca thủy chung, dài lâu. Tôi cho rằng, ở được với người, với đời, đã khó. Ở được với thi ca, bền chặt còn khó hơn nữa!

Thi ca chẳng những không mang lại cho người làm thơ một lợi nhuận thiết thực nào, mà nó còn đòi hỏi nơi thi sĩ một tấm lòng thao thiết nhân ái. Một nỗ lực chuyển hóa những đau thương thành hoa, hương... Chưa kể, người làm thơ còn gặp khó khăn hơn nữa, khi một mình, cô đơn trong cuộc trường chinh hư huyễn chữ, nghĩa.

Từ bước chân niên thiếu, 17, tới hôm nay, bạc tóc, bạc lòng, Nguyễn Khắc Nhượng vẫn ở với thi ca, như ở với nỗi, chìm bất tận của cuồng lũ dòng đời. Với cá nhân tôi, đó là một hiếm, quý. Dù cho Nguyễn Khắc Nhượng thường trực tự cật vấn và, cuối cùng vẫn thường trực thú nhận thất bại:

*"Muốn tặng em tấm lòng tinh khiết nhất
"đời vẫn như lá mục chảy theo dòng
(...)
"Ta trôi chảy giữa đôi bờ lận đận
"buổi hoàng hôn soi bóng nước sông người
"trong dòng nước ta nhìn ta bật khóc
"lòng đớn đau chợt thấy xót thương đời."*
("Ngọc lan bên trời huyễn tưởng.")

Thú nhận "thất bại" trước cuộc đời, trước nhân gian, đối với một thi sĩ, theo tôi, chính là mặt khác của niềm tin tận hiến. Để từ đó, cái tôi hay cái ngã cá nhân, nhập dòng với cái tôi, cái ngã lênh đênh chung của nhân quần:

*"(Chúng ta chờ đợi gì ở thành phố không biết nói?
"khi anh muốn tự móc mắt
"để không còn thấy mình là ai)*
("Nhan sắc.")

Bay theo "Mưa chiêm bao" của Nguyễn Khắc Nhượng, tôi gặp được rất nhiều câu thơ dữ dội, hiểu theo nghĩa những so sánh, liên tưởng rất... Nguyễn Khắc Nhượng:

"Mặt trời như gai độc..." ("Ở lại lưng đồi.")

Hay:

*"Tình chung trong giọt nặng
"rớt xuống buổi cuối ngày."*
("Cuối ngày.")

Hoặc nữa:

*"Ai đã treo cổ kỷ niệm lên hai hàng trí nhớ?
(...)
"Khi hôm sau mặt trời đã đốt khô hai hàng nước mắt
"khi bầy quạ bay đi
"để lại nụ cười em với rào kẽm gai ở lại."*

("Gởi người tình phản bội.")

Bước chân vào cánh rừng thi ca, có đôi người làm thơ chọn đường mòn hay lối sẵn. Đó là chọn lựa chẳng những không làm thành "thẻ nhận dạng thi sĩ" mà, nó còn tố cáo giới hạn tài năng và, tri thức.

Nguyễn Khắc Nhượng ngược lại. Trong "Mưa chiêm bao," người đọc sẽ bắt gặp thêm nhiều, rất nhiều những ẩn dụ. Những "hình ảnh chìa khóa" mở vào cõi giới thi của riêng Nguyễn Khắc Nhượng. Như:

"Bây giờ trái tim anh là một quả chuông
"của một ngày không còn thánh lễ."
("Thơ cho người tình cũ.")

Hay:

"Chao ôi da thịt như sương khói
"ai có nghe lòng ai đớn đau!"
("Mộ ca cho Nga và những hồn phiêu bạt.")

Hoặc giản dị như lời nói mà, thi tính lại đẩy lên tới mức cao nhất của đặc thù ngôn ngữ Việt:

"Cái mưa cùng cái gió
"cái nắng cùng cái non
"xanh rì trong cái cỏ
"che khuất đi cái mòn."
("Đồng vọng.")

Tôi cũng rất thích cái tinh thần thi-sĩ-phương-đông của Nguyễn Khắc Nhượng. Tôi muốn gọi đó là tinh thần bất khả phân. Sự nhập một giữa ba thành tố thiên, địa, nhân. (Theo cách nhìn khác thì, những câu thơ sau đây của Nguyễn Khắc Nhượng, cũng là phong thái của một tâm thiền tự tại, an nhiên giầu tố chất thi sĩ):

"Hoa rụng quanh bàn chân
"lòng trong như sương sớm.
"Uống một giọt sương tan
"lung lay hồn cổ thụ."
("Mờ sáng lên đồi.")

Nguyễn Khắc Nhượng có được tinh thần vừa kể, phải chăng vì cái tâm căn bản của ông là:

"Xin dâng em cả tình ta đạm bạc
"tâm vô cùng và lượng rất bao dong..."
("Ngọc lan bên trời huyễn tưởng.")

Tôi nghĩ, câu trả lời tùy cảm quan mỗi người. Nhưng minh bạch, tôi nghĩ khó ai trong chúng ta có thể phủ nhận, Nguyễn Khắc Nhượng đã chọn lựa:

"Thôi, ta ở lại quê nhà
"giữ thơm hương lụa cho tà áo bay..."
("Giữ thơm hương lụa.")

Bởi vì, với "mười năm lưu lạc," đâu chẳng là quê nhà?!.

4.

Với một Nguyễn Khắc Nhượng như thế, tôi tin nhiều bằng hữu của ông, rất hạnh phúc mỗi khi có dịp nhấn mạnh cụm từ:

"Nguyễn Khắc Nhượng, nhà thơ. Bạn tôi!"

(Calif., May 2012.)

Nguyễn Khôi, Hà Nội, Một Nhan Sắc Khác

Trước cũng như sau hai điểm mốc lịch sử quan trọng 1954 và, 1975, văn chương (luôn âm nhạc) của chúng ta chỉ cho thấy một Hà Nội mỹ miều. Một Hà Nội thơ mộng, lãng mạn, với những rung động gần như "đồng phục." Một loại game-màu-vô-thức? Hay một loại game-màu-mặc-cảm? Phải chăng số văn nghệ sĩ đó của chúng ta, không ai cho Hà Nội một cái nhìn khác, vì sợ bị cho là không đủ yêu Hà Nội? Nên tự thân, dù ở mức độ tài hoa nào, cũng không dám tách khỏi bầy đàn?

Nhiều ngày qua, từ Hà Nội, nhà thơ Nguyễn Khôi đã gửi cho chúng tôi gần 10 bài thơ - Trong số đó, không ít bài viết về Hà Nội, theo cách nhìn riêng của ông.

Những bài thơ viết về Hà Nội của họ Nguyễn cho chúng ta một Hà Nội, khác. Một Hà Nội, không thể hiện thực hơn!

Những câu thơ mang tính đời thường, nghiêng về phía dung tục của nghìn năm Thăng Long, hôm nay. Nhưng không vì thế mà tấm lòng yêu Hà Nội, nơi họ Nguyễn kém phần thiết tha. Mà, theo tôi, trái lại.

Thí dụ trong bài thơ "*Ra phố cổ Mã Mây xơi cơm hiệu*", họ Nguyễn có những câu thơ điếng lòng như:

"Kinh tế thị trường 'phân hóa' mạnh
Xem ăn, trông uống biết 'thành phần'
Mấy tay 'chụp giựt' – 'Dzô' hò hét
Xả láng trên 'đầy tớ nhân dân'...

Hoặc:

"Ừ nhỉ, ngoài sông dân tá túc
Túp lều, thuyền nát tựa bờ lau
Phong phanh áo vá 'không hộ khẩu'
Mà tình líu ríu níu thương nhau..."
(Trích "Một Tết chơi bãi sông Hồng")

Hoặc nữa:

"Gái Ngọc Hà quẩy nhẹ 'gánh hàng hoa'
Quán vỉa hè lũ trai ngồi tán róc
Một cô nàng áo đỏ phóng xe qua...
Càng 'đổi mới' càng teo dần 'Phố Phái'
Những cao tầng dỡ mái chui lên"
(Trích "*Phố Phái*")

Và, đây là một trong những câu thơ đẹp của họ Nguyễn, trích từ bài "*Gửi Tuyên Quang*":

"Thôi, cứ để thời gian gió thổi
Gieo và lòng một chút nhớ sông Lô".

Ngay sau đây, chúng tôi trân trọng kính mời bạn đọc thưởng lãm "chân dung" Hà Nội hôm nay, qua những bức-tranh-chữ-và-nghĩa của nhà thơ Nguyễn Khôi, một người yêu Hà Nội bằng tình yêu chân thiết, không thua bất cứ một tình yêu Hà Nội nào khác.

Gửi Em – Paris Mùa Thu Tím

Sớm Hà Nội... sương thu huyền ảo
Ngồi cafe' vỉa hè
lặng ngắm sóng Hồ Gươm
để nhớ Paris
khúc Autumn Leave
thánh thót vọng tâm hồn
cùng em dạo
Paris mùa thu tím...
Paris đấy, của những ai mộng tưởng
"của đôi ta" tự thuở xa vời
Anh như thế bỏ quên... đời vất vưởng
cuộc tình nào
 còn mãi?
Hà Nội ơi!
Thôi, mai em về Cửu Long giang cuộn sóng
nhớ sông Seine... thời khắc chẳng ngừng trôi
Khung cửa hẹp
Ôi thu, hừng sắc tím
tím cả hồn thơ thả mộng lên trời...
Hà Nội 15-11-2006

Gửi Tuyên Quang
"Chè Thái, gái Tuyên" (Tục ngữ).

Ừ có hẹn cũng chưa về Tuyên được
Bếp lửa nhen ai đó sưởi riêng lòng
Đêm Hà Nội đã nhạt mùi hoa Sữa
Tưởng tóc ai phảng phất hương rừng.
Xa để nhớ một khúc Thành sót lại
Một đoạn đường cát bụi tím Bằng Lăng
Một bến thuyền bắc cầu trong mong đợi
Một đêm thơ ai đọc lệ rơi thầm.
Để ai đấy ở lại cùng Thành cổ
Mỗi sớm mai xuống chợ thả xuôi dòng
Ngồi Thư viện xem chừng chưa ấm chỗ
Nghe gió mùa xao xác suốt triền sông...
Từ thượng nguồn ai trông về cuối bãi
Để ai kia khắc khoải những mong chờ
Thôi, cứ để cho thời gian gió thổi
Gieo vào lòng một chút sóng sông Lô.
Hà Nội 1993

Ra phố Cổ Mã Mây xơi cơm hiệu

"Hội họp... lôi nhau ra cơm 'hiệu'
 Xem Người Hà Nội có 'sang' không?"

Chen lối Mã Mây đi ăn "hiệu"
Nhà hàng Phố Cổ: món Nhà Quê
Cơm niêu, đậu rán, cá kho tộ
Canh cua, cà pháo... "đét xe" chè.
Nhậu nhẹt đông vui quá "Việc Làng"
Chỗ ngồi "ngôi/thứ" đủ hèn/sang
Tiểu thư, các Mợ xơi "cơm tám"
Sinh viên, viên chức "ghế" bình dân...

Kinh tế thị trường "phân hóa" mạnh
Xem ăn, trông uống biết "thành phần"
Mấy tay "chụp giựt" - "Dzô" hò hét
Xả láng trên "đầy tớ nhân dân"...
Ngắm nghía "nếp ăn" mà tủi phận
"Nhà văn" cái chắc "túi" nhẹ tong
Thôi thì "trà đá" thay Bia rượu
Rau muống, tương Bần "nhắm" cho xong...
  Hà Nội 13-12-2010

Một Tết chơi bãi sông Hồng

"vượt đê ra với bãi sông
 Mới hay lồng lộng Trời không có Trời" (ca dao)

 Tết, qua đê ra bãi sông Hồng
Cho hồn thở hít với mênh mông
Thơ như chồi biếc rờn xanh gió
Nghe từng con chữ nhảy tâng tâng...
Ừ nhỉ, ngoài sông dân tá túc
Túp lều, thuyền nát tựa bờ Lau
Phong phanh áo vá "không hộ khẩu"
Mà tình líu ríu níu thương nhau.
Đời chẳng giàu sang, hạnh phúc đầy
Bánh Chưng đôi chiếc, cút rượu say
Ai hay đời chẳng là gì nhỉ
Sướng được đêm nằm gối đầu tay...
Bỗng cảm thương ai nơi đất khách
Nhà lầu "trợ cấp" sống cô đơn
'Tự do cô độc" tha hồ "viết"
Trào lên trang Web nỗi tủi hờn?
Bứt khỏi phố phường ra chơi bãi
Đôi giờ thanh thản thả hồn thơ

Ôi, "dân vạn đại"- dân là mãi
Phú quý vênh vang bóng Nguyệt mờ...
Hà Nội , tết Tân Mão

Phố Phái
"Hà Nội còn chăng vài Phố Phái
Mấy ngôi nhà Phố cũ Song xưa"?

*Lâu lắm mới lên thăm "Phố Phái"**
Những mái nhà xô lệch gối đầu nhau
Ra Quán Thánh... qua Đồng Xuân rẽ trái
Sang Long Biên... quành nẻo Đầu Cầu...
Xích Lô mới chở "bà Đầm" du lịch
Gái Ngọc Hà quẩy nhẹ "gánh hàng Hoa"
Quán vỉa hè lũ trai ngồi tán róc
Một cô Nàng áo đỏ phóng xe qua...
Càng "đổi mới" càng teo dần "Phố Phái"
Những Cao Tầng dỡ mái chui lên
Thăm "Phố Phái" vào Bảo Tàng Hà Nội
Quên những gì tưởng không thể nào quên?
Hà Nội 19-5-2014

---

* Đọc tùy bút Nguyễn Tuân: đặt cho tranh vẽ Phố Cổ Hà Nội của Họa sĩ Bùi Xuân Phái

Nguyễn Ngọc Hưng, tấm gương lớn của một nhà thơ vượt cao, trên số phận

Trung tuần tháng 8 vừa qua, chúng tôi nhận được tập thơ *"Bài ca con dế lửa"* của tác giả Nguyễn Ngọc Hưng, hiện cư ngụ tại Quảng Ngãi, gửi, nhờ giới thiệu.

Đọc thấy trong thi phẩm có nhiều thơ hay, chúng tôi liên lạc với tác giả, xin tiểu sử, để giới thiệu trong cột mục *"Giới thiệu một chân dung"* - Thay vì viết 1 tin ngắn. Khi nhận được 2 files bài, một của chính Nguyễn Ngọc Hưng và, một của Tiến sĩ, nhà thơ Mai Bá Ấn, chúng tôi đã đi từ ngỡ ngàng tới khâm phục sức phấn đấu, chống trả định mệnh khốc liệt, của một nhà thơ, ở tuổi thanh niên, mới tốt nghiệp Thủ khoa, Đại học SP/Quy Nhơn, 1993, chưa kịp nhận nhiệm sở thì bị chứng bệnh teo cơ (chân, tay bị co rút)!

Nguyễn Ngọc Hưng nằm một chỗ như vậy, tính ra đã 30 năm. Phương tiện chuyển dịch duy nhất của Hưng là băng-ca, với sự giúp đỡ của tình bạn cao quý, thiêng liêng và, liên lủy... Với cá nhân chúng tôi, Nguyễn Ngọc Hưng, là "Tấm gương lớn của một thi sĩ vượt cao, trên số phận".

Để thấy gần hơn, chân dung đích thật của một thi sĩ trong nghịch cảnh, chúng tôi thiết tưởng không gì hơn là, chúng ta cùng lắng nghe tâm sự của chính cá nhân trong nghịch cảnh đó, qua Website của *Hãng Phim Truyền Hình Sơn An*, dưới đây:

Bài ca về một tình bạn thiêng liêng

(LNĐ) Trước ngày 16/3/2014, ngày kỷ niệm *"Tình bạn Việt Nam"* đầu tiên đúng một ngày, BBT website Truyền Hình Sơn An nhận được bài viết ghi ngày 15/3/2014 của Nhà Thơ Nguyễn Ngọc Hưng gửi từ Quảng Ngãi cho Truyenhinhsonan.com. Câu chuyện của nhà thơ và bạn hữu của anh như một câu chuyện thần thoại về tình bạn giữa thời nay. Xin trân trọng giới thiệu nguyên văn bài viết của Nhà thơ.

"3 NGÀY, 3 THÁNG, 3 NĂM RỒI 30 NĂM... NHƯ MỘT PHÉP MÀU!

"Từ lâu nay, tôi - Nguyễn Ngọc Hưng (NNH) - chưa bao giờ viết và rất ít nói về bạn bè của mình. Phần vì đã có khá nhiều bài viết của các nhà văn, nhà báo; phần vì tình bạn đối với tôi quá lớn quá rộng quá sâu nên không biết phải bắt đầu từ đâu. Mọi ngôn từ trở nên bất lực trước những tấm lòng nhân hậu nghĩa tình vô hạn của bạn bè gần xa đối với tôi. Hôm nay tôi xin được kể lại một chút về những ngày đã qua để mọi người hiểu thêm về gia đình nghĩa huynh Nguyễn Xuân Anh- nghĩa tỉ Lê Thị Thu Hà và rõ hơn vì sao cho đến nay tôi vẫn còn sống, dù phải trải qua nhiều phen thập tử nhất sinh.

"Còn nhớ đó là đầu tháng 9 năm 1982, NNH về thực tập tại Trường cấp III Nguyễn Công Phương. Chiều trước BGH nhà trường giới thiệu Đoàn thực tập sinh, phân công lớp chủ nhiệm, sáng hôm sau tôi đã phải nhập viện vì 2 bàn tay đau nhức và có dấu hiệu co rút. Lần đầu tiên tôi chính thức được làm quen với anh Xuân Anh- lúc đó anh ấy cũng là một y sinh thực tập tại Bệnh viện Đa khoa tỉnh Quảng Ngãi - dù trước đó có biết nhưng chưa chơi với nhau: Vì anh lớn hơn tôi dăm tuổi và học trước tôi vài lớp. 2 tháng tôi nằm viện Đa khoa Quảng Ngãi cũng là thời gian để 2 nhóm bạn của tôi và anh Xuân Anh kết nối với nhau. Vì tôi có người bạn thân là Nguyễn Văn Hiệu và anh Xuân Anh có người bạn thân là Nguyễn Diên Xướng vừa là hàng xóm, có quan hệ bà con gần gũi vừa chơi thân với nhau từ nhỏ. Chính quan hệ này đã kéo theo những thành viên khác của 2 nhóm bạn xích lại gần nhau để cùng chăm sóc NNH. Ngoài những người đã nói nhóm bạn mới này có các cặp vợ chồng: Đoàn Văn Thoại, Phạm Ngọc Thiện, Võ Tuất, Nguyễn Trung Thượng, Nguyễn Thân, Lương Văn Mạnh, Lê Quy, Trần Minh Công, Vũ Tuế, Vũ Minh... luôn là những bàn tay ấm áp cùng gia đình anh chị Xuân Anh- Thu Hà dìu đỡ tôi qua mọi đoạn đường ấm lạnh từ bấy đến giờ.

"Trở lại với câu chuyện. Sau 2 tháng điều trị tại Bệnh viện Đa Khoa Quảng Ngãi, tôi được chuyển ra Bệnh viện C Đà Nẵng. Lại sau 2 tháng điều trị với 4 lần hội chẩn toàn bệnh viện và một kết luận: Bệnh này chưa có cách chữa khỏi, tôi trở về với tâm trạng tăm tối, tuyệt vọng. Một năm tiếp theo (1993) là 365 ngày dong ruổi trên chiếc xe đạp cà tàng của các bạn đi hết cửa này đến cửa khác ở Quảng Ngãi. Nhưng mọi cánh cửa đều không mở ra cho tôi tí hy vọng gì về việc chữa khỏi bệnh. Thế là sau Tết năm 1994 mẹ con tôi phải theo Dì Chín- người dì ruột của tôi ở Cam Ranh về thăm Tết - vào Khánh Hòa với chút hy vọng mỏng manh: Ở Thành - Diên Khánh có Thầy Hai cắt lể hay lắm!

"Do số phận run rủi tôi gặp được ba má nuôi là ông bà Mười Cư ở Ngã Ba Thành và nương nhờ gia đình ấy suốt mấy năm liền. Dù đã làm đủ mọi cách nhưng bệnh tôi mỗi ngày một nặng thêm - cuối cùng tôi đã nằm một chỗ. Đến cuối năm 1997 mẹ con tôi trở lại Cam Ranh ở với Dì Chín. Lúc bấy giờ bệnh tôi đã đến hồi kịch phát: Đau nhức toàn thân, ăn ngủ không được nên người ốm như cái que. Mẹ tôi cũng tỏ ra rất mệt mỏi và có vẻ lạc thần rồi. Thấy bà chiều chiều ra đầu ngõ trông về hướng Bắc, đoán mẹ muốn về quê, tôi nhờ Dì Chín gửi điện tín về cho Phạm Ngọc Thiện là người bạn chí cốt với tôi với nội dung: 'Nhờ Thiện và anh Xuân Anh lập tức vào Cam Ranh đưa mẹ con mình về. Nhắc anh Xuân Anh mang theo thuốc tiêm giữ sức cho mẹ mình'.

"Một tuần lễ sau, 2 người bạn ấy vào Cam Ranh sau khi phải 'ngủ công viên' ở Nha Trang một đêm- lộ phí cả nhóm bạn góp được quá nhỏ so với những chi phí dọc đường nên đành phải tiết kiệm tối đa. Dù mệt mỏi vì đường xa và có lời mời của gia đình Dì Chín ở lại chơi mấy hôm rồi hãy về nhưng nhìn bộ dạng ốm yếu, tong teo của tôi Thiện và anh Xuân Anh hội ý: Không quá 3 ngày, phải đưa về gấp! Đúng là không quá 3 ngày thật nhưng không phải với NNH mà ứng với người mẹ tội nghiệp của NNH. Còn nhớ xe chở đến đập Bến Thóc, hai mẹ con được bà con láng giềng khiêng về trên võng. Chiều trước về thì tối hôm sau mẹ tôi mất. Mẹ đã mê man suốt đường đi, cho đến khi tắt thở vẫn không trăn trối được một lời.

"Mẹ mất, tôi ở với Dì Mười. Dì Mười có 2 người con- 1 gái tên Lan,1 trai tên Y. Các em rất thương anh nên cũng tận tình chăm sóc. Nhưng nhìn gia cảnh bần hàn của Dì lòng tôi cứ nặng trĩu. Cuối cùng tôi đã chấp nhận lời đề nghị của các anh ở Phòng Thương binh Xã hội Huyện: Làm đơn xin vào Trung tâm Nuôi dưỡng đối tượng chính sách tỉnh Nghĩa Bình- ở Bình Định. Trước khi đi, tôi gửi thư cho nhóm bạn. Đêm đó có khoảng 10 người

người đến. Sau khi nghe tôi trình bày ý định, mọi người bàn bạc hồi lâu và đưa ra quyết định: NNH quá buồn nên mới có ý định này chứ nhắm bộ không quá 3 tháng đâu, bây giờ đưa đi ít nữa lại mắc công đưa về. Thế là tôi đưa được bạn bè đưa đến ở Trạm xá Hành Dũng- nơi anh Xuân Anh làm việc. Hằng ngày có anh Xuân Anh và các bạn khi người này lúc người khác đến chơi và chăm sóc. Cơm nước thì chị Thu Hà và 2 cháu Nguyên Hạ(7 tuổi), Hoàng Phượng(5 tuổi) lo. Chỗ ở của gia đình ấy là một cửa hàng mua bán cấp ba giải thể chật hẹp, cách trạm xá tầm 200m. Ở trạm xá được năm rưỡi. Đầu năm 1990, tôi về sống với gia đình người anh khác mẹ ở Đức Phổ. Được cái ấm áp tình anh em ruột thịt nhưng cũng áy náy không yên vì gia đình này cũng quá ư khó khăn, vất vả. Làm nông, buôn rau lang nuôi 4 đứa con lít nhít và người em bệnh tật. Lần lữa tháng ngày đến cuối năm 1992, một người bạn tên Nguyễn Tấn Sơn gửi cho tôi một chút tiền kha khá. Bạn bè hỏi: Có nguyện vọng gì không? Tôi trả lời phát một: Nếu được, sắp xếp cho mình về lại chốn xưa! Thêm một lần nhóm bạn bàn bạc và chung tay góp vào số tiền của Sơn cho với quyết định xây một phòng nho nhỏ để đưa tôi về. Nhưng về đâu? Lúc ấy anh Xuân Anh đã chuyển sang làm công tác Chữ Thập Đỏ trên huyện và cả gia đình cũng theo về nương nhờ nhà mẹ chị Thu Hà ở thị trấn Chở Chùa. Thấy vườn nhà ấy khá rộng nhóm bạn tôi đến trình bày với bà cụ: Thưa bác, bọn cháu có thằng bạn như vậy như vậy... chắc nó không sống quá 3 năm đâu, xin bác cho một rẻo đất để xây một căn phòng nhỏ cho nó ở gần bọn cháu cho vui, khi nào nó 'đi' thì căn phòng ấy để lại cho bác tùy ý sử dụng. Bà cụ vui vẻ gật đầu. Thế là một lần nữa tôi lại được sống trong vòng tay ấm áp của gia đình anh chị Xuân Anh - Thu Hà và nhóm bạn thân thiết của tôi.

"Như vậy là từ đầu năm 1993 tôi sống trong căn phòng tình nghĩa ấy, vui buồn ấm lạnh cùng bạn bè tôi. Cho đến năm 2004, nhờ sự quan tâm của chính quyền thị trấn và huyện, tôi được cấp 1 lô đất. Lại nhờ các đơn vị báo chí, doanh nghiệp và các thầy cô, bạn học cũ hỗ trợ kinh phí thêm vào chút đỉnh vốn liếng dành dụm được của tôi và gia đình anh Xuân Anh, chúng tôi đã xây được một ngôi nhà khá vững chắc, khang trang. Ngày 30.04.2004 ngôi nhà được khánh thành trong niềm vui của tất cả mọi người và niềm biết ơn vô hạn của chính tôi.

"Sự sống của tôi, những gắng gỏi của tôi, những vần thơ thấm đẫm lòng biết ơn của tôi có chút ích lợi gì cho cuộc đời này không thực tình tôi không biết. Nhưng có một điều tôi biết chắc là bạn bè luôn là một 'nửa thế giới trong tôi'. Và nếu may mắn tôi có một tí ngọt bùi gì đó tôi luôn muốn san sẻ cùng tất cả những thân bằng đã 'đã đỡ tôi lên đã dìu tôi bước':

Không thể nào đo đếm biển nghĩa ân
Nếu được vinh quang chia làm hai nửa
Nửa dâng mẹ - người khai tâm thắp lửa
Còn nửa kia san sẻ khắp thân bằng!

"Nhẩm tính lại từ 3 ngày, 3 tháng, 3 năm thoắt đó mà đã gần... 30 năm. Tôi vẫn còn đây. Yên ổn, vui vẻ trong vòng tay bè bạn. Như một phép màu! Phép màu này không đến từ thần thánh cõi nào mà đến từ chính những bà tiên ông bụt cõi này- những bạn bè thân thiết của tôi. Nhất là anh chị Xuân Anh - Thu Hà, những ân nhân lớn nhất mà tôi kính trọng trân quý như cha mẹ, anh chị ruột thịt và 2 con gái Nguyên Hạ, Hoàng Phượng mà tôi xem như 2 người bạn vong niên rất đỗi yêu thương, gần gũi của mình.

"Có lẽ tôi phải nói thêm một chút về chị Thu Hà - Người chị kết nghĩa mà tôi xem như đức Quan Thế Âm hóa thân xuống trần cứu vớt cuộc đời khốn khổ của tôi. Chị là một cô giáo dạy tiểu học. Dịu dàng, nhã nhặn và biết khép mở trong mọi việc. Bản thân chị cũng không được khỏe - chậm nhịp xoang bẩm sinh, đau dạ dày, rối loạn tiền đình, thoái hóa khớp... Nhưng có phải vì mang nhiều bệnh trong người nên chị mới thông cảm, sẻ chia với người mắc bệnh nan y? Tôi nghĩ là không hẳn vậy! Hình như ai đó đã từng nói: Phàm người bị đau chân thì chẳng nghĩ được điều gì ngoài cái chân đau của mình. Chị Hà không chỉ đau chân mà còn đau nhiều thứ lắm. Lại nữa phải sống trong điều kiện kinh tế thiếu thốn trăm bề. Vậy thì chỉ có thể lý giải việc chị mở lòng tiếp nhận và chăm sóc tôi như chăm sóc một đứa em ruột thịt là xuất phát từ trái tim thiên thần, tấm lòng bồ tát bao la mà thôi. Bạn bè tôi khá nhiều, cả trai lẫn gái, và không ít trong số họ là những cặp vợ chồng. Với bạn trai thì có lẽ ai cũng sẵn sàng cưu mang, vô tư nuôi dưỡng nhưng "người đàn bà trong gia đình" không phải ai cũng có thể thông cảm và cùng chồng chăm sóc bạn trong hoàn cảnh đói nghèo rơm rạ một thời gian dài như thế mà không "khua chén động bát". Gần 3 thập niên tôi cố gắng từng ngày vượt qua những đớn đau, dằn vặt của thể xác, tinh thần để sống và từng chút một thực hiện quyết tâm sống có ích. Suốt hành trình đầy gian khó, trắc trở đó của tôi luôn có sự đồng hành lặng lẽ nhưng tích cực và hiệu quả của chị Thu Hà. Có thể nói chính chị Hà với tất cả những phẩm chất tốt đẹp của người phụ nữ Việt Nam đã giúp tôi giữ vững tâm thế, niềm tin để vượt lên số phận đầy giông bão của mình và góp phần vẽ nên một nét đẹp nho nhỏ cho đời. Biết là "đại ân nan báo" nên tôi không dám nói lời cám ơn suông mà chỉ tự hứa với bản thân mình: Quyết tâm phấn đấu mỗi ngày để "sống khỏe, sống vui, sống có ích" càng nhiều càng tốt để nhẹ bớt phần lo lắng chăm sóc của anh chị Xuân Anh- Thu Hà và khỏi phụ lòng mong đợi của những người đã tạo nên phép màu, đã viết nên 'chuyện cổ tích ở Nghĩa Hành' - nhóm thân bằng chí cốt của tôi! Quảng Ngãi ngày 15.03.2014."

Nguyễn Ngọc Hưng.

Nếu thực tế đời thường, hơn ba mươi năm qua, không cho phép Nguyễn Ngọc Hưng xê dịch khỏi một chỗ nằm thì, thi ca lại chắp cho Nguyễn đôi cánh kỳ diệu, đôi cánh siêu hình, mẫn cảm, bay tới những khoảng trời thênh thang - Như cõi-giới tâm hồn và thi ca, của Nguyễn:

"Chân trời xa rất xa
Mênh mang chiều biển gọi
Khói sương bay la đà
Tịch mịch người một cõi...
(Trích "Nơi yên nghỉ của một vầng trăng sáng")

Hay:

"Lúc bay lên phiêu phưởng tiếng chuông chùa
Khi vời vợi giọng đò đưa đêm vắng
Nào ai biết sau lũy tre bình lặng
Bao cánh chim vườn vẫy mộng tha phương"
(Trích "Sông Vệ nhớ thương")

Hoặc nữa:

"Hơn nửa đời thoắt trở lại sơ sinh
(...)
Mỗi âm tiết đều mang hơi lửa cháy
Rải hoa hồng trên sắc cỏ xanh em..."
(Trích "Bài ca con dế lửa")

Cũng chỉ thi ca, riêng thi ca mới có quyền năng cho Nguyễn Ngọc Hưng *"hơn nửa đời thoắt trở lại sơ sinh"* - Để từ đôi mắt trẻ thơ, Nguyễn trực nhận:

"Đâu chỉ là chấm nhỏ nhớ thương
Mà tất cả buồn vui tôi ở đó
Một cánh bướm hoa một con chuồn cỏ
Cũng rưng rưng gọi muôn nỗi khóc cười
"Đâu chỉ là nơi hạt bụi hóa người
Mà tất cả cuộc đời tôi ở đó
Đèn hạt đỗ chập chờn trang sách nhỏ
Đã vỡ lòng bao ý nghĩa lớn lao"

(Trích "Sông Vệ nhớ thương")

Là người đọc, tôi không biết hạt bụi = kiếp người của Nguyễn Ngọc Hưng "*đã vỡ lòng bao ý nghĩa lớn lao*"? - Nhưng qua thi phẩm mới nhất "*Bài ca con dế lửa*" thì, với tôi, xuyên suốt cõi-giới thơ Nguyễn là tâm thái của một thi sĩ không chỉ bình thản mà, còn vui nhận mọi tai ương. Tựa đó là điều mặc nhiên của trời đất:

"An nhiên trời không nói
Lặng lẽ đất lặng im
Chỉ lời cây tiếng lá
Mãi xào xạc trong tim"
(Trích "Nơi yên nghỉ của một vầng trăng sáng")

Xuyên suốt thi phẩm "*Bài ca con dế lửa*" chẳng những tôi không thấy được một kết án gay gắt nào dành cho định mệnh nghiệt ngã mà, dường như đâu đó, giữa những dòng chữ, tôi cảm được nụ cười độ lượng, từ tâm của Nguyễn dành cho thảm kịch. Nói cách khác, đó là tâm thái vượt trên mọi hệ lụy của một thi sĩ, sinh ra, vốn đã có được cho mình, một trái tim lớn. Trái tim ôm ấp cả trần gian địa ngục:

"Thả tan mình trong ngan ngát hương thơm
Ngang mồm ngậm lá cỏ xanh
Mắt đăm đắm theo màu hoa tim tím
Kỳ diệu quá, làn môi em ngọt lịm
Mớm cho tôi
Từng giọt mật ân tình"
(Trích "Bài ca con dế lửa")

Hoặc:

"Đồng xanh mênh mang dâu biếc ngút ngàn
Mỹ Hưng đấy – nơi chôn rau mình đấy
"Hỏi có nơi nào gió thơm đến vậy
Hoa nối hoa mùa quả chín nối mùa"

(Trích "Sông Vệ nhớ thương")

Tính lạc quan trong thơ Nguyễn Ngọc Hưng, cho tôi cảm nhận: Nguyễn thấu hiểu hạnh phúc không hề ở... "ngoài kia" mà, hạnh phúc nằm ngay trong Nguyễn.

Phải chăng, vì thấu hiểu thế giới vốn là một, theo nghĩa không trong/ngoài, cũng chẳng còn một phân biệt nào giữa chủ thể và khách thể - Hay cảm thức tật nguyền của Nguyễn, đã thấm vào con chữ, một cách vô thức mà, từ cõi một này, Nguyễn Ngọc Hưng đã "hái" được cho mình, những câu thơ lạ, như:

"... Bao giấc mơ lành lặn
Gọi trăng lên mắt rừng"

Hay:

"Hạt nắng vô tư treo mình trên tóc"

Hoặc:

"Không có chân đất vẫn đi suốt vạn đời
Đứng một chỗ mặt trời vẫn lung linh tỏa sáng"

Nhưng, trên tất cả, bàng bạc trong cõi-giới thi ca Nguyễn Ngọc Hưng vẫn là những thương yêu, cảm động, dành cho Mẹ. Bên cạnh nguồn an ủi từ bằng hữu thì, Mẹ là nguồn an ủi lớn nhất mà Nguyễn nhận được từ hư không:

"Hiu hiu gió thổi run đồi
Cỏ vàng chân mộ
Mây trôi sẫm trời
Hoa hồng ai nhận. mẹ ơi
Ngày yêu thương bỗng nghẹn lời yêu thương".
(Trích "Ngày yêu thương nhớ mẹ")

Hoặc:
"Đâu chỉ gập ghềnh tay nải gió đưa
Một mẹ một con lầm lũi nắng mưa

Thương những cánh cò trắng như dấu lặng
Âm thầm bay âm thầm đậu âm thầm.
(...)
"Chưa chín đã rơi quả mẹ não nùng
Quay quắt hạt mầm con văng khắp nẻo
Đầy thương tích nhưng chẳng đành dặt dẹo
Lặng lẽ xanh vươn về phía mặt trời..."
(Trích "Ngân ngấn mắt cò")

Tóm lại, với tôi, thơ Nguyễn Ngọc Hưng là tấm gương chuyển hóa bất hạnh thành niềm an lạc tinh ròng. Tựa suối mát đầu nguồn. Suối mát chảy từ trái tim lớn của thi sĩ.

Tôi không biết mình phải cảm ơn thi ca hay cảm ơn thi sĩ - Có dễ nên cảm ơn cả hai. Vì cả hai, đã vốn là một. Một Con Người. Viết hoa.

(Garden Grove, Sept. 16-2014)

Nguyễn Ngọc Hạnh, "một đời lụy với câu thơ"

Trong số thơ có được từ tác giả Nguyễn Ngọc Hạnh, hiện sinh sống, làm việc tại thành phố Đà Nẵng, chúng tôi chọn được 3 thi bản - Gồm 2 bài lục bát và, một bài bảy chữ, phá cách.

Ở cả ba bài thơ của mình, Nguyễn Ngọc Hạnh, đều có những câu thơ hoặc, ý thơ mới, như:

"hình như ai vấp chân mình
hớ hênh chân bước gập ghềnh bàn chân"
(Trích "Vấp")

Hoặc:

"một đời lụy với câu thơ
còn bao nhiêu chuyến, bao giờ đò ơi?"
(Trích "Lụy")

Bài *"Chạm đáy sông đầy"* của Nguyễn Ngọc Hạnh, cũng cho chúng tôi những liên tưởng, ẩn dụ mới như:

*"trong vườn lá chuối khô thô tháp
tiếng khóc chạm tiếng ve
khúc hát
mùa hè"*

Hoặc:
*"bất chợt nhớ ngày xưa đến lạ
mơ được một lần làm mẹ để sinh con"*

Hoặc nữa:
*"ai gõ mạn thuyền trên sông vắng
mà mái chèo cắn cựa đến xa xăm"*
(Trích *"Chạm đáy sông đầy"*)

Tôi không nghĩ tĩnh tự kép *"cắn cựa"* là cụm từ có trong tự điển. Với tôi, nó gần như chưa từng xuất hiện trong thi ca của chúng ta(?) Nên, cũng với tôi, đó là hai con chữ ghép, riêng của Nguyễn Ngọc Hạnh - thể hiện giấc mơ *"... được một lần làm mẹ để sinh con"* của Nguyễn.

Và, tấm lòng chân thiết với thi ca của Nguyễn Ngọc Hạnh: *"Một đời lụy với câu thơ"* - Cùng câu hỏi *"còn bao nhiêu chuyến, bao giờ đò ơi?"*

Tự thân những câu thơ trên cho thấy, Nguyễn Ngọc Hạnh đã sớm có cho mình, những thao thức tìm kiếm một-nhân-cách-thơ-riêng. Của Nguyễn.

MỘT-MẢNG-TRỜI-THƠ NGUYỄN NGỌC HẠNH

Vấp
*hình như ai vấp chân mình
hớ hênh chân bước gập ghềnh bàn chân*

một đời ngập ngụa phân vân
biết đâu mình lại dẫm chân ai rồi!

Lụy

lụy đò mà chẳng qua sông
cứ rong ruổi bến, cứ trông ngóng bờ
một đời lụy với câu thơ
còn bao nhiêu chuyến, bao giờ đò ơi?

Chạm đáy sông đầy

1.
bất chợt nhớ
chợt quên
bất chợt
ngày nằm mơ, đêm thức mong chờ
mơ được chết hiền lành như cỏ
mong là mơ bất chợt
đêm trôi
giấc mơ
về ngày mẹ sinh tôi
trong vườn lá chuối khô thô ráp
tiếng khóc chạm tiếng ve
khúc hát
trưa hè
sông dọc bờ quê
tiếng khóc lịm dần
rơi giữa cơn mê
rơi trong vườn bắp tẻ
rơi xuống trần gian một kiếp người

mẹ ẵm đầy vơi tiếng cười
chôn nhau tiếng khóc
cha gánh vải lên rừng
trĩu nặng bờ vai khổ nhọc

gánh cả đàn con thơ dại, đói nghèo
cha đi rồi
lều tranh một mái
mẹ một mình
sanh nở những niềm đau
giọt nước mắt đắng cay
ngày mẹ tôi trở dạ...

bất chợt nhớ ngày xưa đến lạ
mơ được một lần làm mẹ để sinh con

2.
bất chợt nhớ
dòng sông quê đầu nguồn
nơi tôi tắm giấc mơ tuổi nhỏ
nơi mẹ một mình ra sông giặt áo
cứ lặng lờ con nước trôi

bất chợt nhớ
một ngày xa xôi
bỏ làng ra đi, cha tôi không về
mẹ dẫn đàn con chạy giặc
con đò trôi xuôi
mà gió nồm thổi ngược
cánh buồm căng bịn rịn phía quê nhà
làng nhỏ khuất dần
bóng núi mờ xa

mẹ nhớ làng
tôi đâu hề biết
lúc ra đi
mẹ quấn quít mấy giàn trầu
tôi thì khôn nguôi
nhớ ánh nắng chiều vàng

nhớ tiếng trâu gọi bầy
thương anh em tôi đứt ruột
rồi đây mỗi đứa một phương

mẹ nhớ gì đâu ai biết
tôi thì thương hoài tiếng chim đồng dộc hót
trước lúc chia tay ở cuối cổng làng
mang theo hết bầu trời thơ dại
dễ gì quên tiếng chim ấy, quê ơi

bất chợt nhớ
chợt yêu đến lạ
phút xa làng chim đồng dộc bay xa...

3.
tôi xa làng từ ngày thơ bé
đêm mưa
gió rét căm căm
ai gõ mạn thuyền trên sông vắng
mà mái chèo cần cựa đến xa xăm
tiếng dầm khuya lạnh buốt
đêm giông
con nước cứ dùng dằng
không chảy
con thuyền trôi xuôi
lòng tôi ở lại
cứ thương hoài
mùi bếp lửa chiều quê

bồng bềnh trôi
một mình mẹ
trôi
đàn con lưu lạc

cả đời mẹ là những ngày đói khát
rồi mai đây biết phiêu dạt về đâu?

đêm xa làng
đong đầy nước mắt
đâu biết lòng mẹ đau như cắt
tôi cứ lơ ngơ nhớ đàn trâu mỗi lúc chiều về
cứ nhớ hoài tiếng chim đồng độc hót
nơi cổng làng trước phút xa quê

tôi đâu biết
cái ngày ly biệt ấy
ngày anh em tôi tan tác lìa đàn
khi chợt hiểu điều này
thì đã muộn
đàn chim lạc bầy từ đó cũng ly tan
đâu biết xa quê
tiếng chim buồn lẻ bạn
tuổi thơ tôi ở mãi với làng.
20.4. 2014

Nguyễn Phương Thúy, "Ba mươi, nỗi buồn em cồ điển", một nhan-sắc-thi-ca-ẩn hương!

(Viết thêm)

Bên cạnh những tin không được vui lắm về sinh hoạt thi ca của chúng ta gần đây, ở hải ngoại cũng như trong nước, hôm nay, chúng tôi được tin thi phẩm *"Ba mươi, nỗi buồn em cổ điển"* của nhà thơ nữ Nguyễn Phương Thúy, hiện dạy học tại Vạn Giã, Nha Trang, đã có mặt.

Với cá nhân chúng tôi, đó là một tin vui đáng kể. Rất đáng kể.

Nhớ, cách đây hơn nửa năm, khi nhận được bản thảo thi phẩm *"Ba mươi, nỗi buồn em cổ điển"*, đọc qua, tôi đã ngỡ ngàng không ít, với cảm tưởng tác giả cố tình chơi chữ... Khi ngay nơi tựa thi phẩm hai chữ "cổ điển" hiện ra như một "đe dọa" nghiêm trọng người đọc!!! Nhưng nội dung tác phẩm thì ngược lại. Hoàn toàn ngược lại. Từ cấu trúc đến những kỹ thuật cần thiết, để cho thơ có một tiếng nói khác không những đã khẳng định dấu ấn riêng một cách quyết liệt của tác giả mà, nó còn đẹp một cách kín đáo, sang cả nữa.

Nhớ, sau khi kết quả được công bố, trong một họp mặt tình cờ, một vị giám khảo, cho tôi nghe cảm nghĩ của ông về thi phẩm *"Ba mươi, nỗi buồn em cổ điển"*, giống như những gì, tôi đã ghi lại ở trên. Vị này nhấn mạnh *"phụ nữ mà làm thơ được như thế là quá giỏi, quá tài…"*

Nhớ, sau khi công bố kết quả, các giám khảo yêu cầu tôi viết một về hai thi phẩm trúng giải nhì (không có giải nhất), tôi đã viết một đoạn về cõi-giới thi ca Nguyễn Phương Thúy như sau:

"... Với thi phẩm *'Ba mươi, Nỗi buồn em cổ điển'* thì, ngay cách đặt tựa của mình, đã cho thấy chủ tâm của Nguyễn Phương Thúy là muốn sớm tìm cho mình một đường bay thi ca khác. Đơn giản hơn, tôi muốn gọi đó là *'Con đường thơ Nguyễn Phương Thúy'*.

"Người đọc sẽ thấy rất nhiều trong *'con đường thơ Nguyễn Phương Thúy'* những so sánh, liên tưởng thông minh và, ý thức.

"Thí dụ, khi một trong những chủ-ngữ của bài thơ *'Khi ta ba mươi'"* là *'nước biển'*. Nguyễn Phương Thúy viết: *'Chắt từ biển có đôi dòng nước mặn'* (ngụ ý đôi dòng lệ). Rồi *'Nắng gửi cho em sấy thành hạt muối trắng'*.

"Chỉ với hai câu thơ này thôi, chúng ta đã thấy *'liên tưởng của liên tưởng'* đuổi bắt nhau, thành một đoạn phim ba chiều, liên tục. Và, khi muối (hay nước mắt) chất vào quang gánh đi dọc hành trình đời sống thì: *Đôi quang gánh đong đưa theo chiếc bóng/Lặng thinh mà như kể hết gian truân'*.

"Nói cách khác, rõ hơn, Nguyễn Phương Thúy đã không liên tưởng *'nước biển'* với đất, đá, chim muông hay bất cứ một hình ảnh không tương thích nào khác.

"Về phương diện kỹ thuật, theo tôi, cao hơn một bậc, là kỹ thuật nhân cách hóa. Trong *"Con đường thơ Nguyễn Phương Thúy"* hay thi phẩm *"Ba mươi, nỗi em buồn cổ điển"*, Nguyễn Phương Thúy không chỉ nhân cách hóa những sự vật cụ thể, mà, Nguyễn còn cho thấy khả năng nhân cách hóa cả những sự kiện trừu tượng, vô hình nữa.

Thí dụ:

"Ba mươi năm đủ dài để chăm bẵm giấc mơ"

Hoặc:

Ở phía cuối chân trời hạnh ngộ ốm chênh chao"
(Trích "Nỗi buồn em cổ điển")

Hoặc nữa:

"Về biển nghe sóng bồng bềnh, nắm hoa muống tím cong mình hứng gió"
(Trích "Khi ta ba mươi")

"Với các tính từ *"chăm bẵm"*, *"ốm"* và *"cong mình"*... đó chính là "cách nói khác" - Là cách tân hay, làm mới thi ca của tài hoa Nguyễn Phương Thúy vậy..."[1]

Và hôm nay, *"Ba mươi, nỗi buồn em cổ điển"* đã chính thức có mặt; dù cho trong điện gửi cho chúng tôi, ngày 15 tháng 6-2015, từ Vạn Giã, Nguyễn Phương Thúy đã chân thật (một cách buồn bã) tâm sự:

---

[1] Đọc thêm *"Sơ lược 40 năm VHNT Việt 1975-2015"*, trang 444, do HT Productions, liên doanh với công ty Amazon, Hoa Kỳ, XB 2015.

"... Cuối cùng thì tập thơ "Ba mươi, nỗi buồn em cổ điển" cũng đã được in xong rồi cô, chú ạ. Sáng nay cầm tập thơ trên tay, con thật sự rất vui và nghĩ ngay đến cô chú - những người đã chắp đôi cánh cho thơ con, mà nếu không có sự giúp đỡ ấy thì sẽ không có sự ra đời của tập thơ ngày hôm nay. Ngay từ đầu khi tham gia vào mạng xã hội, những gì con nhìn thấy, đọc được và nghe được, nó khiến con sợ, người người in thơ, thơ tràn lan khắp nơi, ngoài những nhà thơ đã có chỗ đứng trong giới văn chương thì những cây viết mới như con thật sự khó mà tìm được cho mình một chỗ đứng.

"Thơ rõ ràng cũng là một sản phẩm của quá trình lao động nghiêm túc, thơ in ra cũng tốn khá nhiều kinh phí nhưng có bao nhiêu người dám bỏ tiền để mua thơ, huống chi gần đây với việc in thơ chỉ để tặng bạn bè đã tập cho người ta cái thói quen được tặng thơ và quên mất việc phải bỏ tiền để mua thơ đọc. Đó là chưa kể dù có đem thơ tặng cũng không phải ai cũng biết quý trọng món quà mà họ được tặng là thơ phải không cô chú.

"Con cũng nói thật lòng là trước đây con không muốn hay chính xác hơn là không dám in thơ cô chú ạ. Nhưng nhờ vào giải thưởng, nhờ sự ủng hộ của cô chú, con cũng mạnh dạn in tập thơ đầu tay của mình, và hôm nay thật sự là một ngày nữa con cảm thấy hạnh phúc như cái lần con nhận được tin đoạt giải. Dù biết rằng khi con nhận về 400 quyển sách, cũng có nhiều lo lắng, không biết mình sẽ bơi với những tập sách ấy thế nào hiiiii..."

Tôi hiểu những bâng khuâng, lo lắng của tác giả với đứa con đầu lòng của mình. Tôi càng hiểu hơn nữa, khi biết tác giả đó, không cư ngụ ở thủ đô hay những thành phố lớn, nơi quy tụ nhiều... "anh hùng hào kiệt văn chương"- Và, bản thân tác giả cũng không "quảng giao", để nhận được nhiều "lời có cánh" rất... "vô tư" dành cho... "phe ta".

Nhưng tôi tin, tôi vẫn hằng tin rằng, tự thân văn bản một tác phẩm không có giá trị, hay chỉ có giá trị ở mức "tầm tầm bậc trung" thì lời có cánh" nào, được nói (viết) bởi ai, từ từ thời gian cũng sẽ làm rơi rụng những cái... "cánh" bằng bột, hay sáp đó.

Tôi muốn nói, Nguyễn Phương Thúy hãy vững tin nơi đường bay thi ca riêng của mình.

Tại sao tôi nói vậy?

Thưa, vì tôi vẫn quan niệm: Thơ vốn có hai nhan sắc khác nhau:

- Nhan sắc thứ nhất là, thơ-đẹp-lồ-lộ. Bóng. Nhẵn. Đôi khi trơn, tuột. Người đọc thấy ngay. Không cần phải động não.

- Nhan sắc thứ hai là, thơ đẹp một cách kín đáo. Tôi muốn gọi đó là nhan-sắc-thi- ca-ẩn-hương. Nó đòi hỏi người thưởng ngoạn phải có một trình độ cảm nghiệm nào đó và, một kiến thức đủ để cảm được những "ẩn-hương" trong cõi-giới thi ca ấy.

Dù chưa một lần trực tiếp tiếp xúc với họ Nguyễn và, dù Nguyễn cũng không hề ngỏ ý cần đến sự giúp đỡ từ tôi; tôi vẫn xin được kêu gọi những người làm thơ, những tấm lòng gắn bó thịt, xương với thi ca Việt Nam, ở đâu, cũng xin:

- Không chỉ đọc mà mua ủng hộ thi phẩm "*Ba mươi, nỗi buồn em cổ điển*", như một biểu tỏ cụ thể tinh thần liên tài của chúng ta, với những tài năng thi ca trẻ, như Nguyễn Phương Thúy.[2]

Dám mong vậy thay.

---

[2] Địa chỉ Email của Nguyễn Phương Thúy: tphuongthuy2011@gmail.com

Tính dịu dàng Việt, trong thơ Nguyễn thị Bích Thoa

Hàng ngũ những người trẻ làm thơ, lên đường sau biến cố tháng 4-1975 ở VN hiện nay, là một con số khó ai có thể thống kê, dù với một biên độ sai biệt lớn.

Tuy nhiên, hiện tượng "trăm hoa đua nở" này, với tôi, vẫn là một hiện tượng đầy khích lệ trong sinh hoạt văn chương nói chung. Bởi vì cách gì thì tự thân, thơ vốn tựu thành từ các con chữ với những tương tác tình cảm, rung động, suy tư... như những tùy tinh xoay quanh mặt trời chữ và, nghĩa. Mặc dù thơ, càng lúc càng là món hàng "ế khách," khó tiêu thụ. Tuy thế, thơ cũng vẫn là dòng chảy chính của tâm cảnh từng giai đoạn xã hội mà, nó phản ảnh.

Trong số những người trẻ làm thơ sinh trưởng sau tháng 4-75 ở quê nhà, dường số lượng những nhà thơ nữ giới có thơ hay, nhiều hơn những nhà thơ nam giới. Sự kiện này ngược hẳn với sinh hoạt 20 năm văn chương miền Nam (1954-1975) trước đây.

Tới hôm nay, dù chưa có nhà phê bình văn học nào đào sâu hiện tượng vừa kể, nhưng căn cứ trên mặt-bằng-văn-bản-thi-ca, người ta thấy đa số những nhà thơ nữ đến với thơ một cách nhẹ nhàng, êm ả với những nỗ lực thông minh, đầy thi tính. Họ cũng mang được vào trong thơ những nét đặc thù của nữ giới.

Tôi muốn nói họ không cần phải lên gân, không cần phải phùng mang, trợn mắt với những con chữ "trầm trọng", song hành với những liên tưởng "khủng" (hay khủng hoảng/khủng khiếp?) với những hình ảnh không một chút tương thông nào, như một vài người làm thơ nam. Tôi có cảm tưởng một số người làm thơ nam tôi vừa đề cập, đã không hiểu rõ nghĩa hai chữ "liên tưởng!"

Chiết tự từ này, ta thấy:

"*Liên*" là sự liền lạc mang tính tương quan, gắn bó giữa hình ảnh này với hình ảnh khác. "*Tưởng*" là cảm nhận, sự vận dụng trí tưởng tượng về mối liên hệ thịt xương giữa các hình ảnh trong một ngữ-cảnh mà những con chữ cùng hiện diện.

Tôi nghĩ, người đọc dễ nhận bắt được ngay những hình ảnh mà các thi sĩ thời tiền chiến đã so sánh/liên tưởng mái tóc của người nữ như một dòng suối, hay đôi mắt trong như mặt nước hồ thu v.v...

Ngay đôi môi, bộ ngực, hai cơ phận đẹp nhất, nhậy cảm nhất của người nữ trong tình yêu thì, không phải thi ca tiền chiến đã nói nhiều rồi mà, những người làm thơ lớp sau phải né tránh. Họ vẫn nói tới (và sẽ còn nói tới hằng nghìn năm nữa) - Nhưng với những so sánh liên tưởng mới, của riêng họ. Thí dụ, người thì so sánh đôi môi của người nữ với "đốm lửa hồng" (mầu son môi); người thì liên tưởng tới "trái cấm" (ẩn dụ quyến rũ), v.v...

Nhưng so sánh hay liên tưởng nào, căn bản vẫn đòi hỏi người làm công việc thao tác chữ nghĩa phải tìm được mối tương thông gắn bó, hợp lý giữa hình ảnh đã đề cập, với hình ảnh được gợi ra.

Về phương diện kỹ thuật, người ta có liên tưởng gần và, liên tưởng xa. Cũng có thể gọi là liên tưởng bậc một (trực tiếp), liên tưởng bậc hai (ẩn dụ (metapor), liên tưởng bậc ba hoán dụ (metonymy)...

Tuy nhiên dù liên tưởng ở thể dạng nào thì, hình ảnh được đưa ra, sau hình ảnh thứ nhất đã hiện diện thì, nó cũng không thể quá mức xa rời, đối chọi nhau một cách lạc lõng, ngô nghê, ngớ ngẩn!

Gần đây, tôi được đọc một vài câu thơ của một tác giả viết, đại để, liên tưởng nụ cười (của người yêu) với hầm hố, cống rãnh, lô cốt trên đường đi...

Có người lại ví von đôi mắt với sinh nở dị dạng, và mùi hôi thối do rác rến thải ra lâu ngày của thành phố... Đó là những liên tưởng chẳng những khập kiễng, vô nghĩa, phản cảm mà, chúng còn chứng tỏ sự không hiểu một chút gì về kỹ thuật so sánh liên tưởng. Ngoài những tác giả cố tình viết xuống, tạo ra những câu thơ "khủng" (khủng hoảng, khủng bố của một thứ hoang tưởng, hay tâm thần bất định?!!); may mắn thay, song hành với những người làm thơ cho người đọc những con chữ và những liên tưởng "khủng", thì phía nữ giới (cũng như nam giới) lại có khá nhiều người mang đến cho dòng chảy thi ca Việt hôm nay, những vần thơ trong sáng, tương tác với những liên tưởng hay ẩn dụ đẹp, hợp lý như thơ Nguyễn Hoàng Anh Thư, Nguyễn Phương Thúy, Phương Uy, Trương Thị Bách My... (Phía nam giới, ít hơn, có thể kể Nguyễn Đăng Khoa, Miên Du, Trịnh Sơn...) Gần đây hơn là cõi giới thi ca của một Nguyễn thị Bích Thoa.

Trong bài thơ năm chữ, tựa đề *Hình như* = nghi hoặc, phiếm định... Nhưng nội dung lại cho thấy sự thực nó là mặt khác của khẳng định nhói lòng, với trạng thái tâm lý phổ cập, đầy nữ tính:

"Hình như trên phố vắng
Có lòng ai xôn xao
Hình như trên trời cao
Có đêm ngày thao thức
"Trang vở hoài vết mực
Len lén nhớ một người
Hình như trong tiếng cười
Giấu bao dòng nước mắt
"Lời kinh chiều trầm mặc
Cõi vô thường hư không
Hình như tâm sáng trong
Gội qua vầng xám hối
"Một người đang bối rối
Níu mãi những vui buồn
Ban mai ửng nắng buông
Lắng nghe hoàng hôn đến
"Hình như thuyền ghé bến
Mang nỗi lòng mênh mông
"Hình như ngàn tiếng sóng
Có êm đềm bão giông
"Chiều đi qua bến sông
Bước chân mình chậm lại
(Trích "Hình Như")[17]

"*Rừng thu*", cũng là một bài năm chữ, tuy vẫn tựa lưng vào nắng, gió, thiên nhiên. Nhưng qua những liên tưởng đơn giản mà thấm thía, Nguyễn Thị Bích Thoa đã vẽ lại cõi cô quạnh, hắt hiu của mình, cách của cô:

---

[17] Đọc thêm web-site dutule.com

*"Ta hóa thành cơn mưa
Gieo âm thầm bóng mắt
Ta hóa thành mảnh đất
Ôm lá vàng trong tay
"Một ngày em qua đây ...
Một người tìm nỗi nhớ
Một rừng thu lá đổ
Bàn tay người đơn côi
Ta nhặt bóng ta thôi..."*
(Trích "Rừng thu")[18]

Ở phân đoạn cuối của *"Rừng thu"*, những chữ *"một"* được Nguyễn lập lại tới 3 lần, để dẫn tới kết thúc đó là những cái *"một"* thuộc về *"người đơn côi"*. Cuối cùng, người đơn côi kia, chỉ "nhặt" được duy nhất, "chiếc bóng" của chính mình!!!

Tôi cũng thích một số câu trong bài lục bát tựa đề *"Đan áo"* của Nguyễn Thị Bích Thoa. Tuy chúng không chói gắt những liên tưởng mới mẻ, hay ẩn dụ tân kỳ, nhưng những liên tưởng trừu tượng đi với những hình ảnh cụ thể và, ngược lại của Nguyễn, vẫn có khả năng lay động tâm hồn người đọc cái cảm thức bấp bênh, bất hạnh của những phận đời người nữ kém may mắn:

*"Chị đan cái phận gian truân
Mũi kia là lượt, mũi ngừng cuối thu
Mũi gom mấy mớ phù du
Mũi xâu qua nẻo miên du
Chạm mình!
"Chị đan khấp khểnh mũi tình
Nghe như tim đã thậm thình còn say
Đan vòng qua mấy ngón tay
Vui buồn đan giữa tháng ngày thấp cao*

---

[18] Đọc thêm web-site dutule.com

"Ai đi gởi gió phương nào...
Để người đan mũi chạm vào chớm đông!"
(trích "đan áo")[19]

(Ở trích đoạn thứ nhất, để hiệp vận, Nguyễn Thị Bích Thoa đã vận dụng ba chữ *"nẻo miên du"* đi trước hai chữ *"chạm mình,"* theo tôi không được tương thuận lắm! Sự thiếu tương thuận này khiến mạch chảy của dòng thơ như bị khựng lại, khiến cho *"mũi kim"* bị sượng đi, vì sự tối nghĩa của nó!)

Ở một bài lục bát khác, tựa đề *"Trả anh thực tại...kiếp này!"* Nguyễn Thị Bích Thoa viết:

"Trả anh nửa tiếng kinh cầu
Nửa chuông trong đục buổi đầu niệm tu
Nghiêng chiều gom nửa sắc thu
Nghiêng vai em muộn vàng ru lá vàng

"Trả anh một nửa dịu dàng
Một mong manh một ngỡ ngàng tinh khôi
Em về buộc tóc em thôi
Nửa vương vướng gió nửa phôi pha tình."
(Trích đoạn)[20]

Có nhiều hình ảnh dịu dàng, đậm thi tính, trên phông nền đơn giản của tâm thái người nữ - Nhất là câu: *"em về buộc tóc em thôi"*! Một câu, chữ rất dung dị, bình thường, nhưng không phải ai cũng dễ dang có được!

Với tôi, đó là khoảng cách hay, biên địa rạch ròi giữa những câu thơ "khủng" và, tính dung dị, dịu dàng Việt, của một số nhà thơ nữ, mà, Nguyễn Thị Bích Thoa, là một trong những người đó.

---

[19] Đọc thêm web-site dutule.com
[20] Đọc thêm web-site dutule.com

Nguyễn thị Bích Thoa, dăm bài thơ mới.

Đời người chiếc lá...

Thoắt vừa nắm lấy bàn tay
 Thoắt vừa ngắm cọng tóc mây ngả chiều
Thoắt vừa lo lắng bao điều
Cha ơi!
Giã biệt...
cánh diều tuổi thơ...

Quanh quanh hương khói góc thờ
Bát cơm chay tịnh nương nhờ gió mây
Ngậm ngùi trông chiếc xe tay
Hôm nao con đẩy nơi này nơi kia...

Thoắt đời người, thoắt phân chia
Thoắt thương, thoắt nhớ, thoắt lìa, thoắt xa
Thoắt cười, thoắt khóc... mẹ cha
Trông nghiêng chiếc lá...
Phận ta, phận mình

Nắng thắng tám ấm khung hình
Lời kinh văng vẳng lặng thinh mắt người
Ra đi môi nở nụ cười
Cha ơi! hết nợ kiếp người nặng vay

Con đi qua ghé nơi này
mượn làn hương mỏng nhang gầy dâng cha
Đời người kiếp lá phôi pha
thoắt tay nắm thoắt chia xa...vĩnh hằng!

Trở về chùa quê
(Cảm ơn thầy chủ trì và chư phật tử chùa Tây Thiên Cam Ranh)

nhỏ nhoi ẩn giữa núi đồi
thanh thanh tịnh tịnh giữa đời, chùa quê!
cha ra đi
con trở về
nghe câu kinh kệ tứ bề tình thâm
ngẫm đời người ngẫm xa xăm
Ngẫm thương ngẫm nhớ ngàn trăm bóng người
Thuở xa quê
Vắng tiếng cười
Bóng cây đa lặng tay người chạm thu

sắc áo trần
sắc áo tu
sắc đa đoan sắc trở thu tịnh lòng
phận làm con đạo sen hồng
Công ơn cha mẹ ghi lòng không quên

Áo cài hoa trắng lênh đênh
Trái tim con mắc không tên nỗi buồn
Ráng chiều đỏ quạnh... ai buông
Con về quê cũ nghe chuông bổng trầm

mẹ cha ở chốn xa xăm
vãng sanh cực lạc thăm thăm ngắm cười...

Áo cài hoa trắng...

Nắng chang mặc nắng mẹ tôi
Cả đời dâng tặng cha tôi chữ thầy

Mưa tuôn úng ngập luống cày
Đôi vai cha nặng tháng ngày tát mương

Trời thương... ơi a... trời thương
Cho mây che chút mẹ mương thân gầy
Cha tôi bớt một buổng cày
Nghỉ đôi chân ruộng nửa ngày mồ côi

Phận thân cò, phận mây trôi
phận lem luốt đất, phận xôi cháo trần
Người đi kiếm một miếng cần
Đông con cha kiếm mấy phần nợ vay?

Thuở quê nghèo, thuở trắng tay
Thuở mưa trắng đất, thuở lay lắt đời
Thương cha vất vả...
Phận trời!
Mẹ theo cha khổ không lời oán than

Lời kinh nay... gởi suối vàng...
Áo bông hoa trắng con tràn lệ tim
Nhớ người, nhớ mãi cánh chim
chở che con, khoảng lặng im, bão đời...

Con cài hoa trắng... cha ơi!

Nỗi buồn không tên.

Có những nỗi buồn không thể viết thành tên
Trái tim con ngập ngừng không dám nhớ
Những yêu thương và lời ru một thuở
Chạm qua chiều con ngỡ vẫn còn đây...

Có những nỗi buồn con để mãi trên tay
Mái tóc ấy vẫn còn đây hương bưởi
Lần gội cuối cùng, mắt con cay bụi

Mẹ ơi!

Thành phố đêm nay tinh tú đầy trời
Con tìm mãi một vì sao hiển hiện
Thánh thiện
Nhu mì
Mẹ thầm lặng xa xăm...

Có những nỗi buồn chạm khắc trăm năm
Con xóa mãi vẫn hằn lên vệt nổi
Dẫu vô tình con đi qua thương hoài một lối
Bóng mẹ đổ dài cong gánh nỗi chông chênh

Có những nỗi buồn không thể viết thành tên
Cứ quay quắt trong tim dù con không muốn níu
Dù con biết thời gian là kỳ diệu
Vết thương lòng năm tháng sẽ phôi phai...

Chiếc khăn!

Đưa cha đi hội hoa xuân
Mắt cha vui, chợt rưng rưng...
chạnh lòng!
Ngược chiều xuân trở gió đông
Chiếc khăn quàng cổ còn không... hương Người?
Nhớ hôm xưa, nhớ mẹ cười...
- cha con chọn sắc rực tươi Xuân mùa

Mẹ đi để lại khoảng thừa
cha tôi ôm chiếc khăn vừa lạnh Đông!

Nguyễn Thị Bích Thoa

Những Dặm Đường Xốn Xang Chữ, Nghĩa Nguyễn Thiên Ngân

Tôi không biết Nguyễn Thiên Ngân tìm đến thơ, như một lối thoát tinh thần? Hay, thơ tìm đến Thiên Ngân, như một bất ngờ bấp bênh của định mệnh? Với tôi, cả hai chỉ là cách nói.

Do đấy, điều quan trọng theo tôi, không phải là điểm khởi phát mà, ở chỗ người làm thơ có tìm được nguồn mạch thơ nào đấy trong đại dương thi ca, cho riêng mình?

Tôi cũng không biết Nguyễn Thiên Ngân làm thơ tự bao giờ? Nhưng qua thi phẩm đầu tay(?) *"Mình phải sống như mùa hè năm ấy"* do nhà Văn Học xuất bản năm 2012 của Thiên Ngân, tiếng thơ người nữ này, đến với tôi như một mạch nguồn thơ mới mẻ. Mạnh mẽ. Bất ngờ.

Ghi nhận đầu tiên của tôi về cõi-giới thi ca mang tên Nguyễn Thiên Ngân là chủ tâm "phân thân" hay, đổi chỗ từ vị trí người nữ sang nam. Điều này, trước đây, chúng ta đã thấy nơi một số nhà văn nam giới. Họ tự đặt mình vào tâm cảnh người nữ, (họ xưng "Tôi"), để nói những điều mà, nhà văn cho rằng, người nữ muốn nói. (Như một tìm kiếm hình thức khác, cho văn chương). Tuy nhiên, sự kiện đó rất hiếm xẩy ra nơi các nhà văn nữ. Nó càng hiếm hơn nữa, nơi những nhà thơ nữ hôm nay.

Ở Phần 1, với tiểu tựa "Dài Dòng" từ trang 9 tới trang 129, người đọc gặp được khá nhiều những bài thơ mang tính "phân thân." Như:

"Em mệt rồi không nói nổi lời yêu
Cứ giấu mãi điều gì sau mắt thẳm
Mặc cho tôi với cuộc tình mê đắm
Thề non cao rồi lại đến sông dài..."
(Trang 14)

Hoặc:
"Buổi chiều đầu độc tôi bằng nỗi buồn của em
Cơn mưa nặng nhọc rớt xuống thành phố
Tưởng đã chết sau mấy mùa khô héo..."
(Trang 19)

Hoặc nữa:
"Rồi tôi sẽ lại ôm em trên cánh đồng
Giữa hương cỏ mới còn nồng nàn quanh quất
Chúng mình sẽ thành cặp bù nhìn ngơ ngác nhất
Giữa chiều mùa tao tác chim di..."
(Trang 21.)

Nhưng, dù tác giả có hóa thân để trở thành "đối tác" trong tình yêu thì, căn tính Nguyễn Thiên Ngân vẫn lồng lộng trong từng câu chữ của cô. Tựa đó là những khao khát (mong có lại?) trên những dặm đường cô quạnh, chính mình.

Tôi cũng tìm thấy nhiều (rất nhiều) ngôn ngữ nói, trong thi ca Nguyễn Thiên Ngân. Với tôi, đây là một dấu ấn mạnh mẽ trong dòng thơ của họ Nguyễn.

Có dễ nhiều người sẽ không đồng ý với ghi nhận trên của tôi; vì cho rằng đó là những ngôn ngữ không thích hợp với thơ. Nhưng, nếu những chữ đời thường kia, đặt đúng trong ngữ-cảnh bài thơ và, trong một chừng mực nào đó thì, chủ tâm nọ, nên được nhìn như một nỗ lực đáng chú ý.

Tôi thí dụ một số chữ đường phố mà Nguyễn Thiên Ngân đã đem vào thơ:

"... Kỷ niệm như mụ già đa sự
Cứ léo nhéo bên tai tôi bất kể phút nào..."
(Trang 24.)

Hay:
"... May mình ghê, né được quả thương đau
Chàng bốc phét vẫn đòng đưa tít mắt
Ở bếp nhà cơm chắc nguội từ lâu..."
(Trang 134)

Cũng trong tinh thần đem chữ, nghĩa đời thường vào thơ, nhưng có phần nhẹ nhàng hơn, với đôi chút giễu cợt, tự trào, ở phần 2, tiểu tựa *"Và ngắn ngủi"* Nguyễn Thiên Ngân viết:
"ví dù người có phụ ta
thì ta chỉ nguyện thành ra con bò
con bò rất ít so đo
yêu ai chỉ biết lò dò đi theo
dù cho ai đó lật kèo."
(Trang 132)

Hoặc:
"mời nhau chén rượu rưng rưng
nghe trong thương nhớ có phần lãng quên

*những hoa lá buổi đầu tiên
biết đâu sẽ rã vào đêm cuối cùng."*
(Trang 139)

Hoặc:
*"Nhớ người định nhắn vài câu
Ai dè điện thoại bỗng đâu hết tiền
Thôi thì hai đứa vô duyên
Ngồi trong nỗi nhớ tập thiền coi sao."*
(Trang 141)

Hoặc:
*"yêu em khổ đến bạc đầu
"kiếp sau trẻ lại vẫn cầu yêu em."*
(Trang 142)

Tính tự trào, hay tự lố bịch mình và người, trong ghi nhận của tôi, là khuynh hướng đã và, còn được mùa ở thơ hôm nay, ở quê nhà.

Mặt khác, Nguyễn Thiên Ngân cũng cho người đọc những câu thơ bất ngờ, hiểu theo nghĩa họ Nguyễn đã đẩy những liên tưởng, so sánh của thơ mình, tới nhiều mé bờ khác, lạ:

*"Mỗi thương nhớ như một loài hoa độc
Nở ngọt ngào trên miệng vực âm u."*
(Trang 12)

Hoặc:
*"Con sẻ nhỏ đậu nhìn tôi ái ngại
Giấc mơ này quá rộng với mình tôi."*

Hoặc nữa:
*"Bàn tay em chạm lên cổ mình buôn buốt
Từng ngụm khát khao dồn về nụ hôn cong
Những ngày chuyển mùa thành phố như được*

vẽ bằng những nét cọ màu chì
Tòa nhà cao vút, bồn hoa, tia nước
Tất cả đều như vừa mọc cánh
Và sắp sửa bay đi..."
(trang 122 & 123)

Những ghi nhận của tôi trên đây, là bước khởi đầu cõi thơ Nguyễn Thiên Ngân. Cuộc trường chinh chữ, nghĩa của họ Nguyễn còn dài. Tôi nghĩ thế. (Cô còn rất trẻ.)

Một ngày nào, tôi tin, những mạch nguồn thi ca kia, ở họ Nguyễn, sẽ thăng hoa. Và kết trái. Cách riêng. Cách-riêng-Nguyễn-Thiên-Ngân.

(Garden Grove May 22-2013)

Và, văn xuôi Nguyễn Thiên Ngân.

Cầu vồng bình yên

Tôi hai mươi mốt tuổi, học kiến trúc, thích nghe rock, chơi game online, ít nói và không có điểm gì nổi trội. "Đôi khi mày nhạy cảm đến sến ốm" – Đăng, thằng bạn thân tôi, nói thêm.

Dung là bạn gái của Đăng. Đăng đã đi du học Sinh. Nó không bày trò "ký thác người yêu cho thằng bạn thân", không phải vì sợ kết cục như trên phim và truyện: thằng bạn thân cùng cô bạn gái nắm tay nhau đi về phía mặt trời, mà chỉ đơn giản cả ba chúng tôi xem đó là một trò ngớ ngẩn. Càng ngày người ta càng tự tin về những gì mình có. Hay càng ngày cách người ta suy nghĩ về tình cảm hời hợt thấy rõ?

Đăng đi. Tôi và Dung hầu như không giữ liên lạc dù sống khá gần chỗ nhau. Vài ba lần gặp nhau online, hỏi nhau có nhận mail của Đăng không, rồi thôi. Cho đến một ngày, Đăng gọi tôi, bảo: "Từ nay mày giúp tao để mắt đến Dung. Dạo này...", "Dạo này làm sao?" - tôi ngắt lời nó. "Không! Chẳng có chuyện gì, nhưng mày sẽ giúp tao như thế chứ?" - Đăng gần giọng. Tôi toan từ chối, rồi bỗng nhiên nghe cổ họng mình ậm ừ. Đăng thở nhẹ: "Ừ, vậy nhé, nhờ mày!".

Tôi gọi cho Dung: "Lâu quá không gặp, dạo này Dung thế nào?" Nghe giọng cô ấy run lên rồi lanh canh như tiếng thìa khuấy trong lòng ly rỗng ở đầu dây bên kia: "Tôi không ổn chút nào, Nguyên ạ!"

Tôi ngẩn người siết cục điện thoại đến nóng bỏng và ướt nhẹp mồ hôi trong tay, không biết nói gì. Một cảm giác xót xa òa đến. Tôi thường ngẩn ra khi cảm nhận được sự cô độc và trống rỗng. Như lúc thấy một mầm cây bé mọc ra từ khe nứt của bức tường, một con chim sẻ lượn qua lại trong vùng trời nhỏ bé, tù túng... Nó trực tiếp đụng chạm đến những vấn đề của riêng tôi.

Nổi gió

Chúng tôi gặp nhau ở quán cà phê Văn. Quán nằm ở trên đồi cao, đứng từ trên gác gỗ nhìn xuống có thể thấy thành phố với những mái nhà loang lổ như một kẻ bị lở lói trên đỉnh đầu, không lộng lẫy đẹp đẽ như khi người ta nhìn trực diện. Dung gầy đi và xanh, xõa tóc ra nên trông rất già, vạt áo sơmi khoác còn cẩu thả dính một vệt acrylic. Nó như vết xước mang màu của bầu trời chiều giấu nặng mưa.

Dung đặt balô chứa đầy cọ xuống bộ salon cũ trên gác gỗ, lùa tay vào mái tóc bù xù khẽ giải thích: "Xin lỗi, tôi vừa ở xưởng vẽ về". Tôi tròn mắt ngạc nhiên nhìn Dung quẳng gói Dunhill lên bàn sau khi rút một điếu, điềm nhiên châm lửa đốt. Nhìn cô ấy nhả khói điệu nghệ, tôi thần người, không thể tìm lại từ con người đó cô gái rụt rè, yếu ớt thường đứng sau lưng Đăng ngày nào.

Dung thôi nhìn xuống thành phố, đưa mắt sang tôi: "Hôm ấy tôi nói linh tinh thôi. Đừng để ý! Đăng nhờ Nguyên gặp tôi sao?". Tôi không trả lời: "Dung hút thuốc thế này lâu chưa?". "Từ dạo Giáng sinh. Đi một mình ngoài phố nhà thờ, trời lạnh, nó giúp tôi bình tĩnh và ngừng rủa Đăng giờ này anh đang ở đâu vậy" - Dung đáp điềm nhiên. Tôi miết thành salon gỗ đến bỏng rát bàn tay. Tiếng Dung cười khành khạch: "Gì vậy? Thất vọng? Hay thương hại tôi?!".

Khi nào muốn có ai đó cùng đi cà phê, cứ gọi tôi, như một người bạn!"- Tôi tần ngần khi dắt xe giúp Dung. Cô ấy khẽ bảo: "Ok! Nguyên này, đừng kể với Đăng tôi đang trong tình trạng hiện giờ, được chứ?". "Được" - tôi liếm môi, gật đầu. Dung đỡ lấy chiếc xe ga nặng nề, cái dáng mảnh khảnh xiêu đi. Nụ cười khó hiểu chưa kịp tan trong mắt tôi, cô gái biến mất. Chiếc xe để lại một làn bụi rát.

Mây đen

Tôi van lạy bản thân mình hãy thất hứa với Dung, phải nói cho Đăng nghe tất cả. Đăng cần phải biết người cần được nó chở che đang hoang mang, mệt mỏi dường nào. Nhưng tôi không làm được. Lời hứa với Dung cứ quay cuồng trong óc, không cho phép tôi mở lời. Vả lại nếu vậy, ở xa Đăng sẽ lo lắng và dày vò kinh khủng. Tôi quyết định gặp Dung lần nữa.

Dung không tươi tỉnh hơn, nếu không muốn nói là suy sụp thêm. Cô gái vẫn hút thuốc, rất nhiều. Đang ngồi, bỗng Dung đặt điếu thuốc gác ngang tách cà phê, từ từ tiến về phía bể nước bé xíu ở bancông căn gác gỗ. Cô ngồi mê mẩn ngắm những vạt bèo tấm xanh non trong đó. Chợt lúc ấy, tôi như thấy lại Dung yếu đuối, rụt rè của Đăng ngày trước. Điếu thuốc vẫn cháy, rơi tàn và đầu lọc xuống tách cà phê, tắt ngúm.

Cô gái quay lại bàn, đôi mắt vụt tối. Dung thản nhiên kể chuyện tên sếp không đứng đắn nơi cô đang làm thêm, nhưng đó là một công ty lớn và nhiều cơ hội cho sau này khi ra trường nên cô không thể nghỉ việc, rồi những áp lực ở trường đại học, cuộc sống một mình không người thân... giọng lạnh tanh. Tuyệt nhiên không hề nhắc đến Đăng.

Tôi suy đoán, có lẽ gặp nhiều vấn đề, Đăng lại không bên cạnh cùng giải quyết, Dung rơi vào trạng trái khủng hoảng như vậy. Cũng tự hỏi tại sao tôi và Dung không thân nhưng cô gái lại thổ lộ chuyện đó. Rồi nhận ra, không, cái cách của Dung chỉ bình thản như nói một câu chuyện phiếm cho qua cữ cà phê mà thôi.

Tôi quen ông chủ quán, xin vớt một ít bèo tấm bỏ vào bịch nilông mang về. "Tặng Dung này!". Dung nhìn tôi, hơi ngạc nhiên rồi mỉm cười, nhận lấy. Bàn tay lạnh toát của cô gái khẽ chạm vào tay tôi khiến như có một dòng điện chạy dọc sống lưng, tê dại.

Tối ấy, tôi nhận ra mình đã nghĩ về bạn gái của thằng bạn thân quá nhiều. Tôi tự trừng phạt mình bằng cách rời PC, leo ra cửa sổ ngồi trên nóc nhà bên cạnh và ngẫm nghĩ. Đáng lẽ đã có thể đưa ra một quyết định gì đó nếu Dung không nhắn tin "Cảm ơn Nguyên, về mọi điều!".

Chúng tôi gặp nhau thêm nhiều lần sau đó, chẳng nói nhiều. Chỉ là ngồi và có người đối diện, vậy thôi.

Hồng thủy

Bầu trời thành phố xám xịt và quay quắt như trong cơn hồng thủy. Mưa lao đầu vào cửa kính như một tên điên. Tôi bỗng nhiên nghĩ đến Dung, cô gái tội nghiệp của thằng bạn thân tội nghiệp. Cả hai đều bất lực trước những điều đang đến. Cảm giác tội lỗi khiến tôi tránh Đăng. Nó không biết tôi đang invi, cứ gửi mãi những dòng offline: "Mày thế nào? Dung sao rồi?".

Những lúc như vậy, tôi ngồi lặng. Tôi thương cô gái ngồi lạnh lùng, cô độc hút thuốc, nhả khói trong những chiều cùng nhau cà phê trên gác gỗ. Đó rõ ràng có phải là cô gái của Đăng ngày nào đâu. Giá họ đừng là một...

Chuông điện thoại vang lên gấp gáp đến ngột ngạt. Dung gọi. Tôi hớt hải nhấc máy. Giọng cô ướt nhòe: "Nguyên! Đến đây! Làm ơn...".

Tôi lao ra khỏi nhà. Cô gái đứng ở trạm xe buýt dưới cơn mưa tầm tã, nước mưa bết vào người, đôi mắt thất thần, những cây cọ từ balô chưa kịp kéo khóa rơi vung vãi xuống hè, xấp hình họa nhòe nhoẹt ướt thời ra từ clipboard buông thõng trên tay. Hốt hoảng nhận ra trong tay kia của cô gái nắm chặt một cái gì đó. Tôi run lẩy bẩy, miệng lẩm nhẩm gọi tên Đăng như thằng ngớ ngẩn, cuối cùng cũng gỡ được khỏi tay Dung một mảnh thủy tinh vỡ. Bàn tay gầy guộc và lạnh toát chằng chịt vết cắt, máu hòa với mưa thành một thứ nước màu hồng loãng tuếch.

Tôi nói như hụt hơi: "Đăng nó biết cô như thế này thì nó quay quắt đến chết mất!". Nghe tên Đăng, cô gái bỗng gục vào vai tôi òa khóc. Tôi vô thức ôm chặt lấy Dung, len lén chùi giọt nước đang rỉ ra trên khóe mắt mình, nóng bỏng. Cây sao to ở gần trạm xe buýt oằn mình trong cơn mưa tầm tã.

Tạnh

Tôi đưa Dung về từ bệnh viện. Bàn tay trái của cô gái quấn băng trắng toát trông rờn rợn. Dung ở căn phòng cũ kỹ trên tầng năm của một chung cư, một mình. Phòng hơi tối, cửa sổ gỗ cũ kỹ đóng kín mít, một vài tờ phác thảo bay vung vãi từ xấp giấy chất ngồn ngộn trên nóc tủ gây cảm giác buồn bã và chán nản. Ở nơi để

PC có một cốc gốm lớn chưa kịp rửa, đáy còn đọng cặn cà phê đặc sánh và rất nhiều tàn thuốc, khung ảnh chụp Dung và Đăng trong đêm Giáng sinh năm ngoái bị vùi dưới những cuốn sách đồ họa khổng lồ.

Cô mời tôi ngồi, dùng một tay để pha trà mặc kệ tôi ngăn lại, mái tóc khô vểnh lên và cái dáng mảnh khảnh in lên nền sáng mờ mờ trông giống một con sẻ gầy tội nghiệp. Tôi phát hiện vạt bèo tấm lần trước được thả vào cái ly thủy tinh đặt trên kệ sách, chết trong trạng thái biến màu nhợt nhạt vì thiếu nắng.

Dung ngồi co ro, châm thuốc và nhả khói. Tôi khó nhọc: "Mọi việc sẽ lại ổn, phải không?". Cô cúi mặt: "Đáng ra tôi nên nghe lời Nguyên sớm hơn... Tôi sẽ nghỉ việc ở đó, Nguyên ạ!" Tôi mỉm cười nhẹ nhõm. Cô gái khẩy tàn thuốc ra sàn dù chiếc gạt tàn thủy tinh để trước mặt, nói nhỏ: "Phải, hai mươi tuổi, thật ngớ ngẩn khi phải chịu đựng những thứ quá giới hạn chỉ vì theo đuổi tham vọng của mình"

Tôi hít sâu mùi khói trong căn phòng chật: "Hãy chăm sóc cho mình và thông cảm cho Đăng! Nó luôn trăn trở về cô. Cô có hiểu cảm giác bất lực khi không thể làm gì cho người mình yêu thương không?" Dung dụi điếu thuốc vào cạnh bàn, ho khan.

... Tôi hẹn Đăng trên mạng. Sau nhiều cố gắng, cuối cùng tôi cũng thú nhận được rằng mình yêu Dung. Nín thở chờ đợi Đăng disconnect đột ngột, hay gõ lại "Mày đùa đấy à?" Phải, cho dù mọi điều tôi tệ xảy đến, tôi tự hứa với mình không được che giấu một điều gì, và sau đó, sẽ mãi mãi biến mất khỏi mối quan hệ phức tạp ấy.

Nhưng không, Đăng chậm rãi: "Tao hiểu. Mày thì tốt hơn tao, Nguyên à! Tao mong mày và Dung vui!" Tôi lập cập: "Mày... mày sao thế?" Dòng chữ hiện ra trên monitor làm tôi choáng váng: "Tao và Dung nói chia tay khá lâu rồi, từ khi tao nhờ mày để mắt chăm sóc cô ấy. Có quá nhiều vấn đề và không được chia sẻ khiến cả hai đều mệt nhoài. Rất may là cô ấy không quá bị ảnh hưởng vì điều đó..."

Cầu vồng bình yên, 2

Mưa. Trời liên tục trút xuống thành phố những cơn mưa lớn. Tôi chạy đến khu chung cư cũ với túi nilông đựng bèo tấm trong tay, sải chân nhảy một lúc hai ba bậc thang rồi dừng lại, đứng rất lâu trước cửa nhà cô gái, nước mưa từ mặt, từ áo nhỏ long tong. Đến khi đủ can đảm, tôi gõ nhẹ cửa.

Dung xuất hiện, mặt đỏ phừng và yếu ớt, bàn tay chưa tháo băng, tròn mắt nhìn tôi ngạc nhiên. Chưa kịp hỏi gì tôi, cô gái bỗng lảo đảo, phải bấu chặt vào cạnh tường. "Cô sao thế?" - tôi hốt hoảng. "Tôi ngây ngấy sốt từ hôm đó. Có lẽ do những vết cắt và mưa. Đừng bận tâm, tôi ổn mà!" - Dung gượng cười. Tôi cắn môi, đứng lặng. Cô gái mở rộng cánh cửa.

Xin lỗi Dung, tôi không hề biết... "Chẳng sao, trong suy nghĩ của Đăng, tôi vẫn ổn và vững vàng. Thế là đủ!". Tôi cúi đầu. Cô bật cười: "Nguyên đừng như thế. Dạo trước có nhiều chuyện xảy ra, tôi sốc mạnh, làm phiền Nguyên nhiều. Gần đây rảnh rỗi, thử sắp xếp lại mọi thứ trong đầu, thấy nó cũng không quá rối rắm như mình vẫn tưởng".

Tạnh mưa. Cô gái đứng dậy mở toang cửa sổ, cánh cửa ngỡ như không bao giờ được chạm đến: "Nguyên, xem này!". Ánh nắng sau mưa tràn vào phòng. Tôi chớp chớp mắt để thích ứng với luồng sáng mạnh đột ngột, nhận ra ngoài ô cửa là một tổ chim bồ câu. Có lẽ nó thuộc về ai đó ở khu nhà bên cạnh. Hai con chim trắng toát rụt rè thò cổ ra xem trời đã thật sự tạnh chưa. Rồi vững tin, chúng cùng nhau tung cánh lên bầu trời đầy nắng.

Dung đưa cho tôi hai chiếc gạt tàn thủy tinh lớn, sạch bóng. Có vẻ gần đây cô ấy thôi hút thuốc. Tôi vớt đám bèo tấm vừa mang đến thả vào đấy, đặt nó lên bệ cửa sổ. "Ở đây chúng sống tốt! Dung sẽ mở cửa sổ thường xuyên chứ?" Cô gái mỉm cười.

Trên những nóc nhà lở lói của thành phố mọc lên cầu vồng sau mưa. Dung đặt bàn tay quấn băng trắng lên mép cửa sổ, hơi vươn người về phía trước: "Tôi đang nghĩ giá được chạm vào những tia cầu vồng ấy! Còn Nguyên?"Tôi thì thầm: "Đây là định nghĩa về "bình yên" hoàn hảo nhất mà tôi từng biết!". Cô gái quay sang nhìn tôi lạ lùng rồi bật cười, tiếng cười nhẹ nhõm. Hơi thở của người đang sốt nóng bỏng ập vào má.

Chúng tôi yên lặng đứng cạnh nhau bên ô cửa cũ kỹ ấy, thật lâu. Cầu vồng sau mưa bình yên lạ kỳ. Tôi toan nói một điều gì đó nhưng kềm lại được. Rồi mọi thứ cần đến sẽ đến, như vòng tay siết chặt cô gái và giọt nước mắt nóng bỏng của gã tôi dưới cơn mưa hôm nào, tự nhiên, lặng lẽ, chân thành...

Nguyễn Thiên Ngân

Nguyễn Xuân Thiệp, xương rồng nở hoa cùng "gió mùa"

"*Tôi cùng gió mùa*" thi phẩm đầu tay của một người có trên nửa thế kỷ ăn ở liên lủy với thi ca: Nhà thơ Nguyễn Xuân Thiệp.[1]

Đó là tuyển tập thơ của họ Nguyễn với bài đầu tiên ghi năm 1954, kế tiếp, năm 1962, sau đó là những bài thơ được tác giả viết vào những năm đầu thập niên 1970, rồi 1980 và, những bài thơ không ghi năm tháng... Nhưng qua nội dung, tôi nghĩ đó là những bài được viết ở xứ người sau năm 1995, khi họ Nguyễn chọn định cư tại Hoa Kỳ.

Tuy tác giả chọn bài "*Tôi Cùng Gió Mùa*", viết năm 1974, làm tựa đề chung cho thi phẩm, nhưng tôi lại thấy những sáng tác họ

Nguyễn viết năm 1980, khi ông đang bị tù cải tạo ở Nghệ Tĩnh(?) là những bài thơ đáng chú ý nhất.[2]

Với tâm thái an nhiên, chấp nhận định mệnh, chấp nhận bi kịch đời mình, chấp nhận tai họa chung của đất nước, Nguyễn Xuân Thiệp không chú tâm khai thác những năm tháng địa ngục như đói, rét, lao động cực nhọc: Đào hầm, khai mương, làm rẫy, nuôi heo, chăn bò, khuân đá, phá rừng, đốn cây, vác củi... ban ngày, học tập ban đêm v.v... Ông cũng không cho thấy qua thơ ông, cái tinh thần khinh bạc hoặc, cường điệu giễu cợt những thảm cảnh chung của đời tù mà, ông để thơ chở ông bay bổng tới những chân trời tâm cảm:

"qua mưa
thấy đời, như một bông sen
qua mưa
thấy đời như mâm xôi chín ửng

"này người bạn đường. cùng ta đi dưới cơn mưa tháng hạ
có chi đâu mà lặng thinh
có chi đâu mà muộn phiền
thôi. gần lại bên nhau. và nói
mưa ở đây. như mưa ở quê nhà..."
(Trích "Mưa ở đây như mưa ở quê nhà", tr. 47&48)

Hoặc:

---

[1] Bản in lần thứ nhất tại Hoa Kỳ, năm 1998. Tái bản năm 2012.
[2] Căn cứ nơi bìa 4 của thi phẩm *"Tôi cùng gió mùa"*, tiểu sử nhà thơ Nguyễn Xuân Thiệp có thể tóm tắt như sau: Họ Nguyễn quê quán ở Huế. Làm thơ đăng báo từ trước 1954, học ở Huế và Saigon, ông dạy học ở Mỹ Tho trước khi nhập ngũ năm 1963. Được chọn về làm đài phát thanh Quân Đội ở Pleiku, Đà Lạt, rồi Saigon, tháng 5-1975, ông đi tù cải tạo tới năm 1982. Năm 1995 định cư tại Mỹ, ông có thơ đăng ở nhiều tạp chí văn chương như Văn Học, Thế Kỷ 21, Hợp Lưu, Văn... Là chủ biên tạp chí Phố Văn từ 2000 tới 2008, cùng gia đình, ông hiện cư ngụ tại thành phố Dallas, Texas; cộng tác với báo Trẻ Magzine ở thành phố này.

*"mùa hạ. ta qua vùng thảo nguyên
gió thổi. chiều xanh trôi với nắng
khoảnh khắc. vầng trăng bạc nhú lên
cánh chim theo trăng vào trời rộng
nhà ai. đèn lồng soi trước hiên
nhủ thầm. nhà ta sau hàng phượng
ta đi năm năm qua thảo nguyên
cảm ơn phút giây đời giao hưởng..."*
(Trích *"Thảo nguyên"*, tr. 66)

Hay ông là người chủ động chắp cho thơ mình đôi cánh an lạc, bay ngược về thơ ấu và những giấc mơ trong sáng, từ cảm thức thi sĩ, thoát trên mọi bon chen hiện thực áo cơm

*"Về lượm trái thông khô rớt vãi
nhặt cành cây mục. lá thu. phơi
đốt lên đống lửa. đêm ngồi sưởi
lúc ngó quanh. nào thấy có ai*

*"người về bên gốc thông già cỗi
thuở nhỏ thường ra đứng ngắm trăng
cúi nhặt dưới chân viên ngói vỡ
thấy đời còn những tấm gương tan"*
(Trích *"Ánh trăng"*, tr. 104)

Ở mặt khác, họ Nguyễn cũng cho thấy nỗ lực thắp những ngọn bạch lạp nhân bản, soi rọi mặt tối tăm của ảo tưởng đời thường hay, hiện thực lầm than xã hội. Cùng lúc, những ngọn nến lung linh của trong thơ Nguyễn Xuân Thiệp, cũng cho người đọc nhiều câu thơ đẹp:

*"trăng khuya. như một loài chim quý
bay suốt nghìn năm. hót một lần
dưới mái chùa tây. vang tiếng kệ
vị sư già đã thức. chuông ngân*

*"âm thanh như một làn hương sữa
chảy xuống hồn ta đã lặng dần
hạt lệ muốn rơi. giờ đọng lại
trăng. nguyệt cầm ơi. ngọc mới đông
(...)
nhưng thôi nhân loại vui vầy cả
yêu cuộc đời trong lẽ bất toàn
chút nghĩa thủy chung ta giữ vẹn
lòng ơi. trải rộng gió nhân gian..."*
(Trích *"Ánh trăng"*, các tr. 101, 102, 104)

Cũng trong loạt thơ thuộc thập niên 1980s, viết thời tù cải tạo, Nguyễn Xuân Thiệp còn cho người đọc ông bài *"Đốt lửa nghe sư đàn"* - Hình ảnh và ý tưởng tôi không thấy nơi thơ tù của những tác giả khác:

*"... lửa củi soi. nhà sư mặt ốm
kể từ sư rũ áo đi đày
cái tâm mây nổi. trăng thiền đạo
cuộn cuộn trường giang. sóng lục đầu
đầm cỏ. nước in. thân cò vạc
bắt cua. vồ nhái. ngày qua ngày
đêm đêm. ôm đàn trong xó tối
(...)
người nghe đàn. khơi lửa đỏ khuya
tóc râu tiền kiếp. đầm hơi mưa
bỗng thấy. sân nhà. cây sứ gãy
năm cửa ô quan. ngấn lệ mờ
(...)
sư bỗng ngừng đàn. nhìn đống lửa
gốc cây. cháy như đầu thiên cổ
huyễn huyễn. củi tàn. màu kinh xưa
mặt đất chừng qua cơn mộng dữ
nên ngón tay gầy. như ngón sen..."*

(Trích "Đốt lửa nghe sư đàn", tr. 121, 122,123).

Là người có bài ghi nhận rất sớm về thi phẩm *"Tôi cùng gió mùa"*, nơi đoạn kết bài viết của mình, nhà thơ Nguyễn Lương Vỵ cảm thán:

"... Bản giao hưởng thơ "Tôi Cùng Gió Mùa" chắc chắn sẽ còn vang vọng sâu xa trong tâm hồn người đọc, trong dặm dài năm tháng mai sau..."

Tưởng cũng nên nhấn mạnh, cõi giới thi ca họ Nguyễn rất ít tĩnh từ (khía cạnh giầu có của ngôn ngữ Việt). Nhưng cũng nhờ thế mà, thơ Nguyễn Xuân Thiệp có được tính cô đọng, sắc xuống, như những thân xương rồng sa mạc, nở hoa cùng... gió mùa của họ Nguyễn!

(June 2015)

Nguyễn Xuân Thiệp, vài bài thơ

Đốt lửa nghe sư đàn

*đốt lửa. chừng như người qua khe
mùa đông. tím những nương mưa
đốt lửa bên trong lán suối
mưa. mưa. trên con đường núi
có ai tìm vầng trăng mọc khuya
rét. đói. sầu miên. đất. đá. gỗ
đầm sấu hoang. lau thắp. bến chờ
lửa đã cháy. cháy trên củi ướt
tù ngồi hơ tay. nghe cổ tích
chuyện đường huyền trang đi thỉnh kinh
bỗng trong đêm. rộ tiếng ai đàn*

lửa củi soi. nhà sư mặt ốm

kể từ sư rũ áo đi đày
cái tâm mây nổi. trăng thiền đạo
cuộn cuộn trường giang. sóng lục đầu
đầm cỏ. nước in. thân cò vạc
bắt cua. vồ nhái. ngày qua ngày
đêm đêm. ôm đàn trong xó tối

năm ngón tay gầy. tiếng thổ cầm
sư ngồi đàn. như cây trăm năm
lửa cháy. xèo xèo. mùi nhựa ngái
khói tỏa. mù khe. màu cỏ rối
dạo đàn. mưa thu rơi trong trăng
tiếng mau. chim bay qua mùa đông
đàn ánh thép xanh. gươm phạt trúc
gỗ nổi. đá lăn. trâu bứt gốc
hồn u. mả tối. đây là đây
rạng tiếng ngư dương. thơ quỷ đọc
lán sâu. bếp ảo. lửa đào lay

cây đàn gỗ xưa. như mặt trăng
năm ngón tay gầy. như chim ưng
bật dây. rỏ máu. hoàng hôn rừng
gọi những mùa đi không trở lại
đàn qua. tiếng buồn trong lau sậy
gió thu. đưa võng. ai chờ ai
đêm cẩm khê. đàn trong u độc
người nghe đàn. khơi lửa đỏ khuya
tóc râu tiền kiếp. đầm hơi mưa
bỗng thấy sân nhà. cây sứ gãy
năm cửa ô quan. ngấn lệ mờ
những nẻo chiều sương. người rách rưới
những mái nhà. mưa xoi. nắng dọi
lọ rơi. sành vỡ. lục cục âm

*khuya rồi ai đẽo gỗ huỳnh đàn
ửng sắc hoa gầy. trên áo quan*

*sư bỗng ngừng đàn. nhìn đống lửa
gốc cây. cháy như đầu thiên cổ
huyễn huyễn. củi tàn. màu kinh xưa
mặt đất chừng qua cơn mộng dữ
nên ngón tay gầy. như ngó sen
hơi đàn trôi trong hương lá xanh
đàn ngân. Cánh chim soi trên đầm
màu hoa mơ nở. trắng non ngàn
từ trong độ ấy. giờ trăng mọc
ánh trăng. chảy vàng trăm cửa sông*

*bếp rụi. lửa riu. âm đàn dứt
trăng lên rồi. hổ xuống cẩm khê.*

Nguyễn Xuân Thiệp

1980

Phạm Thị Ngọc Liên, ngọn pháo bông thi ca ngày tới

Gần đây, trên một số tạp chí văn học ở hải ngoại, những người yêu thơ được hít thở một thời tiết thi ca mới. Thời tiết thi ca mang tên Phạm Thị Ngọc Liên.

Đó là thứ thời tiết tình yêu không thể đoán trước. Thứ thời tiết đành hanh, đáo để của định mệnh. Thứ thời tiết trớ trêu, xấp ngửa của phần số.

Từ một vòm lá hớn hở xuân thì, bỗng không chiếc lá vàng, xuất hiện.

Từ một nắng ngất ngực vui, bỗng không hạt lệ lên tiếng...

Không ít người đọc đã phải tự hỏi:

- Ai, Phạm Thị Ngọc Liên?

- Phạm Thị Ngọc Liên, kẻ lạ mặt nào, đã đến, giữa chúng ta?

Sự thực, Phạm Thị Ngọc Liên không hề là kẻ lạ.

Trong sinh hoạt văn chương quê nhà, ở hàng ngũ của những nỗ lực thanh niên, trẻ, mới, trong vòng ít năm qua, Phạm Thị Ngọc Liên đã bứt lìa đám đông, những người cùng thời với Phạm, để bước tới với chiếc bóng đìu hiu của chính mình. Nhưng đó là sự đìu hiu của những ngọn pháo bông, ở một mặt nào khác.

Nhà văn Hoàng Phủ Ngọc Phan, trong một bài tựa mở vào tập truyện nhan đề "Có Một Nửa Mặt Trăng Trong Mặt Trời" viết:

" 'Có Một Nửa Mặt Trăng Trong Mặt Trời' là cách nói đơn giản để chỉ hiện tượng nhật thực. Khi nhà văn và cũng là nhà thơ Phạm Thị Ngọc Liên dùng văn ảnh ấy để chỉ đặt tên cho tập truyện ngắn đầu tiên của mình, hẳn tác giả muốn ám chỉ cái bóng của người đàn ông đã để lại trong cuộc đời người đàn bà - tất nhiên trong đó có cả vùng tâm tư tối sáng của chính tác giả và của cả bạn đọc.

"Nhân vật trong truyện thì nhiều nhưng hình như tác giả không đề cao một cá nhân nào thành nhân vật chính, kể cả cái tôi của mình. Không có cốt truyện, không có cao trào, không có những tình tiết éo le gay cấn, không tốn mầu mè son phấn để tô vẽ chân dung tố nữ, tính cách người hùng hay nhân vật điển hình... Tất cả chỉ là chuyện kể về những mẩu người thường của ngày thường và đời thường. Viết về những cái 'thường thường' như thế, tưởng là dễ nhưng thật ra rất khó - già dặn một chút có thể hóa ra rề rà lẩm cẩm; non nớt một chút có thể hóa ra nhảm nhí, vớ vẩn. Ở đây, tác giả đã đưa vào bút pháp sở trường của mình để dẫn dắt bạn đọc đi vào chiều sâu tâm lý của nhân vật. 'Con cá ấy mầu vàng chứ không phải màu hồng. Cũng như anh tên là Huấn chứ không phải Huân. Cô nhầm tên anh rồi nhầm cả tính cách con người anh trong suốt một thời gian dài...' (Trích Một Nửa Sự Thật.)

"Có Một Nửa Mặt Trăng Trong Mặt Trời" là nhan đề của một trong những bài thơ của Phạm Thị Ngọc Liên, với những câu như:

"đỏ như thế/nồng nàn như thế/một ngày mặt trời rụng xuống tim tôi/cháy bỏng những khát khao lặng im/tôi tìm thấy tôi một nửa/yêu tôi như chưa bao giờ/bạc như thế/lạnh lùng như thế/một ngày mặt trời một nửa chìm sâu/tôi dâng tặng linh hồn tôi/nửa khao khát còn lại/và nửa trăng mệt mỏi cúi đầu..."

Thơ Phạm Thị Ngọc Liên như thế. Nó không chỉ tách lìa một cách quyết liệt khỏi những người đi trước Phạm, ở cùng một môi trường, hít thở cùng một bầu khí với Phạm mà, nó còn cho thấy tính chất tự giới thiệu, hay xác định sự hiện diện của thân phận mình, một cách mạnh mẽ, tự tin và, đâu đó, (rất nhiều đâu đó,) nỗi buồn rầu thô nhám của chính những tự xác định ấy!!!

Như bài thơ đầu tiên nhan đề *"Nổ Đi Ngọn Pháo Bông"* tựa những chùm sáng lênh đênh của ngọn hải đăng kiêu căng một cách ảm đạm, soi, dẫn thi phẩm *"Biển Đã Mất"*, Phạm Thị Ngọc Liên viết:

"Nổ đi ngọn pháo bông/chiếu ngũ sắc ngời ngời trên sóng/bầu ngực căng những luồng xuân/phơi khoe áo mỏng/em ca hát đợi mùa hè."

Rồi:

"Mùa dỗi hờn gì em/nụ hoa nở muộn/dấu kín hương thơm của mình/mùa không hiểu em đang chờ ngọn pháo bông/rực cháy những ánh lửa ngũ sắc/đâm thẳng qua đời/niềm mong ước khôn nguôi."

và:

"Em thở như đã lâu chưa thở/giăng ta đợi chờ mùa hè/khiêu khích những ngọn gió cuối năm bay đi hụt hẫng/chao ơi thèm muốn nụ cười/và nghe mình ao ước/nổ đi ngọn pháo bông!"...

Nhu cầu hay, khát khao thực chứng sự có mặt của mình, với cái nhìn đủ ngay thẳng vào định mệnh riêng, cộng một chút kiêu hãnh phái tính nào đó, theo tôi, là một điểm nhận dạng chân dung thơ Phạm Ngọc Liên.

Đó là một chân dung thi ca - Gương mặt khác(?) – Chân dung thật của Phạm(?)

Tôi đọc được đâu đó, những câu thơ rất Phạm Thị Ngọc Liên, như *"Sau cơn mưa/Thành phố đã khô/Như mối tình của anh và em/không còn hoảng tưởng nữa/Không còn!..."*

Hay:

"Em nguội đi dưới cơn mưa anh/một lần nữa thấy mình nứt vỡ/một lần nữa trái tim tưởng đã khô cong/rỉ giọt máu hồng/thôi những cảm giác hốt hoảng/khi ngồi một mình trong đêm/thấy mình già cỗi/thôi những tiếng thở dài nén chặt/thanh thản tan vào hư không/một lần nữa bùng nổ dữ dội/em lại tìm ra em/điên rồ trong hành trình không thể nào kết thúc..."

Hoặc:

"Giống như những sự thực không thể lẩn tránh/tuổi trẻ sẽ đi/phải không anh/cả những nỗi háo hức đầu tiên cũng không đứng lại/sợi tóc già nua trên đầu mệt mỏi/như phô một nỗi buồn/tuổi trẻ sẽ đi/ánh sáng những nụ hôn sẽ đi/và những nỗi ái ngại của đôi ta/sẽ không bao giờ được nói."

Ngay khi Phạm Thị Ngọc Liên viết xuống: *"Không bao giờ được nói,"* thì đó cũng là lúc mọi điều cần nói, Phạm đã nói xong.

Không những nàng nói xong, mà nàng còn nói đủ. Nói trên cả sự đòi hỏi của nhu cầu "được nói."

Bởi vì, thơ, văn, với Phạm Thị Ngọc Liên là cửa gương duy nhất, để cô cho thấy quả thật, có sự hiện diện của những ngọn pháo bông, bên kia nỗi đìu hiu định mệnh.

Đó là một xác định quyết liệt (?) - Hay một trong những điểm nhận diện chân dung Phạm Thị Ngọc Liên ở khe hở, mí giáp giữa một nửa mặt trời trong mặt trăng?

Tôi cho là cả hai. Dù cả hai, xác định điểm nhận dạng, cách gì, cũng chỉ là những chùm sáng giữa thinh không của những ngọn pháo bông, đã và, đang nổ.

Chúng đã và còn nổ, đâu đó, trong nỗi kiêu hãnh một cách muộn phiền đầy phái tính của đời thơ Phạm Thị Ngọc Liên.

Và, cũng chính chúng, mang lại cho ta, người đọc, một thời tiết thi ca khác. Thời tiết thi ca mang tên Phạm Thị Ngọc Liên.

(Calif. 2003.)

Phạm Thị Ngọc Liên, dăm bài thơ tiêu biểu.

Lặng lẽ mình em.

Có những lúc tâm hồn chỉ đắm một nỗi buồn
Tưởng chừng mong manh
Môi em vẫn tươi hồng nụ cười
Trái tim đau không ngừng nhịp thở

Sẽ chẳng có thêm lần nào
Em làm thơ cho anh
Dẫu chỉ một lần nghi ngờ
Hay một lần cố tình đùa cợt
Dẫu chỉ một lần lỡ tới
Một lần buột miệng
Trái tim ràn rụa khóc thầm

Lặng lẽ
nắng và mưa
Lặng lẽ những ánh mắt em nhìn anh

Như nhìn một vì sao trong đêm
ngọt ngào niềm mơ ước

Lặng lẽ những hạnh phúc đời thường
Em đã quên
không được hưởng
Lặng lẽ những câu thơ anh không tin
Đó là sự thật

Lặng lẽ khước từ
Lặng lẽ mình em.

Chiều tháng bảy

Lặng im như tình yêu
Sóng vỗ hoài vỗ hoài
Tên anh
Bờ cỏ xanh ngàn chờ rung lên điệu nhạc
Anh hát cho mình em nghe.
Hạ trắng xóa mùa thu
Mưa rơi trên phố
Môi anh ngọt ngào xin đừng ru ai
Xô em trong gió
Đời ngơ ngẩn một vầng trăng.
Em đi lang thang lang thang
Phố đông bóng hình anh
Tương tư giọng nói
Khóe mắt nào cay giọt lệ khô
Biết anh nơi đâu cho em trao gửi?
Em đi lang thang lang thang
Mang một tình yêu tức tưởi
Lê theo phố chợ hè đường
Mưa ơi sao không mưa
Nỗi đau này ướt đẫm

Lấy gì hong khô?
Lặng im tiếng không gian ngân nga
Dưới chân thầm thì tiếng gọi
Anh ở đâu ở đâu
Môi hôn nói những gì trên tóc
Bỏng cháy lời tình
Anh đã cho ai?
Em đi lang thang lang thang
Bóng chiều đen trong mắt
Không muốn quay về
Sợ phải nhìn anh...

Im lặng đêm Hà Nội

Chỉ còn mùi hoa sữa nồng nàn
Trong căn phòng nhỏ bé
Đêm cuối thu trăng nhạt
Sương mù

Chỉ còn nỗi im lặng phố khuya
Không gian dạ hương sâu thẳm
Vài tiếng chim khắc khoải vọng về

Chỉ còn mênh mông gương hồ
Hiu hắt soi
Những cây bàng lá đỏ
Từng cột đèn góc phố
Chơ vơ nhìn nhau

Chỉ còn hơi ấm mối tình đau
Anh đi có đôi lần nhìn lại
Chỉ còn em
Im lặng đến tê người.

Lục bát tưởng nhớ

Lá vàng rụng giữa lòng tay
Dấu chân người ấy
Thềm này
Đã xa
Ngập ngừng nhịp võng dưới hoa
Hình như gió cũng xa nhà lâu năm
Trăng khuya dỗ giấc em nằm
Có nghìn giọt lệ lặng thầm tiếc nhau...

Phạm Thị Ngọc Liên.

Phạm Ngọc,
người từ chối xài tiền giả
trong thi ca

Sau mỗi lần gặp Phạm Ngọc, tôi lại thấy gần gũi ông hơn, vì bản chất khiêm cung, ân cần với bằng hữu của họ Phạm.

Có dễ không nhiều người lắm, biết rằng, Phạm Ngọc là một trong vài nhà thơ có số lượng thơ phổ nhạc nhiều nhất hải ngoại, tính từ 40 năm qua. Với trên 200 bài thơ được hàng trăm nhạc sĩ khắp nơi, soạn thành ca khúc, họ Phạm xứng đáng đứng đầu bảng những nhà thơ được âm nhạc... "hăm hở" tìm tới một cách... "sầm uất" nhất.

Hơn thế nữa, với con số 18 CD đã được thu âm, theo tiết lộ của chính họ Phạm (gồm toàn thơ Phạm Ngọc soạn thành ca khúc); thì chỉ cần làm một tính nhân nhỏ, chúng ta đã có 180 ca khúc đi ra từ thơ Phạm Ngọc, được phổ biến. Đó là con số mà không ít nhạc sĩ mơ ước đạt tới trên dặm trường âm nhạc của họ.

Trong một trả lời lời phỏng vấn dành cho nhà thơ Hương Kiều Loan, khi nói về bài thơ đầu tay của mình, Phạm Ngọc kể: Đó là thời gian ở saigon, khi đang theo học lập đệ nhất trường trung học Nguyễn Trãi, một bài thơ của ông được chọn đăng vào giai phẩm Xuân của trường. Sau đó ông nhận được sự khích lệ nhiệt tình của một gíao sư cố vấn Ban Biên Tập... (Nguồn Wikipedia-Mở)

Cũng từ cuộc phỏng vấn này, trả lời câu hỏi khác của HKL về cơ duyên mở lối cho thơ Phạm Ngọc bước vào những vùng trời âm nhạc của các nhạc sĩ từ Đông qua Tây, từ Âu qua Á? Phạm Ngọc nói:

"... Chuyện này thì hơi dài dòng một chút, bài thơ đầu tiên của tôi được phổ nhạc là bài "Thương Nhớ Cố Đô" (1976), nhạc sĩ Võ Tá Hân người viết bản nhạc này và thu thanh trong CD thứ 12 của anh là đàn anh của tôi tại trường Trung học Nguyễn Trãi. Anh tình cờ đọc về tôi trong thi tập Cụm Hoa Tình Yêu và cảm hứng viết bản nhạc này vì 2 lý do là bài thơ viết về Huế (anh Hân sinh quán ở Vỹ Dạ, Huế) và vì tôi cùng học Nguyễn Trãi với anh.

"Cũng từ bản nhạc và CD này mà nhiều nhạc sĩ khác biết đến tôi như anh Lê Mộng Nguyên (tác giả Trăng Mờ Bên Suối), Trịnh Hưng (tác giả Tình Thắm Duyên Quê), Anh Việt Thanh (Tác giả Đời Con Gái), cũng như các anh Phạm Anh Dũng, Hoàng Khai Nhan, Nguyễn Đức Cường, Minh Sơn, Đặng Tống, Nguyễn Hữu Tân, Cao Mặc Niệm, Hồ Hoàng Hạ, Mai Đức Vinh, Ngọc Linh Trang, Lê Vũ, Nguyễn Linh Quang... và đa số các nhạc sĩ mà tôi có dịp quen biết sau này đều qua sự giới thiệu cũng như họ đã được thưởng thức giòng nhạc Võ Tá Hân.

"Ngay cả nhạc sĩ Quốc Dũng (tác giả bài Mai) người phổ nhạc hai bài thơ "Ta" và "Thu Về Nơi Đâu" của tôi, là bạn học cũ của anh Hân tại trường Quốc Gia Âm Nhạc Sàigòn. Anh Quốc Dũng cũng là người giúp tôi trong việc hòa âm 2 CD "Nắng Ngày Xưa" và "Thu Khúc Cho Người". Với các nhạc sĩ này hai anh Phạm Anh Dũng và Mai Đức Vinh là hai người cảm nhận được giòng nhạc trong thơ của tôi nhiều nhất, hình như bài nào tôi viết hai anh cũng có thể viết thành nhạc được, sau đó là đến nhạc sĩ Anh Việt Thanh ở Pháp. Tôi nghĩ 3 người nhạc sĩ này cùng mang một chút gì u ẩn trong tâm sự như tôi nên họ cảm nhận thơ của tôi rất dễ dàng, dù những bài thơ của tôi rất tầm thường..." (Nđd).

Theo dõi bài trả lời phỏng vấn khá dài mà tác giả *"Thu khúc cho người"*, dành cho nhà thơ Hương Kiều Loan, tôi nghĩ, nhiều độc giả hẳn ngạc nhiên trước tinh thần khiêm tốn, ngay thẳng, của Phạm Ngọc. Ông không chỉ nhận thơ của ông *"... rất tầm thường"* mà, ông cũng không nhận trong thơ ông có tính triết lý thâm sâu nào hết.

Thí dụ, trả lời câu HKL hỏi rằng Phạm Ngọc có biết bài thơ *"Ta"* (được soạn thành ca khúc) theo giáo sư Đàm Trung Phán, ở Canada thì bài thơ *"... không còn là thơ nữa mà là một triết lý về đời... ?"* Ông đã thẳng thắn lắc đầu:

"... Như đã nói cùng chị mỗi người đọc có một nét cảm nhận về thơ khác nhau - Bài thơ "Ta" của tôi là một bài thơ rất tầm thường, có thể anh Đàm Trung Phán nhìn thấy chút gì triết lý cũng chỉ là nhận xét riêng của anh mà thôi. Khi tôi viết bài này chị đọc kỹ sẽ thấy chẳng có gì là quan trọng hay triết lý cả. Chỉ là những nhận xét của tôi về chính bản thân mình mà thôi. Khi người đọc hay người nghe cảm nhận, nhìn thấy được chính mình trong đó là đã chia sẻ được chút tâm sự của tác giả..." (Nđd.)

Lại nữa, Phạm Ngọc cũng chối nhận mình là "thi sĩ". Do đấy, ông không dám đưa ra một ý niệm, hay khái niệm về những điều kiện để một người làm thơ được gọi là "thi sĩ"!

Với tôi, đây cũng là một trường hợp ngoại lệ. Vì, tôi nghĩ, hiếm có người làm thơ không mong được người đời gọi mình là *"thi sĩ"*! Ngay cả khi danh từ này có được dùng một cách giả dối, mỉa mai! Thậm chí, có "nhà thơ" còn tìm đủ mọi cách, dùng mọi hình thức, cơ hội để tự giới thiệu mình là... *"thi sĩ"* nữa.

Trước "thực-tế-bon-chen" này, tôi cho tâm thái Phạm Ngọc đáng được trân trọng, khi ông trả lời:

"... Thưa chị tôi không phải là thi sĩ nên không dám có những nhận xét về việc này. Tôi nghĩ người VN mình giầu tình cảm ai cũng là một nhà thơ cả, vì quê hương mình quá thơ mộng, bối cảnh chung quanh tạo nên thơ..." (Nđd.)

Nếu không có dịp tiếp xúc trực tiếp với Phạm Ngọc, tôi e nhiều người có thể không tin khiêm cung vốn là bản chất thực sự của họ Phạm.

Tính chất khiêm tốn, không "lên gân", không "đồng cốt"... (thuộc-tính của rất nhiều "thi sĩ") nơi Phạm Ngọc, không chỉ phản ảnh qua cuộc phỏng vấn kể trên mà, nó còn cụ thể hóa qua hầu hết những bài thơ chân phương, dung dị đã được ông viết xuống ngay tự những năm đầu khởi nghiệp thi ca, tới hiện tại.

Cũng nói về một cuộc tình lỡ sau mười năm chia tan, họ Phạm viết:

"Mười năm tình lỡ
ôm trọn niềm đau
mười năm gặp lại
dĩ vãng về mau

"Mười năm đã qua
ta cội thông già
"em đơn bóng lẻ
thương tiếc ngày qua

"Mười năm một giấc
chiêm bao ngỡ ngàng
hương tình đã nhạt
mộng vẫn miên man

"Mười năm nhìn lại
kỷ niệm tàn phai
thân đời đá tảng
nặng oằn đôi vai

"Mười năm miệt mài
một cõi buồn riêng
mười năm âm thầm
ta sống lặng yên

"Mười năm tình lỡ
tưởng rằng đã quên
gặp nhau tình cờ
buồn vẫn gọi tên
(Phạm Ngọc, "Buồn vẫn gọi tên". Nđd.)

Qua 6 khổ thơ năm chữ trên, người đọc không thấy một sáo ngữ, điển tích, ước lệ nào mà, chúng toàn là những con chữ mộc mạc, đi ra từ trái tim, từ hoài niệm chân chất của tác giả.

Ở hai bài thơ khác, bài *"Bất hạnh"*, và *"Bài tình ca mùa đông"*, tuy Phạm Ngọc có chọn cho không gian thi ca của mình, một số hình ảnh mang nhiều thi tính hơn, với những liên tưởng nhẹ nhàng, bóng bẩy... Nhưng, tựu chung, chúng vẫn không rơi vào trạng thái cầu kỳ, lập dị, khó hiểu một cách vô nghĩa... Do đấy, thơ ông rất dễ dàng đến với/ở lại được trong trí nhớ của người đọc:

1.

*"Em cứ trốn chạy cho tôi hoài đuổi bắt
đôi môi hồng và mái tóc dòng sông
khi tình yêu mất còn trong khoảnh khắc
tìm em đâu trên năm tháng mịt mùng*

*"Môi em cười cũng đủ để bâng khuâng
tóc em bay níu theo lời hẹn ước
cỏ hoa vui trên bàn chân em bước
tôi vẫn buồn như chiếc ghế đợi ai*

*"Chuyện tình mình nào có ở tương lai
thân quen quá cũng thành xa lạ quá
em mong manh như cơn mưa mùa hạ
tôi xanh xao hiu hắt nỗi đợi chờ*

*"Cũng chẳng còn hoa mộng của ngày xưa
em áo mỏng vai gầy xa xôi lắm
tôi quanh quẩn giữa mùa yêu bất hạnh
đời bây giờ khổ hạn những ngày mưa"*
 (Phạm Ngọc, "Bất hạnh". Nđd)

2.

*"Em hãy thắp ngọn lửa đêm
cho hồng tháng Chạp
trắng cả một trời
tuyết trắng mênh mông
mùa đông của em
là những tàng cây trơ nhánh
tiếc mãi một thời xanh lá trên cao
cánh rừng xưa
đã già nua cằn cỗi*

trăng cuối mùa
cũng chết giữa hư hao

"Không còn gì
ngoài bóng đêm và lời tình phụ
như giá băng
phủ kín trái tim người
đôi tay gầy chẳng níu được tương lai
khi trong tim còn đoái hoài quá khứ

"Em hãy hát vang gọi mùa xuân cỏ biếc
nuôi nỗi buồn còn sống mãi trăm năm
em hãy cười trên niềm đau tiễn biệt
giọt lệ nào lặng lẽ hoá thành băng

"giữa hoang vắng lời yêu thương thề nguyện
giữa muôn trùng quay quắt những đợi mong
chào mừng tuổi đất trời không ước hẹn
mang nỗi buồn em hát một mùa đông..."
(Phạm Ngọc, "Bài tình ca mùa đông". Nđd)

Nếu phải chọn lựa giữa một bài thơ mà chính tác giả cũng không giải thích được, tại sao ông/bà ta lại chọn những con chữ ấy, hình thức đó... với một bài thơ phảng phất nét đẹp nhẹ nhàng, cùng nỗi buồn xưa (như thơ Phạm Ngọc), tôi sẽ không ngập ngừng xin được chọn thơ Phạm Ngọc.

Đó cũng là lý do, sau mỗi lần gặp Phạm Ngọc, tôi lại thấy tình bằng hữu tôi có với ông, dường ấm áp, thân, quý hơn. Cái ấm áp, thân, quý chân thật đi ra từ thân, tâm của một thi sĩ không chọn con đường làm dáng từ hình thức tới nội dung cho thơ của mình...

Nói cách khác, theo tôi, Phạm Ngọc là người dứt khoát từ chối sài tiền giả trong thơ của ông.

(May 2015)

Trả lại chỗ đứng cho thơ Phượng Trương Đình

Tôi vẫn quan niệm: Một bài thơ hay một sự nghiệp thi ca của một tác giả, cũng như mỗi đời người, đều bị chi phối một cách ngặt nghèo bởi định mệnh của chính bài thơ hay tác phẩm ấy. Nhưng càng ngày, tôi càng nghiệm thấy, ở thời kỳ, giai đoạn nào của sinh hoạt VHNT Việt Nam, cũng có những tác giả bị bỏ quên, bị gạt ra một cách bất công, khó hiểu!?!

Sinh thời, cố thi sĩ Nguyên Sa từng nói (cũng như đã viết xuống) rằng, đó là tinh thần "phe ta". Tinh thần Lý trưởng, ấp xã, địa phương của những người nghĩ mình là một thứ "ngự sử văn đàn". Rồi tự cho mình cái quyền "sinh sát", "thưởng phạt" những tác giả nào không thuộc "đảng ta", không cùng địa phương, không thần phục, không ca tụng ta như một thứ "giáo chủ muôn năm trường trị giang hồ".

Cái tâm địa hẹp hòi, tính địa phương, đố kị tài năng, mặc cảm thua sút là điều thường xẩy ra, rõ nhất trong lãnh vực phê bình, nhận định...

Tôi không phải và, sẽ không bao giờ là một nhà phê bình văn học, vì đó không phải là lãnh vực mình. Nó nằm ngoài khả năng giới hạn của tôi. Nhưng không vì thế mà không có những lúc tôi cảm thấy đáng tiếc, khi tình cờ biết được, có những người làm thơ trẻ, bị gạt ra bên lề sinh hoạt thi ca - Mặc dù thơ họ, không chỉ một mà, nhiều bài, cho thấy rõ nỗ lực đổi mới không gian thơ, ngôn ngữ thơ. Nói một cách đơn giản, là họ đã có được cho thơ họ một... "cách nói khác". Đó là điều căn bản, tôi nghĩ người đọc luôn tìm kiếm, chờ đợi nơi một nhà thơ.

Tôi cho rằng, với một nhà thơ đã có tên tuổi thì, việc nhắc tới họ hay không, không thành vấn đề. Nhưng với những người trẻ như dòng nước đang chảy tới, chúng ta rất nên dành cho họ một cơ hội...

Gần đây, tôi bị ám ảnh về trường hợp của một người làm thơ tên Phượng Trương Đình, ở VN. Tôi không hề quen biết, cũng chưa từng chuyện trò qua điện thoại với Trương! Cỉ nhớ cuối năm 2014, tháng 11, tôi nhận được một thư ngắn, cộng với trên dưới 10 bài thơ của Trương, gửi cho Website dutule.com.

Trong thư ngắn, Trương đã rất thẳng thắn khi cho biết những năm qua, nhiều lần gửi thơ của một số báo giấy, cũng như báo mạng mà, không được một tòa soạn nào chọn đăng...

Xúc động, trước sự tâm sự bất ngờ này, tôi bỏ thì giờ, đọc ngay, nhiều lần những bài thơ thứ nhất, nhận được từ Trương. Và, tôi cũng đã chọn giới thiệu một lần 4 trong số 10 bài thơ ấy. Cũng nhớ, tôi đã viết ngay vài dòng giới thiệu ngắn về tiếng thơ Phượng

Trương Đình, với độc-giả-thân-hữu của web-sitedutule.com rằng, mời bạn-đọc-thânhữu: "... *đón nhận những tia nắng bình minh, phía trước của tiếng thơ Phượng Trương Đình...*"

Từ đó, ban biên tập web-site dutule.com luôn dành ưu tiên cho thơ Phượng Trương Đình, dù cho số thơ nhận được, chọn được quá nhiều. Rất nhiều bài vẫn còn nằm trong list chờ phổ biến...

Tuy nhiên, cách đây vài ngày, chúng tôi lại nhận được một thư khác của Trương, cho thấy sự thất vọng, chán nản tới cực độ về sự ngoảnh mặt, quay lưng của một vài tòa soạn báo giấy, báo mạng (những cơ quan văn nghệ có uy tín, theo Trương - Nơi Trương chọn để gửi bài xin cộng tác).

Tôi hiểu, mỗi tòa soạn đếu có những tiêu chí riêng, dẫn tới việc đăng hay loại bỏ một sáng tác. Và, chỉ những người ở vị trí soạn thảo tiêu chí mới biết đó là những tiêu chí gì?

Tuy nhiên, dù với tiêu chí nào, thì tôi vẫn trộm nghĩ, cũng có một vài tiêu chí căn bản để lượng giá một sáng tác. Thí dụ kỹ thuật, nghệ thuật sử dụng ngôn ngữ, hình ảnh hay ý tưởng v.v...

Điều tôi ngạc nhiên, chú ý và thấy được là, chỉ trong một thời gian ngắn, tiếng thơ Phượng Trương Đình đã làm một cuộc hóa thân ngoạn mục. Thơ Trương Đìnhg như diều gặp gió: Bay bổng tới những vùng trời cao rộng hơn: Từ khả năng vận dụng chữ nghĩa ở khía cạnh Tu từ học (Rhetoric) , qua tới những kỹ thuật mang tên Ẩn dụ (Metaphor), Hoán dụ (Metonymy), Biểu dụ (Synecdocher) hay Nghịch dụ (Irony)...

Tôi nghĩ, có thể Trương không nắm được tinh chất của những kỹ thuật thi ca vừa kể. Nhưng qua 15 bài thơ gần đây do Trương gửi (chưa phổ biến) tôi thấy những biểu hiện ấy, đã hiện ra rất rõ.

Hoàn toàn ngẫu nhiên (Random) bài đầu tiên trong loạt thơ mới này của Tương, tựa đề " *Vườn hoang*" có 9 câu loại tự do biến thể, thì, gần như câu thơ nào của Trương cũng cho thấy khả năng sử dụng những từ ngữ cụ thể, đời thường, để tượng-hình-hóa những hình ảnh, ý tưởng trừu tượng:

"mảnh vườn lòng ta từ buổi em đi
teo tóp niềm vui
phì nộn nỗi buồn
chiều gầy rộc tiếng chim
hoàng hôn lem màu vô vị
xác lá vàng vun nấm mồ tự kỷ
"mảnh vườn lòng ta từ buổi em đi
đêm ngập dồn lũ nhớ...
nhũn nhầy bão bơ vơ".

Bài kế tiếp, lục bát, tựa đề *"Muốn"*:

"muốn về nằm giữa lòng mưa
nghe hương tuổi mộng như vừa khai men
muốn vùi nấm mộ bon chen
về
thương tay mẹ gầy
nhen bếp chiều!

Hoặc nữa, một bài thơ bốn chữ, tựa đề *"Vô danh"*:

"tìm người trên phố
chỉ thấy bụi đau
nắng ruỗng rã nhớ
hoàng hôn vụn màu
"tìm người trên cỏ
chỉ thấy tàn phai
dấu tay mùa cũ
cắn chai nếp buồn
gió tự ngàn năm
vẫn tên là gió

lời yêu vừa ngỏ
đã thành vô danh"

Cũng ngẫu nhiên (Random) thôi, tôi chọn mỗi thể loại thơ của Trương một bài khác nhau. Và đây là một trong những bài thơ tự do của Trương có được điều tôi đã nói là "cách nói khác" về tình yêu, bài *"Tôi biết"*:

"Tôi biết
trời chiều nay đói màu xanh hơn chiều hôm trước...
tóc trên đầu cũng nói lời từ biệt nhiều hơn
giản đơn thô: tôi và em đã qua con dốc dỗi hờn
những giấc mơ thảm đỏ hoa hồng đã được tháng năm trường
đời trao bằng tốt nghiệp!
"Tôi biết bàn tay em và tôi đã không còn là chỗ cho hân hoan gặp gỡ
mà đã biết dè sẻn chắt chiu ngày tháng sống mòn
dẫu rằng đồng hồ kia vẫn quay đủ một ngày 24 tiếng
cuốn lịch trên tường vẫn 365 lần bị người đời vò nát một năm
nhưng nụ cười trên vành môi không còn phụng sự cho cõi hồn
thanh thản
và những giọt lệ trên mi vị mặn đã giãy chết tự lâu rồi!
"Tôi biết
bây giờ số lượng ngôn từ người ta xả ra mỗi ngày nhiều hơn
những kẻ làm thơ viết văn mọc lên gấp vạn lần loài nấm
nhưng tôi đố em tìm trong hằng hà bầy chữ ấy
có bao nhiêu tia màu nóng chân thành?"

Trong 15 bài thơ in ra giấy, để đọc, tôi cũng chú ý nhiều tới những bài thơ Phượng Trương Đình sự dụng kỹ thuật "Hoán vị" (Convern): Đổi chỗ của Khách thể (Object/sự vật bị quan sát) trở thành Chủ thể (Subject/người quan sát) và ngược lại. Đó là một chủ trương tôi dành cho thơ, từ nhiều chục năm qua. Thí dụ bài *"Ký Họa"*, Phượng Trương Đình viết:

*"con kiến già còng lưng cõng hạt gạo mục
ngậm ngùi kể tôi nghe về những mùa lũ
đàn con đói rệu đói mòn
ngồi cần mẫn vẽ cho giấc mơ một khuôn mặt
"hạt bụi rơi xuống lòng tay tôi tìm nơi nằm chết
trước khi đoạn tuyệt hơi thở
thủ thỉ cùng tôi về đại dương
ngàn năm dưới đòn roi bọn sóng tàn ác
những mảnh đời cát mỏng manh vô tư vẽ cho ngày mai một khuôn mặt
"chiếc lá cuối cùng rời bỏ sự sống chiều nay
bình thản kể tôi nghe về cánh rừng xa xăm nào đó
đói ánh mặt trời
loài thảo mộc không phân biệt rõ ranh giới ngày đêm
hồn nhiên vẽ cho niềm tin một khuôn mặt !!!!"*
Vân vân...

Tóm lại, với thể thơ nào, cổ điển, truyền thống như thơ lục bát, bốn chữ; mới hơn, là thơ tự do, tự do phá thể, hoặc loại thơ vẫn còn ít nhà thơ dám phiêu lưu, bước vào là kỹ thuật hoán vị, đổi chỗ khách thể và chủ thể, đều cho thấy Trương có khả năng, đem đến cho thơ của Trương "một cách nói khác" - Một cách nói mới mẻ, nhiều sáng tạo.

Cá nhân tôi, trân trọng tất cả những nỗ lực vừa kể, của Trương.

Tôi hy vọng, rồi đây, với thời gian, định mệnh sẽ mỉm cười với thơ Phượng Trương Đình, như nó đã hời hợt, dễ dãi nhoẻn miệng cười với nhiều tiếng thơ, khác.

(May 2015)

Phượng Trương Đình, dăm bài thơ.

Đồng chiều

Xao xác gió
Đồng chiều
Liêu xiêu dáng mẹ
Lưng còng cõng mấy mươi năm
Thăng trầm...
Chân trần
trầy trật bám bùn trơn
Đôi tay guộc gầy miệt mài ươm mầm giấc mơ con...
Xao xác gió
Đồng chiều
Tóc rối
những sợi buồn xâu tháng năm tần tảo...
Thời gian lăn qua từng nếp áo
Thắp sáng niềm tin...
Xao xác đồng chiều
Cánh chim thảng thốt
Buông nỗi niềm vào cõi hư vô...
ngậm ngùi mẹ dõi bóng ngày rơi!!!
xao xác gió
Đồng chiều
vành nón tơi đong đếm kiếp người...

Dấu xưa

Gửi hồn về bến hoang khơi
mái tình năm cũ neo lời bơ vơ
con trăng mù miết đôi bờ
lật mùi cỏ dại khóc hờ sắc xưa
giơ tay níu gió nghịch mùa

chạnh nghe
năm tháng như vừa ly bôi

Phố đêm

hoang hoác góc phố đêm
những ánh đèn ốm
mỏi mệt phả màu
điếu thuốc tàn
khói buồn còn vảng vất
lưỡi gió liếm dần nỗi niềm chân thật
trả lại cho ta ký dấu giả vờ...
tự nắm tay mình
khát mùi hương meo mốc
gom bước độc hành
nhớ vị bàn tay...
tình yêu hoang vu tự độ xa vời
em thành bài thơ nhàu úa
đem nay ta lục tìm trong ngăn lòng cũ kỹ
chợt thấy hồn xưa tê tái trở mình
hoang hoác góc phố đêm
trơ xác lá vàng
những ánh đèn say ngủ
gió phũ phàng lật tung chăn phố
ta dìu ta về gác nhỏ
mồ côi....

Còn

Còn thuở nào cho em
cánh môi hồng dìu dịu
ánh mắt thu ba vời vợi xuân tình
trái tim rực niềm hi vọng

chỉ còn lại cho em
đêm hoang vu màu nhớ
trái tim đoan trinh lệch quỹ đạo chờ
mảng sương nhàu nhuốm linh hồn góc vắng
phố chừng như thêm tuổi thăng trầm
chỉ còn lại cho em
khúc đàn loạn phím
khung cửa sổ khép hờ đợi bóng cơn mơ
chỉ còn lại cho em
xanh xao dòng tóc
thời gian như bánh xe đời ô trọc
lăn qua muôn sợi u hoài
còn thuở nào cho em

Ly biệt

Ừ em cứ đi
sắp cạn ly ngày
còn lại mình ta và đêm hoang phế
khêu tro tàn tìm dấu tích yêu thương
ừ em cứ đi
khai mạc cuộc đời hương
còn lại ta và vườn xưa
ngút cỏ
miệt mài gom mùa gió
dệt áo ngây thơ liệm xác chân tình
ừ em cứ đi
đừng lần ngoái lại
lối cũ ta về
chiếc lá cuối
vừa rơi.

Tạ Tự, thi sĩ đến từ thế giới khác

1.

Tôi vẫn nghĩ, trước khi tạo sinh một con người, Thượng Đế đã định sẵn, đã "progamming" cho con người đó, một tính cách, một công việc để thực thi khi chính thức bước vào cộng đồng nhân loại. Đơn giản hơn thì, đó là sự chọn lựa mặc nhiên của định mệnh dành riêng cho mỗi cá nhân trong sinh hoạt tập thể.

Nhưng vì nhân loại không là con số hữu hạn, nó mang tính quần tụ, phức tạp, nên tuy cùng ngành nghề hay cùng một lãnh vực mà, chúng ta cũng lại cho những cấp, độ khác nhau, tùy theo khả năng thiên bẩm, tài năng hay ý nguyện của mỗi cá thể.

Chính vì thế, tôi cho, không chỉ ở lãnh vực chuyên môn, ngay lãnh vực tinh thần, sáng tạo như thi ca, chúng ta cũng có nhiều tầng, lớp nhà thơ, thi sĩ khác nhau.

Thí dụ, chúng ta có những nhà thơ, được sinh ra chỉ để ngợi ca tình yêu, thiên nhiên hay nói về sự đau khổ của kiếp người (thì,) chúng ta cũng có những nhà thơ, những thi sĩ dùng thi ca như một phương tiện thích hợp nhất (với họ) để gửi tới đám đông, những thông điệp vượt khỏi biên giới một đất nước, dân tộc, để đến với nhân loại hoặc; thi ca tính mang tính tâm linh, uyên áo của những thời kinh v.v...

Lại nữa, nếu trong sinh hoạt xã hội, đời thường, chúng ta có những nhà thơ không biết làm gì khác hơn... làm thơ (thì,) cũng có những nhà thơ, những thi sĩ cùng lúc chu toàn cả hai lãnh vực: phục vụ xã hội một cách thiết thực qua một ngành nghề chuyên môn, song song với nỗ lực lai tỉnh người đọc, trước những vấn nạn trừu tượng, mang tính tương thông giữa Thượng đế và con người, qua những câu thơ, bài thơ mà, tâm bão không phải là những ái, ố, hỉ nộ... bẩm sinh của một đời, kiếp con người...

Con số nhà thơ, thi sĩ này chúng ta không có nhiều, nếu không muốn nói là khá hiếm - Bởi tự thân thi ca ở lãnh vực vừa kể, vốn không dựa những phản ứng thuần cảm mà, chúng được nung nấu, xây dựng trên những cảm nghiệm sâu xa của những cảm ứng đặc biệt. Chưa kể, loại thi ca này, không dành cho đám đông phổ cập - Nó dành riêng cho một số độc giả cực kỳ giới hạn với những đòi hỏi căn bản là "đồng thanh tương ứng, đồng khí tương cầu" mà thôi.

Trong ghi nhận chủ quan của tôi, một trong những hiếm hoi vừa kể, có Tạ Tự, thi sĩ.

2.

Trước nhất, Tạ Tự/Nguyễn Minh Hùng là một bác sĩ y khoa và, thạc sĩ Sức khỏe cộng đồng. Đồng thời, ông cũng tốt nghiệp văn bằng thạc sĩ song ngành Châm cứu và Trị liệu huyệt đạo. , Những tưởng hai nguồn kiến thức khó có điểm chung hợp - Nhưng, ở một chừng mực nào đó, thực tế, chúng lại là những bổ xung cần thiết trong lãnh vực y học Đông-Tây vậy.

Thứ đến, bên cạnh một Tạ Tự/Nguyễn Minh Hùng, phục vụ xã hội một cách thiết thực qua ngành nghề chuyên môn của mình, với tôi, Tạ Tự còn là một thi sĩ. Một Tạ Tự từ nếp sống đời thường tới thi ca, lấp lánh phong cách, tinh thần đạo sĩ phương đông.

Họ Nguyễn tự nguyện chọn *"khung cửa hẹp"* để đến được cõi tương thông giữa Thượng đế và những sinh linh do chính ngài tạo dựng.

Phải chăng vì thế, thơ Tạ Tự đã không nhiều, còn rất kiệm chữ, kiệm lời. Chúng cho thấy ý thức, nỗ lực nén chữ, rất gần với những thời kinh, tựa những công án, khiến độc giả khó hội nhập, khó tìm thấy sự đồng cảm hoặc, có thể dễ dàng tìm thấy đâu đó, hình bóng mình trong thơ họ Nguyễn.

Thí dụ:

"Tìm cuộc sống trong hơi thở
Thấy vạn vật ở khí trời
Nhìn vào cõi tịnh
Tôi... lặng thinh"

Hoặc:

"Không thành, không trụ, không thời gian
Có sinh, có diệt, có ngày tháng
Đời hữu hạn, tình cũng hữu hạn
Nên khi đi, đừng nhớ khóc than"

Hoặc nữa:

Xuân sang không nhớ thu tàn
Như mây che khuất trong làn khói sương
Trầm luân mãi kiếp vô thường
Sao ta không vứt mà vương vấn hoài?"

Vẫn với tôi, Tạ Tự/Nguyễn Minh Hùng như một thi sĩ, đến từ thế giới khác. Thế giới của những thao thức, băn khoăn trước hiện tượng tinh thần, bị sa mạc hóa! Văn hóa bị nhuốm bùn hay, đọa-lạc-nhân-tính.

Trong một thư riêng viết cho chúng tôi, họ Nguyễn cho thấy sự đau lòng của ông, khi đề cập tới điều ông gọi là *"một-nền-văn-hóa-không-biết-ơn"* - Vì, theo ông, càng lúc chúng ta càng *"rất sai và tệ hại"*, khi chúng ta không có thói quen bày tỏ lòng biết ơn một cách cụ thể, trước những đóng góp trí tuệ, chất xám của những người làm công tác sáng tạo... Cũng có người nói lời *"'cảm ơn"* xuông mà, không hề nghĩ tới chuyện trả công tương xứng cho những sản phẩm trí tuệ họ đã hưởng nhận...

Cuối thư, với những dòng chữ cố tình in đậm, ông nhấn mạnh:

"Đó không phải là một nền văn hóa tốt. Một nền văn hóa chúng ta cần phải biết đó là sai và phải thay đổi. Không phải sửa mà phải thay đổi toàn bộ..."

3.

Bài viết ngắn này của tôi, có tựa đề *"Tạ Tự, thi sĩ đến từ một thế giới khác"* không chỉ bởi vì: *"Họ Nguyễn tự nguyện chọn "khung cửa hẹp" để đến được cõi giới tương thông giữa Thượng đế và những sinh linh do chính ngài tạo dựng..."* Cũng không chỉ bởi vì: Họ Nguyễn cho thấy sự đau lòng của ông khi đề cập tới điều ông gọi là *"một-nền-văn-hóa-không-biết-ơn"* mà, còn vì từ nhiều năm qua, ông vẫn sinh hoạt đều đặn với những tín-hữu của ông ở đạo tràng Tatudo, đường Beach Blvd, thành phố Westminster, nam California.

Với tôi, đó là một chăm sóc tâm linh, rất đáng quý, trọng của một thi sĩ, đạo sĩ phương đông.

Mùa đông năm 2014, nhận lời trở lại, nói chuyện với những tín hữu Tatudo, lúc nhìn thấy ở đạo trường, tín hữu dường đông hơn, đa phần là người trẻ, tôi có cảm động. Có hân hoan. Có phấn kích khi đề cập tới bài thơ tên *"Tâm kinh/Inner Being"* của thi sĩ Tạ Tự.

Bài thơ chỉ có 4 câu, nguyên văn như sau:

"Về bên núi Đợi Chờ
Thấy kinh vô tự, nghe lời vô ngôn
Bước tới cổng thiền môn
Cổng đâu chẳng thấy, ai ngờ tâm kinh"

Và, trong bài nói chuyện của mình, tôi đã lưu ý tín hữu Tatudo, vài điều nguyên văn như sau:

"Thứ nhất, vì bài thơ chứa đựng cả một triết lý diệu dụng. Giúp người đọc, khi ngộ ra, sẽ tự khai mở được cho mình, con đường dẫn tới một tâm thái an lạc. Hay đơn giản hơn là một cách thế sống an nhiên, tự tại, không bon chen, không thù hận, không phân biệt có/không; được/mất; thành/bại; cũng như hạnh phúc hay khổ đau. Nói theo quan điểm Phật giáo thì tâm thái đó, là tâm thái của một người liễu đạo. Loại bỏ, khu trừ được tính đối đãi (nhị nguyên), để trở về nhất nguyên.

"Thứ nhì, thi sĩ, bác sĩ Tạ Tự, nhắc nhở người đọc, hãy trở về tìm gặp chính cái TÂM của mình. Cái Tâm, vốn là nguồn gốc của mọi bất an đau khổ hay an lạc...

"Thứ ba, vì căn bản bài thơ vốn chắt lọc tinh nghĩa của chữ, lại có vần điệu, cho nên nó có thể được đọc lên một cách êm ả, dễ nhớ. Và vì thế nó có được cho nó, đặc tính của một bài Kệ. Một hình thái khác của Kinh.

Thiên Giang, những câu thơ mang tính định đề

Chuẩn bị cho ra đời đứa con tinh thần nhan đề "Men Thời Gian", với khoảng 150 thi bản, nhà thơ Thiên Giang hiện cư ngụ tại tiểu bang Texas, cho biết, ông đã phân bố thơ mình vào ba chủ đề: "Thơ về cuộc sống", "Thơ quê hương" và, "Thơ tình yêu".

Phân loại của Thiên Giang, là một cách chia vùng cho khu vườn rung cảm, tư duy bát ngát độ cao và mực sâu của ông - Nhưng theo tôi, rốt ráo, mọi vạch phấn, lằn ranh (những tưởng có đấy), vẫn chỉ một cội gốc. Cội gốc thi ca mang tên Thiên Giang.

Cội gốc thi ca Thiên Giang trổ cành, đơm nhánh mà, những hoa, trái hiển lộ thứ nhất, là mối tương quan hữu cơ giữa thiên nhiên và, con người. Tôi muốn nói, qua thơ Thiên Giang, dường như vũ trụ và sinh vật đã không còn khoảng cách. Một cộng-sinh giữa thiên nhiên hằng cửu và nhân sinh, hữu hạn:

"Mai tắt nắng bên đời cây vẫn đứng
Tiếng thông reo đâu chỉ vô tình
Chuông gió động nào phải đâu vô nghĩa
Trong nắng vàng lòng ôm trọn sinh linh.
(Trích "Vô lượng ngày sau")

Hoặc:
Chỗ anh ngồi có lời ru của đất
Nơi tựa nương duy nhất của loài người."
(Trích "Men thời gian")

Dù cộng-sinh, nhưng hôn phối kia vẫn đem đến cho tác giả những cật vấn, không câu giải đáp:

"Lòng gặng hỏi một nín thinh thuở trước
Cánh chim trời hò hẹn những phương xa"
(...)
"Đêm gõ cửa mộng tàn canh rũ rục
Mai em về kịp thấy lá vàng rơi?"
(Trích "Người đi như một cánh chim trời")

Tôi cũng chú ý tới tính hiện thực lịch sử, xã hội trong thơ Thiên Giang - Được tác giả ghi nhận, như chiếu, rọi mặt khác kiếp nạn, đời thường:

"Tháng Tư ta nằm úp mặt
"Nghe hồn lọt xuống chõng che
"Đan xen khung trời chới với
"Cố ru giấc ngủ trưa hè."
(Trích "Có một tháng Tư như thế")

Hoặc:
"Thầy dạy em tự trọng
Phải sống cho ra người

*Bỗng thầy rơi nước mắt
Quê hương mình em ơi!"*
(Trích Phân vân")

Tuy nhiên, vẫn theo tôi, số hoa, trái đáng kể và cũng xum xuê nhất, trong thơ Thiên Giang là tính định đề. Những chi phối vũ trụ mặc nhiên, trong chiêm nghiệm bất lực thẳm, sâu của tác giả:

*""Không ấp ủ đóa vô thường vẫn nở
Chuyện ngày sau, vàng những lá xa xôi..."*
(trích "Đỉnh phù vân")

Hoặc:

*Vươn tay với em ơi đời vẫn ngắn
Tình có dài cũng không đủ chia ra
Vươn tay chạm những niềm đau có thực
Mà con người vẫn đem đến cho nhau."*

Hoặc nữa:

*"Chỗ anh ngồi rêu phong rồi cũng phủ
Đá dẫu buồn đâu thể trách hư không."*
(Trích "Men thời gian")

Phải chăng vì không thể "trách hư không" nên Thiên Giang đã tìm vào thơ - Cõi "hư không" khác?!. Nơi lưu giữ nỗi nhớ/niềm đau và, những mùa hoa, trái thao thiết, xốn xang kiếp người của một Thiên Giang, thi sĩ?

(Garden Grove, Sept. 2013)

Thơ Thiên Giang.

Ngày Buồn Vỡ Hạt Thu Tôi
(Viết trong sự tưởng nhớ mẹ vừa mất)

Đêm Tháng Tám ỉ ôi mưa nặng hạt

Nghe giật mình rơi rớt hạt mồ côi
Trong ký ức mẹ vẫn ngồi khâu áo
Từng đường kim, mũi chỉ... xót xa trôi.
Mẹ ngồi đó giờ đây trăng viễn tượng
Bóng xa xăm, mờ ảo giữa muôn trùng
Nhưng vẫn sáng trong con từng ý niệm
Chiều thơ ngây, buồn vội vã, lớn khôn

Đêm Tháng Tám mưa rã rời, mưa lạnh
Con ngồi trông bóng cũ có quay về
Nghe muối mặn từng hơi, từng hơi thở
Buồn bây giờ nặng hơn nỗi xa quê

Ngày vỡ hạt thu tôi, đêm bó gối
Chuyện xa xôi chuyện của những sông dài
Một lần chảy xuôi đi ra tận bể
Trông về nguồn nghe nước lặng chia đôi

Đêm tháng Tám hạt thu rơi réo rắt
Sụt sùi mưa nghe ướt đẫm trong lòng
Buồn hạt nước, giông đời, mưa số phận
Hồn con người mưa mấy trận long đong

Đêm

Bỗng đau
Đêm xuống
bỗng đau
Nghe như trăng vỡ
bên cầu đêm nay

Này con nước
dưới vực sâu

Có nghe câu hát
Đục ngầu thời gian

Đêm lang thang
Gió cũng lang thang
Hàng cây đứng lặng
Võ vàng đợi ai

Đâu khoan thai
Hết khoan thai
Kẻ phong lưu bỗng
Mỉa mai chính mình

Là ta,
Và một cõi tình
Tự dưng sao bỗng
Bất bình với ta.

Men Thời Gian

Chỗ anh ngồi có bóng ngày xưa cũ
Có tình ai một thuở mắt trong veo
Đêm thác đổ vẫn không xua nỗi nhớ
Những vuông lòng vừa vặn cố mang theo

Chỗ anh ngồi có trăm năm nguyện ước
Bóng người đi ôm ấp chuyện quay về
Giữa năm tháng đổi thay nhiều đổ vỡ
Trăng bên đời riêng bóng ngập hồn quê.

Chỗ anh ngồi có lời ru của đất
Nơi tựa nương duy nhất của loài người

Chỗ anh ngồi rêu phong rồi cũng phủ
Đá dẫu buồn đâu thể trách hư không

Tình một thuở gánh gồng nào biết nặng
Thả ngang đời xanh một giấc mơ hồng.

Chỗ anh ngồi ngày mai ai còn nhớ?
Thôi thì thôi, mà nhớ để làm gì!
Xin giữ lấy những mộng mơ ngày cũ
Xót xa nhiều, cũng một cánh chim đi.

Hoa giăng đỉnh sầu

(Viết như lời tưởng niệm tới nhạc sĩ tài hoa Phạm Duy (1921-2013)

Tôi tiếc thương người
Tôi tiếc thương tôi
Xuân đến nhưng buồn vẫn lên ngôi
Mai kia óng ả em còn nhớ
Nay đã là hoa lạnh chỗ ngồi

Tôi tiếc thương mình
Tôi tiếc thương em
Trăm năm cuộc hẹn lỡ đôi đường
Mắt sáng ngày xưa em đắm đuối
Bây giờ mờ ảo những xa xôi

Trên đỉnh sầu tìm ai trong đêm nay
Cơn mưa nặng hạt chiều còn đọng
Vương mắt người, cay theo làn khói đêm này

Một cuộc tình trăm năm
Một cuộc tình xa xăm
Người về đâu, không còn rõ mặt mày
Gạt hạt mưa rơi, cứ ngỡ như màu mắt
Đã hoen ố, từ thuở người đi...

Bóng ngả về chiều
Chim muông tìm tổ ấm

Giấc mộng qua đêm
Có ai dệt thành câu ca
Lời ca vang, như lời kinh cầu
Tiễn một người tận dưới huyệt sâu
Buồn lấp lánh như một nhánh sầu
Vừa rơi rụng đâu đây
Tiếc thương nhưng đành,
Cũng chỉ thế thôi!

Một bình minh khác

Bình minh hôm qua không còn nữa phải không em?
Nắng đã nhạt đi trên màu rưng rức lá
Với hư không, gió bay quanh tìm cõi lạ
Nhớ mùa xưa nên cây bỗng thẹn thùa.

Bình minh hôm qua là một bình minh tuyệt đẹp
Có tình yêu như lúa mạ đang lên
Trong ký ức là hương nồng cuộc sống
Chẳng thể quên, nên người mãi đi tìm.

Cũng như mọi thứ trên đời, muôn thứ khác
Chẳng có gì trụ nổi mãi đâu em!
Kia những tiếng là trăm năm tơ tóc
Nghĩa phu thê, đâu đó có kẻ quên

Vẫn là cuộc sống, dài lên bao bất tận
Có mùa nào mà cây trái chẳng ra hoa?
Lá vẫn đổ, cây đâm chồi, nẩy lộc
Chim lại về ríu rít lúc Đông qua

Ta muốn kể cho em về một bình minh khác
Một bình minh được tái tạo trong lòng
Tim vẫn thở, ta vẫn yêu cuộc sống

Một bình minh trong ánh nắng hoàng hôn.
Thiên Giang

Trần Lê Sơn Ý:
Những công-án-thi-ca khôn giải đáp?

Ở lãnh vực VHNT, tôi nhận thấy, dường như trước một hiện tượng hay, một phong trào, dư luận đám đông thường chẻ đôi: Bênh/chống.

Cũng thế, khi những cây bút trẻ trưởng thành sau biến cố tháng 4-1975, rầm rộ lên đường với chủ tâm chứng tỏ sự hiện diện, hoặc cho thấy "đẳng cấp" của mình; qua nhiều chọn lựa phong cách chữ, nghĩa khác nhau - Khiến một số người đọc hoang mang, ngơ ngác trước những xu hướng như:

- Không ngần ngại dấn sâu vào lãnh vực dục tính...

- *"Lên đồng chữ, nghĩa"* với những chủ đề lớn như sinh, tử, triết lý hư vô... (Hoặc)

- Lý luận, biện giải về tình yêu, đời thường với những từ ngữ "cao siêu" tới mức không ai hiểu, nhằm phô diễn kiến thức "tự đồng thiếp" của họ...

Trước những hiện tượng này, dư luận thường chẻ đôi: Một số hưởng ứng, ủng hộ. Cho rằng đó là... "cách tân" là... "đổi mới". Là ngang tầm... hiện đại. Số khác lắc đầu! Ngao ngán! Cho là vô nghĩa. Hoặc, chỉ cho thấy nỗ lực "phá sản" chữ, nghĩa một cách đáng lo ngại!

Đứng ngoài, rất xa mấy xu hướng trên, may mắn thay, người đọc vẫn gặp được những dòng thơ trong, lành của những cây bút thuộc thế hệ trưởng thành sau biến cố tháng 4-1975. Có nhiều người rất trẻ. Họ thuộc thế hệ sinh sau tháng 4-1975.

Trong số những người trẻ làm thơ, viết văn, thuộc thế hệ vừa kể, tôi thấy có Trần Lê Sơn Ý, sinh năm 1977, tác giả thi phẩm *"Cơn ngạt thở tình cờ"*. Người được nhà thơ Ý Nhi cho là có những bài thơ *"rất trong"* và, *"rất tươi"*.

Không *"đồng thiếp chữ, nghĩa"* để chứng tỏ "đẳng cấp" mà, chỉ bằng vào những cảm xúc ghi nhận được từ đời thường, nhưng cõi-giới thi ca của Trần Lê Sơn Ý không vì thế mà không mới. Lạ. Thí dụ trong bài *"Hẹn nhau một nụ cười"*, Trần Lê Sơn Ý viết:

"Hẹn nhau một nụ cười
Giữa những làn xe
Ào ạt
Nụ cười không dừng lại mà trôi
Người đi xuôi ngược
Hẹn nhau một cái gật đầu
Mỗi lần đi ngang ô cửa

*Bao giờ cũng tưởng tượng
Hoa tầm xuân giăng biếc góc đường
Hẹn nhau một cơn mưa xuân
Chiếc dù đỏ chói chang chặn bao lời bất tận
Bài hát đành là giai điệu nằm yên
Đợi..."*

Và:

*"Nụ cười thành đóa hoa bất thần
Nở giữa đi về dào dạt
Tôi cắm trong bình
tôi
Ngày mai
Mùa còn đến kịp."*

Ba câu cuối, ở đoạn thơ trên, cho người đọc *"đóa hoa bất thần"* được *"Tôi cắm trong bình tôi/Ngày mai/Mùa còn đến kịp."*

Hoặc mấy câu trong bài *"Đồng thoại"*, Trần Lê Sơn Ý viết:

*"... Tôi đã hát những đêm đông xám buốt, những trưa vàng
Hát trên đầu ngọn sóng, hát dưới đồi sỏi xanh
Hát bằng nỗi sợ hãi của chú ve
Dưới sân khấu chỉ có mùa hè mặc áo đen làm thính giả..."*

Tôi nghĩ, không cần phải có một khả năng liên tưởng mạnh mẽ gì, chỉ với chút lắng tâm, nghiêng hồn, ta cũng có thể thấy một loạt hình ảnh và, những cảm thức đậm thi tính tương tác chặt chẽ với nhau, như một nối kết bất khả chia, lìa - Giữa *"chú ve, nỗi sợ hãi, sân khấu (mùa hè) thính giả"* và, bất ngờ hình ảnh thật mới mẻ: *"mùa hè mặc áo đen"*...

(Thính giả nào mặc *áo đen* trong đoạn thơ này(?) Nếu không phải chính là chú ve lắng nghe tiếng hát mình dội lại niềm cô tịch, mang tên *"nỗi sợ hãi"*?)

Trước đó, Trần Lê Sơn Ý cũng cho người đọc cảm thức riêng, bất ngờ của cô, khi:

*"Chỉ xin làm con phù du đơn độc
Một lần bay chạm mặt bình minh"*

Không "đồng thiếp chữ, nghĩa" để chứng tỏ "đẳng cấp", không khai thác dục tính để chứng tỏ… "bản lĩnh"… thời thượng như một số những cây bút trẻ khác, Trần Lê Sơn Ý chỉ bằng vào những cảm xúc ghi nhận được từ đời thường… Nhưng cõi-giới thi ca của Trần Lê Sơn Ý, tự thân *"rất trong"* và *"rất tươi"*, đã mang lại cho người đọc một thổ-ngơi khác. Chúng như những cơn gió đưa hơi mát và, chút heo may về giữa đất trời phỏng, rẫy nắng hạn. Chúng như những trận mưa êm đềm, lay tỉnh ta thức giấc giữa ngột ngạt đêm; để thấy mình tách thoát khỏi mạch chảy dằn xóc xu hướng "thức ăn nhanh", "mì ăn liền" hiện nay:

*"Em nhận ra niềm vui kia mang gương mặt của nỗi buồn
Và từ đó nỗi buồn cứ theo em mỗi lần bay lên và rơi xuống"*
(Trích "Bông tuyết")

Hoặc:

*"Này đôi mắt của bình nguyên
Đừng giấu trong veo trên đầu ngọn cỏ
Tôi sợ mặt trời lên*

*Này đôi mắt của bình nguyên
Đừng giấu giọng nói của mình trong mắt lồ ô
Tôi làm sao tìm nổi
Chẳng lẽ ngàn năm ngồi đợi gió mơ hồ*

*Này đôi mắt của bình nguyên
Đừng giấu đỏ hoe vào sau bờm ngựa
Hãy cứ nhìn tôi như lá cỏ ấy
Cho ngựa ăn đi rồi dắt chúng ra về"*
(Trích "Đôi mắt bình nguyên")

Tuy nhiên, một khía cạnh khác trong thơ Trần Lê Sơn Ý khiến tôi chú ý nhiều nhất, là những câu thơ như những câu hỏi bình thường, nhưng gợi mở của chúng lại dẫn dắt tôi tới liên tưởng của những... "công án". Tôi muốn gọi đó là "công-án-thơ", trong cõi-giới thi ca Trần Lê Sơn Ý.

Thí dụ trong bài thơ *"Gọi mưa"*, Trần Lê Sơn Ý viết:

"Đôi mắt em làm tôi nhớ tiếng chuông chùa"

Trước nhất, với tôi, câu thơ này, như cánh cửa mở rộng, thênh thang cho mỗi người một cảm nhận riêng - Một câu thơ hôm nay (cũng như) hôm qua, ít có.

Và, chính tính thênh thang, mở rộng của câu thơ, đem đến cho tôi câu hỏi: Tiếng chuông chùa nào?

- Tiếng chuông chùa gợi niềm an lạc?

-Tiếng chuông chùa phổ độ chúng sinh?

-Tiếng chuông chùa chiêu hồn quỷ đói?

- Tiếng chuông chùa lưu ý ta cuộc đời vô thường? (Hay)

- Tiếng chuông chùa nhắc nhở ta buông bỏ "ngã chấp"?

...

Cũng thế, chỉ cách hai câu, Trần Lê Sơn Ý viết:

"Và tiếng hát em sẽ trở lại
Những ngôi mộ trên cao cũng bớt u buồn"

...

Trong tôi, lại dấy lên những câu hỏi: Tiếng hát nào?

- Tiếng hát chia sẻ nỗi buồn, nhập được vào những ngôi mộ?

-Tiếng hát là chiếc cầu nối âm, dương?

-Tiếng hát thâu ngắn khoảng cách giữa hiện thực và cõi u linh?

- Tiếng hát đem ánh sáng bình minh vào sâu hầm mộ tối? (Hay)

- Tiếng hát như những lời ru chân thiết, dành cho những lãng quên, vốn là bản chất lạnh lùng, tàn khốc của thời gian?

Tôi không biết. Tôi không có câu trả lời rốt ráo. Ngay Trần Lê Sơn Ý, tôi nghĩ, cũng sẽ không có câu trả lời rốt ráo cho "công-án-thơ" của mình.

Với tôi, đó là những câu thơ hiếm hoi. Những câu-thơ-mở tới những tầng trời khác.

Bằng vào tự tin khi tách biệt mình khỏi những xu hướng "đồng thiếp"; bằng vào những "công-án", tình cờ hiện ra như những điểm son trong thơ của mình, tôi cho đó là những dấu ấn mạnh mẽ nhất trong cõi-giới thơ Trần Lê Sơn Ý vậy.

(Garden Grove, June 2015)

Trần Lê Sơn Ý: Dăm bài thơ

Gọi mưa

Đã quá lâu rồi phải không Ny?
Những ngọn nến, và đôi mắt đã khép
Em hãy gọi cơn mưa quay về
Hãy gọi lòng mình bình lặng
Gọi nụ quỳnh đêm
Và gọi về giấc ngủ
Nụ cười em cũng về theo
Hãy bắt đầu bằng cơn mưa
Chẳng phải ngày xưa chúng thân thuộc với Ny sao?
Hãy bắt đầu bằng cơn mưa
Dẫu chúng chẳng còn ấm như những ngày xưa vì em đã quên thắp những ngọn nến hồng cho chúng

lâu lắm rồi
Gọi đi Ny và những âu lo sầu muộn của em sẽ cuốn đi
đi đi Ny đừng cười như thế
đôi mắt em làm tôi nhớ tiếng chuông chùa
gọi mưa về đi Ny, cây ngọc lan và những nụ mướt xanh sẽ trở lại
Và tiếng hát em sẽ trở lại
Những ngôi mộ trên cao cũng bớt u buồn
Gọi đi Ny
Tôi sẽ đón em vào ngày mưa.

Tháng năm

Có phải những ngày tháng năm luôn dài như thế
Dù em đã ngủ suốt ngày chỉ để mong cảm giác ngày ngắn đi một chút
Nhưng hình như tháng năm vẫn dài
Vẫn có mưa dông ban chiều
Và nắng - nắng đi đâu
bầu trời như người thẩn thờ
Em nhận ra mình thương cảm
Em đã đợi từ tháng tư
Tháng tư cũng dài
Những giấc mơ của em cũng dài
Những giấc mơ bầu trời, màu cầu vồng, chim én, và những đôi mắt người
Chưa bao giờ giấc mơ em nhiều màu đến thế
Nhưng chúng chỉ nhảy múa, trêu đùa, làm em giật mình rồi bỏ đi như tiếng ghi ta em
nghe tình cờ và mãi mãi không biết tìm đâu
Những giấc mơ không đủ màu để sưởi ấm em
Đến nắng còn không đủ sức...

Hình như em thẫn thờ
Làm sao cho tháng năm ngắn lại
Dù em đã ngủ suốt ngày.

Hẹn nhau một nụ cười
Hẹn nhau một nụ cười
Giữa những làn xe
Ào ạt
Nụ cười không dừng lại mà trôi
Người đi xuôi ngược
Hẹn nhau một cái gật đầu
Mỗi lần đi ngang ô cửa
Bao giờ cũng tưởng tượng
Hoa tầm xuân giăng biếc góc đường
Hẹn nhau một cơn mưa xuân
Chiếc dù đỏ chói chang chặn bao lời bất tận
Bài hát đành là giai điệu nằm yên
Đợi
hẹn nhau một điều không thể
Hôm qua, hôm nay
Terrasse và tôi chiều từ ban mai
Nụ cười thành đóa hoa bất thần
Nở giữa đi về dào dạt
Tôi cắm trong bình
tôi
Ngày mai
Mùa còn đến kịp

Đom đóm

Ở đâu đó trên đồng hoa cúc
Màu vàng chết trôi
Từ ranh giới này đến ranh giới kia

Tôi bất động tìm mình
Những khuôn mẫu đã mòn
Biết gối đầu vào đâu đây?
Đồng cúc vàng đã úa mù
Tôi còn biết tìm đâu rực rỡ
Không còn tìm thấy thậm chí cái bình an tôi vẫn hay nhờ cậy
Những khi tối lửa tắt đèn
Có một lần tôi trông thấy bầy đom đóm
Chút ánh sáng yếu ớt đủ soi được ngón út của bàn tay
Buổi tối dài đến mức tôi chỉ còn có thể nghĩ ra đủ trò để chơi đùa với ngón tay mình
Ngày cũng tắc phải không?
Và đom đóm đã chết ngạt
Không chờ

Màu kết thúc

Không kịp nữa rồi
Chấp chới tà áo
Vấp
Khoảng trống
Chấp chới tôi
Người bay
Mặt đất chông chênh
Mùa xanh nhảy múa
Xác hoa trên hè phố
Rực vàng
Rực vàng như lần sau chót
Giã từ
Giã từ trùng trùng mây trắng
Trời bình yên trôi lẳng lặng quây quần
Đừng nhìn theo những đám mây đưa tôi đi

Những đám mây màu kết thúc
Chẳng có tôi trong những tiếng cười trên phố
Cũng chẳng có tôi trong những cái nhìn sầu muộn kia
Trong giọt nước mắt ngắn dài kia
Đừng tin những lời hẹn gặp
Đừng tin
Đừng tin.

Đồng thoại

Như những con bướm vàng chẳng bao giờ đợi nổi nắng tháng ba
Tôi chỉ thấy quanh mình hoa mùa xuân và cỏ mật
Thôi ước làm chi một đời bất tận
Chỉ mong một ngày biết nắng tháng tư
Chẳng bao giờ tôi dám ước mơ
Được một lần sống trong đời nhau sống hết
Chỉ xin làm con phù du đơn độc
Một lần bay chạm mặt bình minh
Tôi đã hát những đêm đông xám buốt, những trưa vàng
Hát trên đầu ngọn sóng, hát dưới đồi sỏi xanh
Hát bằng nỗi sợ hãi của chú ve
Dưới sân khấu chỉ có mùa hè mặc áo đen làm thính giả
Chỉ giản đơn thôi mà bị phạt
thành những đám mây không mang nổi chính mình lang thang cuối bể đầu sông
Để khi nhẹ nhàng chạm đất
Là cơn mưa trọn đời không nhớ nổi tiền thân.
(Nguồn TTO).

Trịnh Sơn,
người sớm tìm được cho thơ,
cách-nói-khác

Trịnh Sơn là một tên tuổi đang nhận được nhiều chú ý của người đọc ở Việt Nam.

Trong một đoạn viết ngắn, giới thiệu bài thơ "Bước nữa" của Trịnh Sơn, thi sĩ Nguyễn Trọng Tạo viết:

"Một dòng thơ tuôn trào tưởng không thể dừng lại. Những ý tưởng lạ lùng và thăm thẳm. Một giọng thơ đau nhiều hơn buồn. Những trăn trở về cuộc đời và thân phận đan cài và giằng xé. Đọc thơ Trịnh Sơn, một tác giả trẻ (sinh 1982 tại Bà Rịa Vũng Tàu) lại làm tôi nhớ tới Trần Vàng Sao khi xuất hiện với "Bài thơ của một người yêu nước mình". Mới đọc được 4 bài thơ của anh, 1 bài trên Website Hội Nhà Văn Việt Nam và 3 bài anh gửi vào Blog của tôi,

khiến tôi sững người khi nhận ra một thi sĩ trẻ đang bắt đầu hiện diện trong làng thơ Việt. Với một giọng thơ tràn đầy như thế, hy vọng Trịnh Sơn sẽ chảy tới chân trời Thơ đang chờ anh phía trước."

"Bước nữa

"Một bên suối đục ngầu đá nhảy
Một bên hồ trong trẻo nước êm
Con đập nằm im
Mong manh ranh giới được mất sống còn
Mong manh khiêm nhường mong manh kiêu hãnh
Con đập lặng thinh
Mỗi ngày lấm dấu chân bò chân dê
Mỗi ngày lấm dấu chân người
"Thỉnh thoảng đêm vén cỏ em ngồi
Khi những giọt mồ hôi ngày đã tan
Khi những giọt nước mắt ngày đã tràn
(chóng vánh danh vọng đẩy người ta về hai phía đập)
Guốc nhỏ phơi thuyền
Áo xanh căng buồm
Em chòng chành gió em gập ghềnh sóng
Chở giấc mơ về phía khát vọng
Chở tình người qua cơn bệnh tật
Không neo không phao
Chỉ có cỏ lau ve vuốt nỗi buồn
Cỏ lau ghim vào cô đơn

"Cô đơn buông xuống hồ thành sen
Nỗi buồn xuôi suối hóa cánh đồng

Ranh giới mong manh hay mông mênh
Thiện ác một bước người
Bỏ khôn bỏ dại cho đời

Rời con đập
Em vào phiên gác

"Ai không mong chân cứng đá mềm
Ai không muốn môi cười vơi tiếng khóc
Ước mơ không có mắt
Đá cứ nhọn và chân cứ toạc

"Đứng lên em ơi
Bước
Bước nữa
Nuôi từng bước

"Không tới được chân trời
Vẫn còn thấy chân người
Chân em vừa chân tôi"

Nếu yếu tính của thi ca theo tôi, trước, sau vẫn là cách-nói. Rõ hơn, cách-nói - khác về mọi rung động, cảm nhận, suy nghĩ... Khởi tự căn bản này, vẫn theo tôi, nó giúp người đọc phân biệt được phong cách thơ của nhà thơ này, với nhà thơ khác. Nó như một thứ ID, một loại thẻ-nhận-dạng-thi-sĩ.

Từ điểm nhấn vừa kể, tôi nghĩ, Trịnh Sơn đã tìm được cho cõi giới thi ca mình, những cách-nói-mới.

Thí dụ một trong những bài thơ tôi được đọc gần đây của Trịnh Sơn, bài: "Đêm Vắng Gì Như Vắng Một Đêm" - Ngay từ cách chọn nhan đề cho bài thơ của mình, họ Trịnh đã cho thấy cách-nói-mới kia.

Trịnh Sơn không chỉ gây ấn tượng cho người đọc bằng tựa bài thơ mà, ngay khổ thơ thứ nhất của bài 3 khổ của mình, họ Trịnh đã buông giây cung, bắn về chân trời, những mũi tên "cách-nói-khác". Như:

"... Làm thân cây gánh gồng mùa
"Gánh gồng những đám mây chỉ biết bay qua mà quên trở lại
"Gánh gồng nhánh tầm gửi đã cướp mất nỗi cô đơn của tôi
"Và những chiếc lá bỏ đi khi chưa nhận nụ cười
"Diệp lục ơi
"Sự sống chảy trong người hay người gieo sự sống?..."

Nếu phân đoạn lại 6 câu thơ trên, chúng ta sẽ có chí ít cũng hai cánh cửa mở ra hai cách nói mới.

Cách nói mới thứ nhất là: Thân cây gánh gồng mùa, gánh gồng mây bạc tình, gánh gồng cả những nhánh tầm gửi một thứ khách không mời...

Và, tiếp tới cách nói thứ hai: "những chiếc lá bỏ đi chưa nhận nụ cười/Diệp lục ơi..."

Trịnh Sơn không dừng ở đấy. Khổ thơ mở đầu của "Đêm Vắng Gì Như vắng Một Đêm" chỉ là khúc dạo đầu. Đoạn Intro. Hoặc nó mới chỉ như tiếng chim báo bão - Lưu ý (dẫn dụ) người đọc (hay chính họ Trịnh) hân hoan bước vào tâm bão cách nói khác, với câu chữ như "Nỡ nào đuổi năm cũ vào phong bao lì xì":

"Chiếc son ngoan hơn công chúa ngủ trong rừng
"Mọng môi ký ức
"Rưng rức giao thừa
"Nỡ nào đuổi năm cũ vào phong bao lì xì
"Phố đêm ấy vắng gì như vắng một đêm
"Chảy qua anh đi em
"Tràn qua anh đi em
"Tất cả niềm tin và hy vọng
"Hoa thơm cùng trái đắng
"Nghe tết trở mình mừng thôi nôi tình sầu
"Đào hờn ngoài kia mai giận trong này"

Bên cạnh những cách nói mới kể trên, tôi nghĩ, chúng ta cũng đừng quên, thơ Trịnh Sơn còn ắp đầy tính lạc quan rất... "trai tráng". Một tâm thái khá hiếm trong cảnh tình thi ca hôm nay, của chúng ta.

Với một nhà thơ đã tìm thấy cho mình, những cách-nói-khác, như Trịnh Sơn, tôi nghĩ, có dễ không nên nói thêm một điều gì, về cõi-giới thi ca đĩnh đạc, với diện mạo đậm nét này.

(Feb. 21-2013)

Một khoảng trời thơ Trịnh Sơn.

Đêm Vắng Gì Như Vắng Một Đêm

Nghe tết trở mình tôi không hát nữa
Không đi nữa
Không thở nữa
Làm thân cây gánh gồng mùa
Gánh gồng những đám mây chỉ biết bay qua mà quên trở lại
Gánh gồng nhánh tầm gửi đã cướp mất nỗi cô đơn của tôi
Và những chiếc lá bỏ đi khi chưa nhận nụ cười
Diệp lục ơi,
Sự sống chảy trong người hay người gieo sự sống?

Chiếc radio chơ vơ góc phòng suốt mùa đông câm nín
Qua thân thể tôi cọ rửa
Âm thanh gì như tiếng chim ca ngày xưa
Tiếng em ngày xưa
Nức nở
Bụi gai anh nhọc công trồng rồi chẳng nhớ
Kỷ niệm run run như mới chỉ bắt đầu

Chiếc son ngoan hơn công chúa ngủ trong rừng

Mọng môi ký ức
Rưng rức giao thừa
Nỡ nào đuổi năm cũ vào phong bao lì xì
Phố đêm ấy vắng gì như vắng một đêm

Chảy qua anh đi em
Tràn qua anh đi em
Tất cả niềm tin và hy vọng
Hoa thơm cùng trái đắng
Nghe tết trở mình mừng thôi nôi tình sầu
Đào hờn ngoài kia mai giận trong này
 11/2012

Đàn Bà Đẻ Ra Tôi

Đàn bà đẻ ra tôi
Tôi biết
năm 20 tuổi

Nàng rơi giọt máu đỏ trên khăn trải giường và chỉ vào đó gọi
bằng chứng sự đồng trinh
Đồng trinh
Tôi có hiểu hết nghĩa đồng trinh
mà bấy lâu nay chỉ tôn thờ Đức Mẹ
nhìn nàng
hăm hở
Maria

Bắt đầu những buổi chiều mối đụn
thảng thốt hôn hoàng mây ôm tịch dương
cô bé ngày hôm qua là em ngày hôm nay khẳng khiu ngước
mặt phố
Maria
Cơn giận dữ phá nát trái tim nguyên sơ

máu nào chẳng là máu
đời nào chẳng là đời
đánh đố nhau nông nổi đỏ ối vệt Trung Hoa
làm gì
làm gì

Bắt đầu những đêm mưa ngược chiều
rát da thịt thanh xuân vết bầm đen thời gian
phòng kín cửa chắn gió
Cọ vào tôi sợi dây thừng của em
Thòng lọng
không đáng sợ
Vòng tròn ấy
cái bóng nó in vào nhau mới đáng sợ

Đàn bà đẻ ra tôi
Tôi biết
năm 20 tuổi

Những chuyến xe lăn qua đời sao nặng nề đến thế

Chuyến xe đưa mẹ qua cầu
Hôn nhân ao nát bùn chờ sen mọc

Chuyến xe tiễn cha qua hoang đàng
Nhạt phèo phèo dốc người lấm bụi

Chuyến xe bẻ gãy kính chiếu hậu
Tuổi trẻ qua trên vai Hoàng tử Bé

Về đâu
Về đâu
Tôi ơi tôi ơi khóc tràn 20 năm ly không đầy
Vẩn vơ thế kỷ xanh hóa chất
Diệp lục em nuôi lá sáo Trương Chi từ thuở ấy bây giờ

Cây trách hoa vội tàn

Một đời cây ươm mầm ly tan
Rụng xuống rụng lên rụng qua rụng lại

Ước mơ em về suối hoang vu rừng rú một lần
cởi phù hoa khỏa thân
trụi trần tóc lông
mê man vú căng
rủ chim dại vong thân làm tổ

loang không gian ngược thị thành bụi đỏ
cao su chảy máu dọc đường
ta ngỡ ngàng chảy máu uyên ương

Maria
Maria

kỳ cọ tháng ngày bằng cỏ lau cỏ may
gội tóc vàng hoe nắng cặn
khoa tay khoa tay bay về trời níu một vì sao rơi
không cần nói nữa

Con suối này chảy về kia thành sông
Và sông ấy xuôi về kìa thành biển

Có thể bôi bẩn tình yêu như bôi bẩn chiếc khăn trải giường ư
như trăng bôi bẩn bầu trời ư

Hoang tàn ngày đêm hoang tàn năm tháng
Hoang tàn tự do hoang tàn tù ngục
Mộng mị không có mắt để nhìn xác thân ta rã rời đổ bóng
Lạnh ngắt Lý Mạc Sầu khóc hận Kim Dung

Tôi ra đời trên cánh đồng lúa mọc
Vịt trời từng đàn từng đàn ghé qua thăm
thỉnh thoảng mổ lên non nớt ngực non vài cái
thỉnh thoảng ỉa lên lởm chởm tóc xanh vài bãi

Nuôi nhau qua kiếp này kiếp này thôi
Lùng bùng sớm mai thức dậy chảy ra đường
Chảy ra
chảy ra
chúng ta chảy ra
Còn lại gì mỗi buổi tối bước về nhà

Có thể em mấy mươi năm sau tóc bạc cằm móm
Nhăn nheo Kiều vùi đầu vào ký ức bà ký ức mẹ ký ức con gái
Hơn một lần vùi nhau Tiền Đường xa ngái

Ấp ôm dục vọng dang tay che cả bầu trời mà làm gì
rồi hoảng hồn mỗi lần nghe "tận thế"
trời sập
chẳng bao giờ trời sập
Tái tạo lại nhau tái tạo lại mình chạy trốn được không
Thời gian cũng cần một con dao tiễn đưa cuống rốn
như mắt lá răm em cắt cuống đời anh một đêm máu đỏ khăn trải giường

Nàng rơi giọt máu đỏ trên khăn trải giường và chỉ vào đó gọi bằng chứng sự đồng trinh
Đồng trinh
Tôi có hiểu hết nghĩa đồng trinh
Mà bấy lâu chỉ tôn thờ Đức Mẹ

Vục đầu vào ổ rơm tâm hồn
Nghe tiếng rên kêu của những con vịt trời đẻ trứng
Hình elip loang lổ dần biến dạng dần thể xác địa cầu

Chúng ta đã đến từ một thế giới khác
Cũng như chúng ta sẽ ra đi mấy thế kỷ nữa
Khi nhung nhúc chết chóc ruồi bọ ăn vẹt trái đất này

Đóng chặt cửa lại để nghe mình khôn lớn

*Lại mở cửa ra để thấy mình bé dại
Trống rỗng hỗn độn cuộc đời ngày qua ngày tháng qua tháng
mảng tối mảng sáng
mảng khô mảng ướt
mảng bình yên mảng hoảng hốt
mảng tắt ngấm mảng hun đốt
như nhau như nhau như nhau*

*Gầm rú thế kỷ trên lưng ngựa
những con ngựa 4 chân
những con ngựa 3 chân
những con ngựa 2 chân
rồi sẽ không cần chân nữa
Lai tạo tâm hồn lai tạo con đường lai tạo bầu trời
Lai tạo cả kiếp sau của mình
Nếu có thể*

*Đã dài ngày chạy trốn
Đã rộng đời buồn hiu*

*Mênh mông thăm thẳm
Tháng 7 lâu
Mưa ngâu ngắn
Ngưu Lang đành Ngưu Lang
Chức Nữ yêu người khác*

*Nàng rơi giọt máu đỏ trên khăn trải giường và chỉ vào đó gọi bằng chứng sự đồng trinh
Đồng trinh
Tôi có hiểu hết nghĩa đồng trinh
mà bấy lâu chỉ tôn thờ Đức Mẹ*

*Đàn bà đẻ ra tôi
Tôi biết
năm 20 tuổi.*

Ân Huệ

Anh thương em
Không giận
Một nửa láng giềng một nửa cả tin
Đôi khi khoảng trống mở ra cho ánh sáng chui vào
Nhân tình
Lãng vãng
Ngáy khò khò lũ côn trùng chen mộng mị bốn mươi năm ngớ ngẩn
Ngủ ngon nghe em
Xuôi tay tháng mười hai
Mốt mai hết Chạp lạnh rướn đông qua quẩn quanh Giêng kịp
Anh ăn cắp hơi ấm kiếp sau của mình cho vòng tay em đêm nay
Không tiếc nữa
Sáo chìm sông
Còn Trương Chi mê mãn đáy tình
Ngủ ngon nghe anh
Ngược phía tối có đôi cánh Satan che móng vuốt
Cánh nào cũng là cánh
Bay lên là kẻ thắng ?
trái tim muôn đời mắc nợ trơ trọi vạc sành rơi
Trống đồng rơi
Em rơi
Em bơi
Em chơi vơi
Con còng chạy ngang còn biết tìm hang mà lấp
Ngược ngược xuôi xuôi anh tìm sóng nấp nghiêng người
Có thể ngày mai 4 con chiên lên giàn thiêu
Có thể ngày mai tên châm lửa lên giàn thiêu
Có thể ngày mai giàn thiêu tự thiêu

Anh thương em
Không giận
Nát mùa đông
Đóng băng ổ cứng
Mỗi con người có quyền giữ riêng mình một ổ cứng
Cho đến khi thòng lọng thõng eo mềm.
(Nguồn Vũ Thanh Hoa)

Nhan sắc mới cho thơ Trúc Thanh Tâm

Nơi chốn hay địa danh, tự thân sẽ không có một giá trị vật chất hay tinh thần nào, nếu không có sự can dự, tiếp xúc của con người. Ngược lại thì, nơi chốn, địa danh mặc nhiên có được cho nó một sự sống, một linh hồn. Nó có thể trở thành một thứ "bảo tàng thiên nhiên" - Nơi lưu giữ tình cảm, kỷ niệm cho con người dù, những con người đến với nó đã đi xa, không trở lại hoặc, không còn hiện hữu nữa.

Vì thế, trong lịch sử thi ca thời xa xưa của chúng ta, có rất nhiều thắng cảnh, nơi chốn được đề cập tới, dưới dạng ngâm vịnh hay đề thơ… giá trị.

Nhưng, khi bộ môn nhiếp ảnh phát triển ngày một thêm sung mãn thì, mảng ngâm vịnh hay đề thơ cho một nơi chốn, với thời gian, đã đi dần tới chỗ "tuyệt chủng".

Tôi nghĩ sự kiện này, cũng dễ hiểu! Vì, một bài thơ của một tài thơ lớn đến đâu, viết về một nơi chốn, cũng không thể sinh động bằng những bức ảnh nghệ thuật ghi lại từng góc độ, từng chi tiết một danh lam, thắng cảnh hay một nơi chốn ẩn hiện, chảy, trôi qua bốn mùa. Một tài thơ lớn đến đâu cũng không thể ghi được các game màu huyễn hoặc biến đổi từ bình minh tới hoàng hôn, đêm tối của một vòng quay trái đất...

Gần đây, tôi nhận được hàng loạt những bài thơ nói về địa danh, nơi chốn dọc theo cảnh thổ quê hương, đất nước vốn trong máu, trong ký ức hay trong tâm tưởng của chúng ta. Người mang lại cho tôi, loạt thơ nồng nàn, đằm thắm hay se thắt những địa danh đất nước đó là Trúc Thanh Tâm.

Khi viết những dòng chữ này, tôi không biết một chú gì về nhân thân Trúc Thanh Tâm. Tôi không biết tên thật của ông là gì? Làm thơ từ bao giờ? Đã có tác phẩm nào xuất bản? Chỉ biết ông hiện cư ngụ tại Châu Đốc (căn cứ theo ghi chú cuối bài thơ). Chỉ nhớ cuối năm 2014, khi được đọc những bài thơ đầu tiên, Trúc Thanh Tâm gửi tới thì, đó là những bài thơ cũng viết về quê hương, một cách chung chung, mờ nhạt, không cá tính, như:

"Những nhánh sông chở phù sa tăm tắp
Lúa đồng xa, hoa trái nhởn nhơ cười
Em, thôn nữ vẫn làm duyên e ấp
Anh, trai làng mơ mộng tuổi đôi mươi!

"Trưa nắng nóng, uống nước dừa ngọt lịm
Cơm trắng đậm đà sau buổi vần công
Cá lóc nướng trui chấm cùng muối ớt
Kèm rau đắng đồng vị ngọt lâng lâng!

"Điệu nhạc quê hương gió hòa sóng lúa
Tiếng hót của chim thanh thoát lòng người

Ai gọi ai giữa chiều quê êm ả
Hay tiếng đời rớt khẽ với riêng tôi!"
(Trích Trúc Thanh Tâm "Gió trời nam" – Nguồn dutule.com)

Nhưng, với hàng loạt thơ mới sau này, Trúc Thanh Tâm, cho thấy đã ra khỏi ghi nhận, mô tả chung chung, mờ nhạt kể trên. Ông mở được một chân trời khác cho thơ mình. Những nơi chốn đậm nét trong ký ức ông, với những địa danh riêng của từng nơi chốn ông đã sống với(?) đã đi qua(?). Thí dụ:

1. LONG AN

Chén tình một thuở cong môi
Ta vời vợi phố, em chơi vơi hồn
Thủ Thừa, Cầu Ván mưa suông
Tầm Vu còn đọng nỗi buồn quắt quay!

2. TIỀN GIANG

Tạ từ buổi sáng Gò Công
Em xa Chợ Gạo, lấy chồng Mỹ Tho
Trung Lương mắt đợi, môi chờ
Cái Bè, Cai Lậy biết giờ gặp nhau!

3. BẾN TRE

Lăn tăn con sóng Hàm Luông
Mỏ Cày nói hộ Giồng Trôm nỗi lòng
Lục bình tím giữa mênh mông
Mưa chiều, đêm xuống thức cùng Bến Tre!

4. TRÀ VINH

Biển chiều ghẹo gió mùa sang
Tân Thành rượu nghĩa, Cầu Ngang cạn tình
Một lần tạ lỗi Trà Vinh
Cá kèo, hương bún vô tình nhớ nhau!

5. VĨNH LONG

Nhánh bần gie phía Trà Ôn
Long Hồ ta nhớ Trường An, rượu mời
Qua cầu Mỹ Thuận, nắng chơi
Xa dòng Măng Thít đầy vơi nỗi niềm!

6. ĐỒNG THÁP

Lũ về điên điển vàng bông
Tình ta với bậu cầm bằng ngược xuôi
Làng hoa Sa Đéc tuyệt vời
Đêm nằm Cao Lãnh, nhớ người Nha Mân!

7. CẦN THƠ

Em về nón lá che nghiêng
Áo bà ba vẫn thơm hương miệt vườn
Cái Răng, Bình Thủy, Phong Điền
Cầu Cần Thơ, mạch máu miền cực Nam!

8. HẬU GIANG

Vị Thanh mưa tới Kinh Cùng
Thương Long Mỹ, nội về vùng đất sâu
Em từ xa chợ Nàng Mau
Tháng ngày Ngã Bảy nặng sầu nghiêng vai!

9. SÓC TRĂNG

Mây sà xuống nóc Chùa Dơi
Theo đèn gió thả cuộc đời quá giang
Chiều nghiêng Lịch Hội Thượng, buồn
Sóc Trăng, sao cứ bồn chồn trong ta!

10. BẠC LIÊU

Lưu truyền công tử Bạc Liêu
Hòa Bình nắng sớm, mưa chiều Vĩnh Châu
Nghe bài dạ cổ đã lâu
Nhớ về quê mẹ, buồn đau điếng lòng!

11. CÀ MAU

Bồi hồi chuyện bác Ba Phi
Cây tràm, cây đước nói gì với nhau
Gởi tình Đất Mũi, Cà Mau
Mai về thăm lại qua cầu cố nhân!

12. KIÊN GIANG

Đêm hòn Phụ Tử trăng mơ
Chiêu Anh Các, những vần thơ thăng trầm
Người con gái Vĩnh Thanh Vân
Tặng ta nỗi nhớ bâng khuâng một thời!

13. AN GIANG

Núi Sam, mùa phượng hẹn hò
Qua vàm Ông Hổ, nhớ đò Ô Môi
Thất Sơn huyền thoại đất trời
Ta về Châu Đốc thắp đời lửa hương!
(Trích Trúc Thanh Tâm "Nhật ký đồng bằng")

Trong những bài thơ thường chỉ có 4 câu lục bát, với những từ ngữ bình thường, đơn giản, không cầu kỳ; nhưng nhờ thế mà hồn tính Việt Nam qua các địa danh gấm vóc của tổ quốc, được khi, khắc đậm nét. Khiến những ai chưa từng sống/ở tại các nơi chốn đó, cũng thấy gần gũi, cũng thấy như mình đã hòa nhập được phần nào với hồn tính từng địa danh.

Lại nữa, ngay ở bài thơ thứ nhất bài "Long An", chỉ với 28 chữ thôi, Trúc Thanh Tâm đã đề cập tới 3 địa danh riêng của Long An là: *"Thủ Thừa, Cầu Ván"* và *"Tầm Vu"* - Trong khi muốn làm được công việc tương tự, nhiếp ảnh gia sẽ phải cần ít nhất 3 tấm ảnh khác nhau... Và, sau đó còn phải chú thích (bằng chữ viết), để người xem ảnh có thể hiểu đó là những nơi chốn nào?!?

Cũng vậy, trong loạt thơ mới nhất *"Miền tình yêu dấu"* từng địa danh của quê hương, đất nước được Trúc Thanh Tâm ghi lại như "tự họa" mối chân tình của một người yêu, dành cho một người yêu:

4. QUẢNG TRỊ ƠI

Trôi cùng Thạch Hãn mênh mông
Phượng hồng thắp lửa giữa lòng phố hoa
Cổ thành vững với phong ba
Áo em rợp trắng hồn ta, Nguyễn Hoàng!

5 - CÀ PHÊ BIỂN

Tháp buồn nhốt gió Nha Trang
Qua cầu Xóm Bóng, Ba Làng, chiều nghiêng
Cà phê từng giọt không tên
Mười lăm ngày đủ nhớ quên, một đời!

7. VỀ BÌNH HÒA

Đường về, trải nắng lưa thưa
Mặc Cần Dưng, những cơn mưa đâu rồi
Châu Thành, thương nhớ đầy vơi
Lòng ta còn đọng chút bồi hồi xưa!

8. GIÓ CHUYỂN MÙA

Đêm Bà Rịa, gió chuyển mùa
Thời gian đếm lại còn thừa xót xa
Phước Tuy, tình dẫu phôi pha
Mắt em cứ níu hồn ta đến giờ!

9 - TÌNH VŨNG TÀU

Nắng vàng trải thảm Dinh Cô
Ta qua Núi Lớn, lên Hồ Mây xinh
Tiếng em khe khẽ gọi mình
Hương đêm Ô Cấp, men tình thắm môi!

11. CÙ LAO DUNG

Vườn em rụng trắng hoa cau
Ta treo trăng giữa Cù Lao Dung buồn
Sóc Trăng ba ngã sông thương
Người dưng khác họ, ai còn nhớ ai!

12. HOA SIM TÍM

Tây Ninh mưa, tháng mười hai
Màu hoa sim tím, tóc dài bay nghiêng
Trảng Bàng rồi lại Tân Uyên
Ta xin giữ lại chút duyên ban đầu!

15. TÂN ĐỊNH MƯA

Nhà Bè sông rẽ nhớ mong
Qua Dinh Độc Lập nắng lồng áo bay
Đường về Tân Định chiều phai
Bên em ta muốn mưa hoài cả đêm!

17. BIỂN VĨNH CHÂU

Từ xa phố nhỏ Hộ Phòng
Bạc Liêu bão rớt mặn lòng Vĩnh Châu
Cá kèo kho mẳn, canh rau
Ta thương cô gái Tiều Châu, để lòng!

18. HƯƠNG CON GÁI

Em xa Mộc Hóa theo chồng
Bỏ sông Vàm Cỏ đôi dòng ngược xuôi
Gò Đen, hun hút bóng đời
Mà hương con gái chưa rời thơ ta!...
(Trúc Thanh Tâm, trích "Miền tình yêu dấu")

Với loạt thơ mới, như trích dẫn ở trên, tôi nghĩ, cuối cùng, Trúc Thanh Tâm đã có được cho thơ mình, một nhan sắc khác. Một nhan sắc không chìm lẫn. Nhan sắc làm thành thẻ nhận dạng thơ Trúc Thanh Tâm hôm nay, trên phông, nền địa danh quê hương gấm vóc.

Trúc Thanh Tâm: Thêm một số bài thơ nơi chốn, khác.

19. VỊ THANH XA

Một thời khói chiến mù xa
Vị Thanh, Hỏa Lựu, bạn ta làm thầy
Lòng chưa quên được Cái Nai
Bao năm xa cách, mắt ai vẫn buồn!

25 - TRĂNG THẤT SƠN

Đêm nầy thao thức lắng nghe
Mưa từ An Phú, mưa về Núi Sam
Theo kinh Vĩnh Tế mơ màng
Ta treo trăng sáng bạt ngàn Thất Sơn!

27. MƯA BÌNH PHƯỚC

Sương rừng vàng lệ, mắt cay
Bạn ta mắc võng Đồng Xoài, Lộc Ninh
Gái Xtiêng ơi, có chung tình
Thức đêm Bình Phước ru mình theo mưa!

28. THĂM PHAN THIẾT

Liên Trì chuông mãi đong đưa
Ta thăm Mũi Né, cát xưa xửa hồn
Poshanư, mắt huyền sương
Nhớ mùi bánh Rế, tình thương tình chờ!

29. CHIỀU QUẢNG NAM

Hải Vân, trời đất nên thơ
Ngũ Hành, mây gió đợi chờ ru nhau
An Khê còn đó, em đâu
Sông Hàn êm ả tím màu chiều rơi!

30 - VỀ BÌNH ĐỊNH

Đồ Bàn theo tháng năm trôi
Trăng Hàn Mặc Tử sáng trời Quy Nhơn
Ngô Mây, cô bé dỗi hờn
Ba mươi năm, một giọt buồn nhói tim!

32 - BAN MÊ NHỚ

Cây Kơnia, suối Ea Nuôl
Ta bên ngã sáu lạc đường Ban Mê
Chưa đi giáp quán cà phê
Nên còn để ý gái Ê Đê hoài!

Trúc Thanh Tâm
(Châu Đốc)

Trương Thị Bách My, bản lãnh chữ, nghĩa của một người làm thơ trẻ ở VN

Gần đây, tôi thấy số người làm thơ trẻ ở VN, ngày càng có thêm nhiều người sử dụng ngôn ngữ một cách đơn giản, nhẹ nhàng... Họ không dùng những chữ thời thượng, hay những chữ tự thân chất chứa trong nó những lượng thuốc nổ khủng bố, đe dọa người đọc mà, vẫn chính xác, bóng bẩy, nhiều tính mỹ học. Tôi không biết họ có nắm vững khái niệm tu từ học (rhetoric) hay không? Nhưng hiển nhiên qua thơ họ, chữ nghĩa đã được đặt đúng vị trí, bên cạnh những thử nghiệm táo bạo - Như khi họ dám dùng những chữ mà, ngay từ thời tiểu học, các thầy cô đã nhắc nhở chúng ta, phải tuyệt đối tránh - Đó là các chữ *"thì, mà, là, và..."*

Điển hình là trường hợp thơ Trương Thị Bách My.

Tôi chỉ được đọc thơ Trương Thị Bách My cách đấy khoảng nửa năm, khi lần đầu tiên, My gửi thơ của mình, cho website dutule.com.

Thoạt đầu, tôi không chú ý lắm tới tiếng thơ này. Nhưng mới đây, khi Trương Thị Bách My gửi cho chúng tôi bài "Đường về nhà" - Mấy chữ thứ nhất mở vào bài thơ, để trở thành một thứ thi-nhãn, dẫn bài thơ theo lộ trình bất ngờ của nó là hai trong bốn chữ "tối ky", không được dùng đó là chữ... "THÌ" và chữ "VÀ" - Chữ "*thì*" và chữ "*và*" đã khiến tôi chú tâm tiếng thơ My, với tất cả trân trọng của một người đọc thích tìm kiếm, theo dõi bất cứ tác giả nào (có tên tuổi hay chưa) - Nhưng dám ném thơ của họ vào những thử-thách bất trắc.

Mở đầu đoạn "*Đường về nhà*" của mình, Trương Thị Bách My đã "lát" cho "đường về" của thơ My bằng 2 chữ "*thì*" và "*và*":

"thì đã mùa hè thì đã mùa xuân
và cứ nắng và cứ yêu như thế"

Tôi không biết có phải "*Đường về nhà*" của My được "lát" bằng "thì" và "và" chứ không phải bằng hoa, cỏ, chim, bướm hay nắng, mưa gì cả... cho nên (vì thế) nó cũng đặc biệt, dẫn tới những câu thơ lạ, đẹp như động từ "gói" hiện ra ở câu thứ 3 của bài thơ:

"đêm rời làng gói theo tiếng quốc
Ngày rời làng bỏ lại tiếng ve ran".

Chỉ cách một dòng thôi, ở những câu số 5, 6 và 7 Trương Thị Bách My lại cho thấy khả năng sử dụng động từ một cách nhuần nhuyễn khi My viết:

"thấy mỗi chiều chim bay về chập choạng
liệng nỗi cô đơn vào cành cây lá rũ
đậu ngày vào đêm quờ quạng nhớ quên

Tiếng Việt thuộc nhóm chữ đơn-âm (Monosyllabic), (không phải đa âm Polysyllabic), nên để bù đắp cho khiếm khuyết này, chúng ta thấy ngôn ngữ của chúng ta, từ tĩnh tự, động tự tới danh từ... thường có nhiều chữ kép. Như *"buồn bã, xa vắng, đìu hiu, đan lát, hâm hâm, khùng điên"*... hoặc lập lại chính nó như *"buồn buồn, xa xa, hiu hiu"* v.v...

Ở câu thơ thứ năm, khi Trương Bách My dùng động từ *"bay"* (dành cho chim) khiến ta liên tưởng tới *"liệng"*. Vì thế, khi bước qua câu thứ 6, chữ *"liệng"* đã hiện ra như một tương quan máu huyết. Và, chữ *"liệng"* lại còn được dùng để hiển lộ *"nỗi cô đơn vào cành lá rũ"*, khiến tôi hiểu sự giàu có của câu thơ này ở hai khía cạnh:

- Con chim *"chập choạng"* để rơi hay *"đậu"* nỗi cô đơn của nó vào *"cành cây lá rũ"* (câu thứ 7) - Đồng thời tôi cũng có thể hiểu chủ thể (người đi trên *"đường về làng"*) gửi nỗi cô đơn của mình khi đêm về, vào những cành lá rũ bên đường. (Vì thế) chủ thể (người đi trên *"đường về nhà"*) mới *"quờ quạng" "đậu"* ngày vào đêm" để dẫn tới trạng thái tinh thần bất định *"nhớ quên"*...

- Ở một đoạn thơ khác, trước khi bài thơ được khép lại, Trương Thị Bách My, một lần nữa lại lập lại 2 lần chữ "thì" – dẫn thời gian đi tiếp 2 mùa còn lại của một năm:

"*thì* đã mùa thu *thì* cũng mùa đông"

Tôi chỉ thấy tiếc cho tác giả, khi ngay sau câu thơ đẹp:

"*những con đường chênh vênh chiêm bao*", lại là:

"những con đường *lao xao hiện hữu*"

Ta hiểu *"hiện hữu"* là có mặt. Nhưng trong ngữ-cảnh của câu thơ, cũng như thổ-ngơi của toàn thể bài thơ, hai chữ *"hiện hữu"* theo tôi, thiếu hẳn thi tính.

Tôi không biết Trương Thị Bách My có quá vội vàng chăng(?), khi hạ bút viết 2 chữ *"hiện hữu"* ngay sau 2 chữ *"lao xao"*!!!

Vẫn theo tôi, ngay cả khi My có thay 2 chữ *"hiện hữu"* bằng *"có mặt"* (thí dụ), thì nó vẫn *"đi lạc"* khá xa ngữ-cảnh của câu thơ đó!.!

Ở cương vị người đọc, tôi tự hỏi: Tôi có chờ đợi, có đòi hỏi quá nhiều nơi thơ My?

Tuy nhiên, như tất cả những gì tôi đã trình bày ở trên, tiếng thơ Trương Thị Bách My vẫn là một trong những tiếng thơ cho thấy bản lĩnh chữ, nghĩa của một người trẻ hôm nay ở Việt Nam.

Tôi rất trân trọng.

(June 2016)

Dăm bài thơ Trương Thị Bách My.

Đường về nhà

thì đã mùa hè thì đã mùa xuân
và cứ nắng và yêu thương như thế
đêm rời làng gói theo tiếng quốc
ngày rời làng bỏ lại tiếng ve ran
thấy mỗi chiều chim bay về chập choạng
liệng nỗi cô đơn vào cành cây lá rũ
đậu ngày vào đêm quờ quạng nhớ quên
đêm bỏ làng theo sông...
dúi đôi chân vào trong lòng quê
mẹ vỗ lưng "con cò ăn đêm"
mẹ xoa tóc "mười hai bến nước"
giọng hát mẹ đầy như trăng mùa thu
đêm nằm nghiêng lưng ong làng quê
khuya hè gió lạnh vai áo xộc

gió dại theo mùa nước mắt lớn theo đêm
thì đã mùa thu thì cũng mùa đông
những con đường dài dẫn về ngôi nhà
con đường ngắn lại dẫn đi xa...
làng nhớ...
những con đường chênh vênh chiêm bao
những con đường lao xao hiện hữu
có đủ bốn mùa để yêu thương và nhớ
miếng ngon đời này hạnh phúc được hi sinh!

Trời sáng

hót đến sáng và chết!
giọng hót bay qua những cánh đồng nõn lúa
trên mái tóc dày đen kịt
trên bờ vai vuông vức tiếng cười
đáng kể là những bông hoa nở như hẹn ước
giọng hót run lên vì mật
trăng xâu thành giấc mơ hồng
nhẹ nhàng ngọn tre ru
hót đến mê say trong thế giới riêng mình
và chết cũng mê say như thế
lững thững đồi hoang đậu vào nhành cây tiếng hót
giọt sương nặng trĩu con đường...
giọng hát đứng núi này vang lừng núi nọ
gạo thành cơm thơm giọng càng thánh thót
ban mai quẹt tiếng cười vào bếp lửa
tiếng hót chết lâm sàng

Cám ơn nồng nàn

chìa tay cùng mưa
khoe ngày đã trôi như thế
bàn tay muốn nói lời yêu
những con đường chung đôi
đôi mắt thừa kế nỗi buồn
nồng nàn bưng bít riêng tư...
ngày lát dưới chân êm như sóng
ngồi với chiều cô đọng
nỗi niềm trôi theo sông
khoe với cánh đồng môi hường trong cánh gió
phập phồng trăng còn non tuổi nhớ
cơn mưa giữa chừng mưa dở
nồng nàn bưng bít riêng tư
khoe với giấc mơ yêu thương vô bờ
cánh hoa rải xuống con đường êm như nhung
mưa đừng mưa lên!
nắng đừng nắng xuống!
nồng nàn bưng bít riêng tư...

Gửi buổi chiều này cho mẹ

nắng treo chùm khế ngọt trên cao
mùa hè ngược đường làm con nhối mắt
không thể quay lưng trước những điều vụn vặt
bờ xanh lao đao ý nghĩ riêng mình
gửi nhớ thương cho mẹ trên con đường mây chợt thấp cao
ngày ngắn dài như bao ngày xưa cũ
nỗi nhớ tần ngần
con gửi một nét môi
mùa xuân không biết con nghĩ gì thì thôi!

thích mưa giữa ngày nắng ấm
sợ mưa giữa ngày trôi chậm
nhập nhằng
ngoảnh mặt lá rơi
chùm khế treo trên cao là chùm khế ngọt nhất
cả con đường ngoái lại
nắng vẫn trong xanh
lá xếp màu vương vãi
mùa xuân không biết con nghĩ gì thì thôi
gửi buổi chiều này cho mẹ
dong khơi
hạnh phúc là khi con đã đi một khoảng xa
vẫn còn những giấc mơ gối tóc
con đường xanh mầm yêu thương
mùa xuân không hiểu con nghĩ gì thì thôi!

Thu Bồn-anh và em
chẳng còn bờ dâu níu mắt
nắng chạy ngược vào anh
bắp phơi cờ dưới nắng hao hanh
em neo mình- một chuyến đò dọc
khi nỗi nhớ dòng sông lẫn bóng em
con đò ngang mắc cạn
anh xắn ngày lên hôn vào con sóng
thơm trăng hiền dịu đôi bờ
khi bình yên lẫn ánh mắt em
em khỏa đôi chân thanh xuân vào mặt nước
tiếng cười rười rượi
con sông ngày hợp lưu...
Thu Bồn trẻ măng hành trình anh và em khúc khuỷu
đêm
nỗi nhớ chan vào nỗi nhớ
chiêm bao chạm mặt

chiêm bao
đứng giữa đôi bờ xanh chảy
lẫn vào sông Thu nhớ thương

Mẹ ru tiếng êm đềm cho con

cái ôm đầu tiên
màu da bừng sáng
áp vào trăm năm hơi thở yên bình.
gửi con cả yêu thương tiềm tàng từ bầu ngực mẹ
trong một vòng ôm là thế giới rộng dài
bàn tay bé xíu vin vào những đường gân mà lớn lên
khi mẹ hát về màu mây trắng của một buổi chiều xa xăm
nước mắt con chảy xuống
thấm mềm nếp nhăn đuôi mắt mẹ
cuộc lo toan từ đó cũng êm đềm
đứng giữa lòng sông bới ngày dưới cát
con đưa tay nhân bát cơm thơm
mặt nước xanh không kịp soi tỏ bóng mẹ già...
ngày nỗi nhớ ở riêng
giọng hát mẹ ru ngọt triền sông miên man vào hơi thở
lời tằm tơ mê say trên khung
khi có con mẹ thành quê hương
giữ những tiếng khóc đầu đời thiệt như con đường làng dẫn
ra giếng nước
giữ nụ cười hiền như hoa
ước chi thời gian đừng rũ cuống
ngày nào mẹ ru con êm đềm

ngồi nhớ con khi đang ôm con trong tay
những khoảnh khắc chồng lên nhau đợi vỡ
con giữ mùa Thu mưa bay ngang ngõ
mường tượng xa gần tóc mẹ mênh mênh

mẹ hát khúc êm đềm ru con
tự ru mình gập ghềnh chân bước nhẹ
dịu hiền vọng động mai sau....

mẹ ru tiếng êm đềm cho con.

Tay này có*
Tay này không
Xòe tay này
Xòe tay nọ
Tay này có
Tay này không
Tay có bông
Dâng tặng mẹ

(*đồng dao)

Người đàn bà cầm trịch

gióng lên từng hồi buồn trong nỗi cô đơn mạnh mẽ
nước mắt vỡ òa đêm vắng
niềm vui trụi dưới ngày man dại xanh um
hô hào bình yên giả tạo
thói lề cũ nát
gùi cháy những giấc mơ trên vai mùa thu ngả bóng lá vàng
đêm soạn sành những mảnh trăng hồng rách tươm
vá vào túi thở
hun một bình minh sục sạo nói cười...
người đàn bà cầm trịch
sống cho đời đang sống
cho những lờikí thác yêu thương
không ngại giẫm lên tóc mình mà đi
khi ý niệm tự do gắn liền với những vòng dây

người đàn bà kiêu hãnh đứng trong những bức tường ca hát
ngoài kia những bầy chim rã cánh lưng trời!

Bừng trôi

buổi chiều ngân vào sự lặng yên ngọn đồi một một nỗi buồn
ngày rồi vun vút xa xăm
những gì trong veo ở lại
tiếng ngày hục hặc không thôi
buổi chiều như con mèo ốm
giữ một ý nghĩ đang trôi cũng là điều không thể
dòng trôi êm như cánh đồng mùa thu
vấp một tiếng chim gù nước mắt chảy tan hoang
chiều lên như nước dâng
ngột thở
mở mắt mà buông xuôi
những bước chân lộp cộp đi qua
im lặng như mùa xuân đến gần
ai đó đặt một nụ hôn lên đôi bờ môi mím chặt
gặng đời cằn khô nứt nẻ
nước mắt lấn chiều đi hoang
ai đó cầm tay bóp nghẹt nỗi buồn
thẳm một ánh nhìn
hạnh ngộ
chiều nồng hoa dủ dẻ
những cảm xúc bừng trôi!

TTBM

Tính siêu thực trong lục bát Trương Xuân Thiên

Lục bát như đã được biết đến, là thể thơ truyền thống và, phổ biến rộng rãi nhất ở Việt Nam. Vì tính chất gần gũi với ca dao, trải qua nhiều năm tháng, đã sẵn trong tiềm thức, như máu, mặc nhiên lưu thông trong cơ thể, nên bất cứ ai, cũng có thể làm thơ lục bát mà, không cần phải bận tâm, học hỏi niêm luật.

Nếu ưu thế nào cũng có mặt trái của nó thì, sự dễ dàng kia, cũng khiến thể thơ này được một số người làm thơ khai thác một cách tùy tiện, giống như một món hàng hay, một món quà trao đổi, thù tạc...

Có dễ vì thế mà càng lúc, càng có thêm nhiều thi sĩ không còn muốn trở lại với lục bát. Họ né tránh lục bát như né tránh một bệnh "dịch" không ngày chấm dứt!

Tuy nhiên, chỉ cần chút bình tâm, theo dõi những khoảng trời thơ lục bát của hàng ngũ người trẻ Việt Nam hôm nay, chúng ta sẽ ngạc nhiên một cách hạnh phúc, nhận ra rằng: Với các tác giả này, lục bát đã là một lục bát khác.

Mặc dù dòng chảy hay âm lượng của cõi giới lục bát mới, do những người trẻ hôm nay hình thành, vẫn ít nhiều nằm trong hơi thở ca dao. Nhưng những chân trời họ mở ra, những đỉnh ngọn họ hăm hở chinh phục, đã không còn là cái thổ ngơi của một Nguyễn Bính, lục bát, chuyện kể. Hay một Huy Cận, lục bát, xây dựng trên những hình ảnh ngược về hoài cổ, một thời vàng son đã khuất. Nó cũng không còn là Hồ Dzếnh, lục bát, thiên nhiên, đẫm, đẫm ẩn dụ thất thổ, cô đơn...

Lục bát hôm nay, đi ra từ những tài năng trẻ, theo tôi có thể tạm xếp vào mấy khuynh hướng chính sau đây:

- Tuy vẫn gần với ca dao, nhưng tính trào phúng, giễu cợt chính mình, đã được nhiều tác giả quảng-diễn, tựa đó là thuộc tính của thơ, của tuổi trẻ hôm nay. Thí dụ:

"Thằng tôi đứng giữa cuộc này/Vác câu thơ đã nheo mày áo cơm/Nửa đời vòng lại đống rơm/Chưa ngun ngún lửa đã đơm tro tàn..." (Đỗ Tấn Đạt, trích "Với cuộc này".

Và Miên Di:

"Con sông hỏi chuyện con đường/quanh co với những vết thương ổ gà/cuối đường có biển không ta/biển của bọn tớ chính là bùng binh."

- Thiên nhiên trong lục bát hôm nay của những người trẻ, cũng không còn là phương tiện hay đối tượng mô tả để gửi gấm tâm tư như dòng thơ tiền chiến. Mà, thiên nhiên trong thơ họ đã trở thành vật thể được nhân cách hóa, mang tính bằng hữu ân cần, thân thiết với nhà thơ. Thí dụ:

"Ra cổng làng nhặt cơn mưa/Mùa hanh tưới cội tình vừa cháy khô/Đi theo nhịp phách xe thồ/Hỏi han gốc tích nấm mồ thời gian..." (Nguyễn Đăng Khoa, trích *"Trèo lên đỉnh của giọt sương"*.

Hoặc:

"Quê tôi cả thẹn, hay lo/Dòng sông vắng khách con đò trầm ngâm/Bụi tre thích đứng cười thầm/Giàn bầu, giàn bí thích cầm tay nhau..." Nguyễn Vĩnh Tiến, trích *"Tuổi tôi"*)

- Lục bát hôm nay, nơi những người làm thơ trẻ, theo tôi, cũng không còn vụ vào việc tìm kiếm, phô diễn những hình ảnh, những mỹ từ bóng bẩy (vốn đã thành sáo ngữ) mà, họ đem vào trong thơ những chữ rất đường phố. Những con chữ chưa kịp có trong tự điển. Thí dụ, một Nguyễn Lãm Thắng với:

"Thưa em, anh biết... chết liền/Bàn tay năm ngón làm phiền bàn tay".

Hoặc: *"May còn tâm sự cùng em/Dẫu cho cháy card, mòn sim cũng là"*

- Những người trẻ đến với lục bát hôm nay, không chỉ chối bỏ những khuôn mẫu hào nhoáng hay ẩn dụ mù mờ xưa, mà họ đi thẳng vào đời thường. Tựa đời thường mới chính là con ách chuồn lục bát của họ:

"thử vào bệnh viện ngày đông/để nhìn vào cuộc chưa xong giật mình/một vài mầm khóc sơ sinh/dăm ba tiếng cú tâm linh gọi về..." ("Miên Du, "trích "Thử")

- Một ghi nhận khác nữa, vẫn theo tôi, cũng là một nét đặc biệt phản ảnh xu hướng lục bát hôm nay của những người viết trẻ - Đó là những câu hỏi không mơ hồ mà, trực tiếp về thân phận, kiếp người. Ở khía cạnh này, thảng hoặc, tôi cũng thấy, thấp thoáng đâu đó, hương vị thiền tính. Thí dụ:

"ai còn trong giấc mộng ma/ta là thân thể hay là vong linh" (Miên Di, trích "Thử")

Hoặc: *"ai để lại nỗi buồn câm/cái im lặng khiến chỗ nằm bão giông".* (Miên Di, trích "Bao nhiêu buồn một dung nhan")

Hay: *"Từ trong cái chết đầu tiên/Dường như sự sống hồn nhiên chào đời..."*(Nguyễn Đăng Khoa, trích "Bắt đầu")

Trên đây là vài ghi nhận của cá nhân tôi về những biến chuyển ngoạn mục của thể thơ lục bát.

Tuy nhiên, theo tôi thì, dù những người trẻ hôm nay, đã đoạn tuyệt hẳn với lục bát thời Tiền chiến. Mỗi tài năng đã có cho riêng họ, những đường bay lục bát tân kỳ. Khác. Nhưng các tác giả đó, vẫn đặt lục bát của họ trên bệ phóng hiện thực hay tượng trưng. Thảng hoặc, trong thơ của họ, cũng có những câu mang tính siêu thực. Những đó là những tình cờ hay những xuất hiện ngẫu nhiên chứ không mang tính chủ tâm. Dứt khoát. Triệt để.

Lịch sử thi ca miền Nam 20 năm ghi nhận được nhiều thơ siêu thực. Nhưng tính siêu thực ở thể lục bát thì vấn khá hiếm. Có thể nói, sự kiện đó, chỉ là những xuất hiện bất ngờ, mờ nhạt. Nó chưa thành luống. Nó chưa thành dòng.

Vì thế, tôi rất ngạc nhiên (một cách hân hoan) khi nhận được thi phẩm "Ảo hồ ly" - Gồm 84 bài lục bát của Trương Xuân Thiên. Tôi đã đọc thi phẩm của Trương không dưới hai lần, trong vòng hơn hai tháng, kể từ ngày nhận được.

Trên đây, khi trích dẫn một số câu thơ của Trương Xuân Thiên trong thi phẩm "Ảo Hồ Ly", tôi chỉ muốn nêu bật nhiều khía cạnh đáng chú ý của cõi-giới thi ca Trương. Thí dụ nỗ lực làm sống lại những con chữ đã chết và, cho nó một ngữ-cảnh khác; hoặc hương vị thiền trong thơ Trương.

Thực ra, ngay ở những câu thơ trích dẫn ấy, tự thân chúng cũng đã thấp thoáng ít, nhiều tính chất siêu thực rồi.

Đúng hơn, sự thấp thoáng ít, nhiều tính chất siêu thực trong lục bát, không chỉ có với thơ Trương Xuân Thiên mà, tôi cũng thấy ở nhiều tác giả trẻ khác, nữa.

Nhưng, tính đến hôm nay, như sự hiểu biết giới hạn của tôi thì, dường chỉ một Trương Xuân Thiên chủ tâm đánh luống, khơi dòng cho siêu-thực-lục-bát(?) Nói cách khác, theo tôi, lục bát của Trương được ngọn hải-đăng-siêu-thực dẫn đường cho mọi lênh đênh tìm về của thể Sáu Tám, vốn đẫm đẫm tâm cảnh và, cảm thức lạc lõng, bấp bênh của tuổi trẻ đương thời, trước những vấn nạn lớn lao, muôn đời của kiếp nhân sinh.

Nếu phạm trù đời sống của chúng ta ngày càng mở rộng, nở lớn về nhiều hướng, nhiều khía cạnh phức tạp; với những tiến bộ kỹ thuật gia tăng ở vận tốc âm thanh và, ngôi vị độc bá, thượng tôn thực dụng là... "chân lý" sinh tồn của nhân loại hôm nay thì, những câu hỏi mang tính triết lý, như: Tử/sinh; thực/hư; người/thú; được/mất, hợp/tan; hạnh phúc/khổ đau... càng là những nhức-nhối-xuất-huyết trong tâm hồn của những người trẻ làm thơ hôm nay. Họ phải đối đầu cùng một lúc trước thực tế khốc liệt (cơm, áo, gạo, tiền) và lãng mạn, mơ mộng (thuộc tính của con người); để chí ít, khi lui về cõi riêng, trong căn hầm ẩn mật sóng sánh niềm vui và tuyệt vọng, họ vẫn còn có những dấu vết nhận dạng chính mình, để thấy, dù sao họ cũng không chỉ là một con số, trong con số tỷ tỷ nhân quần!!!

Với tôi, những vấn nạn vừa kể, tuồng luôn chấp chới trong dòng lục-bát-siêu-thực của Trương Xuân Thiên, khởi tự vô thức lầm than của một con người săm soi chiếc bóng mình.

Vẫn với tôi, siêu thực, khi đó chỉ là mặt khác của hiện thực biến dạng. Một hiện thực buồn bã được che khuất bởi nụ cười, tuy hàm tiếu mà, đã chĩu nặng biết bao, tự trào!?!.

Sau đây là một số lục bát siêu thực trích từ thi phẩm "Ảo hồ ly" của Trương. [1]Xin quý vị và, các bạn đón nhận chúng, như đón nhận một điều gì không thể hiện thực hơn, ở mặt bên kia của cực siêu thực:

"Nụ cười trước ngõ tử sinh
Bạc đầu con gió tụng kinh sân chùa
Niềm vui mặc áo vô thường
Mùa đông vừa chớm đoạn trường đêm nay"
("Mùa đông, bài số #3)

Và:

"Thèm nghe hoang vắng mọc mầm
Để thương những tiếng lặng câm úa tàn"
("Hoang Vắng, bài số #5)

Và:

"Đi vòng qua nẻo thủy chung
Đón con gió lạnh về cùng đa đoan"
("Lời thề", bài số #6)

Và:

"Gió hoang lang bạt kỳ hồ
Ngày kia viên tịch nấm mồ hư hao"
("Hư hao", bài số #8)

---

[1] Được biết: "Trương Xuân Thiên sinh năm 1979. Tốt nghiệp Cử nhân Tâm Lí học, họTrương hiện sống và làm việc tại Hà Nội. Thơ đã in: Tư duy S (NXB Văn học 2005) Homosapiens - Người tinh khôn (NXB Văn học 2009). Từng tham dự: Chương trình nghệ thuật: Trình diễn thơ cá nhân Nguyệt thực (Bán đảo Hồ Thiền Quang 2010), Trình diễn thơ Tổ khúc Từ Điện Biên đến Thơ Trường Sa (Sân thơ Trẻ - Văn Miếu 2014) Trình diễn thơ Gia tài của mẹ (Ngày hội Sách và Văn hóa đọc, Văn Miếu 2014)."

Và:

"Đêm qua một khóm mây trời
Về ngang bến cũ đánh rơi tuổi buồn"
("Tuổi buồn", bài số #8)

Và:

"Đêm qua lời hứa băng hà
Một nhành gió bấc mù lòa chịu tang"
("Băng hà", bài số #10)

Và:

"Ngày dài hơn cả kiếp sau
Một mình nhặt xác niềm đau tặng người"
("Niềm Đau", bài số #78)

Và:

"Mỗi ngày nhấp một tàn phai
Rót buồn vui lẫn vào chai rượu đời"
("Rượu", bài số #82)

Và... Và...

(Garden Grove, Oct. 30th 2014)

Chia tay và, trở về lục bát, qua thơ Sỹ Liêm

Thừa hưởng hạt giống di truyền văn chương của một người cha tên Sĩ Trung, một người chú tên Ngọc Linh và, tương quan huyết thống với Nguyễn Thị Thụy Vũ (cả ba nhà văn này, là những tên tuổi chói sáng một góc trời văn chương miền Nam, 20 năm (1954-1975,) Sỹ Liêm bước vào sinh hoạt chữ nghĩa, nhẹ nhàng, bình thản, mặc nhiên. Như khí trời. Như cỏ cây. Như hoa, lá...

Đáng nói chăng, theo tôi, tuy chọn thi ca làm hơi thở, một đời ở với nắng, gió cảm tính và, thao thiết nhân sinh, thành thạo với nhiều thể loại thơ khác, nhưng đặc biệt, Sỹ Liêm chọn lục bát, như một đắm đuối bất tận, hay một định mệnh khôn lý giải.

Tôi nghĩ, bất cứ ai từng theo dõi cõi-giới thơ lục bát hôm nay ở quê nhà, sẽ dễ dàng nhận ra rằng: Càng lúc thể thơ dân tộc này, càng có những biến tấu huê dạng, bất ngờ... (không loại trừ những

cố tình biên cải vô nghĩa - dẫn lục bát tới chỗ không hồn, vía...).
Thí dụ:

- Có tác giả xây dựng những đời thơ lục bát của mình trên những phá cách (thường ở câu 6 chữ)... Để dẫn tới những so sánh, liên tưởng bất ngờ nơi câu tám.

- Có tác giả chia câu tám thành 4 bậc thang (những tưởng mới mẻ dù sự thực hình thức kia, đã có tự hàng trăm năm trước...)

- Có tác giả chủ tâm ghi nhận, miêu tả những hoạt động thân xác, như muốn nhậm lẹ quan định một chỗ đứng riêng cho mình, qua những dòng lục bát của họ.

- Nếu có tác giả xây dựng những đời lục bát của họ trên những hình tượng, sự kiện xã hội hiện thực, chủ tâm phô bày mặt khác của đời thường; thì cũng có tác giả xây dựng những đời lục bát trên một số chữ nghĩa phổ cập của Thiền tông, tựa tự thân cho thấy họ đã... "chứng ngộ" lẽ đạo!?!

-Nếu có tác giả xây dựng những đời lục bát trên những xóa nhòa cái nhịp chảy hiền hòa, êm ả của ca dao, điệu ru, để đi tới những chân trời gập ghềnh; bất định những thương tích, hàm hỗn mất mát..., vốn là thuộc tính của cảnh thổ nhân sinh hôm nay thì, cũng có tác giả chung thủy với nhịp tim ca dao, hiền hòa, dung dị - Như một nỗ lực vực dậy, khơi mạch một thời vàng son của thể thơ truyền thống nghìn năm trước...

Tôi muốn gọi hiện tượng này là sự *"chia tay và, trở về lục bát."*

Sỹ Liêm, theo tôi, qua nhiều bài lục bát của ông, cho thấy ông chọn con đường vực dậy, khơi mạch một thời vàng son của lục bát truyền thống.

Phải chăng, giữa lúc, những người đồng thời với Sỹ Liêm, thể hiện quyết tâm chia tay lục bát cũ, để hình thành một lục bát không chỉ mới, khác từ hình thức mà, còn có tham vọng thay máu cho lục bát hôm nay nữa, thì Sỹ Liêm lại làm một cuộc trở về.

Rõ hơn, Sỹ Liêm chọn con đường trở về ca dao: Con đường dung dị, hiền hòa, êm ả điệu ru thân, tâm... Nhưng ông mặc khoác cho chúng những chiếc áo khác. Những tấm áo được dệt bằng tơ sợi và, họa tiết mang tên Sỹ Liêm.

Cụ thể, như bài *"Xác thân ngọt lịm cây trái bốn mùa"*. Một bài lục bát có 22 câu thì, quá nửa số câu nói về người nữ được Sỹ Liêm ướp mật, tẩm hương cây trái miền Nam. (Chúng ta cũng có thể hiểu ông muốn nhân cách hóa cây trái miền tây bốn mùa, qua hình ảnh người nữ của mình?)

Đó là những so sánh, liên tưởng, cá nhân tôi lần đầu, được đọc:

"Em chèo lục bát ca dao
Vần căng vú sữa điệu ngào ngạt hương
Ánh trăng lót ổ làm giường
Đêm thong thả gió mây đường đột ôm
Vỏ lòng tua tủa chôm chôm
Hồn trong trắng muốt thịt ngon lựng trời
Da thơm hoa mận gọi mời
Môi ong bướm lượn xuân ngời nhụy say
Lông mày lá liễu phượng bay
Mắt đen hạt nhãn đậm dài mi cong
Dung nhan lúa trổ đòng đòng
Hơi non nõn ngát ruộng đồng mỹ nhân
Búp măng mười ngón thiên thần
Cẳng thon bắp chuối kéo căng cặp đùi
Sầu riêng chẳng có....chỉ vui
Hàm răng bắp trái nụ cười quanh năm
Cổ cao trái cấm chẻ cằm
Vầng vai nhật nguyệt ngấm ngầm khát khao
Em về nhận lễ trầu cau
Cho ta thưởng thức mâm cao cỗ đầy

Tuyệt vời con gái miền Tây
Xác thân ngọt lịm trái cây bốn mùa"
(Sỹ Liêm, trọn bài)

Ở một bài lục bát khác, bài *"Hai lòng như một cánh cung"*, thiên nhiên, sông nước, đất trời cũng được đem vào lục bát theo cách của Sỹ Liêm.

Ở bài thơ này, tôi rất thích câu mở đầu *"ông trời cởi áo tứ thân"* và *"Dòng sông cõng chiếc đò ngang"*.

Vẫn là nhịp đập của ca dao đấy chứ! Nhưng hình tượng mới, lạ không kém gì những dòng lục bát mới, lạ của những người trẻ hôm nay:

"Ông trời cởi áo tứ thân
Để cho đất thấy mây vần vũ bay
Vầng dương tỏa ánh ban mai
Và đêm nguyệt tỏ tình ngây ngất vàng
Dòng sông cõng chiếc đò ngang
Chòng chành vì có ta nàng bên trong
Hai tay ta cũng đèo bồng
Theo trời bắt chước cởi xong áo ngoài
Nàng nằm nhắm mắt liêu trai
Ta theo từng nụ hôn say đắm cùng
Hai lòng như một cánh cung
Cong theo từng nhịp tim run đã đời..."
(Sỹ Liêm, trích "Hai lòng như một cánh cung")

Chỉ tiếc, hai chữ *"đã đời"* đi liền sáu chữ *"cong theo từng nhịp tim run"* chẳng những không thuận hợp với ngữ-cảnh bài thơ mà, nó còn cho thấy sự dễ dãi hay vội vã của tác giả, khi chọn hai chữ xuống xã đường phố, chia chung không gian, khí hậu đặc biệt với hai câu thơ kể trên!

Bản chất thi sĩ vốn gắn bó với cái đẹp nền nã của sông nước và, cây trái miền Tây, nhưng Sỹ Liêm cũng không thể quay lưng, bình thản trước những bi kịch xã hội. Vì thế, lục bát của ông cũng đã dành khá nhiều không gian cho những nghịch cảnh xát muối, nhói lòng! Tuy nhiên, qua thơ, Sỹ Liêm vẫn cho thấy tinh thần chia sẻ, cảm thông, độ lượng của mình:

*"Em đi bán cái đàn bà
Tôi theo lẽo đẽo mua hoa bón tình
Cầm tiền vá lại tiết trinh
Thấy thơm xác thịt ngắm xinh đẹp về*

*"Em đi bán cái nằm kề
Tôi theo mua hết những lề thói hư
Cầm tiền em chuyển đổi từ
Một cô gái điếm...tiểu thư nữ hoàng..."*
(Trích Sỹ Liêm "Em về bán lá diêu bông")

Để tạm kết bài viết ngắn này, tôi muốn lập lại nhận định của một người bạn thi sĩ, khi ông nói, đại ý:

- Vấn đề không phải là thể loại (form) thơ gì? Tự do hay vần điệu, lục bát hay thất ngôn bát cú, tân hay cựu hình thức... mà vấn đề, trước sau vẫn nằm ở ở chỗ thơ hay hoặc, thơ không hay mà thôi...

Từ nhận định tổng quát ấy, tôi nghĩ, Sỹ Liêm đã cho những người đọc ông, một số câu thơ hay - Khi định-mệnh-thơ đã đưa ông trở về với lục bát truyền thống.

(Garden Grove, Aug. 2015)

Võ Chân Cửu, đường bay lênh đênh thiết tha chữ, nghĩa

Võ Chân Cửu được ghi nhận là làm thơ rất sớm. Tự những năm cuối thập niên 1960s, đầu thập niên 1970s, ông đã có nhiều thơ đăng tải trên tạp chí Văn và một số diễn đàn văn chương khác, ở Saigon.

Sau biến cố tháng 4-1975, vì những biến động, đổi thay lớn của thời thế, Võ Chân Cửu ít sáng tác. Tuy nhiên, gần đây, chỉ trong vòng trên dưới một năm, ông đã gửi tới những người đọc ông, hai tác phẩm: Tập thơ "Ngọn gió" và tập văn xuôi "22 Tản mạn".

Trong ghi nhận của riêng tôi thì, "Ngọn gió"* của Võ Chân Cửu, đã thả vào tâm hồn tôi hơi mát của thi ca; như những đường bay lênh đênh thiết tha chữ, nghĩa.

Những hơi của mát thi ca, những đường bay lênh đênh thiết tha chữ, nghĩa ngày một vắng, lặng giữa ngô nghê, nhố, nhếch của sân khấu văn học, nghệ thuật hiện nay.

Mẫu bìa đơn giản mà, đẹp tới nao lòng là bức sơn dầu "Xứ tuyết" của cố họa sĩ Thái Tuấn, đã khu trừ những tạp niệm đời thường nơi tôi.

Mẫu bìa đơn giản mà, đẹp tới nao lòng này, đã sánh vai tôi đi dọc theo hành trình năm, tháng, hành trình một kiếp nhân sinh của họ Võ - Một người làm thơ từ những năm cuối thập niên (19)60 ở miền Nam.

Cõi giới thi ca Võ Chân Cửu đã rất sớm làm thành bởi những cật vấn sinh, tử. Cật vấn đạo, đời . Và, cật vấn chính sự hiện hữu của ông. Như một bất trắc hoan lạc và, lầm than. Ân sủng và, nghiệt ngã thảm kịch.

"Ngọn gió" mát thi ca, những đường bay lênh đênh thiết tha chữ, nghĩa của Võ Chân Cửu, ngay tự mẫu bìa đẹp, tới nao lòng kia, đã dẫn tôi chạm mặt những dòng thơ thứ nhất:

"Anh chẳng giữ nụ hoa quỳnh mới nở
"Nhụy sẽ chùng năm tháng tim ai
"Cánh chưa khép. Khung trời lá đỏ

---

* Thi phẩm "Ngọn Gió" của nhà thơ Võ Chân Cửu tập hợp 153 bài thơ đã xuất bản: Tinh Sương (Thi Ca, Saigon 1972, Đại Mộng (Nhị Khê, Saigon 1973), Ngã Tư Vầng Trăng (NXB Trẻ 1990); cùng trường ca Quẩy Đá Qua Đồng (1974) và các bài thơ từ 1972 -2011 chưa in trong sách nào. Được biết nhà thơ Võ Chân Cửu sinh năm 1952, tại Bình Định. Ông theo học Đại học và Cao học Văn học Viện Đại học Vạn Hạnh 1970-1975. Ông làm thơ, đăng báo từ năm 1965, ký tên Võ Chân Cửu từ 1969. Khi làm báo, ông dùng bút danh Hưng Văn.

"Cầm tay em anh muốn nói bao lời."

Và:

*"Mặt trăng xoay quanh địa cầu
"Anh ngóng bước chân em
"Ngày ngày, tháng tháng
Vầng trăng, trái đất, mặt trời
"có khi thẳng đứng
"Anh tưởng chừng như phải xa em*

*"Ánh trăng ơi đừng khoác áo nâu sồng
"Mang guốc mộc để ta trông thấy lại*

*"Nguyệt thực tan rồi
"Sao ta ngóng mãi
"Ngước trông trời
"Biết em lại chia xa"*

Tôi không biết khi họ Võ viết *"biết em lại chia xa"* ông muốn nói tới chia tay nào? Tôi cũng không thấy cần tìm hiểu hay, phỏng đoán chiếc bóng đích thực nằm sau năm con chữ ấy.

Với tôi, cho dù chia tay kia, có là sự chia tay với tình nghĩa, thủy chung? Chia tay với sống, chết? Chia tay với rễ bèo chạm bùn thú tính? Thậm chí, chia tay ấy, có là sự chia tay với chính tác giả... Thì, với tôi, "Ngọn gió" cũng sẽ chẳng bao giờ chia tay chính nó.

Vì, nó là "ngọn gió" mát thi ca.

Vì, nó là đường bay lênh đênh thiết tha chữ, nghĩa.

Nó độc lập. Nó mình ên. Trong và, ngoài Võ Chân Cửu, đấng sinh thành ra nó.

Thế rồi, không lâu sau, "22 tản mạn" của họ Võ lại được nhà sách Phương Nam, Saigon ấn hành.

Đó là những hồi ức ghi lại một phần sinh hoạt văn học nghệ thuật của miền Nam (1954-1975).

" *22 Tản Mạn* cho ta hình dung lại rất nhiều khuôn mặt thi ca của miền Nam. Có nhiều tác giả mà hiện nay với độc giả thế hệ 8X trở đi, hầu như không ai biết cả. Nó cho thấy sự phong phú trong sáng tác của các văn nghệ sĩ thời đó..."(trích lời bạt của nhà thơ Chu Ngạn Thư.)

Thật vậy, với tính nhạy cảm của một thi sĩ, với ký ức phong phú, kinh nghiệm sống dày dạn của một người luôn nặng tình với văn chương, bằng hữu, *"22 Tản Mạn"* đã có sức hấp dẫn, lôi cuốn người đọc bằng một giọng văn trầm tĩnh, giản dị nhưng vẫn sâu sắc, thấm đẫm chất văn học. Có những đoạn nhận định rất ngắn, rất cô đọng mang tính ẩn dụ khiến chúng ta phải ngậm ngùi khi nhìn lại một thời kỳ văn học nghệ thuật vô cùng phong phú, sinh động của miền Nam trước 1975. Võ Chân Cửu viết:

"Dưới dòng suối, những rễ cây vô tình ngoạm đá. Dâu biển tang thương, phá xong những cánh rừng, người ta moi đến gốc. Những rễ cây ôm đá qua các nhà sinh vật cảnh đã trở thành các món hàng vô giá. Dòng chảy 21 năm văn học miền Nam có thể sẽ được đào xới lên theo nhiều cách. Một nhà khoa học sinh học chăm bắm vào các đề tài nghiên cứu, khi nhìn thấy các món sinh vật cảnh nầy quả quyết qua tháng năm, nó tích tụ nhiều chất phóng xạ; có loại đem chưng trong nhà sẽ rất độc hại. Cách nhìn duy vật thô sơ vẫn xem gỗ đá là những loài vô cơ. Cách nhìn mới cho rằng trong đó sự sống vẫn dịch chuyển. Có khi nó chứa đựng cả phần hồn. Thật vậy chăng?!"

Chỉ với một ít dòng thôi, nhưng tôi cho, tự thân những dòng chữ mang tính ví von, ẩn dụ về tình hình văn học nghệ thuật miền Nam trước 1975, là một cách nói khéo léo, bản lĩnh, ẩn chứa mối tri tình nồng ấm của họ Võ, với dòng văn học rực rỡ mà cá nhân ông, đã từng góp phần.

Dưới đây là một mảng trời thơ Võ Chân Cửu, trích từ tập thi tuyển *Trước sau* của họ Võ, do Thư Quán Bản Thảo, ở New Jersey, ấn hành tại Hoa Kỳ, năm 2011.

Đó là một hợp tuyển từ nhiều thi phẩm đã được xuất bản trước cũng như sau thời điểm 1975 tại Saigon, của Võ Chân Cửu.

Vô tình

*Nàng đội nón cời
Đi về phương bắc
Thẳng đứng mặt trời
Soi không thấy mặt...
Soi bóng
Trăm năm bá láp
Nghìn năm điêu tàn
Đi về Tịch Hạp
Soi bóng trăng ngàn...
Một ngày bộ hành
Sớm về phía mây tụ
Chiều tới nơi mây tan*

*Phải nơi nầy chốn cũ
Trên mặt đất còn hoang
Trời rộng đau gió hú
Ôi hư không tràn lan...*

Tà huy

*Lên đồi theo gió rượt
Cao cao nghìn bóng mây
Mây chạy dài sau trước*

Bóng hư linh thì lướt
Hồn vạn kiếp thì bay
Một chút bụi tà huy
Nằm trong lá lung lay
Ngoa ngoe như mới đẻ

Rung mình lên thật nhẹ
Mười lăm năm qua rồi
Sương trắng ngập qua đồi
Ngõ về như muốn ngợp
Muốn gọi, chưa ra lời
Bóng tà bay cái vụt...
Đường vô núi
Theo mây đi một buổi
Trời đất nhẹ phiêu phiêu
Va đầu tưởng đụng núi
Chỉ đụng bóng sương chiều
Một mặt trời lầm lũi
Trên trần gian tiêu điều...
Chùa cổ bên sông
Chùa cổ bên sông
Mưa lồng chính điện
Mưa dìu mái cong
Về thăm năm cũ
Rã chút hương tàn
Trên bia mộ hoang
Trên cành đa phế
Hồn đựng bình vôi
Và trong ngẫu tượng
Than đất than đá
Than cỏ than cây
Cùng con dế nhỏ
Gáy suốt đêm dài

Gáy suốt mười năm
Chết vùi dưới rễ
Còn mãi kêu em
Bên kia bờ sậy
Sông là nắng mai
Ủ lòng em nhạt
Gáy suốt mười năm
Nở hoa bát ngát
Em đeo trong tim
Em cài lên ngực
Một mai hết rồi
Em biết còn ai
Gọi vầng trăng đục
Chở tình lên mây
Mây tan mây hợp
Mây trắng đầy trời
Tan nát nửa đêm
Xoáy theo tiếng mõ
Vọng từ muôn xưa
Hiện con bướm nhỏ
Đậu bâu áo phai
Ru trong nắng tịnh
Nước mắt như mưa
Cuốn hai bờ mắt
Mắt khép một bờ
Em thấy trăm năm
Một tiếng chuông đồng
Em thấy nghìn năm
Một câu chiêu niệm
Em nhìn vạn kỷ
Một vùng như sương
Chùa cổ bên sông

Mưa mưa không cùng
Mưa mưa kỳ cựu
Những ngày nước dâng
Mưa êm nhập định
Từng mảnh rêu phong
Anh quên kinh kệ
Ra chảy với sông
Tìm em vạn ngả
Bạc áo nâu sồng
Kiệt trên đời cũ
Ơi em vô hình
Một đời bay vụt
Hỏi em bóng dáng
Sông nước chập chùng
Nước xô thiên địa
Chùa cổ bên sông.

Chương năm:
Văn Xuôi

Bùi Bích Hà, trong cõi văn chương nữ giới, quê người

Những người quan tâm tới sinh hoạt văn học Việt Nam ở quê người, không khỏi mừng rỡ, hân hoan, khi nhận thấy, nơi quảng trường Văn học Việt lưu vong, càng lúc, càng thấy sự xuất hiện đông đảo, dập dìu rất nhiều khuôn mặt nữ giới. Đội ngũ phong phú, ồn ào những người viết văn phái nữ này, mấy năm gần đây, đã trở thành nét đặc thù của hơn 20 năm văn học ty nạn. Đóng góp của họ, là những đóng góp không nhỏ trong dòng sống văn chương phồn thịnh, đa dạng, hăm hở quẳng mình về phía trước.

Hiện tượng này càng được chú ý hơn nữa, khi mà, những người cầm bút lớp trước 1975, ở quê người, đã lần lượt bỏ cuộc. Hiện tượng này càng được trân trọng hơn nữa, khi hàng ngũ những người cầm bút, nam giới, sau biến cố 30-4-75, cũng cho thấy nhiều dấu hiệu bế tắc, quẩn quanh, khô cạn...

Nhưng, đông đảo dập dìu nào, cũng mang tính hỗn độn, xáo trộn giữa những tinh ròng và hào nhoáng.

Nhưng, phong phú, ồn ào nào, cũng xao xác tạp âm, khiến cho tiếng suối đầu nguồn bị khuất ngầu bởi những ì uồm kênh, rạch.

Những người theo dõi sinh hoạt hai mươi năm văn học Việt Nam, quê nhà, còn nhớ rằng vào cuối thập niên 60, đầu thập niên 70, miền nam Việt Nam, cũng ghi nhận được sự đóng góp tốt đẹp của tươi tốt của hàng ngũ những cây bút nữ. Đó là sự bứt lìa khỏi đám đông, bước ra khỏi khung cửa nội trợ, khỏi bếp lửa gia đình của một Nhã ca, rồi một Trùng Dương, Nguyễn Thị Hoàng, Nguyễn Thị Thụy Vũ, vân vân... Những tên tuổi này, dù mỗi người một phong cách, khác nhau, nhưng vẫn họ có chung một mẫu số: mẫu số tài năng, trải qua giai đoạn đãi lọc thời gian, khắc nghiệt. Nhưng những tên tuổi này, dù mỗi người một đường kiếm huê dạng khác nhau, họ vẫn có chung một mẫu số: Mẫu số nhân cách, mẫu số tâm thành với chính mình.

Trong khi đó, gần đây, ở hải ngoại, hàng ngũ những người cầm bút nữ giới của chúng ta, tuy mỗi người cũng một cách thế vung gươm, tuy mỗi người cũng một cách thế nhập cuộc..., nhưng có người, đã ghi nhận rằng cho rằng, trong số những cây bút nữ hôm nay, ở hải ngoại:

- Đã có, không dưới một người chọn cách thế tiến ra quảng trường chữ nghĩa bằng trường báo, trận văn.

Đã có, không dưới một người, lấy sự quảng giao làm phương tiện đi tới.

Đã có, không dưới một người, đứng hẳn vào một phe nhóm, làm thế tựa lưng.

Và cũng đã có, không dưới một người, khai thác sự tạo bạo, chửi bới, thô tục đến không còn yếu tính văn chương, để chiếm lĩnh được sự chú ý của dư luận...

Tựu trung, theo quan điểm của những người chia sẻ với nhận xét vừa nêu ra, thì, dường như đã không có một tương đồng nào, giữa lớp văn chương nữ giới trước 1975 ở quê nhà, và lớp văn chương nữ giới, cầm bút sau 1975, ở quê người.

Tôi không đồng ý hoàn toàn với ghi nhận bi quan này. Cách gì, nhận xét kia, theo tôi, cũng có phần khắt khe, bất công và hàm hỗn. Bởi vì, trong đám đông những cây bút nữ ồn ào, phăng phăng tiến ra quảng trường văn học tỵ nạn ta, vẫn còn những cây bút chĩu nặng tâm thành, chói lọi nhân cách.

Tôi không chia sẻ tận cùng đáng tiếc nọ. Cách gì, trong hơn hai mươi năm văn học tỵ nạn, quê người, theo tôi, cũng vẫn có những cây bút nữ, lặng lẽ, với một đời sống bình thường, không làm dáng trong văn chương, không ồn ào trên đường phố, vẫn còn thấy đỏ mặt với những thô tục được ném lên trang giấy, một cách hân hoan, nhí nhố.

Cách gì, trong hơn hai mươi năm văn học hải ngoại, cũng vẫn có những cây bút nữ, mà tài năng, mà trí tuệ, thể hiện qua sinh phần chữ nghĩa của họ, khiến chúng ta phải nghiêng mình, trân trọng.

Một trong những cây bút nữ, khiến chúng ta phải nghiêng mình, trân trọng trước tài năng đó, là Bùi Bích Hà, truyện ngắn.

Thế giới truyện ngắn mang tên Bùi Bích Hà là một thế giới tĩnh, lặng. Người đọc sẽ thất vọng, nếu có ý định đi tìm trong sinh phần văn chương họ Bùi, những cơn sốt tình dục, những ám ảnh sinh lý. Người đọc sẽ thất vọng, nếu có ý định, những làm dáng trí thức, làm dáng phẫn nộ, buồn nôn, đối kháng, thậm chí, những thô lỗ, sỗ sàng với những danh từ, những hình ảnh dâm dục trần trụi trong cõi văn xuôi của nhà văn nữ này.

Khác hơn một số cây bút nữ cùng thời, nhan sắc văn chương Bùi Bích Hà không cần tới lớp phấn son lòe loẹt. Thế giới văn xuôi Bùi Bích Hà không cần tới những mánh khóe mang tính ảo thuật. Đó là một sinh phần truyện ngắn mà người viết đã làm chủ toàn phần những con chữ của mình. Tính điềm đạm, lắng, sắc xuống những đáy tầng tâm thức nhân sinh là nét đặc thù đầu tiên, của tấm căn cước nhà văn mang tên Bùi Bích Hà. Chính cái điềm đạm tới lặng lẽ, lắng sâu và sắc xuống kia, của cõi văn xuôi Bùi Bích Hà, đã như tấm gương hắt lại cho người đọc, cái chân dung cô đơn, cái nhân dáng thất lạc, gẫy, vỡ của lớp người tỵ nạn Việt, hôm nay, trong cảnh tình luân lạc này.

Văn xuôi, Bùi Bích Hà.

Bà Nhất Linh Nguyễn Tường Tam

(Bài nói chuyện nhân dịp ra mắt tuyển tập Nhất Linh, Người Nghệ Sĩ-Người Chiến Sĩ, tại nhật báo Người Việt, quận Cam, ngày 22/8/2004).

Trong trí tưởng tôi như một độc giả con nít những năm 40, thiếu nữ những năm 50 và trẻ tuổi những năm 60, Nhất Linh trong Tự Lực Văn Đoàn cùng những vị cầm bút thời của ông là những nhân vật gần như huyền thoại, chỉ hiện hữu bằng tài năng, thanh danh và tác phẩm, không bằng nhục thể có thể nhìn thấy hay tiếp cận, như những con người bình thường khác xung quanh tôi.

Giữa năm 1963, tuy đã tốt nghiệp đại học, đi dạy, đã bước vào một cuộc hôn nhân khó khăn và đang sinh sống tại một tỉnh lỵ trù phú gần cực nam miền nam Việt Nam, tin nhà văn Nhất Linh Nguyễn Tường Tam tự vẫn để phản đối sự bất công chuyên chính của chính quyền đương thời tới với tôi là một nỗi buồn lặng lẽ.

Dường như một phần của ông, cái hồn Tự Lực Văn Đoàn mà tôi gắn bó mật thiết thời còn đi học, trước đó, đã được tôi chôn cất kỹ trong hoàn cảnh làm vợ không có chỗ nào dành cho văn chương của tôi. Nay ông thực sự ra đi, là một tên tuổi chính trị lẫy lừng, một tư cách chính trị hiếm hoi, khuôn mặt này của ông, dẫu thế, hoàn toàn xa lạ trong cảm thức của tôi. Có vẻ như thế hệ chúng tôi, nhút nhát, lãng mạn, nên yêu thích cái đẹp trừu tượng, thậm chí trừu tượng hóa mọi vẻ đẹp của đời sống để thấy chúng tinh khiết, linh thiêng, và như thế, chúng càng đẹp hơn, an toàn và bền bỉ hơn.

Phải đợi đến bây giờ, những năm đầu thế kỷ 21 và do tạp chí Thế Kỷ 21 đề xuất, chúng tôi mới có dịp nhìn lại thần tượng Nhất Linh của chúng tôi suốt hơn nửa thế kỷ vừa qua.

Điều khám phá đầy ngạc nhiên và thích thú là khi nhìn ông như một con người bằng xương, bằng thịt, từng sống, từng cảm xúc như bất cứ ai với trái tim mỏng manh, với tấm linh hồn dễ bị thương tích, tôi nhận ra cả những liên hệ đời thường xung quanh ông, sinh động và phong phú, tôi nhận ra bà Nhất Linh, anh Nguyễn Tường Triệu, anh Nguyễn Tường Thiết.

Tuy nhiên, bữa nay, trong khuôn khổ thời gian hạn hẹp của buổi giới thiệu tuyển tập Nhất Linh, Người Nghệ Sĩ-Người Chiến Sĩ, do nhà Thế Kỷ phát hành, chúng tôi chỉ xin được nói về bà Nhất Linh, khuê danh Phạm Thị Nguyên.

Có một câu truyền khẩu rất phổ thông, đã trở thành khuôn sáo, khi người ta muốn đề cao vai trò của những bà vợ đảm đang, mẫu mực, đứng sau lưng người chồng thành công, làm điểm tựa vững chắc cho người đàn ông ấy. Cho dù không đón nhận câu xưng tụng này như một bông hồng hoa mỹ mà xã hội cài lên ngực áo hay như một tuyên dương muộn màng, mang tính phủ dụ, dành tặng các vị nữ lưu giúp chồng làm nên sự nghiệp, tôi chắc mọi người đều sẵn sàng nhìn nhận thực tế trong những đóng góp thầm lặng của nữ giới đối với chồng con họ. Trên dòng lịch sử văn học - chính trị của chúng ta, những đóng góp này rất lớn, tỷ lệ nghịch với con số nhân lực đóng góp vì tài năng, đức độ vốn không nhiều trong cõi nhân sinh. Bà Nhất Linh là một trong những bà vợ hiếm quí này.

Ở trang 9 tập sách ra mắt hôm nay, chúng ta có bức vẽ chân dung bà Nhất Linh do danh họa Nguyễn Gia Trí (và cũng là bạn chí thiết của gia đình Nguyễn Tường) thực hiện năm 1952 tại Sài Gòn. Ngoài y phục, cách trang sức điển hình của nữ giới trung lưu đất Thăng Long những năm năm mươi trở về trước: áo nhung, chuỗi ngọc, hoa tai, nhẫn, vòng, bà có khuôn mặt trái soan, nét cương nghị nhờ ở chiếc cằm vững chãi, vầng trán rộng. Đôi môi bà không đậy kín hàm răng khá đều đặn, khiến cho bà tuy không cười nhưng nụ cười dường như phảng phất, của một tâm hồn bình an, một tấm lòng rộng mở. Dưới hàng lông mày bán nguyệt thanh tú, đôi mắt bà to, tròn, ánh nhìn êm ả, buồn mà không ảm đạm. Bà chít khăn nhung, đường ngôi rẽ lệch, cùng với hàm răng không nhuộm của bà, là dấu hiệu mở đầu cho phong trào manh nha đổi mới của nữ giới Hà Thành thập niên 30- 40, đồng thời với chiêng trống cổ võ canh tân của nhóm Tự Lực Văn Đoàn. Để tìm hiểu thêm về bà, để có một cái nhìn gần gũi hơn, sống động hơn về bà, khác với nhìn từ một bức vẽ chân dung dù là qua nét cọ tài hoa của nhà danh họa Nguyễn Gia Trí, mời quí vị nghe thi sĩ Anh Thơ mô tả bà như sau: "Hôm đến nhà Nhất Linh, tôi tưởng tượng vợ ông là cô Loan (trong Đôi Bạn), một cô Loan ngây thơ, xinh đẹp. Nhà của nhà văn phải là một khu vườn rộng, mang đầy hương sắc thôn quê và cô Loan áo trắng đang hái rau ngót dưới trời mưa. Nhưng ngược lại, nhà Nhất Linh lại là cửa hàng buôn bán đủ cả cau tươi, cau khô và cô Loan là một bà tuổi đã nạ giòng, mặc quần áo đen, dáng vẻ tất bật của một người đàn bà vất vả, phải tự lo lắng nhiều cho gia đình..." Đoạn cuối bài phóng sự, nữ sĩ Anh Thơ viết thêm về bà sau khi nghe bà tâm sự về chồng con, như sau: "Đôi mi dài óng ả của bà rung động trước cặp mắt to long lanh.

Tôi nhớ mãi đôi mắt ấy. Đôi mắt có vẻ chịu đựng mọi hy sinh vì người thân yêu của mình. Đôi mắt của một người đàn bà Việt Nam cũ kỹ, tảo tần, không ý thức được rằng những việc mình làm đã đóng góp cho sự nghiệp của chồng không nhỏ."

Mặc dầu công lao của những bà vợ như bà Nhất Linh, của những bà vợ kém may mắn hơn vì các ông chồng họ không nổi tiếng bằng ông Nhất Linh nhưng họ, một cách nào đó, cũng đã hy sinh, những công lao ấy luôn được văn học cùng người đời ca ngợi, mặc dầu nay những người đàn bà ấy hoặc đã nghìn thu yên nghỉ, hoặc nếu còn sống, ngoảnh nhìn lại chặng đường gian khổ đã qua, họ cũng đủ tự hào và vui lấy mình, thế nhưng tự đáy lòng một phụ nữ học đòi chữ nghĩa, hiện sống ở đầu thiên niên kỷ thứ ba như tôi, vẫn cứ có chút gì bất nhẫn, ngậm ngùi về sự bất công nếu như đời những người đàn bà kia chỉ là một chuỗi ngày dài hy sinh và chịu đựng.

Trong ý nghĩ với rất nhiều rung động của tôi khi thử đi tìm một cách giải thích khác, tôi vui mừng thấy bà Nhất Linh được hưởng nhiều hạnh phúc hơn chúng ta tưởng.

Trước hết, nếu cuộc hôn nhân của ông bà hoàn toàn do số phận quyết định, cha mẹ đôi bên mối manh, dạm hỏi linh đình (trả lời phỏng vấn Anh Thơ) thì mặt tích cực của sự kiện này là bà không mang nhiều ảo tưởng khi bước vào cuộc đời làm vợ. Ngay lập tức, bà nhận lấy trách nhiệm gánh vác giang sơn nhà chồng, với khả năng và phẩm giá ngang tầm vai trò của mình, một tay bà "quán xuyến tất cả mọi công việc giao tế, phân xử tranh chấp trong gia đình, họ hàng nội ngoại, ảnh hưởng của bà rất mạnh trong dòng họ" (Nguyễn Tường Thiết, Tâm Tình của Người Con). Bà nhận sự phân chia trách nhiệm giữa vợ chồng một cách giản dị, "sách báo là việc của đàn ông, đàn bà mình ngó vào làm gì" thế nhưng khi vì một lý do nào ông ngừng viết, bà hiểu ngay ông đang có vấn đề khúc mắc. Bỏ cả việc buôn bán, bà từ HàNội đi Hương Cảng. "Có chị trên núi, không khí nơi đây như tươi lên đôi chút. Chị Tam kín đáo săn sóc anh, luôn tìm cách nhắc lại thời anh làm báo, viết sách. Chỉ những khi đó, như một phép lạ, nét mặt anh vui, ánh mắt tươi sáng... Chị Tam mua một chiếc ghế vải, có thể ngồi hay nằm tựa và chiếc bàn nhỏ, kê trong hang đá, rồi gọi nơi đó là nhà mát... Anh có thể ngồi suốt ngày trong hang đá, viết, viết và viết... Đến mùa hàng cau khô, chị Tam phải về Hà Nội. Anh Tam phần nào đã tạm ổn định tinh thần, viết lại và viết rất đều tay cuốn Xóm Cầu Mới, khiến chị yên tâm" (Nguyễn Thị Vinh, Nhất Linh và Xóm Cầu Mới). Như vậy, không phải là bà không ngó vào việc sách báo của ông, chỉ là bà biết khi nào thì cần ngó vào. Chỉ một cái "biết" này thôi đã làm cho bà trở nên riêng biệt. Ngoài tư cách làm vợ với ít nhiều hệ lụy, bà có thêm tư cách làm người bạn tri kỷ của chồng, biết hiện diện, biết vắng mặt đúng lúc, biết làm nguồn cảm hứng, làm ngọn gió cho cánh diều bay bổng, không làm giây nhợ buộc chân người.

Và, Nhất Linh, linh hồn tuyệt hảo của những tác phẩm TLVĐ, ông còn là người đàn ông như mọi người đàn ông khác, hơn cả những người đàn ông khác vì ông có tài, lại hào hoa, phong nhã. Trên những trang sách ông viết, theo nhận định của nữ sĩ Anh Thơ, "tình yêu vượt xa những chuyện tả tình yêu tầm thường của các nhà văn khác, Dũng yêu Loan nhưng lại yêu cuộc đời hoạt động hơn là say mê lạc thú gia đình," liệu ngoài đời, ông có yêu vợ bằng cái tình vượt xa sự tầm thường như Dũng yêu Loan không? Một tình yêu được xếp hạng thứ tự ưu tiên như thế, liệu có tồn tại đẹp đẽ như trong tiểu thuyết không? Kể cả nữ sĩ Anh Thơ, bà đã công khai bày tỏ sự nghi ngờ thoáng qua khi đặt câu hỏi: "Nhất Linh có nhiều cô bạn trẻ đẹp thế này thì ông có còn yêu bà không? Hay bà chỉ được ông coi là cái kho tiền để ông lấy của mà làm việc?"

Tôi tin rằng bà Nhất Linh đã được chồng yêu bằng cái tình yêu vượt xa sự tầm thường thông tục khi chính bản thân bà cũng vượt xa sự tầm thường thông tục để tan hòa chính mình vào các ưu tiên của chồng, xóa bỏ được ranh giới gai góc của sự chọn lựa để lựa chọn nào của chồng cũng có bà ở trong: "Còn các cuộc lạc quyên lo nhà cho dân nghèo thì bây giờ mới bắt đầu. Mà mình đứng lên hô hào người ta thì mình phải bỏ vốn trước đã. May mà nghề buôn cau của tôi cũng dễ kiếm lãi, mới giúp được nhà tôi có tiền mà lo các thứ." Rõ ràng bà không chỉ là cái kho tiền của ông, bà còn là cái kho của những thứ quí giá khác: sự hiểu biết, niềm tin đặt vào công việc chồng làm và lòng thiện.

Vì vậy, không chỉ yêu, ông còn cực kỳ trân trọng khi nghĩ về bà. Hãy nhìn những giòng chữ ông dập xóa nhiều lần chỉ để viết một lời đề tặng cuốn Xóm Cầu Mới cho vợ: "Tặng N. người đàn bà yêu quí đã khuyên tôi bỏ hết chính trị, trở lại đời văn sĩ và nhờ thế, cuốn Xóm Cầu Mới này mới ra đời..." Rồi ông sửa lại, không đành viết tắt tên bà với một mẫu tự N, lần này ông viết cả chữ Nguyên, như một cách gọi minh thị và âu yếm, để nghe cái tên ấy dội lại trong tâm hồn ông với tất cả yêu đương. Ông cũng xóa bỏ mấy chữ người "đàn bà yêu quí," như thể cách xưng tụng khuôn sáo này không xứng đáng với tầm vóc của bà, không giãi bày được hết cảm xúc trong lòng ông nên ông sửa lại: người rất thân yêu. Rồi ông cũng xóa mấy chữ " bỏ hết chính trị" vì bà có bao giờ muốn ông phải từ bỏ điều gì đâu dẫu chỉ là tìm cách khuyến dụ! Con đường chông gai nào ông đi, cũng có dấu chân bà lặng lẽ theo cùng.

Thế kỷ 15, trong La Chanson de Roland, trước khi vĩnh viễn nhắm mắt lìa đời giữa khe núi mờ sương, người hiệp sĩ thất trận cúi hôn lên mặt đất, mặt hướng về hoàng cung, thu hết tàn lực thổi hồi kèn tạ tội với quân vương, không một chút băn khoăn tưởng nhớ tới người đàn bà đợi chờ. Thế kỷ 20, người đàn ông, người chiến sĩ Việt Nam hào hùng Nguyễn Tường Tam, trong giây phút quyết định ra đi, đã cẩn thận gửi tới người bạn đời của ông những giòng di chúc về "mối tình đẹp đẽ của đôi ta trong bao năm," lời cám ơn về niềm hạnh phúc tràn đầy họ đã cho nhau đến mức "không còn ao ước gì hơn." Trước sau, dù xa, dù gần, dù đã năm, bảy mặt con, dù thăng trầm chìm nổi bao phen, ông luôn yêu bà như một người tình. Ông không cần trối trăn thêm gì nữa. Ông biết tình yêu trong lòng ông, trong lòng bà, của lòng họ từng dành cho nhau, chỉ một điều quan trọng ấy sẽ đủ sức giúp bà chu toàn những gì cần chu toàn trong quãng đời còn lại của bà.

Lựa chọn nói về bà Nhất Linh như tôi vừa mạo muội trình bày, trước hết, vì tôi cực tin vào vẻ đẹp của tình yêu, nói chung. Ở đỉnh cao của nó, tình yêu khơi gợi và làm triển nở năng lực tinh anh nơi mọi người. Sau nữa, đọc thêm nhiều tài liệu xung quanh cuộc sống của ông bà Nhất Linh, tôi thực sự tâm cảm và ngưỡng mộ. Sự thể nhập vào nhau của hai ông bà trọn vẹn quá, lý tưởng quá, họ đem thêm cho nhau nhiều thứ và không lấy đi của nhau bất cứ cái gì. Trên bước đường ngang dọc, rất dễ có những hoàn cảnh tế nhị xảy tới cho một người đàn ông vốn tự do như mây trời, "hết đi tây du học, đi Pháp chữa bệnh, lại đi Tầu làm cách mệnh, đi Đà Lạt chơi lan, một hai năm, ba bốn năm mới về nhà" (Trương Bảo Sơn, Những kỷ niệm riêng với Nhất linh Nguyễn Tường Tam) thế nhưng, tựu chung, cuộc sống tình cảm riêng tư của ông thật trong sáng, như nhận xét rất đáng tin cậy của nhà văn Nguyễn Thị Vinh: "Đâu chỉ có văn chương trong sáng không thôi, mà cả cuộc đời anh Tam đã ánh lên sự sáng trong." Đọc Bác Hòa Hàng Cơm hay Cậu Ấm Đi Bắn Vịt Trời, độc giả thấy ông có biệt tài mô tả sự cám dỗ về thể xác giữa người đàn ông và người đàn bà, sự sa ngã tưởng chừng trong gang tấc nhưng sự tránh né được chỗ ấy, vực sâu ấy, dưới ngòi bút của ông, còn tài tình hơn nhiều, khiến ta liên tưởng tới một người uống rượu mà không để cho mình say, biết trước rằng khi tỉnh, phải dọn dẹp những thứ tanh tưởi đã nôn ra:

"Thà bỏ qua một cái thú trong chốc lát về nhục dục còn hơn mất một chỗ hút thuận tiện và lâu bền" (Cậu Ấm Đi Bắn Vịt Trời). Là một nghệ sĩ chân chính, ông yêu mê cái Đẹp và thể hiện nó một cách thuần khiết trong mọi hoàn cảnh sống. Nhà văn Trương Bảo Sơn, trong bài Những kỷ niệm riêng với Nhất Linh Nguyễn Tường Tam, đã ghi lại như sau: "Ông yêu lan đến độ bưng cả chậu lan Thanh Ngọc lên giường ngủ chung và tặng lan hai câu thơ:

Sắc trong Thanh Ngọc, hương thơm mộng
Một thoáng mơ tiên, thoảng xuống trần."

Nếu quí vị đọc lại trích đoạn Cậu Ấm Đi Bắn Vịt Trời, đoạn vợ chồng cậu Ấm đùa bỡn với nhau, đối thoại thật thông minh, tình tứ và duyên dáng, rồi nhìn vào bức hình chụp ông bà Nhất Linh bên giòng suối Đa Mê (trang 96) tôi tin chắc quí vị cũng sẽ cảm nhận như tôi, ảnh và truyện phản chiếu nhau khá rõ. Dường như ngòi bút ông, tâm thế ông, chỉ hoàn toàn thoải mái khi nó bay lượn, vẽ ra khuôn mặt hạnh phúc trong khung cảnh gia đình, với người đàn bà rất thân yêu, rất tin cậy của ông chứ không ở đâu khác, cũng không với một ai khác.

Có lẽ phần đông các bạn gái trẻ thời nay sẽ phát biểu là họ không còn chấp nhận cách sống của những bà vợ thời bà Nhất Linh nữa. Tôi ngờ rằng bản chất tình yêu thời nào cũng thế, chỉ có cách biểu lộ thay đổi tùy thuộc sự lý luận của từng người thường có xu hướng chạy theo trào lưu và sự định hình của xã hội. Nói đến biểu lộ là nói đến lựa chọn, tách mình ra khỏi trào lưu hay sự định hình ấy. Mỗi lựa chọn, tiếc thay, luôn có một tỷ lệ rủi may. Cái rủi, đã đành không ai lường trước được nhưng cái may, mừng thay, có sẵn trong trái tim trong trẻo của những ai nhìn thấu suốt mình, thấu suốt người và thấu suốt cả càn khôn. Tôi tin rằng với trái tim trong trẻo, tấm lòng quảng đại, sự may mắn luôn ở cùng bà Nhất Linh trong suốt cuộc đời làm vợ chân cứng, đá mềm của bà để ngày hôm nay, đứng đây, ngồi đây, kẻ hậu sinh như tôi thật sung sướng được soi chiếu từ bà những kinh nghiệm xử thế vô giá.

Quận Cam tháng 8/04.

Châu Thụy, tái hiện bi kịch vượt biển trong "Vực Xoáy"

Hơn một năm trước đây, khi viết về Châu Thụy, "cha đẻ" của hệ phái *"Bút Họa"* đi ra từ *"Thư Họa"*, tôi đã trộm nghĩ, tôi sẽ không ngạc nhiên, nếu một ngày nào Châu Thụy làm thơ hay viết văn.

Tôi có ý nghĩ này khi nhận ra tính chất sáng tạo mạnh mẽ trong những bức "bút họa" phối hợp được cả hai lãnh vực đường nét và, chữ nghĩa.

Nhưng, khi nhận được bản thảo *"Vực Xoáy"* của Châu Thụy thì, tôi thực sự ngạc nhiên.

Tôi ngạc nhiên không chỉ vì khả năng kể chuyện của Châu Thụy. Chỉ riêng mặt này thôi, Châu Thụy đã khiến người đọc dễ lầm tưởng như thể bi kịch trong *"Vực Xoáy"* là một thứ hồi ký của chính tác giả. Khi *"Vực Xoáy"* được Châu Thụy đẩy tới những đỉnh điểm cao nhất của bi kịch thì, người đọc mẫn cảm, có thể chảy nước mắt.

Nhưng điều mang lại cho tôi sự ngạc nhiên lớn, lại chính là khả năng mô tả của Châu Thụy. Từ tả tình, tả cảnh, tả người, tới những ghi nhận sắc, bén của ông, khi bước vào phạm trù tâm lý người nữ, vốn phức tạp, vi tế...

Độc giả Việt Nam đa số không có thói quen phân biệt giữa một người kể chuyện (Story Teller) - Là người chỉ chú trọng tới những diễn biến câu truyện mà, không hề bận tâm hay ý niệm gì lãnh vực mô tả. Trong khi với một nhà văn (Writer) thực sự thì, mô tả cũng là phần rất quan trọng. Nó làm nên khác biệt giữa nhà văn này với nhà văn khác, khi cùng ghi nhận tả một cảnh vật, một hiện tượng... Ở lãnh vực văn chương, tự hồi nào giờ, vẫn hiện diện một bức tường ngăn cách lớn, giữa hai loại nhà văn này.

Với tôi, qua *"Vực Xoáy"* Châu Thụy thực sự là nhà văn đúng nghĩa, ngay tự những chương sách thứ nhất của ông.

Đây là đoạn nhật ký thứ nhất của Vân (nhân vật nữ, trung tâm của *"Vực Xoáy"*,) qua khả năng "phân thân" của Châu Thụy:

"Ngày Tháng Năm...

"Hôm nay là ngày đầu tiên mình gặp anh. Không biết phải bắt đầu viết như thế nào đây? Sao tâm trạng mình rất lạ, cứ bồn chồn, nôn nao vui buồn lẫn lộn.

Khi anh đến, lúc mình đang nấu cơm ở phía sau. Anh đi cùng với ba người đàn ông khác, một người hơi đứng tuổi, còn hai người kia trạc cỡ tuổi anh. Anh cao ốm, trắng trẻo và hơi xanh xao. Sau khi được giới thiệu, mình cúi đầu chào mọi người. Một cái gì đó trìu mến từ trong ánh mắt và cử chỉ của anh. Tự dưng nhìn thấy anh, lòng mình bỗng xao xuyến, ngượng ngùng... thật kỳ lạ.

Anh cao quá, mình cứ sợ anh sẽ va đầu vào khung cửa. Không biết vì lo lắng cho anh hay là vì lần đầu gặp gỡ?

Sao tim mình lại đập dồn dập lạ thường mỗi khi nhìn thấy anh?..."

Và đây, tác giả mô về một trong những bức tranh mà Vũ, nhân vật nam chính trong *"Vực Xoáy"* nói về những bức tranh được vẽ thời niên thiếu. Không vững tay, nhà văn sẽ khó diễn tả các khía cạnh chấp chới giữa đường nét và, thông điệp mà bức tranh đem lại. Bởi vì tranh là một vật thể chết. Nó không sinh động như cảnh vật, hoặc con người:

"Hồ Dzếnh không dùng thủ pháp của cây cọ hay màu sắc lộng lẫy mà vận dụng sức mạnh của ngôn từ, ông phác họa được những đức tính cao đẹp của người phụ nữ Việt Nam. Còn riêng tôi, qua nét bút tôi vẽ lên tâm hồn cùng vẻ đẹp của người con gái thể hiện trên khuôn mặt đơn sơ mộc mạc, với những đường nét tinh khiết của nàng.

"Trong khung cảnh tĩnh lặng, những bức tranh với nét mực đen trên nền giấy trắng đầy vẻ huyền bí. Và dưới ánh trăng mờ ảo lùa vào từ bên ngoài qua những kẽ hở. Tất cả khởi động thêm nét đẹp lung linh, sinh động và rất quyến rũ. Tôi nhắm mắt lại để những cảm giác dịu dàng không thể diễn tả tiếp tục luân chuyển trong dòng máu. Và hình ảnh cô gái đó đang len lỏi vào tâm trí tôi, và ở lại mãi mãi..."

"Tôi cảm thấy bị cuốn hút bởi điều bí ẩn và miên man chìm sâu vào những suy tư đến khó hiểu. Mở lại những tấm hình đã vẽ, tôi không nhớ mình đã lặng ngồi như thế bao lâu, mà chỉ còn thấy ngọn lửa đam mê nghệ thuật đang bùng cháy trong tôi. Những hình ảnh móc nối, liên tục với nhau tạo nên một đoạn phim ngắn. Qua bao thăng trầm đổi thay của một thời thơ ấu không phải chỉ riêng nàng. Trong đó có cả tôi và những tâm hồn thơ ngây bất hạnh đang sống trong một thời điểm bi đát nhất, dứt khoát không có ánh sáng ở cuối một con đường hầm sâu hun hút... !"

Đoạn nhật ký thứ hai trong "Vực Xoáy" của Châu Thụy, với tôi, là một đoạn ghi nhận tâm lý người con gái mới lớn, trước rung động lạ lẫm nơi bậc thềm thứ nhất của một tình yêu mới chớm:

"*Ngày Tháng Năm...*

"Đã mấy hôm rồi, sao tâm trạng mình cứ nôn nao lạ thường. Mình nhớ hoài đến ánh mắt của anh. Ánh mắt đó đã cho mình một cảm xúc thật khó diễn tả, bồi hồi, vui buồn xen lẫn... Mỗi khi đi qua chỗ anh đang ở, mình cố gắng để không nhìn về hướng đó, nhưng mình có cảm tưởng hình như có một ai đó đang theo dõi. Vì cũng ở đó, mình đã gặp ánh mắt ấy, ánh mắt với bao nồng nàn, thu hút đã làm mình thật bối rối, thật rung động...

"Anh có biết là ánh mắt của anh luôn luôn in đậm trong tâm trí em không? Và khi làm việc ngoài vườn em không còn đủ tập trung, đầu óc suy nghĩ vu vơ đến xao lãng công việc. Để hôm nay, Ba cũng có thể nhìn thấy và ghẹo hỏi: 'Ai lấy mất hồn con gái của tôi rồi?' Mắc cỡ quá vì Ba đã nhận ra những thay đổi khác thường của em.

"Mình mong chờ tới giờ ăn, để được đưa mâm cơm ra chỗ anh ở, để nghe giọng nói của anh. Giọng người Bắc sinh trưởng trong miền Nam nghe là lạ, nhẹ nhàng nhưng cũng đủ làm cho mình lúng túng. Nếu như anh không kịp đưa tay ra đỡ, chắc mình run rẩy đã làm rớt mâm cơm. Mình cố gắng giữ vẻ tự nhiên.

"Xấu xí thế này, ai mà thèm để ý đến. Thật là hư!"

Mô tả một đêm mưa trong "Vực Xoáy", là một trong những đoạn văn tả cảnh khá đẹp của Châu Thụy:

"Ngoài kia, mặt trời đã khuất, nhường lại ánh sáng cho một buổi chiều thu. Gió thổi mạnh từng cơn lành lạnh. Bầu trời bỗng trở nên đen thẫm và mưa bắt đầu như trút nước. Mưa càng lúc càng nặng hạt, tiếng vỗ của giọt nước đổ rào rào trên lá cây. Những tia chớp xé rách bầu trời, mang theo những tiếng sấm ầm vang. Bác Tâm, Vân và tôi chạy nhanh vào trong lều để trốn mưa. Chúng tôi ngồi bên bếp lửa hồng. Trò chuyện trong tiếng nổ tí tách của than củi hòa cùng tiếng nổ của những hạt bắp no tròn, trắng ngà. Như trong chuyện hoang dã, ba mái đầu ngồi chụm bên nhau trong căn lều thô sơ. Nhìn bên ngoài, làn mưa đang chia cách chúng tôi với cuộc sống hiện tại. Mặc cho mưa rơi, cho côn trùng bắt đầu rên rỉ. Riêng chúng tôi vẫn nhận được hơi ấm trong từng cõi lòng và trong từng lời nói của nhau. Thật đơn giản, một khoảnh khắc bình yên và thanh thản lạ lùng. Tiếng mưa vẫn rộn rã, bên làn sương nước dày đặc. Không ai đợi chờ, không ai vướng bận, cũng không ai hối hả hay vội vã, cứ như thể là rất rảnh rỗi. Tất cả đang mờ nhạt dần và tan biến vào hư không, chỉ còn dòn dã tiếng mưa rơi. Dường như thế giới đang tạo dựng một thiên đường riêng cho cả ba tâm hồn."

Tôi có thể trích dẫn hàng chục đoạn nhật ký của Vân, linh hồn của "Vực Xoáy"; hay những mô tả đầy thi tính về sự vật của Châu Thụy... Nhưng tôi nghĩ, tôi sẽ thật không phải, thật có lỗi... nếu không dành quyền khám phá (quyền tối thượng) của người đọc!?!

Vì thế, tôi xin được ra khỏi bài viết này, với lời cảm ơn Châu Thụy. Cảm ơn "Vực Xoáy" đã cuốn hút tôi xuống tận đáy cùng cảm-thức hạnh phúc và xót xa, hân hoan và thốn đau trong "Vực Xoáy"...

(Calif. Feb. 2015)

Vài trích đoạn từ **"Vực xoáy"**/Châu Thụy.

"Vào khoảng chín giờ, trời nhá nhem tối. Vầng trăng vừa nhô lên. Chúng tôi rón rén đi hàng một từ nhà bác Tư trở ngược ra quốc lộ nối giữa Sài Gòn và Vũng Tàu. Những bóng người đổ dài như những bóng ma, chập chờn lên xuống theo từng bước bên cạnh tiếng côn trùng rên rỉ. Khi đến đầu hẻm, cô gái dặn mọi người ngồi khuất vào lùm cây và giữ im lặng. Ánh trăng sáng tỏ làm cuộc di chuyển của chúng tôi trở nên khó khăn hơn. Thỉnh thoảng có tiếng xe chạy vụt qua, chúng tôi cúi đầu tránh né bóng đèn xe quét tới. Một lúc sau vắng tiếng xe, chúng tôi lần lượt từng người chạy băng nhanh qua con lộ. Đi được một quãng xa, người con gái hướng dẫn giao chúng tôi cho Hưng đang đứng chờ sau một căn nhà lụp xụp bỏ trống. Hắn đưa mắt đếm từng người rồi ra hiệu cho chúng tôi đi theo. Chúng tôi lẽo đẽo đi qua những bờ đất hẹp, ngăn chia các vuông ruộng. Dù dưới ánh trăng vằng vặc, tôi vẫn bị trượt chân té lên té xuống nhiều lần, nhưng rồi lại đứng dậy, vội vã đuổi theo bóng người phía trước. Có tiếng chó sủa inh ỏi trong làng vọng ra, tôi thấy Hưng khom mình lao nhanh về phía trước, tôi bám sát anh cho đến tận bìa rừng. Bỗng Hưng đứng lại, ra hiệu cho chúng tôi ngồi chờ dưới một bụi cây cao rậm.

"Chung quanh là những rặng cây chà-là nằm im như một bức tranh bất động dưới ánh trăng. Tiếng côn trùng vang lên đồng điệu như một bản hợp ca trong đêm vắng. Nhìn lại sau lưng xa xa với những ánh đèn dầu leo lét, ở nơi đó có một căn nhà mà tôi đã được gặp người con gái khiến cho tim mình rung động... Tôi ngồi lặng im để tâm tư trở về với những hình ảnh thân yêu và nhớ lại từng cử chỉ sau cùng của Vân. Trước khi rời khỏi nhà Vân, tôi bước ra phía sau tìm nàng, để nói mấy lời từ giã. Vân đang ngồi bất động như một pho tượng bên thành giếng. Tôi bước lại gần và nhẹ nhàng ngồi xuống bên Vân, ân cần nói nhỏ:

"Anh cảm ơn em đã chăm lo cho anh những ngày qua... "

"Vân vẫn ngồi yên. Tôi nói tiếp:

"Không biết đến bao giờ mới gặp lại em.

"Tôi đang ngập ngừng thì Vân nói vội:

"Em mong anh đi bình yên và nhất định anh phải đi thoát.

"Tôi gật đầu, hiểu ý Vân nói.

"Em yên tâm, anh sẽ tìm cách báo tin về cho em ngay.

"Tôi hứa hẹn trong nghẹn ngào.

"Em ở lại cẩn thận nha. Tôi thiết tha nói lời từ giã.

"Vân kéo lấy bàn tay tôi, và dúi vội một cái túi nhỏ. Cầm tặng vật bé nhỏ trong tay, tôi không kềm chế được sự xúc động. Vân và tôi tuy ở cạnh nhau, cùng chia sẻ những vui buồn và những vất vả trong những ngày qua, chúng tôi vẫn giữ một khoảng cách. Nhưng trong giây phút cuối này, không nói ra chúng tôi đều cảm nhận rằng thật khó có ngày gặp lại! Tôi choàng tay ôm lấy bờ vai thon nhỏ của Vân và đặt môi lên tóc, còn Vân áp mặt vào ngực tôi thổn thức.

"Cả hai đứng chết lặng, trong một không gian nặng trĩu bao trùm khung cảnh chia ly. Thời gian như ngừng lại và dường như vũ trụ cũng ngừng quay, nhường chỗ cho những phút giây hạnh phúc cuối cùng! Tôi thấy mình như tan ra trong những giọt nước mắt của Vân thấm ướt qua ngực áo tôi trong tiếng nấc nghẹn ngào cho một cuộc tình ngắn ngủi.

"Tôi ghì chặt lấy thân thể nồng ấm của Vân. Mắt nhắm nghiền trong cái cảm giác lần đầu tiên ôm trong vòng tay một người con gái. Tôi không thể nào ngăn được những bồi hồi xao xuyến và cũng cảm thấy những rung động của Vân đang chuyền sang tôi. Tôi im lặng và không muốn nghĩ rằng sẽ chẳng bao giờ có được Vân trong vòng tay mình nữa! Một lúc lâu sau, tôi thì thầm bên tai nàng: 'Đã đến giờ anh phải đi.'

"Vân lưỡng lự, nhẹ nhàng buông tôi ra và chạy vội vào trong nhà. Tôi đứng thẫn thờ một lúc lâu, vội bỏ cái túi nhỏ của Vân mới đưa vào túi áo khoác ngoài, cẩn thận như cất giữ một báu vật. Tôi áp bàn tay vào đó như muốn giữ lại hơi thở nồng ấm của Vân còn đọng trên ngực áo. Sau đó, tôi không còn thấy Vân đâu nữa cho đến khi bước chân ra tới đầu ngõ. Vừa đi, tôi vừa ngoái cổ nhìn lại. Bóng ai đó đang đứng tựa bên khung cửa trông theo, tôi có thể hình dung ra ánh mắt u buồn, tràn đầy tuyệt vọng đang nhìn tôi đăm đăm và cánh tay đưa lên như đang gạt nước mắt.

"Mọi cảnh vật phía sau đang nhạt nhòa. Hình ảnh Vân cứ chìm dần, từ từ càng xa khuất trong màn đêm. Tôi đã khóc. Những giọt nước mắt xót thương cho người con gái tôi vừa mới yêu, hay cho chính bản thân tôi, mối tình đầu đang lịm tắt? Khi biết rằng khó có ngày gặp lại Vân. Mọi sự rồi sẽ thay đổi khi mỗi người ở mỗi nơi, tôi bước đi mà trong lòng nặng trĩu với hình ảnh của người con gái tôi yêu...

"Ngày Tháng Năm...

"Một thực tế... mình không bao giờ muốn chấp nhận nhưng thật sự đã xảy ra. Anh đến thật nhẹ nhàng và ra đi cũng thật lặng lẽ. Chính anh đã làm mọi thứ không còn nguyên vẹn như trước nữa. Tất cả giờ đang từ từ tan vỡ và chỉ còn lại những nỗi dằn vặt khôn nguôi.

"Sự tuyệt vọng đang tràn ngập trong tâm hồn, tuy rằng chẳng muốn khóc, nhưng sao nước mắt mình cứ tuôn rơi mỗi khi nghĩ đến anh. Dù biết rằng sẽ có ngày phải chia tay, nhưng mình vẫn không thể nào dằn được nỗi đớn đau. Anh, anh có biết rằng giờ đây em chỉ muốn giấu mình trong một nơi để khóc, vì em nghĩ rằng nước mắt sẽ làm vơi đi những đau thương tuyệt vọng, mà một mình em đang gánh chịu. Có phải hạnh phúc đến với em quá ngắn ngủi không anh?

"Từ khi gặp anh, em biết em đã yêu anh, em cảm thấy mình thật yếu đuối và trở thành khờ dại hơn bao giờ hết. Em đã mất hết sự tự tin và tính kiêu ngạo của mình. Và chính sự xuất hiện của anh đã cướp đi tất cả, đã hoàn toàn biến đổi trong em. Anh là người đầu tiên làm trái tim em rung động, và cho em cảm nhận được thế nào là tình yêu!

"Anh đi rồi, bây giờ căn nhà trở nên vắng lặng như những ngày anh chưa đến. Một không gian quá im lìm để em có thể nghe được tiếng thở dài của mình. Còn anh, thì đã muôn trùng xa cách!

"Lúc anh đi, đứng bên khung cửa, thấy bóng anh xa dần nơi đầu ngõ, cảnh vật bỗng trở nên nhạt nhòa và tan biến. Mình chỉ muốn chạy theo, ghì chặt lấy anh, nhưng mọi cử động như không còn theo ý mình nữa. Mình phải chạy vội vào phòng, mong sao Ba không nhìn thấy những giọt nước mắt đang chảy dài trên má. Ngày Mẹ chết, mình còn quá bé nhỏ nên đã không cảm nhận được nỗi đau mất Mẹ, mất đi cái tình cảm vô cùng thiêng liêng ấy. Giờ đây, tình yêu của mình vừa chớm nở thì đã vội chia lìa, để lại cho mình với muôn vàn tiếc nuối!

"Trước đó, mình không dám đối diện với ánh mắt tinh tường của anh, vì sợ anh đọc được những tình cảm mà mình đang cố gắng che giấu. Nhưng bây giờ, mình ước gì chỉ một lần, một lần thôi, được nhìn thấy anh, được nghe giọng nói trầm ấm. Những ngày qua mình đã không đủ can đảm để biểu lộ tình cảm, mình như đã bị anh thu hút ngay từ lần đầu gặp gỡ...

"Tình yêu này như những tia nắng ấm đang len lỏi vào từng kẽ hở của trái tim. Tất cả hình ảnh của anh vẫn in sâu trong tâm trí. Mình nhớ anh quá, nhớ đến da diết. Ánh mắt, nụ cười, cùng tất cả gì thuộc về anh. Mình muốn đóng khung những hình ảnh này thành một tác phẩm nghệ thuật, để nó tồn tại mãi mãi. Nhớ thật nhiều lúc có anh bên cạnh, bầu trời thật đẹp, bên những giọt nắng thưa, trong cái lều nhỏ ngoài ruộng. Ba đã tế nhị đi xuống bờ ao, dành không gian riêng biệt cho anh và mình.

"Với mình, anh là một người tuyệt vời. Số phận đã an bài? Mình vẫn tin rằng, định mệnh đã cho mình gặp được anh. Trong hoàn cảnh nghiệt ngã, đầy những bất hạnh này. Cho dù con người của hiện tại sống thiếu vắng tình cảm, bị phân hóa trong sự nghi ngờ lẫn nhau theo giòng đời chuyển đổi. Nhưng mình vẫn còn có anh là cả một thế giới bình yên đầy yêu thương. Ánh mắt anh nhìn mình thật chan chứa và thiết tha. Khi anh ngưng kể chuyện, mình vẫn còn ngẩn ngơ, vô tình cắn nát cọng rơm thơm ngậy trên đầu lưỡi. Làm cả không gian như ngừng lại, thế giới bé nhỏ hơn, còn lại chỉ có anh và mình, cùng giọng nói trầm ấm vẫn đều đều... trong buổi trưa nắng hạ..."

(...)

"Ngày Tháng Năm...

"Hôm qua là một ngày thật kinh hoàng. Mẹ mất rồi, anh ra đi, bây giờ đến lượt Ba bị bắt, chỉ còn lại một mình em cô đơn trong căn nhà đầy ắp những kỷ niệm... Làm sao mình có thể chống chọi và chịu đựng nổi? Mình sẽ phải làm gì trước bao thử thách đang đe dọa?

"Nỗi buồn xa anh chưa nguôi, lại phải đón nhận sự chia lìa với người cha thân yêu! Ba ơi, dù cho con có nhớ đến ánh mắt đầy dũng cảm của Ba lúc đó, nhưng vẫn không đủ cho con có thêm nhiều can đảm. Giờ đây con như là một con chim đã bị gãy cánh.

"Anh! Em đang âm thầm gọi tên anh, với hy vọng mong manh rằng nếu anh vẫn còn ở đâu đây. Hãy trở về với em, mang theo sự che chở và để cho em được tựa vào vai anh mà khóc cho vơi đi nỗi niềm khổ đau. Nhưng không thể được, anh cần phải đi thoát, em không muốn mình là kẻ ngăn bước chân anh. Đừng trở lại vùng đất nghiệt ngã này. Em luôn nghĩ đến hạnh phúc và tương lai của anh. Nếu đi thoát, xin anh giữ mãi cái túi nhỏ bé ấy vì nó đã gói trọn những thương yêu em dành cho riêng anh, và tâm hồn em thì còn bao la hơn thế nữa!

"Ước gì mình đã không gặp nhau, để rồi mỗi người trong chúng ta không phải mang theo một nỗi niềm riêng. Nhưng dù sao em vẫn cảm thấy gặp anh là một sự xếp đặt của Thượng đế, và em vẫn một lòng chờ đợi anh trong hy vọng. Nhất định sẽ có ngày mình gặp lại nhau..."

(Châu Thụy, trích "Vực Xoáy")

Lê Minh Hà:
Nam Cao Thời Hiện Đại?

Chỉ vài năm, kể từ những truyện ngắn đầu tiên, xuất hiện trên các tạp chí như Văn Học, Văn, Hợp Lưu, xuất bản tại Hoa Kỳ, Lê Minh Hà đã mau chóng trở thành một tên tuổi chói, gắt với một thế giới mà, nếu cô không phá bung được bức màn sắt... (thì,) những người ngoại cuộc, khó có thể tưởng tượng được, rằng, giữa cộng đồng nhân loại hôm nay, đã có những cảnh đời, như thế, hiện hữu. Cảnh đời của những con người được chế độ Cộng sản Việt Nam "xuất cảng" như họ đã và đang xuất cảng "nước mắm, tôm khô, cá khô, củ kiệu" vân vân...

Đó là những cảnh đời Việt Nam được mặc, khoác nhãn hiệu "trao đổi lao động"; mà thực chất chỉ là một thứ ở đợ, một thứ tôi mọi, trong thời đại mới.

Cùng với sự sụp đổ của bức tường Bá Linh, tháng 11 năm 1989, Lê Minh Hà, bằng ngòi bút của cô, đã phá vỡ những bức màn sắt kín bưng để ánh sáng nhân bản rọi chiếu tới cảnh đời thuộc thế giới những con người, như những con vật lao động, "được... xuất cảng" qua Đông Âu.

Cũng nhờ đôi mắt người chứng, đôi mắt nhà văn của Lê Minh Hà, thể hiện qua ngòi bút châm biếm lạnh dưới không độ của cô (mà,) người ta được biết, không phải ai cũng có thể được đưa vào danh sách "xuất cảng lao động!"

Ngòi bút Lê Minh Hà điềm nhiên, nhẩn nha tới độ có thể làm người đọc chảy nước mắt, khi cô ghi nhận những sự kiện từng bước chân trong hành trình tôi mọi của lao công thời đại mới. Từ giai đoạn chạy chọt, hối lộ, thậm chí bán vợ, đợ con, để được vào danh sách "lao động xuất cảng;" tới những hoạt cảnh phũ phàng khi những kẻ được coi là "may mắn," bắt đầu cuộc sống bán sức lao động nơi xứ người.

Không có những truyện ngắn, như những bản cáo trạng nghiêm khắc của Lê Minh Hà, chúng ta sẽ không thể tưởng, nghĩ rằng, những kẻ được coi là "may mắn," "thành phần được ưu đãi" của chế độ cộng sản kia, có thể là một chị cán bộ, một anh sinh viên, hay một giáo sư, một bác sĩ, một kỹ sư,... sau khi đến xứ sở họ được "xuất cảng" tới, lại là đời sống của một con vật hai chân.

Trước đây, nếu trong khuynh hướng văn chương xã hội tả chân, chúng ta có một Nam Cao, một Vũ Trọng Phụng, thì ngày nay, chúng ta hân hoan (hay chua xót) có được một Lê Minh Hà!

Trước đây, Nam Cao, Vũ Trọng Phụng, bằng ngòi bút của họ, đã mạnh mẽ, quyết liệt tố giác thủ đoạn trấn lột kẻ bị trị một cách đê tiện thực dân Pháp. Nhưng, dẫu sao, người ta vẫn còn có thể hiểu được. Bởi vì, đó là ngoại nhân. Đó là lẽ xâm chiếm, đô hộ.

Nhưng, ngày nay, cũng qua văn chương, với Lê Minh Hà, người đọc sẽ bao lần đau xót, xấu hổ, tủi nhục hơn, khi kẻ trấn lột và kẻ bị trấn lột lại có cùng một mầu da, một giòng giống, một chủng tộc.

Phải chăng, vì thế, khi viết về cảnh giới văn chương Lê Minh Hà, Võ Phiến đã ghi nhận:

"Chị bình tĩnh, mà rất tinh. Chị nhìn vào đâu, cuộc sống ở phía ấy nó giật mình, luống cuống. Nó tự thấy có gì thất thố, hớ hênh. Lũ chó đêm đêm sủa mưa đầu ngõ, con chim lợn kêu eng éc giữa khuya trong khu phố, cái mùi nhàn nhạt lờm lợm vãn cuộc ái ân trong gian phòng chật người tỵ nạn bên Đức, v.v... , trước và sau cái nhìn của chị những cái nọ vẫn còn đấy. Nhưng chị bắt gặp, nó bối rối liền. Chị không nói gì nhiều, nhưng cuộc đời nó buồn hiu. Nó chợt thấy mình nhếch nhác... "

Cùng một cảm quan với Võ Phiến, Nguyễn Mộng Giác, viết:

"Những truyện ngắn 'hiền khô' của Lê Minh Hà gây kinh ngạc và tạo cảm giác lâng lâng dài lâu trong tôi sau khi đọc xong. Có thể nói nếu những nhà văn khác như Thế Giang, Nguyễn Huy Thiệp, Dương Thu Hương, Phạm thị Hoài, Bảo Ninh... thuộc dòng 'văn chương vết thương', thì Lê Minh Hà thuộc dòng 'văn chương vết rạn'. Văn của chị không có tiếng nổ, tiếng gào thét xung phong hay tiếng rú đớn đau. Chỉ có những lời thì thào, những tiếng nấc nghẹn, những nỗi đau âm thầm... "

Trên tất cả mọi nhận xét, mọi ghi nhận của văn giới, người đọc Lê Minh Hà, ngay nơi những truyện ngắn thứ nhất, đã nhìn thấy họ Lê, như một Nam Cao của thời hiện đại.

Trên tất cả mọi nhận xét, ghi nhận của văn giới, ngay nơi những truyện ngắn thứ nhất của Lê Minh Hà, nhà cầm quyền Cộng sản Việt Nam, đã nhìn họ Lê, như một thành phần nguy hiểm cho chế độ. Họ đánh giá, phân, định Lê Minh Hà vào một lớp, loại khác hơn Dương Thu Hương, khác hơn Nguyễn Huy Thiệp...

Cách gì những Dương Thu Hương, những Nguyễn Huy Thiệp vẫn nằm trong phong tỏa, kiềm chế của nhà nước.

Cách gì, những Dương Thu Hương, Nguyễn Huy Thiệp cũng vẫn là những con kiến bò trên miệng chảo.

Lê Minh Hà, không phải vậy.

Dù Lê Minh Hà, cũng như những nhà văn cùng thời với cô, cũng được sinh ra, lớn lên trong lòng chế độ cộng sản.

(Lê Minh Hà sinh năm 1962 tại Hà Nội, tốt nghiệp khoa Ngữ Văn đại học Sư Phạm Hà Nội I, năm 1983. Mãi tới năm 1994, cô mới theo chồng xuất cảnh theo diện "Xuất cảng Lao động, và hiện cư ngụ tại thành phố Lingurg, Tây Đức.")

Cách gì, chí ít, cũng cho tới ngày hôm nay, Lê Minh Hà vẫn là cánh chim tự do.

Hoàn cảnh vẫn cho phép Lê Minh Hà lương thiện, trực tiếp soi rọi lương tâm mình trong tấm gương đời sống.

Lê Minh Hà không phải vay, mượn những trái khói mầu, mang tên ẩn dụ, mang tên dữ kiện lịch sử, kể cả thần thoại, huyền sử, để dỗ dành ngòi bút, phủ dụ lương tâm.

Hoàn cảnh cho phép Lê Minh Hà cất được tiếng nói mà những người cầm quyền hôm nay ở Việt Nam không muốn nghe, nếu không muốn nói là khiến họ phải căm giận.

Hôm nay, ở đây, chúng tôi trân trọng kính mời quý độc giả đọc lại truyện ngắn "Có Chồng," trích trong tập "Gió Biếc" của họ Lê, một thứ Nam Cao thời hiện đại.

Văn xuôi Lê Minh Hà.

Có Chồng

Vậy là ả có chồng. Chồng - ấy là cái mà từ thuở hai mươi ả không bao giờ mong có.

Một đôi giày cao gót kiểu mới đua chị đua em; một thỏi son có thể kín đáo quệt lên môi cho môi hồng lên mà mọi người không biết... Ả có thể mong có những thứ ấy, thiết tha mong trong một ngày xa xôi nghèo khó nào đấy. Nhưng chồng, muốn có chồng, tuyệt nhiên không! Ấy là vì ả biết mình. Gái ngoại thành, từ bé đã phải cấy phải gặt phải gánh phải gồng, người cứ bè bè. Nhớn nhao một chút, thoát ly đi làm ở xí nghiệp dệt khăn mặt khăn tay, cũng suốt ngày đi. Có ai đó đã tính rằng một công nhân đứng máy dệt như ả mỗi ngày đi hết một đoạn đường ba mươi hai km. Đi thế, bắp chân to ra, bàn chân cũng to ra. Tướng người ấy giá đi với một gương mặt tròn tròn, ưng ửng hồng từng lúc thì có khi còn được coi là có dáng phúc hậu. Đằng này... Những ai ai mỏng mày hay hạt, chứ còn ả, mặt đã mỏng, lại choắt như hai ngón tay úp chéo. Cái vệt duy nhất đầy đặn trên mặt ả là cái mũi. Sao mà nó to!

Khi còn trẻ, mười tám đôi mươi, ả cũng có lúc mong thầm cho mình có duyên có phận. Ừ! Biết đâu! Biết đâu! Nồi méo vung méo xoay quanh cũng vừa. Nhưng chẳng thấy ai là đàn ông trêu ả, trừ mấy ông làm công đoàn ở xưởng. Mà họ đùa thế nào chứ: "Cô Hoài bao giờ báo cáo với tổ chức để công đoàn đứng ra đấy? Ấy, đám cưới của cô thì chắc là đông lắm!". Một thằng thợ đi qua ngứa mồm: "Chứ lại chả đông! Con em lúc đó khéo cũng có con rồi. Thế nào em cũng bảo nó đưa con đến mừng bà trẻ". Ả tủi lắm. Nhưng vẫn cười: "Ừ! Khi nào chị có phúc có phận, chị mời hết cả ngũ đại đồng đường nhà em".

Vào xí nghiệp từ hồi mười tám, nhoáng cái nhìn quanh đã chẳng còn mấy người để ả gọi anh xưng em. Ả biến thành "chị ấy", "bà ấy" nơi cửa miệng thiên hạ lúc nào không biết. "Bà ấy tính cũng quái như người". "Người đâu xấu người, xấu nết, xấu đến cả c... ". Người ta cứ nửa đùa nửa thật nửa thương nửa ghét ả như thế. Nào ả có làm gì ai! Một thân một mình ở giữa một khu tập thể quanh năm suốt tháng ồn ào tiếng mẹ trẻ réo con, tiếng chồng đay vợ ban ngày, tiếng rúc rích ban đêm sát liếp, ả đâm thù ghét cái hạnh phúc thực ra rất lem nhem mà thiên hạ bày trước mắt. Ả thành người đi sớm về muộn; thành chiến sĩ thi đua năm này qua năm khác. Người ta đâm ngại ả. Cái sự chăm chỉ quá đáng của ả, cả cái mác chiến sĩ thi đua kia nữa làm cho người ta mất thoải mái lúc tranh thủ uống ấm chè hay hóng hớt nhau trong giờ làm việc.

Nói vậy chứ cái mác chiến sĩ thi đua đã giúp ả một cú quyết định. Ấy là vào lúc xí nghiệp lấy danh sách đi hợp tác lao động quốc tế. Đi Đức hẳn hoi. Ả lên gặp giám đốc, nài: "Anh ưu tiên em vào danh sách đợt này". Ông giám đốc - người đã có thâm niên hai mươi năm ngồi ở nhà máy trên cái ghế này, người vẫn bị phó giám đốc dè bỉu một cách có vẻ đầy thiện ý: "Hơ. Ông ấy trông đúng là trẻ thật, chứ tuổi thì... chỉ hơn sáu mươi chứ sáu mươi thì làm gì đến" - cười: "Cô là nòng cốt ở xí nghiệp này, phải phấn đấu trở thành cán bộ kế cận chúng tôi chứ. Để cô đi thế nào được". "Em chữ nghĩa bổ túc ban đêm chẳng có là bao. Mà em tính đã làm cán bộ kế cận thì chỉ kế cận anh thôi. Nhưng làm sao thay được người như anh". Thêm đôi lần quà cáp nhỏ to với bà vợ ông giám đốc lúc đó đang là phụ trách nhà ăn, thế rồi ả lên đường.

Thánh nhân đãi kẻ khù khờ. Ả nghiệm ra các cụ thật chí lý. Người ta mất hết của cải, liều thân chôn mình trong hầm cá trên đường vượt biển. Ả chỉ một bước là đã thoát sang bên kia, sang hẳn Tây Đức. Cũng là dòng đời đẩy đưa. Bức tường Berlin sụp đổ, đầu tiên là bọn ả đi xem, nhân thế mua về bên Đông những là gạo là nước mắm là bánh phở - những thứ người Việt đi hợp tác lao động quốc tế phải chịu thèm chịu nhạt. Rồi thì sang tị nạn, "xem nó ra sao", "ngồi không trong trại lĩnh tiền tiêu vặt còn hơn lương cu li ở Đông Đức trước chả hơn à". Và khi có chế độ mới cho tỵ nạn vốn xuất thân thợ khách thì ả xin nhận lại Pass, ra khỏi trại đi làm.

Những ngày làm thợ ở Đông Đức, những ngày tỵ nạn bên Tây, ả đã dự bao nhiêu là đám cưới của anh chị em người Việt. Có những đôi đúng là đũa lệch, chồng trai tơ vợ nạ dòng, chồng thành phố vợ nhà quê một cục ăn cơm mắm môi cầm đũa và suýt soạt. Ả chẳng mong ước gì, nhưng có lúc cũng lạ lùng thấy mình chờ một câu đùa nhạt của chị em: "Đến bao giờ bọn em được giúp chị Hoài đây?" rồi, "Ông ấy... ông ấy cứ hỏi thăm chị mãi"...

Rồi thì vẫn thế. Ả vẫn một mình trong cái Wohnung hai phòng sau mỗi buổi từ hãng trở về. Một thân một mình, phải tự lực tất tần tật. Phải có ô tô. Thì ả đã có ô tô. Thỉnh thoảng đến nhà mấy đứa cùng chạy từ Đông Đức sang, nhìn chúng nó hú hí với chồng con và nghe những câu đùa nhạt như sữa dành cho người ăn kiêng, lại muốn về nhà bật ti vi cho có tiếng người... Ả vẫn như xưa, chẳng ai để ý, chẳng ai muốn giúp đỡ dù ả đúng là đàn bà.

Nhưng bây giờ ả đã trở thành cần thiết cho một người. Chồng ả. Một tấm chồng ra chồng. Có bằng bác sĩ ở nhà. Cái ấy là đồ trang sức tuyệt vời cho mấy anh đàn ông tỵ nạn đang phải rửa bát trong quán Tàu. Chàng trước đã vợ con và chẳng thể nào lo nổi cho vợ con bằng đồng lương bác sĩ bệnh viện huyện. Chàng quyết làm kinh tế. Nước Đức thống nhất là vùng kinh tế mới tuyệt vời. Đời phải có lúc hèn. Thì đã hèn rồi. Không sợ. Đời phải có lúc liều. Thì đã liều rồi. Vợ chồng chàng bàn nhau, vợ chàng đem con về bên ông bà ngoại, cái nhà cấp 4 của hai vợ chồng thì bán lấy tiền chạy cho chàng. Chàng dặn vợ: "Về ông bà có thể lâu lâu rồi các cậu các dì xì xèo, hai mẹ con gắng chịu. Vài ba năm anh về rồi đổi đời. Đổi đời. Mình sẽ xây nhà ba tầng. Để hẳn tầng một anh mở phòng khám. Phục vụ tận tình, trang thiết bị đàng hoàng, giá rẻ, chẳng hút hết bệnh nhân từ bệnh viện huyện ấy à. Vào đó nào có ít tiền đâu mà bị hạch cho lên bờ xuống ruộng. Mình có làm thế thì mới để được phúc lộc cho con... ".

Cái sự toan tính của người đang hy vọng thật dễ nghe. Nhưng cả người ở lẫn người đi đều không biết rằng sự làm giàu ăn vào cái số. Tốt số hơn bố giàu. Chàng sang Đức, về định cư ở một làng heo hút, ra ga phải mất nửa tiếng chạy bộ, còn đi bus thì một chuyến một ngày. Hai năm trời, chàng chưa hòa vốn vé máy bay cộng tiền cho dịch vụ đưa người. Chàng không thể ngồi tính toán lẩn thẩn như anh bạn cùng phòng: "Thế này còn hơn chán vạn ở nhà. Ăn uống tiết kiệm, mỗi tháng cũng để dư ra được trăm rưởi mác. Hòm hèm cũng là một triệu ở nhà. Bằng vợ tớ nuôi lợn thành công cả năm giời". Trong trí chàng, còn nguyên vẹn hình ảnh căn nhà ba tầng chưa xây mà tầng dưới sẽ là phòng khám.

Ả gặp chàng vào dịp ấy. Sau đó thì ả biết là chàng lúc đó đã sắp phải lên máy bay hồi hương lúc nào không biết. Sau đó thì một cô em họ của chàng thầm thì: "Hay là chị giúp anh ấy. Khổ! Hồi đi, thật anh ấy cũng chỉ nghĩ đi cứu vợ cứu con. Nay tiền vào không thấy mới chỉ thấy tiền ra. Mà về thì sợ. Gì thì gì cũng là thằng trí thức vượt biên, khéo về đã chẳng lo gì được cho vợ cho con mà vợ con còn bị lụy".

Cái sự "giúp" ấy ả nghe hiểu ngay. Nghĩa là làm đăng ký kết hôn với nhau và chàng sẽ được ở lại. Ấy là một dịch vụ đang sôi nổi trong cộng đồng người Việt, giá dao động từ mười bảy đến hai mươi nghìn mác.

Cô em họ của chàng lại thầm thì: "Anh ấy ở ngần ấy năm không có việc làm, cũng chẳng móc đâu ra tiền. Nếu chị có lòng, bọn em sẽ dồn tiền giúp anh ấy theo giá chị định. Rồi khi có Pass anh ấy được chuyển vùng, được đi làm thì cũng chả mấy nỗi... Mười bảy ngàn được không chị?".

Ả không nhận đồng nào của chàng. Thành thử cuộc hôn nhân giữa ả và chàng đâm ra làm cho cả hai bối rối. Nó chẳng ra thật chẳng ra giả. Nó thiếu cái sòng phẳng cần có trong mọi dịch vụ, nó thừa cái lương tâm thời buổi này chẳng ai tin. Mà ả thì thật lòng. Ả nghĩ tới cái tương lai gần của một gia đình sắp sum họp: Chồng bác sĩ mất việc; vợ giáo viên cấp hai kiêm bán xôi sáng; Thỉnh thoảng công an tới gọi chồng lên đồn hỏi về những việc đã làm khi ở lại nước ngoài trái phép; người vợ và đứa con sẽ nhớn nhác; người chồng thì buông xuôi...

Ả nhận lời kết hôn với chàng. Biết là một trò chơi. Vậy mà lúc đứng trước nhân viên của Phòng đăng ký kết hôn ả bất chợt bồi hồi... Rồi ả mơ màng. Dù thế thì cũng rất ít khi ả dám nghĩ về đêm đó. Chàng xách vali về Wohnung của ả. Ả đã tính với chàng như thế. "Anh cứ ở tạm nhà em. Vùng này dễ kiếm việc, có Pass rồi thì xông đi làm ngay. Rồi anh kiếm chỗ ở khác sau. Làm sao cuối năm có một khoản gửi về cho chị ấy nuôi cháu. Rồi cũng phải có một khoản khác để chị ấy mua lấy một căn nhà, bằng cái nhà cũ đã bán đi cũng được. Chứ lấy chồng rồi mà lại mang con về nhà cha mẹ đẻ khi các em đã nhớn thì cũng rách việc lắm". Chàng nhìn ả biết ơn. Hôm đó đi làm về, ả không đi loăng quăng cửa hàng cửa họ mà về làm cơm ngay. Cơm cá kho, rau muống luộc qua rồi xào tỏi, nước vắt chanh. Ả ăn ngon như chưa bao giờ ngon thế.

Đêm đó, ả trở thành đàn bà. Đàn bà khi ả ba bảy tuổi...

... Chàng không dám nhìn thẳng ả từ đêm đó. Đôi lúc ả có cảm giác ánh mắt chàng lướt qua mình. Ả không hiểu nổi chàng nhờm tởm ả vì ả quá xấu? Hay chàng nhờm tởm chính bản thân chàng? Chàng ân hận?

Nhưng "chuyện đó" thỉnh thoảng vẫn tái diễn. Và không hiểu sao, lòng ả muốn thế mà ả không thấy diệu kỳ như lần đầu. Lần đầu tiên, ả muốn rống lên như một con bò cái. Lần sau, những lần sau nữa, ả như một bó rạ. Chàng vẫn như một bó rạ, ghì siết ả như một gã nhà quê ghì buộc một bó rạ.

Một hôm, ả đi làm về đã thấy chàng cơm nước xong xuôi. Chàng ngồi bên bàn chờ ả. Dọn xong bát đũa, chàng nói ngay, bứt rứt, bình tĩnh, về sự chàng sẽ ra đi. "Tôi biết ơn Hoài vô cùng. Hoài đã cứu cả tôi lẫn vợ con tôi. Xin Hoài đừng hận tôi. Tôi đã xin làm tả chạp, ăn ở luôn tại quán. Nếu kiếm ra, tôi xin gửi dần Hoài số tiền lo giấy tờ mà trước Hoài đã có lòng... ".

Ả há mồm. Muốn nói. Rằng chàng tính thế là tính vội. Rằng chàng có thể ở rốn thêm mấy ngày. Rằng có Pass chàng có thể kiếm việc ở hãng, chẳng nhàn gì nhưng cũng không đến nỗi đầu tắt mặt tối như làm quán. Nhưng ả không nói được. Ả cứ há mồm ra. Chắc lúc đó trông ả đã xấu càng thêm xấu. Và chắc là nhìn đần độn lắm.

Chồng ả không về nữa. Đôi lúc ả nghĩ tới vợ con chàng. Không ân hận. Chỉ thấy thương người đàn bà kia và thương thân hơn. Chị ta và ả đều đã từng được cưới.

Tính ra ả cũng được tới hơn mười lần gần gũi. Nhưng từ hôm kia, ả hốt hoảng vì cảm giác mình sắp có kinh. Thiên hạ sao vô tâm. Gặp ả, có người hỏi: "Thế nào, tiền cưới chồng đã đủ mở quầy ăn nhanh chưa?"

Lê Minh Hà

Lữ Thị Mai, Trên Dặm Trường Chữ, Nghĩa Nong Chật Ám Ảnh Và, Nỗi Niềm Trong Thơ/Văn

1.

Khởi từ nhắc nhở của HT, những ngày qua, tôi tìm đọc lại Lữ Thị Mai. Trở lại với dăm trường chữ, nghĩa nong chật thơ mộng, bất trắc đời thường trong thơ; song song với những ám ảnh xã hội và, bi kịch truyền kiếp (trong truyện) của Lữ, giúp soi tỏ trong tôi hai cảm nhận, gần đây, vốn chập chờn chưa rõ nét.

- Đó là nhiều cây bút thuộc thế hệ 8x và 9x, đã triệt để khai thác liên tưởng hay "cách nói khác" cho thơ/văn của họ. (Nhưng)

- Có dễ vì quá vụ vào cách nói khác, với hy vọng "đốt giai đoạn", sớm khẳng định sự hiện diện của mình giữa quảng trường văn chương bát ngát... Nên một số người đã rơi vào tình trạng đem vào thơ/văn của họ những liên tưởng vô nghĩa, ngớ ngẩn! Tựa người mù làm xiếc trên những sợi giây hoang tưởng vô hình, giăng ngoài khí quyển.

Thí dụ #1:

"Mưa mang theo những bước chân khủng long "hoang oải" chạy trên những nẻo đường ký ức trắng – nắng "hanh hao" trên những ngón tay bỏ quên ngoài phố ốm..."

Thí dụ #2:

Hoặc để chứng tỏ mình bắt kịp "mặt bằng" thơ/văn thế giới hôm nay với cấu trúc thơ hoặc văn xuôi như:

"Buổi sáng hắn trút hết lượng rượu sót lại trong chiếc giày chiêm bao – Ném vào không gian – để nghe tiếng thủy tinh vỡ trên đỉnh ngọn Himalaya – Hắn nhớ giọt lệ Tibet – Và chiếc váy như tranh của người con gái Nam Phi đêm dạ hội..."

Vân vân...

Rất rõ ràng, rất quyết liệt, không độc giả nào có thể phủ nhận nỗ lực liên tưởng hay cách nói khác cho thơ/văn (nếu ai đó, viết như thế!).

Nhưng cũng rất rõ ràng, cũng rất quyết liệt là: Những liên tưởng đó, tự thân không có một tương tích nào từ hình ảnh tới hình ảnh...

Ở thí dụ #1: So sánh bước chân mưa bão, sấm chớp với *"những bước chân khủng long"* tuy có mới, lạ thật đấy! Nhưng, chẳng những nó vô cảm, khập khiễng mà, thực tế, chưa người đọc nào được thấy dù chỉ một con khủng long sống còn trên mặt đất!

Ở thí dụ #2: Những liên tưởng tiếp nhau rơi vào hoang tưởng vì, tất cả mọi hình ảnh nhẩy cóc kia, không hề có một chút liên hệ thịt, da nào! Từ lượng rượu còn sót lại đêm qua, tới chiếc giầy, tiếng vỡ của những mảnh thủy tinh trên ngọn Hi Mã Lạp Sơn, rồi tới nước mắt người (con gái?) Tây Tạng, và, chiếc váy như tranh của người con gái Nam Phi trong đêm dạ hội... Tuy chúng mới, lạ thật đấy! Nhưng "bản chất", chúng vẫn là những tiếng "nổ đùng đùng" từ các bản tin thời sự, hay từ... bản đồ thế giới!...

Chưa kể, những cảm thức đó, hoàn toàn xa lạ với cảm thức Việt. Tôi muốn nói, nó không phảng phất một chút "căn tính" hay "bản sắc" Việt Nam nào của ngôn ngữ Việt.

Tôi cho rằng, một người cầm bút (già hay trẻ) viết bằng ngôn ngữ nào, dù theo trường phái văn chương nào, cũng cần có được cái "nền", cái căn tính của ngôn ngữ đó - Trước khi nói tới việc bài thơ này, truyện ngắn nọ đã chạm tới... "mặt bằng" văn chương thế giới!!!

Tôi không tin một nhà phê bình văn học ngoại nào khùng, điên tới mức đi tìm những mảnh vụn rơi vãi, mờ nhạt "copy" từ thơ văn của Rumi, Anna Bradstreet, Brian P. Cleary, Larry Lewis, hoặc Cathy Linh Che, Jamaal May, Jane Springer... Hay xa hơn là thơ, văn của Alice Walker, Tony Morrison, Pablo Neruda, E.E. Cummings... trong văn chương của mấy ông/bà Việt Nam, để mà công nhận hay ca tụng!!! Ngoại trừ những người cùng nhóm tự sướng (selfie) với nhau!!!

"Liên tưởng", tự thân hai chữ này đã xác định tính liên thông giữa các hình ảnh. Nói cách khác, căn bản của mọi liên tưởng hay so sánh phải có một sợi giây liên kết – phải có một đường "link" dẫn tới một so sánh tương cận khả chấp...

Có thể vì không hiểu, hay không nắm được yếu tính của so sánh, liên tưởng, nên một số người trẻ cầm bút (kể cả người già, nhất là những người làm thơ) đã bị "tầu hỏa nhập ma" khi khăng khăng với quyết tâm tìm kiếm những liên tưởng... "mới/lạ", chưa có trong chữ, nghĩa của những người đi trước hoặc cùng thời... Và, kết quả đáng buồn là, sáng tác của họ bị thực tế văn chương từ chối! Ngoảnh mặt!

Tình trạng này đưa tới nhiều than van, trách móc với những câu hỏi đau đáu ngộ nhận nhức nhối, như:

- "Thơ tôi mới như vậy tại sao không ai đón nhận?"

Hoặc:

- "Tôi thấy thơ/văn của A, B, C tầm thường, cũ rích, không chút hơi hám 'hiện đại', không bắt kịp 'trào lưu thơ/văn thế giới' mà sao lại được người đọc đón nhận một cách 'vô tư', khó hiểu như vậy?"

Ứng dụng vài ghi nhận nhỏ của tôi ở trên vào cõi-giới thi ca Lữ Thị Mai, tôi thấy rõ ràng, dứt khoát, Lữ không "đe dọa" người đọc bằng "thủ pháp" của những *"người mù làm xiếc trên những sợi giây hoang tưởng vô hình, giăng ngoài khí quyển"*.

Thí dụ với bài thơ *"Mê Khúc"*, ngay khổ thơ mở đầu rất ngắn, Lữ Thị Mai đã cho thấy khả năng làm mới, cách tân thi ca của mình khi viết:

*"chiều làm mưa thanh tân
nhảy nhót trên đường xa xỉ, trên mái tôn chật hẹp tóc buồn
lý trí bảo bước chân cứ đi
đứng dừng lại nơi chiếc cầu gẫy
tiếng cười lẫn tiếng bán buôn
mê mải lăn về đất"*

Thay vì nói, buổi chiều cho Lữ một trận mưa mới, đẹp như tình yêu mới mẻ, tinh khiết thì, Lữ dùng hai chữ *"thanh tân"*.

Cũng thế, thay vì mô tả cảnh phố thị trộn rộn giữa tiếng cười (hân hoan?) và rôm rả cảnh buôn bán (thiếu khả tín) thì, Lữ viết, *"tiếng cười lẫn tiếng bán buôn"*. Và tất cả cùng hăm hở *"mê mải lăn về đất"*.

Cũng thế, ở khổ thơ thứ hai, cũng ngắn thôi, Lữ viết:

*"chang chang ngày
ngột ngạt tình nhân, bụi đường, khói thuốc..."*[1]

Với tôi, chính ba chữ *"chang chang ngày"* đã dẫn một đường *"link"* không thể thuyết phục hơn tới hai chữ *"ngột ngạt"* rồi; xác-định-từ *"tình nhân, bụi đường, khói thuốc"*.

Nếu tôi thay mấy chữ *"chang chang"* của Lữ bằng *" âm âm"*, *"âm u"* hoặc *"dễ sợ"* hơn... *"hoang oải ngày"* (một từ đã và đang được chuộng nhất hiện nay ở VN) thì, tôi nghĩ, không biết người đọc phải có mức độ thông minh nào, mới có thể *"link"* qua trạng thái *"ngột ngạt, nóng bức"* được.

Vẫn là *"Mê khúc"*, tôi thích lắm câu thơ có liên tưởng trực gần và rất thơ. Đó là câu *"nghe mộng mị thở dài trên gối cũ"* (Có phải chúng ta chỉ nằm mộng khi ngủ? Và, có phải khi ngủ, chúng ta thường có chiếc gối dưới đầu? - dù cũ hay mới?

Trước khi ra khỏi *"Mê khúc"* Lữ viết:

*"em chỉ là hạt mần cô đơn
khóc trước sự thành tâm của cỏ"*

Liên tưởng từ *"hạt cô đơn"* qua *"cỏ"* là liên tưởng gần, đơn giản mà không thể *"thành tâm"* hơn! Nếu ta hiểu cỏ không có một giá trị nhân sinh thực dụng nào – Vì thế mà nó đã nâng cấp *"cô đơn"* trong cảm thức của tác giả lên mức tội nghiệp.

Tôi cũng gặp được những so sánh, liên tưởng thơ mộng mà vẫn chấp chới bất trắc (một thuộc tính đời thường của chúng ta, hiện tại). Như ở bài *"Bạch yến nở trong đêm"*, Lữ Thị Mai viết:

---

[1] Nguồn dutule.com (theo Hợp Lưu và, Wikipedia-Mở)

*"mùi hương đang nhắc chúng ta thêm một đêm đã cạn
Tiếng thở dài cũng đầy ứ căn phòng
Làm sao ta gặp được nhau
Hai giấc mơ là hai xứ sở"*²

Hoặc:

*"bên trong búp sen là mùa hạ chớm buồn
bung nở hoang vu không lý lẽ
"lúc này em đang hình dung
ngàn mắt nâu lộ ra từ thớ vỏ
ngước nhìn em chăm chặp
còn anh chưa khi nào nhìn em lâu..."*³

Tôi không thấy cần thiết phải nói thêm liên hệ thịt/da giữa sen và mùa hè. Tôi cũng không thấy cần thiết phải chỉ ra rằng, hầu hết những cánh lá sen ngoài cùng, thường có màu nâu đặc trưng của nó... Dù cho *"còn anh chưa khi nào nhìn em lâu"*.

Hay buồn bã hơn:

*"đúng là một phần không thể thiếu
Trên những khoảng muốt mềm
Em muốn anh đeo lên chiếc nhẫn đính hôn
Và dự định (đó) rơi vào ngày im gió..."*
(Lữ Thị Mai, "Ngón")⁴

2.

"Khởi từ nhắc nhở của HT, những ngày qua, tôi tìm đọc lại Lữ Thị Mai. Trở lại với dăm trường chữ, nghĩa nong chật thơ mộng, bất trắc đời thường trong thơ; song song với những ám ảnh xã hội và, bí ẩn, bi kịch truyền kiếp (trong truyện) của Lữ..." - Kiến tôi nhớ

---

² Nguồn dutule.com (theo Hợp Lưu và, Wikipedia-Mở)
³ Nguồn dutule.com (theo Hợp Lưu và, Wikipedia-Mở)

tới nhân vật Lão Ngoan Đồng, trong một bộ truyện chưởng của Kim Dung - Khi nhân vật này bị Đông Tà/Hoàng Dược Sư giam lỏng trên đảo Đào Hoa. Buồn quá, chẳng biết làm gì, Lão Ngoan Đồng bèn nghĩ tới chuyện phân thân cách nào đó, để hai tay đánh ra hai võ công khác nhau. Ngón võ đặc biệt ấy, được Kim Dung đặt tên là *"Song thủ hỗ bác"*.

Tôi muốn mượn ý niệm *"Song thủ hỗ bác"* của Kim Dung để nói: Lữ Thị Mai, cũng có khả năng đặc biệt nọ (theo tôi); khi Lữ hiển lộng tài hoa của mình trong văn xuôi.

Bước vào văn xuôi, vẫn với cảm nhận của riêng tôi, Lữ Thị Mai, là một người khác. Cõi-giới truyện cả Lữ, dù là đời thường, cũng chất đầy ưu uất, tranh chấp giữa bản năng và, đạo đức. Điển hình như truyện "Đầu làng có một cây vông..." Mô tả bi kịch một gia đình nông thôn - vốn bị vân khốn bởi đạo lý nhọn hoắt của những hàng gai nhọn mọc đầy thân cây vông! Vậy mà cả mẹ, lẫn người chị lớn của nhân vật xưng "tôi" lại cả gan bỏ chồng, bỏ cha theo trai... Để lại một người chồng, người cha bị dư luận đặt tên là "Lập Ngố": Một người đàn ông của ruộng đồng, mộc mạc, lành như đất!!!

Về người cha "Lập ngố" của nhân vật xưng "tôi", Lữ Thị Mai tả:

"... Còn mồ ma nội tôi, bà nhai trầu chậm rãi rồi nhìn xoáy vào từng nét trên mặt chị tôi chép miệng lắc lắc mái đầu bạc trắng: 'Thằng Lập nhà này vô phúc.' Lớn lên chút nữa, tôi mới biết chị không hề mang dòng máu của cha. Mấy gã hàng xóm đặt cho cha tôi cái biệt danh là 'Lập ngố', người ta bảo cha tôi ngố tới mức có hai đứa con gái không biết đứa nào là con mình. Quanh năm cha chỉ quần quật lo làm ăn, cha theo chuyến bè ông Tính đi buôn gỗ, mùa màng lại quay về đỡ đần vợ con. Mấy chuyện hàng xóm láng giềng đồn đại không phải cha không biết. Cha biết nhưng im lặng.

---

[4] Nguồn dutule.com (theo Hợp Lưu và, Wikipedia-Mở)

Chiều chiều, ông lại nhâm nhi nỗi buồn với cút rượu suông, dăm điếu thuốc lào. Ông là người khó hiểu. Ngày mẹ tôi bỏ nhà đi theo người đàn ông hay đi cân gạo làng bên, cha cũng chỉ thở dài. Hai chị em tôi chạy ra đầu làng ngóng mẹ. Cha đứng sau lưng chị em tôi giọng nói chùng xuống nặng như chì: 'Con Thu dẫn em về, con mẹ mày nó không về nữa đâu.'

"Chị em tôi khóc đỏ mắt.

"Ngay tối hôm ấy, cha lục dưới đáy chiếc hòm gỗ cũ một cái áo. Đã có lần mẹ tôi mang cái áo ấy ra hong nắng, mẹ kể đó là chiếc áo cưới mà bà nội dẫn mẹ đi bộ mất nửa ngày lên tận chợ huyện đo vải. Chiếc áo của mẹ màu đỏ hoa vông. Tôi chưa nhìn thấy mẹ mặc lần nào nhưng các cô tôi vẫn kể lại ngày cưới mẹ mặc chiếc áo ấy tôn lên nước da trắng bóc, trông mẹ lộng lẫy lắm...

"Tôi đứng nép bên vách nhìn cha cầm chiếc áo trên tay, ông miết những ngón tay lên mặt vải, lên từng đường kim khâu. Rồi ông ấp chiếc áo lên lồng ngực trần đen bóng của mình mà khóc. Cha tôi khóc vụng về. Ông đưa những ngón tay thô kệch lên chùi nước mắt.

"Ông tẩm dầu đốt cái áo cháy khét lẹt một góc sân. Tôi trở vào căn buồng ngột ngạt tối om, nhìn qua cửa sổ. Dưới ánh trăng sáng lạnh, bóng cha đổ dài trên mặt sân đất..."

Với đoạn văn trích dẫn trên, người đọc cảm nhận được ngay khả năng nắm bắt tâm lý nhân vật, sâu sắc của Lữ. Đó là thứ tâm lý phức tạp, mâu thuẫn giữa thương yêu và nhục nhã tận cùng của một người đàn ông chất phác. Ở cả hai mặt của kênh mạch tâm lý này, Lữ còn cho thấy sự vụng về, cá tính nhân vật nữa.

Điệp khúc *"... Cha tôi khóc vụng về. Ông đưa những ngón tay thô kệch lên chùi nước mắt"* được Lữ Thị Mai lập lại nhiều lần trong *"Đầu làng có một cây vông..."* như những mũi dao khoét sâu thêm vết thương mâu thuẫn hai mặt "thương yêu và nhục nhã":

"... 'Con kia, mày điếc hả?'. Ông quờ tay với cái phích nước ở góc nhà ném choang, nghe những âm thanh đổ vỡ, tôi biết ông đã ném tất cả những gì ông vớ được. Ông xông vào bóp mạnh hai bờ vai tôi lắc lắc. Bàn tay hộ pháp của cha giật mái tóc tôi quấn mấy vòng quanh cánh tay. Miệng ông gào lên: 'Quân vong tình, quân phản bội...'. Trong cơn say, ông gọi tên mẹ tôi bằng cái giọng chát bứ hẫng hụt. Tôi chỉ biết lặng im. Chỉ biết đau đớn hứng trọn những cái tát của ông. Ông cầm tóc tôi giật mạnh về đằng sau để mặt tôi ngửa lên, rồi bàn tay ông lại vơ nắm hoa vông nhét vào miệng tôi. Tôi không thấy đau. Tôi không gào khóc, chỉ thấy đắng ngắt trong miệng. Ừ! Hoa vông có vị đắng, lần đầu tiên trong đời tôi nhận ra hoa vông đắng thật. Vị đắng như chảy tràn xuống tận cuống họng tôi. Hồi lâu như đã mệt, ông loạng choạng đổ người vào xó nhà bỏ mặc tôi ngồi lặng trong bóng tối. Những cánh hoa vông đã nát, vị đắng tan loãng trên môi. Về sau chính tôi cũng không hiểu sao buổi tối hôm ấy mình không khóc..."[5]

Trước đó, khi tả về người chị của nhân vật xưng "tôi", bỏ nhà theo trai, Lữ viết:

"... Cha tôi ngồi ngoài hiên nhìn trân trân vào khoảng không trước mắt, chỉ có nắng, có gió và những sợi khói thuốc lào vất vưởng. Ông không nói gì cả. Chị Thu tôi đã đi rồi. Chị đi tìm người đàn ông ấy. Tôi nhớ lắm buổi chiều mùa hạ nhá nhem cha tôi cầm cái đòn gánh dứ dứ vào mặt chị mà đay nghiến: 'Quân lăng loàn, mày lăng loàn hệt con mẹ mày. Cút!'. Bên kia hàng rào cúc tần có những cặp mắt xoi mói, những tiếng xì xào bàn tán. Rồi chị đi. Chị không mang theo gì ngoài mấy bộ quần áo cũ gói trong chiếc túi vải nhàu ố. Tôi đưa chị đến đầu làng nơi có cây vông đang trổ hoa đỏ như lửa.

"- Chị định đi đâu?

---

[5] Nguồn dutule.com (theo Hợp Lưu và, Wikipedia-Mở)

"- Không biết...

"Tôi nhìn vào mắt chị, cặp mắt ướt át có những sợi lông mi dài và cong, nội tôi vẫn bảo: đó là cặp mắt đa tình và cả tin. Chị tôi đẹp, khuôn mặt chị đầy đặn, đôi môi hồng khi nào cũng như ấp iu điều gì lý thú lắm, mái tóc chị buông qua vạt áo hững hờ. Chị giống mẹ tôi, nhất là đôi mắt. Còn nhớ, ngày nhỏ hai chị em tôi dẫn nhau đi chơi người trong làng thường nhìn chị thở dài. Kẻ hiền lành bảo: 'hồng nhan bạc phận', cũng có người nguýt dài cạnh khoé: 'Mẹ nào con nấy, đĩ một vành'.

"Buổi chiều ấy, đôi mắt chị như có lửa, ôi chao là buồn. Lửa như cháy rần rật trong mắt chị. Như ngày còn bé thơ, chị dang rộng vòng tay choàng qua cổ tôi, hôn lên mái tóc vàng hoe khét nắng của tôi. Chị khóc. Từ nhỏ, hiếm khi tôi thấy chị khóc bao giờ. Gió từ cánh đồng thổi hun hút vây lấy tán vông bứt rụng những cánh hoa đỏ thắm. Chúng chao đảo rồi đáp xuống mặt đất và cuộn mình trong lớp bụi đường.

"- Bao giờ chị về?

"- Không biết...

"Tôi nhìn xuống bụng chị. Cái bụng đã lộ rõ sau lớp áo màu xanh cánh trả. Cách đó hai hôm, nếu cha tôi không kéo tấm vải chị quấn quanh bụng xé toạc thì chắc tôi sẽ không thể biết cái thai nằm trong bụng chị đã được hơn bốn tháng. Tôi không mấy để tâm dù đôi lần bắt gặp chị đi từ bờ ao vào với dăm quả khế trên tay hay có những hôm đang may vá chị chạy nhoài ra giếng nôn thốc, nôn tháo. Chị đi, đôi chân chị nặng nề kéo lê trên mặt đường đất, gót chân nhuốm phèn vàng cạch, rạn nứt của chị hất lên những cánh hoa vông. Buổi chiều ấy sao mà nhiều gió..."

"*Đầu làng có một cây vông...*" của Lữ Thị Mai, cũng chỉ là khung cảnh một vùng quê. Chúng không hề có cho chúng một "nhan sắc" "ấn tượng", "hoành tráng" nào!!! Nhưng qua ngòi bút của Lữ với những so sánh, liên-tưởng-muối-mặn-cảm-xúc... thì chúng đã thực sự mới, lạ! Thực sự cách tân văn chương, đáng trân trọng rồi!

Tôi không biết trong đời thường, Lữ Thị Mai có bị "giam lỏng" (như Lão Ngoan Đồng) bởi những bốn bức tường xã hội, thời thế bức bối, ngột ngạt hay không? Nhưng, hiển nhiên, với tôi, Lữ đã hai tay, đánh ra hai võ công chẳng những khác nhau mà, còn biến hóa nữa.

Nếu ""*Đầu làng có một cây vông...*" là một truyện thuộc loại hiện thực xã hội, thì ở "*Vết son Thẩm Quyến*" lại cho thấy những bi kịch truyền kiếp thẳm sâu hay, lời nguyền tươm máu của định mệnh không thể lý giải giữa hai cõi âm/dương!?!

Đó là một thứ truyện mang nội dung giống như "báo oan" mà chúng ta hằng thấy trong văn chương từ đông qua tây – Mà, phương đông được ghi nhận là nhiều nhất.

Tôi không có ý tóm tắt truyện ngắn được Lữ phóng chiếu từng mảnh đời ngậm, đẫm lời nguyền tươm máu này... (Để độc giả nhận hưởng được trọn vẹn tính "ma quái" của không khí truyện). Tôi chỉ muốn trích dẫn một vài đoạn văn mà, thủ pháp "liên-tưởng-muối-mặn-cảm-xúc" của Lữ vẫn là ưu thế nổi trội nhất trên "dặm trường chữ, nghĩa nong chật ám ảnh và, nỗi niềm trong thơ/văn Lữ Thị Mai":

"... Tôi vung tay đưa cái áo về phía chị rồi trở vào phòng ngủ. Buổi chiều mùa hè oi ả. Trong căn phòng gắn máy điều hòa lạnh âm âm. Tôi đưa tay khẽ kéo chiếc váy lên, dưới lớp da trắng mịn nổi lên những đường gân xanh xao nghi hoặc. Con trai tôi vẫn ngủ. 'Đạp một chút đi con! Mẹ không sợ đau đâu. Con cứ ngoan một cách đáng ngờ như thế mẹ buồn...' Tôi vỗ vỗ nhẹ vào bụng mình cưng nựng. Cứ thắc mắc sao nó ngủ nhiều đến vậy, sao cái bụng tôi cứ im ắng, sự im ắng làm tôi lo âu sợ hãi. Tôi nhắm nghiền mắt. Cảm giác mồ hôi đang rịn ra khắp lưng tôi. Bức bối đến ngột thở. Giấc ngủ mê man của tôi lớn vởn những hài nhi co quắp trong bọc nước ối. Chúng cựa quậy, chúng quẫy đạp, giãy giụa... nhưng không khóc! Đơn giản bởi chúng còn nằm trong cơ thể sản phụ, chúng chưa có quyền khóc chào đời khi chưa đến ngày đến tháng.

"- Mẹ! Mẹ! Có người cứ muốn đánh dấu vào con đây này!

"Cái thai đã rõ hình hài đứa trẻ giãy giụa. Nó mở to đôi mắt u uất phẫn nộ cầu cứu. M...á...u! Thấy toàn máu là máu. Máu cứ chảy và cái thai oằn mình giữa vũng máu chống đỡ cái dấu nào đó, mà một con người nào đó, đang dẫn nó ra để đóng vào... trông nó tựa như sợi dây thừng cỡ lớn vặn mình trặt trẹo..."

Hay:

"... Tính ngày đã quá hai hôm mà vẫn chưa thấy gì. Đêm nay Tường cứ đòi hát trọn bài hát ấy cho tôi nghe, anh bảo: 'Không chỉ có em nghe đâu, con chúng mình nghe nữa đấy. Nó sẽ thấy gia đình mình hạnh phúc biết nhường nào'. Trong vòng tay anh, giai điệu êm ái đưa tôi chìm vào giấc ngủ họa hoẳn ma mị. Người con gái tôi chưa gặp bao giờ, cô ta quẳng về phía tôi ánh nhìn sắc lạnh. Cả khuôn mặt cô ta trắng bệch nổi bật lên là đôi môi căng mọng màu hồng sáng hệt màu son môi trên cổ áo anh. Cái thai mở to miệng ngáp trong bất lực, nó không cất tiếng khóc mà nói rõ ràng bằng chất giọng đầy phẫn uất: 'Người ta đòi đánh dấu con'. Cặp môi cô ta nhập nhèm màu đỏ của sự khát máu. Khẽ lia đầu lưỡi lên đôi môi, cô ta nhìn tôi cười thách thức. Cố vươn đôi tay bé nhỏ yếu ớt về phía đứa con tội nghiệp tôi càng thấy nó xa tôi. Nó như bị cuốn chảy phăng phăng theo một dòng sông đỏ thẫm. Dòng sông màu máu, có những lúc ánh lên màu son xa lạ trên cổ áo của Tường. Vết son di chuyển nhập nhằng trong bóng đêm... Có tiếng trẻ con khóc ré lên và một dòng máu chảy dài...

"- Trả con lại cho tôi. Con ơi! Tôi gào lên vô vọng. Tiếng cười man dại của người con gái kì dị ấy xé toạc nỗi đau đớn của tôi..."

Và:

"Tôi cùng mẹ chồng lên chùa. Bà vận chiếc áo dài nâu chỉ dành cho những hôm đi lễ. Miệng bà lầm rầm khấn, hồi lâu bà sụp xuống vái lạy. Mùi nhang những ngày rằm, ngày tết ấm áp là vậy mà sao ngày dưng tôi thấy rờn rợn, buồn nôn. Tiếng chuông cũng không còn vang lên thanh tịnh bình an nữa mà chung chiêng váng vất. Quay bốn phía chỉ thấy rặt những pho tượng sơn son thiếp vàng chối mắt. Có cái gì nặng nặng âm khí quanh quẩn đâu đây. Tôi nhắm mắt, chắp tay lại thành tâm để tìm một sự giải tỏa. Các pho tượng, khóm hải đường, mẫu đơn sao rặt một màu đỏ, như vết son định mệnh ấy, như dòng sông của những cơn hôn mê quyện đặc màu máu... Tất cả trôi về phía tôi... Đôi chân tôi tê cứng, tôi đứng chôn chân cạnh cây cột lớn chạm trổ rồng phượng mà thấy dòng chảy đỏ ối quấn lấy chân mình nhớp nhúa. Đứa con tôi không còn cất lên lời cầu cứu. Có một người nhấc nó lên hôn. Đôi môi sắc lẹm bật lên lời nguyền thú tính: 'Tôi phải hôn được con cô'. Đứa bé rũ đi trên tay người ấy, thân thể mềm nhũn khẽ cựa quậy.

(...)

"... Tôi giằng lấy đứa con ôm chặt vào lòng. Ngoài kia bóng đêm ma quái bao trùm khoảng sân bệnh viện, bọc lấy những vòm cây. Trong phút giây choáng váng tôi kịp nghe tiếng giày dép gấp gáp, tiếng chuông báo động ngoài hành lang, tiếng con trai tôi khóc thét lên vì khát sữa.

"Tôi ôm con trong vòng tay rã rời nhìn mẹ chồng tôi mòn mỏi tựa đầu vào vai chị Nết. Gia đình chồng tôi ngồi đầy phòng khách. Họ im lặng, không nói câu gì với tôi cũng không nói chuyện với nhau. Hồi lâu, khi đứa con tội nghiệp của tôi no sữa đã thiu thiu ngủ mới thấy mẹ chồng tôi thở dài:

"- Chiều qua thằng Nam vừa chở mẹ đi Từ Sơn, Bắc Ninh. Người ta đồn ở đó có ông thầy giỏi lắm... vừa bước vào ông ta đã cao giọng quở: 'Con trai nhà người xuất ngoại mà trở về lại đem cả dấu son kĩ nữ nên nó chết nó vẫn theo...' Bà chưa kể hết đã lấy khăn chấm nước mắt rồi quay đi..." *(Nguồn từ Tạp chí Hợp Lưu).*

3.

Để chấm dứt, tôi xin được dùng nhận định của nhà phê bình văn học Trần Thiện Khanh. Ông viết:

"Là một khuôn mặt thơ trẻ mạnh bạo, có nhiều tìm tòi thể nghiệm, thơ Lữ Thị Mai có cái nồng nàn mê mải của người yêu tìm chữ, có cái âu lo của người sợ gặp một bình minh rỗng nghĩa, một mùa nhàn nhạt nào đó trở lại. Lữ Thị Mai cũng bước đầu thể hiện được cái duyên riêng, cách nhìn riêng trong những câu văn xuôi giàu hình ảnh của mình. Truyện ngắn, tản văn của Mai có thể xem như một góc tạo nghĩa khác cho cuộc sống, một cách định nghĩa về cái tôi nội cảm của chị. Cũng có thể nghĩ đến một điệu khác, giọng khác của một người giàu suy tư, nhạy cảm giữa nhịp sống hối hả ồn ào." (Trang mạng Tuổi Trẻ Thủ Đô).[6]

(Garden Grove, June 2015)

---

[6] Nguồn: Lữ Thị Mai sinh năm 1988. (Theo Wikipedia – Mở).

Những Con Chữ Hân Hoan, Búng Mình Trên Mặt Sông Chữ, Nghĩa Lữ Quỳnh

Trong ghi nhận của tôi về 20 năm văn học miền nam, và phổ cập hơn ở 40 năm VHNT Việt, có Lữ Quỳnh, nhà văn.

Nhưng, cũng trong ghi nhận của tôi, Lữ Quỳnh còn là một thi sĩ.

Ông không chỉ là thi sĩ qua những hình ảnh trong văn xuôi. Ông cũng không chỉ là thi sĩ qua những con chữ nhân ái, thâm trầm nơi truyện ngắn của ông. (Mà), với tôi, ông còn là thi sĩ chan hòa tính nhân bản, trong cuộc trường chinh chữ, nghĩa trên lộ trình sống/chết miền Nam điêu linh, 20 năm.

Hôm nay, đọc lại những trang văn của Lữ Quỳnh, in tại hải ngoại, tôi vẫn còn nghe thoảng hương thơm của lòng nhân hậu.

Hay, tính-lành của một con người không bị ô nhiễm bởi lầm than, nguy nàn, tổ quốc.

Hôm nay, đọc lại những trang văn của Lữ Quỳnh, xuất bản ở quê người, tôi vẫn còn nghe được tiếng reo vui, hân hoan của những con chữ búng mình trên mặt sông máu/xương gập ghềnh nghiệt, oan vận nước.

Hôm nay, đọc lại những trang văn mới nhất của Lữ Quỳnh, tôi vẫn còn nghe được những hồi chuông, khánh tình yêu thao thiết. Hay, những ngọn nến cháy bằng tim bấc trăm năm, giữa nghìn sao rung động, thứ nhất.

Đọc lại những trang văn hôm nay, của Lữ Quỳnh, tôi cũng còn nghe được tiếng gọi rộn rã thanh niên, đi ra từ trái tim sóng sánh nhiệt-hứng-trẻ-thơ tình bằng hữu.

Tất cả cảm thức trên của tôi, được thực chứng trong thi phẩm *"Sinh nhật của một người không còn trẻ,"* của ông, hôm nay.

Tôi không có tham vọng vào sâu thổ ngơi, thi giới của ba mươi lăm bài thơ của Lữ Quỳnh, nơi tuyển tập này.

Tôi cũng không có tham vọng thuyết phục, thậm chí, "đánh đổ" nhan đề *"Sinh nhật của một người không còn trẻ"* của tác giả, để độc giả (như tôi,) có được một nhan đề khác. Thí dụ *"Sinh nhật một người luôn còn rất trẻ!"*

Là bạn thân, dõi theo từng bước đi văn chương Lữ Quỳnh, Nguyễn Lệ Uyên viết:

"Rất có thể Lữ Quỳnh đã làm những câu thơ đầu tiên trước khi viết những trang văn. Nhưng rồi, văn của ông được ấn hành trước những tập thơ. Đối với Lữ Quỳnh, cái trước và cái sau, hình như không phải là dấu mốc để văn chương của ông khởi đi. Bởi văn ông viết, có rất nhiều trang, nhiều đoạn như thơ. Đó là nét đặc thù của một Lữ Quỳnh, chàng nghệ sĩ luôn tìm kiếm một nửa đã mất trong ông. Cái nửa ấy là người tình, người bạn, là góc phố, là cơn mưa, là tuyết trắng... là những gì ông đã đến với, và rồi chúng đã "bỏ rơi ông", một mình, cô độc.

"Và, có lẽ vì vậy, trong thơ ông luôn nảy bật những cảm xúc là những 'hồi ức buồn', gom lại và sáng rực lên trong suốt cuộc lữ để rong chơi với văn chương:

Sinh nhật tôi
Một ngày tháng chạp
Những ngọn nến thắp
Là hồi ức buồn

"Bốn câu thơ như một con đường phủ đầy tuyết trắng, dẫn người đọc đến một khu rừng mùa đông với chút lạnh se sắt vừa ngọt ngào đủ để chúng ta cong gập cùng tác giả hoài nhớ về khoảng cách thời gian, đã trôi qua; nó rất xa mà cũng thật gần, bám chặt vào tâm trí ông, rong rêu hoài nhớ, u uẩn những vết cào xước trên tấm phông màu lổn nhổn quá khứ, bình thản trôi qua cuộc đời ông đến tê lòng.

"Bởi thế, yếu tính trong thơ Lữ Quỳnh luôn là sự trộn lẫn giữa cái đang có và cái đã qua, là những dấu hỏi, những ray rứt về một đời người hiện hữu trong cõi ta bà, về một thế giới bập bênh nghiêng ngửa, về vận nước nổi trôi.

"Hai tập thơ: *Sinh nhật của một người không còn trẻ* và *Những giấc mơ tôi* là sự song trùng về những dằn vặt nội tâm, những giằng xé không ngừng trước cuộc đời ông đã chứng kiến, đã trải qua và cảm thấu, như một khải thị về sự đau khổ, luôn đè nặng lên đôi vai của người lữ hành cô "độc.

Thơ ông không ẩn dụ, chẳng mật ngôn, chỉ loang loáng những vệt trắng buồn như những cơn mưa mùa đông xứ Huế mà ông đã sống qua, thời niên thiếu. Những cơn mưa vật vã trắng đục, vật vã lạnh buốt đâm thấu vào cõi tiêu điều trần gian, sụt sùi mộng tưởng đến tan nát mảnh đời trầy trượt, tan nát lòng chưa kịp ấm. Ông luôn đeo mang những vật vã ấy, đeo mang những sùi sụt đến tận miền đất khách xa xôi như một *'chiếc xe buýt chạy vòng không bến đỗ'*. Chiếc xe chạy qua *nghĩa địa đìu hiu*, qua những ngã tư không đèn tín hiệu, không cả bóng người, chỉ thấp thoáng *bong bóng mưa xao*... Hình ảnh này, phải chăng cũng là một phần đời trong ông? Và cũng khốn khổ thay, tôi nghĩ, cảnh giới bên ngoài *bong bóng mưa xao*, là những thấp thoáng bóng dáng ông xiêu ngã, chếnh choáng men khổ lụy, ẩn nấp xa xôi hình ảnh mờ ảo, nhòa nhạt của những Rimbaud, Verlaine một thời xiêu xiêu trên góc phố Montparnasse với những ly rượu rỗng không soi tận đáy đêm sâu. Ông cũng vậy, khi cầm ly *rượu đỏ trên tay tràn nỗi nhớ* và *nhìn khói thuốc lang thang khói cũng ngập ngừng*, là tâm trạng hụt hẫng, lẻ loi trước vòng tròn im lặng của thời gian. Ông đang tìm điều mà M. Proust đã tìm. Ông đến tận cùng nơi chốn đã mất. Và chẳng còn gì! Tất cả đều hiện lên như một ảo giác, trước mặt ông, và trong tâm trí ông. Khoảnh khắc lãng đãng khói sương khiến ông mang cái khổ đau tạo thành cái đẹp, và ngược lại. Nó thoáng qua, mộng mị, không thật; lộng lẫy đến hiu hắt:

Quán hoa giấy chiều nay lãng đãng
Uống ngụm nắng tàn trong chiếc ly không

"Những ly rượu không rượu, tưởng tượng một chút men cay, cũng là một cái cớ để nhớ về người bạn thiết của ông, cả đời tìm kiếm cái đẹp để dâng hiến cho cuộc đời:

Hai chiếc ly thủy tinh
Lóng lánh rượu vàng
Giữa sương khói – khói hương.

Những cái bóng của đam mê, đau khổ, lãng mạn với chút lửa chiều đông. Ông cũng vậy, mang cõi hiu quạnh vào thơ và thong thả bùi ngùi cất lên giọng hót của con chim lạc đàn:

nghĩa địa mùa này trơ mộ chí
và lòng ta cũng mộ chí gập ghềnh.

"Đó chẳng phải là những hụt hẫng nối tiếp nhau giữa cõi đời lởm chởm gai góc, lăn lóc những xương xẩu rũ mục? Đến cả những điều mà ông hớn hở gọi là hạnh phúc vào một ngày mùa đông, bên cây thông giáng sinh, khi hồi tưởng về chốn cũ, vẫn là những ray rứt không cùng, rồi lý giải rằng *sự bình yên là lúc nỗi cô đơn dịu dàng*. Cảm giác có thật như một bất chợt hiện về trong tâm trí, đến nỗi cô đơn dẫy tràn trong thơ ông và trở thành thuộc tính của thơ ông.

"Những hồi ức của Lữ Quỳnh là chuỗi dài những cô đơn với tâm trạng rã rời bởi những mất mát, khổ lụy cõi trần, không ai cởi được dây trói, không ai có thể làm cuộc hồi sinh những gì đã vĩnh viễn thoát ra khỏi chốn trần gian triền phược. Ông cũng vậy, một mình, cô đơn đến tận cùng, như hoàng tử bé con từ một tinh cầu lạ, lạc vào sa mạc cát mênh mông của Saint Exupéry:

Thèm rượu mà ta không uống được
Bạn thì xa tri kỷ cũng đi rồi
Tay với trời cao không thấu nổi
Tuổi già mất bạn cũng mồ côi

"Và rồi, những giấc mơ cùng đến, lộn xộn không hình hài bởi trước đó những hình hài kia đã vội vã ra đi không hẹn trước. Vì vậy cuộc đời còn lại là một sân khấu thênh thang và rực rỡ bóng tối, u nhòa rong rêu bám dính trên từng ô cửa. Hơi thở nhẹ tựa màn sương. Tiếng động mỏng tang như lớp khói chiều ngày cuối năm ngóng đợi. Hiu quạnh đến trống không âm thanh, trống không sắc màu:

Có tiếng vỗ tay râm ran
Trên từng hàng ghế trống
Lạnh lẽo gió thiên đường

...
Để lúc tỉnh ra
Ngồi một mình trong bóng tối
Quạnh hiu..."

Tôi chú ý tới khá nhiều câu trong bài viết về Lữ Quỳnh của Nguyễn Lệ Uyên. Tuy nhiên, câu tôi chú ý nhất là: "... *Đối với Lữ Quỳnh, cái trước và cái sau, hình như không phải là dấu mốc để văn chương của ông khởi đi...*"

Vâng! Đúng thế. Còn tôi, điều quan trọng, đáng kể nhất với cõi-giới thơ/văn Lữ Quỳnh, vẫn là:

"... *Những con chữ búng mình trên mặt sông máu/xương, gập ghềnh oan nghiệt, vận nước.*" Lênh đênh..."

(Aug. 2009 - May 2015)

Trích Thơ/Văn Lữ Quỳnh.

Sông Sương Mù

Bởi không còn cách nào hơn để trấn tĩnh đám trẻ, người đàn bà đã nói vào tai chúng nó mỗi khi nghe tiếng đạn rít qua đầu và nổ chát trên xóm chợ: súng dưới đồn bắn đi đó mà, các con cố ngủ đi đừng sợ. Lâu dần câu nói đó trở thành điệp khúc và không còn hiệu nghiệm để giữ tâm hồn đám trẻ yên ổn như những lần đầu. Bé Phượng bắt đầu thắc mắc, khi nhận ra sự hốt hoảng của mẹ. Mỗi lần nghe tiếng đạn réo, môi mẹ run rẩy những lời cầu nguyện, hai cánh tay vội vàng ghì lấy chị em nó vào lòng. Người đàn bà lúc đó, vì bản tính tự vệ, đã cố thu rút mình và đám con lại thật nhỏ, vô tình quên đi sự ngột ngạt và đau đớn của chúng nó. Đám trẻ vì sợ hãi quá, không dám khóc, nhưng vẫn cố đưa hai bàn tay nhỏ bé ra gỡ dần vòng tay mẹ để có thể ngẩng cao cổ thêm một chút cho hơi thở được nhẹ nhàng. Bé Phượng lớn hơn cả, thỉnh thoảng bị mẹ bỏ quên được ngồi thư thả trong một góc hầm, tuy thế nó cũng không dám có một cử động nhỏ nào, nó phải ngồi ôm gối và gục đầu xuống mỗi lần nghe tiếng đạn bay qua và nín thở chờ tiếng nổ vang lên tức ngực, mới đưa mắt lấm lét nhìn mẹ, bây giờ chỉ còn là một khuôn mặt tái xanh với đôi mắt như lồi hẳn ra ngoài chân mày vì khiếp đảm. Những lần đó trông mẹ tội nghiệp quá chừng và nó muốn khóc.

Đã nhiều ngày qua, không có đêm nào là không nghe tiếng nổ rền trong khu vực quận, do đó trong lần nghỉ hành quân mới nhất dù không tới nửa ngày, người chồng cũng đã loay hoay mang những tấm ván xuống đặt dưới hầm để tránh hơi đất cho lũ trẻ. Người đàn bà rất hài lòng vì nghĩ rằng nàng và đám con có thể ngủ luôn dưới hầm, tránh được những lần hốt hoảng đến ẵm đứa này quên kéo đứa khác mỗi lần choàng tỉnh giữa tiếng đạn pháo kích, chạy từ nhà trên xuống chiếc hầm ở cạnh bếp.

Bé Phượng lúc đó có vẻ thích thú với chỗ ngủ mới, nhưng dần dà rồi nó cũng bực mình vì mỗi lần súng nổ là mỗi lần cát từ trên hầm rơi xuống mắt nhức nhối. Đã xót mắt đến không ngủ được, mà xuýt xoa thì bị mẹ mắng tại sao ngủ không chịu nằm nghiêng nằm sấp. Trong bóng tối của chiếc hầm, con bé không dám hé răng. Nó trở mình quay mặt vào thành đất, những giọt nước mắt lặng lẽ lăn trên má làm dịu lòng nó lại.

Công việc mỗi ngày của bốn mẹ con thật giản dị. Sáng sớm bé Phượng mang áo quần dơ của các em xuống bến sông giặt, trong khi người đàn bà loay hoay nhóm bếp nấu một nồi khoai lớn cho đám trẻ ăn lai rai cả ngày thay quà vặt, và một nồi cơm dành cho buổi trưa vì nàng thường ở chợ về trễ. Khi nào bé Phượng ở bếp lên, cũng là lúc người đàn bà sửa soạn xong quang gánh để ra chợ. Nàng dặn con, câu nói mọi ngày tưởng như không thay đổi, dù chỉ một tiếng:

- Nhớ chơi với em ngay miệng hầm, đừng đi đâu xa nghe Phượng?

Con bé vâng lời mẹ. Nhưng có những buổi sáng trời tốt, không gian im tiếng súng, nó vẫn thèm dẫn em ra bến sông chơi. Ở đó nó có thể ngồi trên một thềm đá, nhìn sương mù trên mặt sông dày đặc và chờ đợi những chuyến đò ngang xuất hiện, lúc đầu chỉ nghe tiếng chèo khuấy nước, tiếp theo là nửa con đò rồi người lái với vành nón mờ nhạt hơi sương. Bé Phượng cảm thấy thích thú khi nhìn cảnh vật bên sông dần dần hiện ra trong sương mai mỗi lúc một tan dần. Sự xuất hiện của cảnh vật như một khám phá riêng của nó. Kìa ngọn cây, kìa mái nhà, kìa người gánh nước...

Nhiều lần bé Phượng muốn hai đứa em mình cùng tham dự vào trò chơi đó, bằng những câu đố: "sau cây bàng là cái gì?" Rồi chờ một chút cho sương loãng dần để nhận ra "là cái nhà" và đố tiếp "sau cái nhà là cái gì?" Cho đến khi nắng đã lên rực rỡ giữa sông, và trò chơi trong sương mù chỉ còn như giấc chiêm bao. Nhưng những đứa em của Phượng có vẻ không khoái trò chơi ấy. Chúng nó thích khom lưng lăn những trái vông trên cát để tưởng tượng đến dấu xe hoặc xé những ngọn lá chuối vấn kèn thổi te te bắt chước người dân vệ gác cầu. Đám trẻ có đời sống riêng thật vô tư. Trong những lần pháo kích, chúng nó đã sợ hãi vì tiếng nổ vang dội khủng khiếp, chứ chưa biết sợ hãi về những gì xảy ra đằng sau tiếng nổ ấy. Người đàn bà thường cẩn thận bắt chúng ngồi dí dưới hầm, cho đến khi nàng biết chắc những chiếc xe cứu thương đã chở hết nạn nhân ra khỏi khu vực. Người đàn bà quen dần cảnh đổ nát của chiến tranh, nàng không còn sợ hãi và lo lắng quá về cái tai nạn từ trời cao trút xuống ấy nữa. Thật khó mà trốn thoát. Sống phút nào hay phút đó, người đàn bà nghĩ thế, và cảm thấy bình tĩnh lại. Điều lo lắng nếu có ở nàng là sự lo lắng đôi khi như mối bận tâm thường trực, về người chồng mà những cuộc hành quân liên miên đã giữ chân chàng tận vùng đồi núi phía bắc quận lỵ từ nhiều tuần lễ nay.

Không nhìn hết được mặt sông vì sương mù dày đặc, nhưng bé Phượng cũng biết mặt sông sáng nay thật phẳng lặng. Trời lành lạnh. Trong không khí như có bụi nước. Con bé không để ý nó đã dậy sớm hơn mọi ngày. Dòng sông yên tĩnh trắng ngần sương mù nhìn xa như một giải lụa. Những giọt sương còn rơi tóc tách thật nhỏ và êm đềm từ những ngọn lá cao xuống các tàu lá thấp. Bé Phượng bước xuống bến sông đặt nắm áo quần dơ trên một tảng đá, rồi khom mình đưa tay khoáy nước. Nước lạnh quá làm nó rụt tay về, nhưng rồi lại nhúng xuống, lần này sâu hơn và nó mỉm cười nhìn theo sóng nước phía sau bàn tay di động. Nó im lặng với sự nghịch ngợm đó được một phút thì ngẩng mặt lên, bỗng dưng có cảm giác phía sau mình đang có người nhìn trộm. Nó e dè thoáng chút sợ hãi, từ từ quay mặt lại. Vẫn sương mù dày đặc trong các cành cây. Con bé yên tâm ngồi nhìn ra sông và bắt đầu nhúng mớ đồ dơ xuống nước. Nó không biết rằng cái cảm giác có người nhìn trộm đó chẳng nhầm lẫn chút nào, bởi người đàn ông đang ngồi thu mình dưới một gốc cây bên mé nước lúc đầu đã đứng dậy định tiến về phía nó nhưng suy nghĩ thế nào lại ngồi xuống như cũ, ánh mắt đăm đăm nhìn ra mặt sông có vẻ ngóng đợi. Gã cho tay vào túi áo móc bao thuốc lá lấy một điếu gõ gõ xuống mặt đồng hồ rồi gắn lên môi. Gã cho tay vào túi quần để tìm hộp quẹt, túi bên trái rồi túi bên phải. Gã quên hộp quẹt đã hết và chiếc vỏ không đã bị gã ném xuống dòng sông từ bao giờ.

Cuối cùng người đàn ông gỡ điếu thuốc ra khỏi môi lăn lăn giữa hai ngón tay trỏ và cái, rồi có lẽ như không dằn được sự thèm một hơi thuốc, gã đành đứng dậy một lần nữa nhích bước lần về phía con bé xin lửa. Tuy những ngọn lá khô đã ướt đẫm sương đêm không gây ra tiếng động nào dưới mỗi bước chân người đàn ông, con bé vẫn linh cảm thế nào một lần nữa quay lại và ngỡ ngàng đứng dậy, trong tay còn nguyên nắm áo quần đang giặt dở. Người đàn ông đưa một bàn tay ra phía trước như muốn trấn tĩnh sự kinh ngạc của bé Phượng. Gã nói:

- Bác cần một que diêm.

Con bé vẫn đứng lặng, trong khi gã tiến thêm vài bước. Bấy giờ Phượng có thể nhìn thật rõ người đàn ông. Đó là một kẻ lạ, quá lạ đối với nó trong khu vực này. Gã đội một chiếc mũ lưỡi trai bằng nỉ xám, áo quần không giống như đồ lính mà cha nó thường mặc. Cách phục sức đó làm cho người đàn ông có vẻ gọn gàng và nhanh nhẹn ra. Bé Phượng vẫn nhìn sững gã cho đến khi gã mỉm cười nhắc lại câu nói cũ:

- Bác cần một que diêm, cháu có mang theo đấy không?

Con bé lắc đầu. Nó đứng yên một lúc mới nói:

- Bác đợi cháu chạy về nhà lấy ra cho nhé?

Người đàn ông đưa tay cản:

- Thôi, cám ơn cháu. Bác đâu cần lắm.

Rồi đưa mắt nhìn ra mặt sông vẫn còn dày đặc sương mù, gã hỏi:

- Sáng nay cháu dậy sớm hơn mọi ngày hả?

Bé Phượng có vẻ lúng túng:

- Sáng nào cháu cũng ra đây, thế sáng nào bác cũng có đây để thấy cháu cả à?

Người đàn ông mỉm cười với nó không nói gì. Tự nhiên con bé thấy sự xa lạ lúc đầu đối với người đàn ông không còn nữa. Nó hỏi:

- Bác ra đây làm gì thế bác?

Đưa tay chỉ ra sông gã nói:

- Bác đợi đò.

Con bé cũng nhìn ra sông nghĩ ngợi một lúc rồi ngẩng mặt lên:

- Cháu cũng thế. Sáng nào cháu cũng đợi đò. Trước khi nhìn thấy chiếc đò, cháu đã biết nó sắp tới bờ nhờ tiếng chèo khuấy nước...

Người đàn ông chợt cười thành tiếng.

- Thế bây giờ...

- Bây giờ thì đò chưa sang đâu, bác ra bến sớm quá. Hay bác thử gọi đi.

- Gọi đò trong lúc không nhìn thấy gì bên kia sông cả, bác chẳng muốn chút nào. Trời sương mù nhiều quá.

Bé Phượng ngẩng lên nhìn người đàn ông.

- À, bác có thích sương mù không bác?

Người đàn ông vẫn nhìn ra sông ậm ừ một lúc mới trả lời:

- Ờ thích, thích ghê đi chứ.

Con bé ngồi xuống nhưng chưa vội nhúng mớ áo quần xuống nước. Nó hỏi:

- Thế bác ở bên kia sông hả?

- Ờ...

- Nhà bác chỗ nào nhỉ. Khi hết sương mù rồi, cháu có thể nhìn thấy không?

Khuôn mặt người đàn ông bỗng nghiêm lại. Gã đưa mắt nhìn xuống con bé và ngay lúc đó cả hai người cùng nghe tiếng chèo khuấy nước.

- Không, nhà bác ở sâu bên trong nữa. Đò sắp vào bờ rồi phải không cháu?

- Dạ.

Bé Phượng đứng dậy nhích sang một bên chờ cho mũi đò cặp bến. Khi người đàn ông bước xuống lòng thuyền rồi, nó mới giật mình hỏi:

- Sáng mai bác có ở đây nữa không bác?

- Có.

Gã đáp gọn nhưng giọng gã làm cho con bé cảm thấy buồn buồn. Đò quay mũi, nó thấy người đàn ông đứng bất động giữa lòng thuyền. Con bé nhìn theo cho đến lúc con đò, cả vành nón của người lái nhạt nhòa trong sương trắng. Tự nhiên nó cảm thấy ngậm ngùi.

Một đêm thật yên tĩnh. Người đàn bà sửa lại thế nằm cho hai đứa con nhỏ, rồi ra trước miệng hầm ngồi nhìn vẩn vơ khu vườn trăng. Thật ra thì nàng nhìn mà chẳng thấy gì hết. Có chăng, ánh trăng chỉ làm tăng thêm trong lòng người đàn bà nỗi nhớ nhung chồng cộng với sự lo lắng đến chảy nước mắt. Bé Phượng vẫn chưa ngủ, suốt buổi tối nó cứ bị hình ảnh người lạ mặt buổi sáng ám ảnh hoài. Chiếc mũ lưỡi trai màu xám che đôi mắt thật trìu mến của gã làm nó cảm thấy bâng khuâng như chưa bao giờ có cảm xúc đó. Thấy mẹ đang sụt sùi trước miệng hầm, nó nhổm dậy khom lưng bước ra ngoài ngồi xuống cạnh. Người đàn bà vuốt tóc con gái:

- Sao chưa chịu ngủ?

Con bé im lặng một lúc, rồi trả lời mẹ bằng một câu hỏi khác:

- Sao mẹ ngồi đây mãi thế?

Rồi cũng không đợi câu trả lời, nó nắm tay mẹ hỏi tiếp:

- Sao mẹ lại khóc?

Người đàn bà nhìn qua một phía khác dấu nước mắt, nhưng những giòng nước mắt lại tuôn nhanh khi nàng đột ngột hỏi con:

- Phượng có nhớ cha không?

Con bé trả lời bình thản:

- Cha đi hành quân để làm gì vậy mẹ? Cha lâu về quá, có lẽ cha chẳng nhớ gì tụi con cả.

Người đàn bà gõ nhẹ lên đầu đứa bé.

- Đừng nói bậy. Dễ dầu gì cha về được khi mặt trận còn sôi động hoài.

Dĩ nhiên là bé Phượng không hiểu gì lắm, nhưng nó giữ im lặng. Người đàn bà nói:

- Ngày mai con ở nhà trông hai em, mẹ sẽ nấu sẵn cơm và thức ăn cho các con trọn ngày. Mẹ đi thăm cha. Mẹ sẽ bảo với cha Phượng ở nhà rất ngoan, rất giỏi...

Bé Phượng ngẩng mặt nhìn mẹ. Dưới ánh trăng khuôn mặt con bé mũm mĩm khác mọi ngày.

- Mẹ nhớ bảo cha cố về cho được nhá.

Người đàn bà gật đầu. Hai mẹ con ngồi bên nhau một lúc, rồi người đàn bà đẩy con xuống hầm. Bấy giờ trời đã khuya. Trước khi thiếp ngủ, bé Phượng còn nghe mẹ dặn:

- Sáng mai khi hai em còn ngủ, con chịu khó đem chiếu ra sông giặt nhé. Nhà chỉ còn một chiếc mà tụi trẻ đái dầm bấy nay...

Con bé không nhớ mẹ còn dặn gì nữa không vì ngay lúc đó nó đã ngủ vùi trong hơi đất quen thuộc.

Lúc bé Phượng thức dậy thì người đàn bà không còn ở đó. Nó nhìn vào những thức ăn và nồi cơm nấu sẵn, nghĩa là mẹ phải dậy sớm lắm và giờ này đang đứng bên quốc lộ chờ xe. Bé Phượng nhớ lời mẹ dặn đêm qua, sáng nay phải mang chiếu ra bến giặt. Nó vội đắp lại chiếc chăn trên bụng cho hai em rồi ôm chiếu ra bến sông. Đi được một quãng, nó tần ngần đứng lại vài giây rồi quay trở về.

- Tại sao mình không mang theo hộp diêm nhỉ? Biết đâu bác ấy chẳng cần tới?

Con bé nghĩ thế và cảm thấy lòng vui lạ lùng. Một sự náo nức xuất hiện trong tâm hồn, lúc đầu thì không nhận ra nhưng sau đó nó hiểu.

- Hẳn giờ này bác ấy đã có mặt ở đấy rồi. Không biết bác thức dậy lúc nào mà có mặt ở đây sớm thế...,

Bé Phượng tự hỏi nữa mà chẳng thèm đến sự trả lời nào. Nó bước thoăn thoắt về phía bờ sông. Trời vẫn như mọi hôm, đầy sương mù và dòng sông vẫn là giải lụa trắng bát ngát.

Vắt chiếc chiếu lên một tảng đá, bé Phượng đưa mắt nhìn quanh tìm kẻ lạ. Vẫn những ngọn cây sương mù ôm kín, vẫn gốc cây quen thuộc bên mé sông nơi người đàn ông xuất hiện hôm qua, vẫn bến nước tĩnh lặng này, nhưng kẻ lạ thì không thấy. Con bé thất vọng ngồi xuống một tảng đá. Tự nhiên nó cảm thấy thiếu vắng một cái gì trong tâm hồn. Kẻ lạ đã sai hẹn với nó.

Bé Phượng ngồi im như một pho tượng không biết trong bao lâu cho đến khi nó sờ phải hộp diêm trong túi áo và sực nhớ tới câu nói dịu dàng của người đàn ông khi hỏi xin một chút lửa, cũng là lúc nó cảm thấy nước mắt mình chảy vòng đôi mi và dòng sông trước mặt mịt mùng hơn bởi sương mù. Trong sự yên tĩnh đang có của buổi sớm, bỗng con bé nghe tiếng đạn réo qua đầu rồi tiếp theo những tiếng nổ dữ dội chung quanh. Bé Phượng nằm ngay xuống một kẽ đá, cố thu mình thật nhỏ. Tảng đá còn ướt đẫm sương. Hơi lạnh từ đất tỏa lên thấm qua lớp vải áo làm nó run cầm cập.

Chờ cho trái đạn sau cùng nổ dứt một khoảng lâu, bé Phượng mới ngồi dậy. Hình ảnh đầu tiên trong tầm mắt nó là dòng sông rực rỡ ánh nắng. Sương mù chỉ còn vướng vất trên những vòm cây cao bên kia sông. Con bé nhìn chăm con đò đang neo trong bờ dưới một khóm tre. Con đò sáng nay đã không sang ngang, mà kẻ lạ cũng không có mặt để chờ đợi.

Bé Phượng đứng dậy uể oải kéo chiếc chiếu thả chìm xuống nước. Nó nhớ lời mẹ dặn đêm qua và giặt vội vàng khi chợt nghĩ giờ này hai em nó hẳn đã thức dậy. Hẳn phải thức dậy ngay, khi có tiếng nổ đầu tiên rồi chứ. Nó nghĩ vậy và cảm thấy nóng lòng quá đỗi. Bỗng có tiếng người nói phía sau:

- Thôi đừng giặt nữa cháu à...

Con bé hớt hải quay lại. Người lính bước xuống những bậc cấp bằng đá. Nó nhận ra người lính có vẻ quen thuộc, hình như là bạn của cha. Người lính nói:

- Giặt chiếu làm gì sớm thế?

Con bé ngửa mặt lên nhìn người đàn ông:

- Mẹ cháu bảo nhà chỉ còn một chiếc mà tụi em đái dầm...

Người lính cười buồn:

- Thôi vứt chiếu đi, theo chú về nhà...

Con bé tần ngần mở to mắt nhìn người lính:

-Mẹ cháu dặn...

Người lính quay mặt đi:

- Chú biết rồi, nhưng bây giờ không cần thiết nữa.

Con bé hớt hải và nước mắt nó bắt đầu chảy nhanh xuống má.

- Nhưng còn các em cháu...

Người lính nói chậm rãi:

- Cháu dại quá. Cháu nhớ loạt đạn pháo kích vừa rồi chứ? Thôi về nhà chú đi...

Bé Phượng ngồi thụp xuống đưa hai bàn tay bưng mặt khóc thét lên. Trong khi người lính kéo thấp mũ lưỡi trai xuống và khịt khịt mũi.

Người lính nhất định không cho bé Phượng trở lại chiếc hầm cũ. Anh nghĩ con bé sẽ khóc thật nhiều trong những ngày đầu nhưng rồi nó sẽ nguôi quên và nhất là khi quốc lộ được khai thông và mẹ nó có thể trở về với nó. Mỗi buổi chiều người lính thường dẫn con bé ra sông chơi, nhưng nó có vẻ thích đến đó vào buổi sáng hơn. Buổi sáng thì người lính dậy muộn, hơn nữa cũng không mấy khi anh được ở nhà ban đêm. Bé Phượng sau ngày hai em chết không có dịp để nhìn sông sương mù, không còn dịp để nhớ lại hình ảnh kẻ lạ mà nó gặp buổi sáng nào trên bến nước.

Một buổi chiều người lính dẫn bé Phượng đi dọc theo bờ sông. Con bé tung tăng như một chú sóc nhỏ. Tóc nó bay rối trong gió. Thỉnh thoảng nó ngồi thụp xuống một bãi cỏ để chờ người lính lững khững đi tới. Nó bắt đầu nguôi quên thật, tâm hồn trẻ thơ có khác. Lúc hai người đến một khúc quanh của dòng sông, người lính dừng lại. Anh lấy thuốc lá gắn lên môi, rồi cho tay vào túi quần lấy hộp quẹt. Hộp quẹt chỉ còn một que diêm. Người lính đưa que diêm và hộp quẹt trống ra trước mặt bé Phượng, ý chừng cho nó cùng hồi hộp vì chỉ còn một que diêm cuối cùng. Anh thu đốm lửa giữa hai bàn tay xòe ra, nhưng đốm lửa đã tắt khi sắp kê vào đầu điếu thuốc. Người lính không có vẻ bực mình ném vỏ diêm xuống cỏ, lấy điếu thuốc ra khỏi môi rồi buông thõng hai tay nhìn con bé mỉm cười.

Con bé cười trả người lính, đoạn chạy đến đám cỏ nhặt chiếc vỏ hộp quẹt mân mê trong lòng bàn tay. Nó nghĩ sao chú này giống bác ấy thế. Tự nhiên nó cảm thấy lòng lâng lâng buồn.

Hai người, một già một bé đi bên nhau, không nói với nhau một tiếng. Bỗng họ dừng lại khi thấy đám đông trước mặt. Bây giờ con bé mới hỏi:

- Cái gì thế chú?

Người lính nghĩ ngợi một lúc, rồi nói:

- Hình như xác địch ấy mà, hắn bị bắn chết đêm qua...

Bé Phượng tần ngần một chút rồi không tránh được tò mò, nó kéo tay người lính chen vào đám đông. Bỗng con bé dừng hẳn lại. Nó vừa nhìn thấy chiếc mũ lưỡi trai bằng nỉ xám, rồi chỉ trong một giây sau thảng thốt nhận ra xác chết là người đàn ông, kẻ lạ mặt mà nó đã gặp một lần trên bến sông. Nó bỏ đám đông nắm tay người lính kéo đi. Nó buồn bã, lấy làm tiếc là lần trước không có sẵn hộp diêm cho bác ấy mồi điếu thuốc.

Chiều Ở Tân Định

Tặng Đinh Cường

Chiều Tân Định rưng rưng phượng đỏ.
Đỏ gió mùa khô. Đỏ mắt mình.
Rượu đỏ trên tay tràn nỗi nhớ.
Hoàng hôn nào hoàng hôn trong tranh.
Đường thuốc lá chiều nay vắng bạn.
Một ly mình. Và một ly không.
Điếu thuốc lá ngậm hoài thấy nhạt.
Khói lang thang khói cũng ngập ngừng.
Quán hoa giấy chiều nay lảng đảng
Uống ngụm nắng tàn trong chiếc ly không.

Sai Gon, 1990.

Xa Tiếng Nói Tiếng Cười

tưởng niệm 12 năm ngày mất tcs.

anh ra đi ngày cá tháng tư
bạn bè xa cứ ngỡ đó lời đùa
từ huy, mạnh đạt từ Đà Lạt
phôn về bảo phúc mới lặng người
trinh công sơn mất rồi là sự thật

bây giờ bảo phúc, mạnh đạt, từ huy
lần lượt theo anh về bên kia núi

những lần về thăm
nhìn bức ảnh anh với làn khói thuốc
tôi thắp một cây hương
thật ngay ngắn như lời mạ dặn
ngồi nhâm nhi ly cà phê Xí mời cậu
im lặng mà nói với anh
về những bạn bè còn, mất

tuần này cá chết trắng sông
vì thiếu oxy ở Rio de Janeiro
tôi cũng thiếu oxy hằng đêm phải thở
chiếc máy CPAP với nước (H_2O)
cá nổi trên sông trắng ngần như tuyết
trắng như những giấc mơ
có bạn bè khuất núi kéo nhau về

thêm một năm xa tiếng nói tiếng cười
chai black label chiếc ly thủy tinh
trước tấm ảnh anh với ba người bạn

kẻ còn người mất
nhạt nhòa trắng khói hư vô.

Lữ Quỳnh.

Nam Dao, cái đẹp, ân sủng của đời sống?

Nếu được hỏi, chọn nhà văn nào sau biến cố tháng 4-1975, dùng văn chương để xiển dương sự sống một cách nồng nhiệt nhất? - Tôi sẽ không ngập ngừng, chọn Nam Dao, làm một trong số những nhà văn đó.

Là người chỉ thực sự cầm bút sau thảm kịch 30 tháng 4-75, nhưng qua thơ/văn, Nam Dao đã liên lủy cho thấy ông đi tìm cái đẹp - Như một hình thái ẩn sủng của đời sống.

Cách đây chưa lâu, nhà xuất bản Phương Nam, Saigon, đã ấn hành hai tuyện-vừa của Nam Dao. Đó là các cuốn "Ghềnh V" và "Vu Quy". Nhận định về hai tác phẩm này, trong bài viết nhan đề "Nam Dao và 2 mảng phận người", tác giả Lam Điền, báo Tuổi Trẻ viết:

"... Không gian truyện của 'Vu quy' bắt đầu sau chiến tranh. Mối đệm lịch sử tuy là phần nhỏ, nhưng đủ để làm câu chuyện thật hơn, và cũng chính cuộc sống khắc nghiệt của những người bước ra từ cuộc chiến, sẽ mang lại cho người đọc những chiều suy nghiệm không giản đơn về khái niệm phận người.

"Đó là những lát cắt bén ngọt về cái xóm nghèo nơi Đất Mũi, với những đứa trẻ mồ côi trong thời bình như Théo và gia đình bé Tư con bà Sáu. Sự khốn quẫn trong mưu sinh đẩy từng cá nhân rời khỏi cuộc sống gia đình và rơi vào cạm bẫy đang chực chờ. Trong khi người mẹ ruột đang tâm móc nối bán rẻ bé Tư cho những người đàn ông nước ngoài, thì giấc mơ làm giàu từ vuông tôm của Théo - người yêu Tư - nhanh chóng tan theo mây khói cùng sự bế tắc của những hỗ trợ từ phía chính quyền. Có cảm giác tác giả phải rất kiệm lời, và nỗ lực trong dung lượng chữ ngắn nhất làm bật lên rõ nhất sự tha hóa, nguy cơ sập bẫy sớm nhất từ những thường dân cụ thể chân lấm tay bùn khi đất nước hội nhập.

" 'Ghềnh V' lại là một hành trình đan trộn giữa hiện thực cuộc đời và thoát ly thực tại theo hướng duy mỹ để tìm sự cứu rỗi. Một nhà thơ bế tắc về tương lai nghệ thuật, một kỹ nữ mang mặc cảm giết mẹ, hai người yêu ly thân 30 năm để sám hối về tội giết người vì yêu... Tất cả gặp nhau ở 'ghềnh V', một địa danh ước lệ, không gian ước lệ với am cốc, người tu, quán trọ, và cả huyền thoại về người đời tìm lên ghềnh tự tử. Nhưng sự cứu rỗi không phải ở hành trình lên ghềnh, không phải ở lời giảng về đạo lý, không thuộc sự cảm nhận trước cái chết gang tấc của vực sâu, bất ngờ thay, sự cứu rỗi cũng không ở chỗ tình yêu như nhân vật tôi tưởng mình đã hiểu. Sự cứu rỗi chính là sự sống.

" 'Đời sống, tự thân đã là cứu rỗi những con người đang sống', câu nói của cô kỹ nữ ở Ghềnh V thật hay, hay không chỉ ở quá trình trải nghiệm để nhận ra giá trị ấy, mà còn hay bởi chính sự lựa chọn sự sống mới làm nên giá trị cứu rỗi kia.

"Cả hai truyện đều phảng phất triết lý Phật giáo, chấm phá thôi, nhưng có tác dụng giúp người đọc vỡ dần những gói ghém đầy ngụ ý của tác giả."[1]

Nếu trong những trang văn của Nam Dao, là nỗ lực xiển dương đời sống thì, thơ của ông là một phó bản của tấm lòng thiết tha ngợi ca sự sống đó.

Tôi nghĩ, dường sự sống chính là lực đẩy mạnh mẽ nhất, dắt tay Nam Dao ngồi vào bàn viết. Mặc dù ông đã cho thấy sự xuống cấp hay phá sản thê thảm của đời sống tinh thần con người trong thời đại "on-line" - Một đại-dịch của nhân loại(?) :

*"... giả như ta sống được ba chiều
và đẩy chiều thời gian ngược về thời thơ nhỏ
anh sẽ dịu dàng
cầm tay em
nhắc em dẫu trái đất chưa phải địa đàng
nhưng chúng ta vẫn có thể yêu chân thật
như thời đồ đá thời đồ đồng
trước thời đồ ảo
online..."*
(Trích "Cuối mùa 2010")[2]

Trước sự phân rã tinh tinh thần của cảnh-giới nhân sinh hiện tại, Nam Dao lần về thơ ấu mình, nơi tình yêu ở ông, bắt đầu rất sớm, với những dự cảm thương tích:

*"Lần trí nhớ
tôi bước theo mùi hương thiên lý
men góc tường vôi trắng
giàn hoa giấy mầu hồng*

---

[1] Wikipedia - tiếng Việt.
[2] Trang nhà Nguyễn Trọng Tạo.

*"tôi đẩy cửa
a, nhà tôi đây
căn phòng lầu hai bỏ trống
chiếc bàn học gầy gò
trên mặt bàn ngày xưa tôi khắc trái tim và mũi tên xuyên ngang
đánh dấu một cuộc tình thơ dại..."*
(Trích "Tấu khúc cho những bước lạc")

Khí hậu trong thơ Nam Dao là loại khí hậu lạnh tanh. Cái lạnh zero độ. Cái lạnh như phần thưởng duy nhất mà, cuộc đời có "ưu ái" đãi ngộ ông - Một nhà thơ đau đáu nỗi cô đơn vì bẩm sinh, trái tim quá lụy tình người:

*"... đàn sẻ bây giờ lại nhớn nhác
chim bắc cầu năm xưa rụng
như những quả ung
chân tôi đạp hụt – dưới là khoảng không
tôi cũng rơi như một lần quá lứa
thế nhưng sao
trong căn phòng trống
tôi thấy trên mặt chiếc bàn vẫn còn trái tim
với mũi tên xuyên ngang
máu bây giờ nhỏ thật..."*[3]

Dù đã chạm mặt sự thật thô nhám, sần sùi của cuộc đời, nhưng không vì thế mà Nam Dao có thể đổi thay cảm, nghiệm gần như bất biến của ông về sự sống. Đó là, sống không thôi, cũng đã là một ân sủng rồi:

*"... Quơ tay lau nước mắt
người thủy thủ
hồi sinh*

---

[3] Nđd.

nghe trong tim máu trào như sóng biển
theo ánh bình minh
cùng mặt trời xuống núi

"Thì ra
Thì ra
Sự Sống
ta viết hoa
muôn đời,
vẫn vùng lên từ những tro than
vẫy đôi cánh tình yêu lừng lững.
"Cảm ơn em, sẻ nhỏ
đã nhắc ta
Sự Sống
ấy chan hòa".
(Trích "Chuyện cùng sẻ nhỏ")[4]

Phải chăng, rốt ráo, như ghi nhận của tác giả Lam Điền về Nam Dao thì: *"Sự cứu rỗi chính là sự sống"* vậy?

Bên cạnh con người thi sĩ, Nam Dao còn là một nhà văn... "dài hơi". Ông có khả năng chạy "việt dã" với những bộ sách hàng ngàn trang, đã được sự chú ý lớn của văn giới hải ngoại.

Cụ thể, mới đây, bộ trường thiên lịch sử tiểu thuyết của ông, được nữ ký giả Ngọc Lan, nhật báo Người Việt ghi nhận như sau:

"Lần đầu tiên, một tác giả cho ra mắt cùng một lúc ba tác phẩm "đồ sộ" với tổng cộng khoảng 2 ngàn trang sách, tại phòng sinh hoạt nhật báo Người Việt vào chiều Thứ Bảy, 7 Tháng Hai, với sự tham dự của nhiều gương mặt gạo cội trong lãnh vực văn học nghệ thuật tại Hoa Kỳ.

---

[4] Nđd.

"Tác giả đó không ai khác hơn là Nam Dao đến từ Canada, người đang gây nên sự chú ý trong văn đàn hải ngoại trong những năm qua qua với Dâu Bể (2 quyển), Đất Trời và Gió Lửa.

"Diễn giả đầu tiên giới thiệu bộ Bể Dâu của Nam Dao là nhà thơ Đỗ Quý Toàn - cũng là nhà bình luận Ngô Nhân Dụng, từng là 'đồng hương Canada với nhà văn Nam Dao.'

"Theo ông Ngô Nhân Dụng, 'Bể Dâu của Nam Dao được viết theo dạng tiểu thuyết lịch sử. Tôi có cảm tưởng Nam Dao viết tiểu thuyết lịch sử theo truyền thống của Hoàng Lê Nhất Thống Chí hay Tiêu Sơn Tráng Sĩ. Nghĩa là ông không viết thật sự những điều bịa đặt hư cấu mà ông còn muốn cho vào tiểu thuyết những nhân vật có thật. Đó là điều tạm gọi là liều lĩnh. Bởi khi viết về các nhân vật có thật thì mình không thể có sự nhầm lẫn, nhất là các nhân vật này sống ở thế kỷ 20 nên có thể có nhiều người biết về họ. Thế nên tôi vừa đọc tôi vừa run.'

"Bể Dâu là quyển sách quá nhiều tham vọng. Tôi nói điều này không có nghĩa khen cũng không có nghĩa chê. Nhưng đó là sự thật. Bởi vì Nam Dao đã tìm cách đưa ra một nhân vật hư cấu do mình tưởng tượng và đặt nhân vật đó qua cuộc sống từ thời 1927 cho đến sau này. Điều mà Nam Dao cố gắng làm là đặt nhân vật đó đi qua nhiều biến cố lịch sử Việt Nam," nhà bình luận này nói thêm.

"Về mặt bút pháp, nhà thơ Đỗ Quý Toàn nhận xét, 'Ngay từ chương đầu, Nam Dao đã cho người đọc thấy kỹ thuật văn chương cao của mình. Tuy nhiên nhược điểm của lối viết này là không biết chỗ nào là tiểu thuyết, chỗ nào không là tiểu thuyết.'

"Viết tiểu thuyết nhưng lại để cho người ta thấy có lịch sử. Cho nên nếu có một lớp thanh niên lớn lên mà không hiểu rõ về thanh niên Việt Nam thì đọc tiểu thuyết lịch sử sẽ giúp họ hiểu luôn diễn biến của lịch sử Việt Nam. Riêng phần đó thôi cũng đã có giá trị giáo dục cho giới trẻ, giúp giới trẻ tò mò tìm hiểu thêm về lịch sử dân tộc," diễn giả Ngô Nhân Dụng đưa lời kết luận về "Bể Dâu."

"Nhà văn Đặng Thơ Thơ giới thiệu với thính giả có mặt tiểu thuyết Gió Lửa của Nam Dao, quyển tiểu thuyết mà như bà nói một cách hóm hỉnh lúc đầu "trong suốt một tuần tôi phải đọc, đến nỗi những cuộc chiến của đất trời và gió lửa thường xuyên xảy ra trong những giấc mơ của tôi."

"Theo nhà văn Đặng Thơ Thơ, 'Gió Lửa là tiểu thuyết được xây dựng với qui mô lớn, phức tạp, nhiều tuyến nhân vật, nhiều giai đoạn lịch sử và sự qui mô và phức tạp cũng tầm cỡ cũng như khi đọc tiểu thuyết kiếm hiệp hay Tam Quốc Chí xưa. Tức mức độ lôi cuốn của nó khiến mình phải đọc từ ngày này qua ngày khác, không ngừng.'

"Gió Lửa được viết theo dạng chương hồi. Nhưng mỗi chương có thể như một truyện ngắn. Liên kết tất cả các chương lại thì chúng ta có một tiểu thuyết có tính nhất quán. Gió Lửa được viết với kỹ thuật văn chương rất cao. Tôi đọc có những đoạn làm tôi rung động và có những đoạn làm tôi rúng động, với sự khâm phục và nghiêng mình dành cho nhà văn Nam Giao," nữ văn sĩ nêu cảm nhận.

"Nội dung của Gió Lửa 'lấy bối cảnh là cuộc nội chiến Trịnh-Nguyễn khởi đầu với thời điểm Trịnh tàn Lê mạt cuối thế kỷ 18 và kết thúc với sự tiêu vong của triều đại Tây Sơn ngắn ngủi. Những trang viết về lịch sử trong này là cuộc nội chiến ròng rã, những tranh chấp quyền lực ngay trong nội bộ Đàng Trong và Đàng Ngoài, những âm mưu truy lùng, ám hại, thủ tiêu, tàn sát chồng chất trong gần 700 trang sách.'

Đánh giá tác phẩm này, Đặng Thơ Thơ nói, 'Gió Lửa không chỉ thuộc phạm vi đơn thuần là truyện kể cho vui qua rất nhiều công phu dựng lại, mô phỏng hay hư cấu, mà gió lửa là một suy tư lâu dài của tác giả về những vấn đề lịch sử, gió lửa chất vấn lịch sử tại sao nó đã như thế, gió lửa khảo sát lịch sử để tìm ra mô hình đã chi phối lịch sử Việt Nam và những tranh chấp nội chiến dài qua nhiều thế kỷ và gió lửa đưa ra một cách nhìn khác, hay đề ra một phương pháp khác để thay đổi mô hình lịch sử.'

'Nhà bình luận Nguyễn Xuân Nghĩa, một trong ba diễn giả của buổi ra mắt sách, nêu nhận xét chung, 'Cả ba bộ truyện của Nam Dao tạo cho chúng ta một ý thức lịch sử mà nếu chúng ta được trang bị thêm những kiến thức, được trình bày rất là nghệ thuật trong phong cách truyện dã sử thì có lẽ chúng ta sẽ quan tâm nhiều hơn đến lịch sử.'

"'Và để chấm dứt tình trạng đại đa số chúng ta thuộc sử Tàu nhiều là vì già thì đọc Chiến Quốc Sách, trung niên thì đọc Tam Quốc Chí, còn trẻ thì đọc Kim Dung nhớ hết đời nào ra làm sao, trong khi truyện đất nước mình thì cứ ngơ ngơ ngẩn ngẩn, giống như người Mỹ nhìn vào một chuyện nào xa lạ. Đây là điều cần thiết và Nam Dao là người mở ra điều đó,' ông Nghĩa nói.

"Phát biểu suy nghĩ của mình trong tư cách là tác giả ba bộ tiểu thuyết lịch sử, nhà văn Nam Dao cho rằng, 'Xin nói thật là chơi trò viết tiểu thuyết lịch sử khổ lắm" và cũng theo ông tiểu thuyết lịch sử ông viết "có tính cách luận đề nhiều lắm."'[5]

Qua nhận xét của nhiều tác giả, dù ở điểm đứng nào, người đọc vẫn không thể không công nhận sức sáng tác mạnh mẽ, của Nam Dao - Một người gần như dành trọn đời mình, nhằm xiển dương chữ, nghĩa Việt.

(Mar. 2015)

---

[5] Nđd.

Thơ Nam Dao

Chuyện Cùng Sẻ Nhỏ

(thơ gửi một người, và những ngày đông bắt đầu lộng gió)

Người thủy thủ già tóc chớm màu muối
tay vân vê chuỗi mộng một đời
tai bỗng nghe...
giữa gió lộng trùng khơi
một tiếng chim
  rất nhỏ

tiếng chim lạ mơ hồ trong gió
tiếng chim yếu ớt
mong manh
như một lời kêu cứu
dẫu trên đầu,
   trời xanh
dẫu dưới chân,
    biển xanh

người thủy thủ già ngơ ngẩn
một con sẻ nhỏ loanh quoanh
trên boong tàu nép mình trốn gió
- Này, chim đất liền!
Sao lại lạc trên đại dương chập chùng sóng gió?
- Tôi đi kiếm ăn
  quên mất giờ về tổ
tàu ra khơi
và tôi lạc ra khơi

người thủy thủ già thảng thốt gọi

em ơi!
rồi bật khóc như đứa trẻ bơ vơ lạc lối
tay giang ra
   nhưng tay nào đủ rộng
mang đến cho em chút hơi ấm tình người

Biển vô tận
   sóng dềnh
      bọt sủi
lăn tăn xa đi chớm tóc bạc thời gian
gió cứ thế đẩy đưa hy vọng
trôi về đâu những kiếp cơ hàn?

Giữa hai cột buồm
   những sợi cáp giăng ngang
bỗng từ đâu hàng trăm chim sẻ
   bay về đậu thành hàng
Sao sẻ nhỏ kia vẫn lạc lõng trên boong
   cắm cúi tìm gì?
      có phải là những mẩu bánh mì vãi vụn?

- Này sẻ nhỏ, hãy bay lên tìm đàn
  để bớt cô đơn và quên đi phiền muộn
  quên gió sáng hoang vu
    quên mây chiều hoang vu
quên những trôi xa, quên kiếp không nhà
quên để nhớ bước về bờ bến cũ

- Ô, thủy thủ, hẳn mắt chắc lòa
   sợi cáp treo trên đầu chẳng có lấy một bóng chim
  chỉ ó biển, mỏ dài móng sắc
  bay trên cao

lơ lửng, rập rình

người thủy thủ chợt nghĩ về mình
  suốt một đời tất bật
gió rám cháy da , tay sần nứt nẻ
hả miệng
ngửa mặt hát
Hát rằng:
  " Ô hay, ta đã làm chi đời ta?"*

Câu thơ lạnh cắt da
người thủy thủ xòe tay phủ mặt
  che hoang tưởng đời mình
Con chim sẻ thình lình
đậu lên vai người, nhỏ nhẹ:
- Ta cho nhau một chút an bình!

Quơ tay lau nước mắt
người thủy thủ
  hồi sinh
nghe trong tim máu trào như sóng biển
  theo ánh bình minh
    cùng mặt trời xuống núi

Thì ra
Sự Sống
  ta viết hoa
muôn đời,
vẫn vùng lên từ những tro than
vẫy đôi cánh tình yêu lừng lững.

---

* Thơ Vũ Hoàng Chương

Cảm ơn em, sẻ nhỏ
đã nhắc ta
Sự Sống
  chan hòa

Nguyễn Ngọc Bảo, ngày xuân đỏ đen cùng chữ nghĩa với Hội VHKHVN và Trò Chơi Thả Thơ với Thơ Du Tử Lê

Thân tặng: Anh Du Tử Lê, và Nông Duy Trường, Nguyễn Phúc Anh Lan - người giúp điều khiển các buổi thả thơ. Phan Dụy - người phụ trách diễn ngâm các câu thơ. Minh Tân - người phụ trách phần viết các câu thơ. Diễm Hồng, Hoàng Lan. Lộc Quy - người giúp soạn các câu thơ cùng các bạn hội VHKHVN đã giúp điều hành các gian hàng...

Đứng giữa gian hàng, trên một bục gỗ cao phủ khăn trắng nuốt, người thiếu nữ trông nổi bật hẳn lên với trang phục tuy rực rỡ sắc mầu nhưng không kém phần dịu dàng, tao nhã. Cô mặc một chiếc yếm tơ trắng bên trong chiếc áo tứ thân tha thướt những mảnh lụa hai mầu, đào non và tím nhạt. Ở ngang lưng áo cô, một giải thắt lưng mầu xanh lá mạ được quấn vòng quanh, kết thành nùi phía trước rồi buông thõng hai đầu lụa xuống đến gần đầu gối. Khuôn mặt cô vốn đã khả ái, lại càng thêm khả ái dưới lớp khăn vành dây bằng nhung mầu huyết dụ đang gói tròn mái tóc búi cao, thả những lượn đen nhánh lòa xòa trước trán. Bên cạnh cô, một tập giấy trắng khổ lớn, bề ngang độ bốn gang tay, bề dài cũng phải gần một thước, được đặt trên một chiếc giá ba chân. Cạnh trên của tập giấy cao xấp xỉ với chiều cao của cô.

"Phía bên phải thiếu nữ là một hán tử trong y phục khăn đống áo dài cổ truyền mầu xanh thẫm. Bên trái là một thiếu phụ đang độ tuổi của một đóa hoa mãn khai, trông lộng lẫy một vẻ quý phái với chiếc khăn xếp vàng và chiếc áo dài gấm đỏ mặc bên trong lớp áo khoác kiểu hoàng hậu rực rỡ sắc hoàng kim. Cả hai đứng trên bục gỗ nhỏ, có chiều cao bằng nửa chiếc bục của người thiếu nữ.

"Nở một nụ cười tươi tắn, người thiếu nữ nhẹ nhàng lật trang giấy trên cùng và vắt về phía sau chiếc giá, để lộ ra một trang giấy mới. Trên trang mới này, người ta trông thấy hai câu thơ, được viết bằng bằng mực đen, với nét chữ đẹp một vẻ mềm mại.

đêm đêm tôi nhớ bàn tay cũ
và thấy trong ___ đủ bóng hình

"Kẻ chỉ có một kiến thức tối thiểu về thi ca cũng có thể dễ dàng nhận ra hai câu thơ ấy bị thiếu mất một chữ. Đó là chữ nằm giữa hai chữ 'trong' và 'đủ'. Nói đúng hơn, chữ này không phải bị bỏ sót mà bị che khuất bằng một mẩu giấy xanh mầu da trời và dài khoảng gang tay. Ngay dưới câu thơ, có năm chữ viết sẵn bằng mực mầu lá cây, mỗi chữ kèm với một con số:

1. Gương
2. Kinh
3. thơ
4. mơ
1. trăng

"Bao quanh thiếu nữ, nhưng ở vị trí thấp hơn nhiều, là những chiếc bàn dài dùng để đặt các tấm bìa cứng mầu hồng điều. Mỗi tấm có diện tích gần bằng mặt bàn và được chia thành năm ô hình chữ nhật, ghi số từ 1 đến 5. Những chiếc bàn này cũng là ranh giới của gian hàng. Phía bên trong, khoảng mươi, mười lăm thiếu nữ, xinh xắn trong những chiếc áo dài gấm xanh, bận rộn với trách nhiệm điều hành. Bên ngoài, hàng trăm khách yêu thơ đang chen chúc đứng nhìn hai câu thơ trên tập giấy, đặt trước tầm mắt của họ.

"Họ nhíu mày suy nghĩ. Họ bàn tán lao xao. Họ đang chọn lựa một trong năm chữ để ghép vào câu thơ bị thiếu.

"Hán tử phía bên phải thiếu nữ lên tiếng:

- 'Đêm đêm tôi nhớ bàn tay cũ; và thấy trong... đủ bóng hình'. Câu thơ thật tuyệt vời. Vua Tự Đức viết câu này thì nhất định ngài phải dùng chữ 'gương: 'đập cổ kính ra tìm lấy bóng; xếp tàn y lại để cầm hơi'. Phạm Thiên Thư là tác giả thì dù có bị đuổi ra khỏi chùa, cũng chữ "kinh" là cái chắc: 'nến khuya lửa hắt hiu vàng; trang kinh lác đác đôi hàng nhạn sa'. Giả tỉ câu này của Đinh Hùng thì sao, bắt buộc phải chữ 'thơ'. Quý vị có nhớ hai câu thơ thật hay của ông ấy không? 'Trang thơ xõa tóc cười e lệ; nét chữ thu gầy, vóc ngậm sương'. Một hình ảnh đẹp, quá đẹp! Ấy, nhưng nếu nhà thơ Nguyên Sa mà viết câu này thì lại là chuyện khác: 'và nghe em ghé vào giấc mộng, vành nón nghiêng buồn theo gió đưa'. 'Mộng' tức là 'mơ, chắc chắn phải là 'mơ, mơ, mơ'!

- Còn nếu cụ Nguyễn Du viết hai câu ấy, quý vị biết cụ ấy dùng chữ gì không? - hán tử lên tiếng hỏi đám đông.

- Chữ gì? - có người hỏi lại.

- " 'Mày ai trăng mới in ngần; phấn thừa hương cũ bội phần xót xa'. Thúc Sinh thương nhớ Thúy Kiều đấy! Một vành trăng khuyết làm bồi hồi thương, làm day dứt nhớ một nét mày cong. Tuyệt, tuyệt vời! Hay, hay quá! Cụ Nguyễn mà viết câu thơ ấy thì nhất định phải 'đêm đêm tôi nhớ bàn tay cũ; và thấy trong trăng đủ bóng hình'. Quý vị đồng ý chứ?

- Đồng ý! nhưng mà, tác giả hai câu thơ đang đố là ai vậy anh? - một thiếu nữ trong số khách yêu thơ cất giọng hỏi.

- À, hai câu thơ ấy của ông Du Tử Lê.

- Ơ hay, thế thì đâu có gì liên hệ đến vua Tự Đức, đến cụ Nguyễn Du, đến Đinh Hùng, Nguyên Sa, và Phạm Thiên Thư?

- Thì thế! Thế mới nói! - hán tử áo xanh trả lời, giọng tỉnh khô. Mọi người cười ồ.

"Trên bục cao, phía bên trái gian hàng, người thiếu phụ áo gấm đỏ đưa mắt nhìn năm chữ ghi bên dưới hai câu thơ. Chị chọn một chữ để thay vào chữ bị thiếu, rồi cất tiếng ngâm:

đêm đêm tôi nhớ bàn tay cũ
và thấy trong thơ đủ bóng hình

"Trong khoảnh khắc, những ồn ào vụt tắt, chỉ còn tiếng thơ bồng bềnh bay, trải rộng ra trên một vùng không gian tịch mịch. Giọng ngâm chị thật điêu luyện và truyền cảm. Chả trách có một cụ già, sau khi chống gậy đứng đôi ba tiếng đồng hồ thưởng thức tiếng thơ, đã phải buộc miệng thốt lên lời ca ngợi: 'tự thị thiên thượng Houston đệ nhất thanh'.

"Tiếng ngâm vừa dứt, tiếng huyên náo lại trỗi dậy. Người ta nói, người ta cười, người ta bàn bạc với nhau, và người ta tranh nhau ném các phiếu tiền nho nhỏ mầu xanh vào những ô số kẻ trên mặt giấy hồng điều. Ô nào cũng có.

"Đợi đến lúc mọi người đặt tiền xong xuôi, người thiếu nữ áo tứ thân vói tay chuẩn bị gỡ mảnh giấy che chữ bị thiếu. Cả một cõi không gian lại yên tĩnh lạ thường. Mọi người hồi hộp, nín thở. Những ánh mắt như dán chặt vào bàn tay xinh xinh của người thiếu nữ.

- Khoan, khoan, chờ chút, còn tôi nữa!

"Một thanh niên từ phía sau hớt hải rẽ đám đông tiến lên chiếc bàn kê ở giữa. Đưa một đồng cho thiếu nữ áo xanh có trách nhiệm tại bàn, anh bảo:

- Cô đổi cho tôi một phiếu và đặt hộ vào chữ "trăng", số 5 đó!

"Đưa cánh tay lên ngang mặt và gập lại thành một hình vuông thước thợ để biểu lộ sự quyết thắng, anh nói với những người chung quanh bằng một giọng chắc nịch: 'Tôi nhớ mang máng câu thơ này mà. Năm ngoái thua cả đôi ba chục bạc, năm nay nhất định phải thắng lớn. Bế môn luyện công mấy tháng trời rồi đấy!' Lời nói của anh phảng phất một thanh âm tự tin đến độ có đôi ba người chuyển tiền từ những ô khác sang ô số 5.

"Trên bục cao, người thiếu nữ lại đưa tay chạm vào mảnh giấy. Hán tử khăn đóng áo dài hô to: 'và thấy trong... trong... trong...'

"Thiếu nữ lật mạnh bàn tay, tấm giấy xanh rời ra, để lộ một chữ viết bằng mực đỏ.

- Trong 'kinh' đủ bóng hình! Số 2 thắng! Số 2 thắng! Xin chúc mừng quý vị đặt số 2!

"Cả một khu rộng lớn bỗng vang dậy tiếng reo hò tở mở của người đặt trúng xen lẫn với tiếng suýt soa của kẻ đặt sai. Các thiếu nữ phụ trách gian hàng tíu tít bận rộn trong việc thu tiền và chung tiền.

- Sao lại là 'kinh'? Ông Du Tử Lê có đi tu hồi nào đâu! - tiếng một phụ nữ phản đối.

- Hình như có lần ông ấy thương một ni cô. - hán tử cười cười nói đại - Bài thơ có tên 'vì em tôi đã làm sa di' đấy!

"Vài người gật đầu, tỏ vẻ giác ngộ. Ở trên bục cao, người thiếu nữ áo tứ thân mỉm cười, lật tờ giấy ra phía sau. Những câu thơ mới được trình làng. Cuộc chơi tiếp tục.[1]

(...)

Thả Thơ Với Thơ Du Tử Lê

"Có thể nói các câu thơ được hội VHKHVN đem ra cống hiến khách yêu thơ trong suốt bốn năm qua là những câu thơ thật hay, tiêu biểu cho các khuynh hướng sáng tác từ đời nhà Lý đến hiện đại. Trong số các thi sĩ có thơ được chọn để bầy cuộc vui, thơ của anh Du Tử Lê chiếm phần đa số. Lý do rất đơn giản, tôi là người phụ trách chính trong việc chọn các câu thơ thả, và đối với tôi, ngoài số lượng phong phú với đủ thể loại, thơ anh tuyệt hay, đặc biệt là thơ tình. Tôi yêu những bài thơ anh viết từ những ngày tôi còn là cậu bé con, lẫm chẫm vụng về khua những đường gươm đao tình ái đầu đời. Tôi cũng yêu những bài thơ anh sáng tác sau này, dẫu rằng tự bao giờ kiếm đã phong, đao đã gói. Vâng, tôi yêu lắm lắm những bài thơ mang âm hưởng bồng bềnh của anh, thứ âm hưởng có thể len lỏi vào từng ngõ ngách của tâm hồn ta; rồi mơn trớn, rồi vuốt ve, và thấm lần vào các tế bào của cảm nhận. Đọc những bài thơ ấy, thoắt cái, ta thấy hồn mình dậy lên một nỗi

---

[1] Quy luật về trò chơi thả thơ cũng đã được người viết đề cập đến trong bài "Ngày Xuân Đỏ Đen Với Chữ Nghĩa", đăng trên Việt Báo Kinh Tế, giai phẩm xuân Mậu Dần 1998.

buồn dịu dàng, man mác (có bài thơ tình tuyệt tác nào mà lại không phảng phất nỗi buồn?). Cuộc đời vốn mười phần thì bẩy tám chẳng được như ý, chửa đủ buồn sao hà cớ lại tìm thêm cái buồn mà đến, cho nó vận vào người? 'Mỗi lời là một vận vào khó nghe' mà! Không, tôi không hoàn toàn tin câu nói ấy của cậu em Vương Quan dùng để khuyến cáo cô chị Thúy Kiều. Có những vần thơ làm dậy trong ta một nỗi buồn nhẹ nhàng, tha thiết khiến tâm hồn ta đẹp hơn, thơm tho hơn, và làm cuộc đời ta có ý nghĩa hơn. Bạn ngờ vực ư? Bạn cứ thử đọc xem: 'Lối mòn cỏ lợt mầu sương; lòng quê đi một bước đường một đau' của Nguyễn Du đấy! 'Sóng gợn tràng giang buồn điệp điệp; con thuyền xuôi mái nước song song; thuyền về nước lại sầu trăm ngả; củi một cành khô lạc mấy dòng' của Huy Cận đấy! 'Tôi ngồi trong cõi tôi riêng; bên trong ghế lạnh, ngoài hiên bóng rời; phòng tôi trần thiết gương người; tường sơn kỷ niệm, vách bồi dáng xưa; tóc người chẩy suốt cơn mưa; ngực thơm hoa bưởi, môi đưa bão về', của Du Tử Lê đấy! Bạn đọc xong rồi ư? Hãy khép hờ đôi mắt và lắng nghe thử xem. Phải chăng tâm hồn bạn như đang man mác một thứ hương thơm của đời? Đấy, tôi nói nào có sai. Bạn tin tôi rồi, phải không?

"Trở lại với trò chơi thả thơ, thêm một lý do khiến chúng tôi sử dụng nhiều thơ của anh vì ngôn ngữ trong thơ anh linh động vô cùng. Theo tôi thì bên cạnh khả năng xếp chữ thành thơ, một nhà thơ cần có một tâm hồn nhậy cảm và một trí óc bén nhậy để ghi nhận chính xác những rung động của hồn. Ở anh Du Tử Lê, là sự dư thừa những điều vừa kể. Người đương thời vừa không hoàn toàn cảm được những rung động của anh, vừa không bắt kịp ngôn ngữ anh sử dụng nên có lẽ đối với họ, chữ trong thơ của anh như hình ma bóng quỷ, thoắt cái thế này, thoắt cái thế kia. Hậu quả là thiên hạ càng khó đoán chừng nào thì quỹ của hội VHKHVN chúng tôi lại dồi dào thêm chừng nấy.

"Có lần chúng tôi mang ra thả hai câu thơ sau đây của anh:

tìm em gió hú rừng hiu quạnh
ôi tấm lòng em như cẩm __

"Bên dưới câu thơ, có năm chữ để chọn: 1) nhung, 2) vân, 3) tâm, 4) văn, và 5) lai.

"Hôm ấy, nhằm lúc giữ nhiệm vụ điều khiển trò chơi, tôi giải thích vắn tắt với các bạn trẻ rằng: 1) cẩm nhung là loại hàng vải quý có vân, 2) cẩm vân là một thứ cỏ thơm, 3) cẩm tâm có nghĩa lòng gấm, như câu thơ trong truyện Kiều 'giá đành tú khẩu cẩm tâm khác thường', 4) cẩm văn lấy từ chữ 'chức cẩm hồi văn', tên của điển tích ghi chuyện nàng Tô Huệ, đời nhà Tấn, thêu một bài thơ trên bức gấm dâng vua để xin cho chồng đang trấn thủ nơi xa được trở về, và 5) cẩm lai là một loại gỗ sắc vàng với những đường vân không đều mầu nâu sậm. Giải thích xong, tôi nhấn mạnh là trong năm chữ này, 'cẩm lai' thích hợp nhất với chữ 'rừng' ở câu trên.

"Lúc bấy giờ, vì ngờ tôi giăng bẫy nên chỉ có một hoặc hai người chọn chữ số 5 còn hầu hết dồn tiền cho các chữ từ số 1 đến số 4, phần đông chọn số 2 hoặc số 3, tức là 'cẩm vân' hoặc 'cẩm tâm'. Lúc tấm giấy che được gỡ ra, cả làng ồ lên những tiếng thất vọng khi trông thấy chữ 'lai'.

- Đã bảo 'cẩm lai' hợp với chữ 'rừng' mà không chịu nghe. Rừng thì phải có cây có gỗ chứ! - tôi đùa với mọi người.

- Lòng liếc gì mà lại ví như gỗ đá, làm mất toi đồng bạc - có tiếng phụ nữ cằn nhằn.

"Tôi giải thích mò:

- Có lẽ ông ấy ví von lòng người với cẩm lai bởi loại gỗ này vừa quý, vừa đẹp, lại vừa chắc, chắc như tấm lòng chung thủy của... của...

- Của ai?

- Của ông Du Tử Lê!

"Mọi người cùng cười, có vẻ hả hê với một khám phá mới. Rằng ví von một tấm lòng chung thủy với cẩm lai nghe cũng đặng lắm chứ.

"Như đã đề cập ở trên, tôi là người phụ trách chính trong việc chọn các câu thơ thả. Trong những năm qua, tôi được sự trợ giúp đắc lực của ba người bạn trẻ và cũng là hội viên hội VHKHVN: Diễm Hồng ở Knoxville, Tennessee; Lộc Quy ở Claymont, Delaware; và Hoàng Lan ở Atlanta, Georgia. Tuy trưởng thành tại Hoa Kỳ và theo đuổi các ngành khoa học kỹ thuật nhưng các cô rất sính thơ văn. Mỗi khi tổ chức gian hàng, mỗi người lại soạn gửi tôi độ mươi, mười lăm câu. Đặc biệt, giống như tôi, các bạn trẻ này đều yêu thơ anh Lê nên trong số này bao giờ cũng có vài câu của anh. Có lần cô Hoàng Lan thả hai câu trong bài 'Tôi có người để nhớ đến tương tư':

gọi tên nhau - cho biển hết bồi hồi
hôn nhau nữa - cho đời sau có sử

"Trong hai câu thơ trên, cô thả ở chữ 'sử' và đưa ra các chữ để chọn gồm: 'sử', 'mộng', 'bão', 'sóng', và 'truyện'. Tôi nhớ là hầu như không người nào đánh trúng câu này. 'Nụ hôn ta sẽ làm nên lịch sử!' Ít ai có thể ngờ trên cuộc đời đầy hệ lụy này, có kẻ lại quan trọng hoá một nụ hôn đến là dường ấy.

"Du Tử Lê là một trong số rất ít thi sĩ làm thơ tuyệt hay với đủ mọi thể loại. Tuy nhiên, có lẽ anh được nhắc nhở nhiều nhất với thể thơ lục bát. Lý do là trong suốt ba thập niên qua, anh đã liên tục thực hiện các cuộc cách tân thể thơ này. Những bài thơ của anh, tuy vẫn có âm hưởng bềnh bồng quyến rũ của những bài lục bát tuyệt vời, nhưng lại mang một tiết điệu khác lạ. Kể từ giữa thập niên 60, anh đã bước những bước mạo hiểm đầu tiên là thay thế lối ngắt nhịp chẵn cho cả hai câu hoặc nhịp lẻ đều (3-3) ở câu sáu bằng một thứ nhịp chúng ta tạm gọi là nhịp lẻ đơn hay nhịp chỏi. Thí dụ như hai câu sau đây trong một bài thơ sáng tác năm 1966:

phố cao, gió nổi, bóng mờ (2-2-2)
đêm lu, trời nặng, tôi gù lưng, đi (2-2-3-1)

"Đề cập đến cuộc cách mạng thứ nhất này, có lần nhà thơ giải thích sở dĩ anh dùng nhịp chỏi cho một số câu lục bát là để diễn đạt trung thực của sự cảm nhận từ một thế giới đầy xáo trộn, đầy bất trắc của thời đại chúng ta hôm nay. Ít lâu sau, có lẽ anh cảm thấy trong một vài trường hợp, dấu phẩy chưa đủ để diễn tả điều cần diễn tả. Nó còn hiền từ quá, còn dịu dàng quá. Thế là dấu chấm được giao ngay nhiệm vụ. Trong hai câu thơ sau của anh, hai dấu chấm đặt ở trước hai chữ 'thôi', khiến người đọc không khỏi không liên tưởng đến hai khoảnh khắc im lặng đột ngột, được tiếp nối bởi hai tiếng thở dài:

cũng đành. Thôi cũng đành. Thôi
sáng, em chải lại đường ngôi chia lìa

"Vài năm sau, nội công tăng mấy thành công lực, nhà thơ lại làm thêm một chuyến cách mạng. Lần này, anh lôi một số ngôn từ kép trong thơ ra, vận nội lực bẻ làm đôi rồi gắn trả lại câu thơ. Nói theo danh từ kiếm hiệp thì đây là chiêu thức 'bẻ chữ, thêm nghĩa'. Chẳng hạn như hai câu nêu trên, nếu được sáng tác trong giai đoạn này, tôi tin là anh sẽ viết như sau:

cũng đành. Thôi cũng đành. Thôi
sáng, em chải lại đường ngôi chia, lìa

"Bạn thấy sự khác biệt chăng? Dấu phẩy ở giữa hai chữ "chia lìa" đấy! Thêm dấu phẩy này, câu thơ vừa có thêm một nhịp chỏi (1-3-2-1-1 thay vì 1-3-2-2) vừa rõ thêm nghĩa là chia đôi xong rồi mới lìa xa biền biệt.

"Sau một thời gian nghịch ngợm với những chấm, phẩy, phẩy, chấm; cơn hứng thú ban đầu ngó bộ cũng hơi giảm. Nhà thơ ngồi bần thần suy nghĩ...

"Suy nghĩ... suy nghĩ... suy nghĩ... và rồi, sáng chế ra một món đồ chơi mới: dấu gạch chéo (back slash,/). Theo quy ước anh đặt ra, khi một chữ hay một nhóm chữ của một câu thơ được ngăn chia bằng một hay nhiều dấu gạnh chéo, độc giả có thể tự hoán vị các chữ hay nhóm chữ này tùy ý thích mỗi người. Thí dụ như hai câu dưới đây là nguyên văn trích trong bài 'Tôi Nào?' của anh:

rừng trời/hương/nuôi môi/vui
hạt khuya rụng/đỏ/góc nguôi, lắng, chờ

Với cuộc cách mạng này, nhà thơ đã giao một phần sáng tác cho người đọc. Chẳng hạn như trong câu thơ thứ hai nêu trên, bạn có thể tự chọn một trong sáu câu sau đây để ngâm nga:

hạt khuya rụng đỏ góc nguôi, lắng, chờ
hạt khuya rụng góc đỏ nguôi, lắng, chờ
hạt khuya đỏ rụng góc nguôi, lắng, chờ
hạt khuya đỏ góc rụng nguôi, lắng, chờ
hạt khuya góc rụng đỏ nguôi, lắng, chờ
hạt khuya góc đỏ rụng nguôi, lắng chờ

"Ngày giờ thấm thoát thoi đưa, lá ngô đồng rụng thêm vài lớp nữa, công lực nhà thơ lên đến bậc thượng thừa. Một lần nữa, bậc cao thủ lại hạ sơn, xuất chưởng. Lần này, anh phá bỏ cả luật bằng trắc của thể thơ đã từng đưa địa vị cụ Nguyễn Du lên ngôi bắc đẩu chốn giang hồ. Trong một số trường hợp, anh đã bỏ âm trắc bắt buộc ở chữ thứ 4 của câu sáu để tăng thêm cường độ các tâm trạng rã rời, buồn thảm, và tuyệt vọng v.v... Thí dụ:

ngày tôi ngày tôi băng ngàn
trí khô hốc đá thân lành mũi dao

"Tự dưng tôi có một ý tưởng nghịch ngợm khá thú vị: giả tỉ tôi là anh Du Tử Lê, ngày hôm nay tôi nhất quyết uốn nắn lại câu thơ 'cũng đành...' của thời xưa cũ như sau (phải đổi 'chải lại' thành 'rẽ chải', trân trọng xin lỗi anh Lê nhé!):

thôi đành. Thôi đành, đành. Thôi
sáng, em rẽ/chải đường ngôi. Chia. Lìa

"Chữ nghĩa đã bị bẻ vụn, thể thơ ở câu sáu đã bị phá tung, chấm chấm phẩy phẩy đã ngang dọc tung hoành, lại được bổ xung quân số bằng một đường gạch chéo. Tuyệt! 'Rẽ, chải' hay 'chải, rẽ'? Bạn thích thế nào tùy bạn. Em tách khỏi anh, rẽ vào một ngã ba ngã bốn để chải lại cuộc đời? Hay em chải lại những rối ren của lòng trước khi rẽ đời sang hướng khác? Vâng, tùy bạn - và, dĩ nhiên, tùy em.

"Tôi dài dòng đôi chút về sự nghiệp 'cách mạng' của nhà thơ cốt để nhấn mạnh một điều: Đã được thượng đế ban cho một trí tưởng tượng phong phú đến tận cùng, anh lại còn vầy vò, đảo lộn ngôn ngữ thi ca như thế, người đời làm sao theo kịp. Người đời không theo kịp thì sao? Xin thưa: thì chúng tôi tha hồ vơ tiền thiên hạ trong các lần thả thơ bằng thơ của anh. Thú thật, mỗi lần nghe tin anh xuất bản một tập thơ mới, là chúng tôi lại lòng vui như mở hội.

"Bạn vẫn còn đôi chút ngờ vực ư? Xin mời bạn thử thời vận qua vài câu thơ sau.

trưa về trên ___ xanh non
gọi tôi cát ẩm, bãi còn sông, trôi
1) lũng 2) rẫy 3) nương 4) đồng 5) non
giường tôi, giường ___: hơi người
mốc chăn gối lạnh. Hồn hồi dương. Khô
1) nhớ 2) vắng 3) nhạt 4) khuya 5) tôi

"Khi thả những câu lục bát của Du Tử Lê mà chữ bị che là chữ thứ 4 của câu sáu và các chữ để chọn có cả âm bằng lẫn âm trắc như hai thí dụ nêu trên, chúng tôi luôn luôn trình bầy cùng khách tham dự về cuộc cách mạng "phá thể" do anh khởi xướng. Vì vậy, có thể nói chúng tôi đang là những cán bộ nỗ lực tuyên truyền cho lý thuyết cách mạng của anh. Tuy nhiên, hoặc vẫn chưa thể quen với tiết điệu lạ của một câu sáu với tất cả âm bằng, hoặc ngỡ chúng tôi nhắc đến cuộc cách mạng phá thể này để đánh lừa họ, hầu hết khách tham dự trò chơi thường chọn các chữ có vần trắc để đặt.

"Bạn cảm thấy đặt tiền vào mấy câu thơ phá thể kiểu này coi bộ khó ăn quá phải không? Chẳng sao, tôi hiểu tâm trạng e dè của bạn mà. Hay là, mời bạn thử thời vận qua đôi câu bẩy chữ sau đây.

vết son trên tách trà bông cúc
vai ghế còn thơm sợi tóc, ___
1) vương 2) rơi 3) rời 4) người 5) còn
lòng tôi lũng thấp ___ hiu quạnh
chẳng chiến chinh mà cũng lẻ đôi
1) tâm 2) mưa 3) đêm 4) rừng 5) buồn
nhớ ai mùi tóc thơm hương ___
những bậc thang lên cõi biệt. Lìa
1) cốm 2) tối 3) suối 4) . Tóc 5) . Nhớ

"Trong năm chữ ghi trên, bạn cần ghi nhận là trước chữ 'Tóc' ở số 4 và chữ 'Nhớ' ở số 5 có dấu chấm đấy nhé.

"Bạn đã đặt tiền xong xuôi rồi phải không? Mời bạn xem giải đáp ở phần ghi chú.[2] Bạn vẫn còn ngần ngừ cơ à? Đã quá quen

---

[2] Nguyên văn các câu thơ như sau:
a) trưa về trên rẫy xanh non
gọi tôi cát ẩm, bãi còn sông trôi;

b) giường tôi, giường tôi: hơi người
mốc chăn gối lạnh. Hồn hồi dương. Khô;

thuộc với những lối cách tân anh Du Tử Lê ứng dụng cho các thể thơ mà bạn còn bối rối đến thế, huống chi là bàn dân thiên hạ.

"Trong phần kế tiếp, tôi xin kể với các bạn câu thơ thú vị nhất trong số hàng ngàn câu thơ chúng tôi đã sử dụng ở các buổi thả thơ. Đây cũng là câu thơ đã mang lại số lời nhiều nhất cho gian hàng.

"Một buổi đêm của hơn hai năm về trước, trong lúc ngồi soạn thơ để thả cho hội chợ Tết 1996, tôi bắt gặp bốn câu thơ năm chữ của anh Lê. Vừa thoáng thấy câu thơ, tôi đã mừng như kẻ khó bắt được vàng. Kết quả là bốn câu này được mang trình làng tại hội chợ năm ấy:

ngôi nhà như trí nhớ
tiếng quạ như ngày mưa
ai buồn như tổ quốc
hồn sầu như quê __
1) nhà 2) hương 3) xa 4) xưa 5) chưa?

"Tôi còn nhớ, ngay khi vừa trông thấy câu thơ và các chữ để chọn, nét mặt hơn trăm vị khách yêu thơ xúm xít quanh gian hàng bỗng rạng rỡ một cách lạ thường. Tất cả đều kết hoặc chữ 'xưa' hoặc chữ 'chưa?'; kể cả một nhà thơ nổi tiếng và một nhà văn lừng lẫy của văn học Việt Nam đang hiện diện lúc bấy giờ. Thiên hạ tranh nhau ném các phiếu tiền vào ô số 4 và 5. Chẳng mấy chốc, những phiếu xanh xanh bề dài chỉ độ đốt ngón tay đã họp thành một tụ cao và che kín diện tích của hai ô số vừa kể. Thông thường,

---

c) vết son trên tách trà bông cúc
vai ghế còn thơm sợi tóc, rơi;

d) lòng tôi lũng thấp tâm hiu quạnh
chẳng chiến chinh mà cũng lẻ đôi;

mọi người chỉ đặt một đồng cho mỗi câu thơ nhưng riêng câu này, đa số đặt đến mức tối đa là ba đồng. Thêm nữa, vì đây là câu thơ đặt một ăn hai, nên có người cẩn thận đặt cả hai số 4 và 5 cho chắc. Thua một nhưng ăn đến hai cơ mà, còn lời chán. Làm sao có thể thua được vì trong năm chữ để chọn, chỉ có 'xưa' và 'chưa?' là cùng vần với chữ 'mưa' ở câu thứ hai. Thơ ông Du Tử Lê chứ bộ, đâu phải thơ... con cóc mà thua!

Tuy nhiên, khi tấm giấy che chữ nguyên văn của tác giả được gỡ ra, cả một cõi không gian đang náo nhiệt giọng nói tiếng cười đột nhiên chết sững trong khoảnh khắc, rồi nổ bùng lên những ồn ào phản đối.

- Thơ gì kỳ cục vậy? Xin cho xem nguyên tác!

- Có ngay, xem này, 'Du Tử Lê, Tác Giả Và Tác Phẩm', tập 1, trang 92. Đấy, anh thấy rõ chưa, chị trông kỹ chưa. 'Xa' rành rành ra đấy.

"Hôm ấy, tôi vắn tắt trình bầy với mọi người là nếu ở địa vị khách chơi, tôi cũng sẽ chọn giống như họ. Lý do là nhà thơ sử dụng vần 'rộng' trong khi tâm hồn chúng ta còn bị gò bó trong khuôn khổ vần "hẹp" của thi ca. Sau này, nghĩ lại, tôi cảm thấy thán phục cách dùng chữ của anh vô cùng. Chữ 'xa' trong câu thứ tư làm tôi liên tưởng đến nhận định của nhà văn Doãn Quốc Sỹ về chữ 'hà' lạc vận trong bài ca dao Đêm Buồn, bài ca dao tôi nghĩ là độc đáo nhất của dân tộc chúng ta.

Đêm qua ra đứng bờ ao,
Trông cá cá lặn, trông sao sao mờ.
Buồn trông con nhện giăng tơ,
Nhện ơi nhện hỡi, nhện chờ mối ai?
Buồn trông chênh chếch sao mai,

---

e) nhớ ai mùi tóc thơm hương tối
những bậc thang lên cõi biệt. Lìa

Sao ơi sao hỡi nhớ ai sao mờ?
Đêm đêm tưởng giải ngân hà,
Chuôi sao tinh đẩu đã ba năm tròn.
Đá mòn nhưng dạ chẳng mòn,
Tào khê nước chảy hãy còn trơ trơ.

"Đề cập đến bài ca dao, trong tác phẩm Người Việt Đáng Yêu, ông Doãn Quốc Sỹ viết: 'Mờ với Hà vần lạc đi một chút như ánh sáng (của vì sao) gặp mặt nước bỗng chệch đường. Phải chăng chính đó là lúc hồn thơ vừa thoát được sức hút của trái đất, thoát được sức hút của hạ giới mà nhập vào vũ trụ, nơi có lẽ là siêu âm thanh, siêu thời gian, siêu không gian nên giọng điệu mới chợt lạc đi như vậy'[3].

"Bây giờ, bạn thử nghe lời tôi xem. Bạn hãy nhắm mắt lại và thầm đọc bốn câu thơ vừa rồi của anh. Phải chăng khi đọc đến câu 'tiếng quạ kêu ngày mưa', trong trí bạn chợt lung linh ẩn hiện những hình ảnh, âm thanh ở 'nguyệt lạc ô đề sương mãn thiên; giang phong ngư hỏa đối sầu miên' của Trương Kế thuở trước?[4] Một vành trăng lưỡi liềm lơ lửng giữa không trung; một cõi sương mù bềnh bồng, la đà trên sóng nước; có ánh lửa thuyền chài thấp thoáng xa xa; và rải rác, có tiếng quạ não nuột kêu trong đêm gió lạnh. Những hình ảnh ấy, những âm thanh ấy thấm dần qua từng tế bào nhậy cảm, rồi nhập thêm vào khối buồn xa xứ đã đọng sẵn trong tâm hồn bạn. Và rồi, "hồn sầu như quê xa", cái âm thơ hơi lạc vận tạo thành một sức chấn động, va mạnh vào khối buồn, làm khối buồn nở bung, trải rộng ra bên ngoài. Thế có nghĩa bạn đang buồn từ trong buồn ra đến ngoài, buồn ra mãi, ra xa, xa tắp (tôi đi guốc vào bụng bạn mà). Tất cả cũng chỉ bởi 'lòng quê đi một bước

---

[3] Doãn Quốc Sỹ, "Người Việt Đáng Yêu", Nhà xuất bản Sáng Tạo, Sài Gòn, 1965.
[4] Xem thêm dutule.com

đường một đau', 'xa' chừng nào thì hồn sầu thêm chừng nấy. Tuyệt! 'Xưa' với 'chưa' làm sao mà bì được.

Có lần, một người bạn trẻ sính làm thơ hỏi tôi tại sao nhiều câu thơ của Du Tử Lê vượt ra ngoài khuôn khổ, luật lệ của thi ca mà đọc lên nghe 'phê' quá. Tôi không trả lời thẳng mà chỉ trích dẫn một lời Phật dậy trong kinh Bát Nhã, đại khái là 'đạo như chiếc thuyền đưa người sang sông, khi sang đến bờ rồi thì bỏ thuyền lên bờ mà đi, chứ vác mãi thuyền làm gì'. Thấy bạn cười tỏ vẻ tán thành, tôi nói thêm: 'nhưng cậu này, mình còn cần cái thuyền ấy khá lâu, nhiều phần là cần suốt đời đấy; cái bờ nó còn tít mù chưa thấy đâu, nói chi chuyện sang với đến; thôi, đừng mơ hão, tiếp tục chèo đi'. Bạn lại cười tán thành, bảo: 'dĩ nhiên, dĩ nhiên!'

"Cách nay vài hôm, được biết tôi chuẩn bị viết bài này, một người bạn ở xa cho tôi biết anh hiện có trong tay tập thơ nhan đề 'Lục Bát Tình', do thân nhân từ Việt Nam gửi sang. Tập thơ được cơ sở xuất bản Đồng Nai phát hành năm ngoái và bao gồm các bài thơ tình lục bát mà theo ông Hồ Quốc Nhạc, người tuyển chọn, là những bài đặc sắc nhất của dân tộc ta. Điểm lý thú là trong phần đề tựa tập thơ, ông Trần Hữu Dũng, biên tập viên của nhà xuất bản, đã nhắc nhở đến những đóng góp quan trọng của một số thi sĩ miền Nam trong giai đoạn 54-75 như Vũ Hoàng Chương, Du Tử Lê, Bùi Giáng, Phạm Thiên Thư, Cung Trầm Tưởng. Đặc biệt, ông Trần Hữu Dũng đề cập đến sự cách tân hình thức mà anh áp dụng cho thể thơ lục bát (thay vì nhịp chẵn như từ hồi nào giờ, thì anh đã cho nó nhịp lẻ) và ông Dũng cũng trích dẫn vài câu thơ của anh làm thí dụ. Trong phần thơ tuyển của 'Lục Bát Tình', anh bạn tôi cho biết có bài 'Khi trông thư Thụy Châu' của anh Lê. Ngay sau cuộc đàm thoại, qua điện thư (fax), anh bạn đã gửi tôi bản phóng ảnh bài đề tựa và bài thơ. Nguyên văn bài thơ như sau:

cũng đành người đã quên tôi
con chim nào cũng một lời kêu than

cây phong đã đỏ lá vàng
quán sâu tôi quấn khăn quàng đợi đêm
phải người quá nhẹ chân êm
tôi nghe như thể gió vin cửa ngoài
cũng đành người đã ham vui
núi non nào cũng một đời cô đơn
tuyết trên mái cổ nghiêng hồn
dưới chân cổ tượng cũng bồn chồn theo
xe không nào sẽ qua đèo
đêm nay chắc lá lại nhiều chiếc rơi
cũng may tôi có một đời
để đau, để khổ, để ngồi trông thư
(Dinfos 11-69)

"Đọc hàng lạc khoản, chúng ta biết anh Lê sáng tác bài thơ này khi sang tu nghiệp tại Hoa Kỳ trong năm 1969.

"Có lẽ những người theo dõi sinh hoạt nghệ thuật tại quê nhà trong hơn hai thập niên qua vẫn nhớ là mới chỉ một thời gian ngắn trước đây, thơ anh Lê còn bị xem như một thứ quốc cấm, sản phẩm của 'bọn biệt kích văn nghệ', nói theo ngôn từ của nhà cầm quyền. Tại quê nhà, khoảng hơn hai năm trước, trong dịp kỷ niệm nửa thế kỷ âm nhạc Việt Nam, hội âm nhạc đã công bố danh sách những nhạc phẩm hay nhất theo sự chọn lựa của quần chúng. Trong số những nhạc phẩm này có 'Trên ngọn tình sầu' do nhạc sĩ Từ Công Phụng phổ nhạc từ một bài thơ của anh. Ấy thế nhưng khi công bố kết quả, người ta chỉ ghi tác giả là Từ Công Phụng. Họ vẫn còn bị dị ứng với tên anh.

"Qua những kinh nghiệm ở quá khứ, nguồn tin nỗ lực cách tân thi ca của anh Lê được ghi nhận trong một tuyển tập xuất bản tại Việt Nam, có lẽ đã mang một ngạc nhiên không nhỏ đến với nhiều người. Tuy nhiên, với tôi, đây là một điều sớm muộn cũng phải xẩy đến. Người ta có thể lật đổ một triều đại hay một chế độ nhưng không thể trói buộc tâm hồn con người, nhất là thứ tâm hồn luôn luôn khát khao đón nhận những chân thiện mỹ của nhân loại. Vì lý do này, trong hơn hai thập niên qua, dù bị cúp hộ khẩu và bị truy lùng ráo riết, những bài thơ tuyệt vời của miền Nam giai đoạn 54-75 vẫn dễ dàng tìm được nơi an toàn để trú ẩn. Đó là những hang cùng ngõ thẳm sâu kín nhất của lòng người. Những bài thơ ấy, chúng không chết thì sẽ có ngày chúng công khai lộ diện. Ông Hồ Quốc Nhạc và ông Hiếu Dũng đã làm một điều đáng khích lệ. Tuy nhiên, nếu không có các ông ấy hôm nay, chắc chắn sẽ có những ông Nhạc ông Dũng khác của ngày mai. Vấn đề chỉ là yếu tố thời gian. Và, có vẻ như, thời gian đã bắt đầu chín đủ.

"Hôm giữa tháng giêng vừa qua, anh Du Tử Lê được hội Người Việt Cao Niên tại Austin, thủ đô của Texas, mời đến thành phố này thuyết trình về đề tài "Nhu cầu đổi mới văn chương" trong một buổi hội thảo do hội tổ chức. Xong việc, trên đường trở về California, anh ghé Houston độ đôi ba giờ và điện thoại rủ một vài thân hữu ra quán nước ngồi hàn huyên. Gặp nhau hôm ấy có anh, tôi, anh Lê Văn Hào, và anh Đăng Khánh, người phổ nhạc hai bài thơ của anh là 'Em ngủ trong một mùa đông' và 'K-khúc của Lê'. Trong câu chuyện, anh có kể việc Tủ Sách Văn Học Nhân Chứng dự định xuất bản tuyển tập 'Du Tử Lê, Tác Giả và Tác Phẩm', tập III. Tôi nổi hứng, chiêu một ngụm bia, bảo: 'em sẽ viết một bài về thơ anh'. Anh có vẻ vui.

"Nói thì hăng thế nhưng đến lúc chuẩn bị viết thì tôi hãi. Ngày trước, ông Cao Bá Quát từng dơ hai tay lên trời, lắc đầu chịu thua mà phát ngôn rằng 'thi chi nan ngôn giã' (thật khó mà nói chuyện thơ). Mấy năm trước đây, ông thày cũ ở Chu Văn An của tôi là nhà thơ Đỗ Quý Toàn, sau khi làm thơ suốt hơn nửa đời người, đã triết lý một câu rất cao siêu là 'thơ cũng giống như hạnh phúc, nói khó lắm'. Tôi đã hàng trăm lần nghe Ý Lan hát bài 'Trên ngọn tình sầu' của anh với những câu mở đầu 'hạnh phúc tôi, hạnh phúc tôi...' nên tôi biết hạnh phúc là thế nào rồi, quả thật là khó nói! Vậy thì, tôi dại gì mà nói về thơ.

"Nhất ngôn ký xuất, tứ mã nan truy; nhưng đã hứa rồi thì sao đây? Đang cơn bối rối, tôi nẩy ra ý định viết về trò chơi thả thơ của hội chúng tôi. Chẳng gì chúng tôi đã mang một món nợ ân tình đối với anh. Trong bốn năm qua, những câu thơ hay và lạ của anh vừa đem lại thêm sinh động cho các buổi thả thơ, lại vừa giúp chúng tôi lắm phen vơ tiền của thiên hạ. Tôi vẫn biết ăn tiền của người, nhất là của những kẻ yêu thơ, là điều không nên không phải. Đức Khổng Tử đã chẳng dậy 'quân tử dụ ư nghĩa, bất dụ ư lợi' đó sao? Nhưng, chúng tôi biết làm thế nào bây giờ? Lỗi đâu phải ở chúng tôi. Lỗi ở những vần thơ của anh Lê đấy chứ!

"Vâng, với tôi, thơ quả là khó nói. Trong cuộc đời đầy hệ lụy này, tôi đã từng đọc biết bao bài nhận định thơ, phê bình thơ. Người ta viết thế nào là ý, là tứ, là cấu trúc, là bố cục, là nội dung, là hình tượng, là ngôn ngữ, là âm thanh, là tiết điệu, vân vân và vân vân... của một bài thơ hay. Những thứ này vượt khỏi kiến thức và khả năng khiêm tốn của tôi. Tôi đến với thơ bằng một tấm lòng đơn giản, như ngày trước ông Xuân Diệu đã đến với tình yêu: 'ai đem phân chất một mùi hương; hay bản cầm ca, tôi chỉ thương; chỉ lặng chuồi theo dòng cảm xúc; như thuyền ngư phủ lạc trong sương'.

" 'Chỉ lặng chuồi theo dòng cảm xúc; như thuyền ngư phủ lạc trong sương'. Vâng, tôi đã đối đãi với thơ như thế kể từ ngày mới lớn, và chỉ muốn như vậy suốt phần đời còn lại. Với tôi, thơ cũng rất thân tình, đến với tôi lắm buổi không một lời hẹn trước, dù giữa một đêm thanh vắng hay trong một sớm mai nắng chan hòa, dù ở lúc nhàn hạ bên tách cà phê nơi góc vườn hay khi đang lao đao với những công thức toán trong giờ làm tại sở. Những khoảnh khắc ấy, tôi là thuyền lạc trong sương và thơ là những đợt sóng nâng tôi lên cao, vượt trên mọi hệ lụy của cuộc đời. Trong những đợt sóng ấy, tôi biết chắc, có những đợt êm đềm nhất là những bài thơ của anh, anh Lê.

"Giờ đây, tôi đang ngồi ở những phút giây sau cùng của buổi tối cuối tháng hai, vừa viết bài vừa lắng nghe CD nhạc 'Quê hương là người đó', gồm những thi phẩm phổ nhạc của anh Lê trong suốt 30 năm trời tận tụy với chữ nghĩa. Bên tai tôi, tiếng hát của Vũ Khanh và Ý Lan đang quyện vào nhau ở những tiếng ngân cuối cùng của bài Khúc Tháng Hai, do Trần Duy Đức phổ nhạc:

tôi đã buồn hơn chiếc bóng tôi
mai kia tôi sẽ bỏ xa đời
tuổi, tên, thôi cũng đi về đất
riêng ở nơi này vẫn tháng hai

" 'Về đất! Vâng, một ngày nào đó chúng ta sẽ đi về đất, và cuộc đời vẫn trôi theo những quy luật của cuộc đời. Từng tháng hai sẽ đến, từng tháng hai sẽ đi, trăng sẽ tàn, rồi trăng lại tỏ.

"Nhưng, tôi có thể đoan quyết rằng, những tháng hai ngày mai cũng giống như tháng hai ngày hôm nay: tháng hai có những người yêu nhau, và, tháng hai có thơ Du Tử Lê.

"Những người ở thế hệ mai sau ấy! họ sẽ phải yêu nhau như chúng ta bây giờ. Họ hạnh phúc, họ đọc thơ anh để hạnh phúc của họ được đẹp hơn. Họ đau khổ, họ đọc thơ anh để đau khổ của họ được đẹp hơn. Và, đối với những người đang đau khổ, họ sẽ hiểu rằng khổ đau là con đường họ phải kinh qua, để có thể đến được khu vườn hạnh phúc.

"Như chúng ta, những người yêu thơ anh, đã hiểu!"

Houston 28/2/1998

Nguyễn Ngọc Bảo

"Những Tiếng Kêu Thương Thảng Thốt Trong Văn Nguyễn Chính"

Cõi-giới văn xuôi của Nguyễn Chính luôn đậm đặc những mảng thời đại, xã hội. Truyện nào của ông, cũng là những tiếng kêu thảng thốt tới nghẹn ngào của một nhà văn nặng lòng với tổ quốc, đất nước. Tuy nhiên, bên cạnh những gam màu tối, vẫn thấp thoáng đâu đó, niềm tin, tính nhân bản và, nụ cười độ lượng trong truyện của ông.

Bằng vào ghi nhận của riêng tôi thì, từng con chữ, từng mạch văn dù ở ngữ cảnh nào, Nguyễn Chính cũng cho thấy ông làm chủ được ngòi bút mình. Tôi muốn nói ông không để những xung động tình cảm cuốn trôi ngòi bút mình vượt qua biên tế của truyện. Chính nhờ tính tĩnh lặng này mà, những khía cạnh vi tế của truyện, qua các nhân vật đã bật sáng, như những ngọn hải đăng dẫn con-tầu-độc-giả vào được bến bờ cảm xúc. Để rồi, ở nơi chốn dừng lại cuối cùng của mọi bi kịch xã hội, thời thế, là vấn nạn, hay thông điệp nào đó mà, tác giả muốn gửi tới người đọc.

Tôi cho tài hoa hoặc tính bình thản tới lạnh lùng của Nguyễn Chính, đã xóa bỏ biên giới hư cấu và hiện thực. Để câu chuyện được kể bởi Nguyễn Chính, là khúc phim sống động... Tưởng như đấy là một phần đời quá khứ, có thực của chính tác giả.

Tựu thành này trong cõi-giới văn chương Nguyễn Chính, phần nào, còn có sự đóng góp của đối thoại. Đối thoại trong truyện của họ Nguyễn, tôi cho là một điểm son khác của ông.

Tôi muốn nói, Nguyễn Chính có khả năng triệt tiêu chính mình. Ông xóa bỏ được cái tôi kiến thức, kinh nghiệm... (Thường được các nhà văn đem vào truyện của mình, như một phản xạ vô thức, nhằm thỏa mãn bản năng... ái ngã; hoặc mặc cảm tự ti/tự tôn của họ!)

Một cách ngắn gọn, tôi gọi đó là, sự vắng-mặt-cần-thiết của tác giả - Để độc giả thoải mái hiện diện!

Ngoài ra, trong chừng mực, và sự kiệm lời nơi hầu hết các truyện ngắn của Nguyễn Chính tôi được đọc, là những đối thoại tương hợp với nhân thân của từng nhân vật.

Cũng trong chừng mực có được từ khả năng tự chế, làm chủ ngòi bút của mình, Nguyễn Chính không rơi vào (đúng hơn là lùi lại hằng thế kỷ) bởi chủ tâm, nỗ lực khai thác tâm lý nhân vật. Ông không cần phải chẻ sợi tóc làm ba hoặc làm tư (khiến đôi khi trở thành tủm mủn, vụn vặt) mà, những người đọc nhậy cảm, vẫn có thể chảy nước mắt với truyện ngắn của ông. Như truyện ngắn *"Những dòng sông của cha tôi"* của Nguyễn Chính mà, chúng tôi trân trọng giới thiệu dưới đây, là một thí dụ...

Ở truyện ngắn này, Nguyễn Chính còn nêu bật được đức tính của người phụ nữ Việt. Họ không chỉ có truyền thống hy sinh đời mình cho chồng, con mà, phụ nữ Việt còn có truyền thống vun xới sự nghiệp VHNT của chồng bằng cách cắn răng, hy sinh cả danh dự, phẩm giá mình cho sự rạng danh của chồng, con nữa.

*

Trong một bài giới thiệu Nguyễn Chính, nhà thơ Giang Nam viết:

"Nguyễn Chính, tên thật là Nguyễn Văn Chính sinh năm Tân Mão (1951) tại Hưng Hóa, Tam Nông, Phú Thọ, thuộc vùng trung du phía Bắc, hiện đang sống và làm việc tại thành phố biển Nha Trang (nghề nghiệp kỹ sư). Anh cầm bút: viết văn, viết báo, làm thơ, sáng tác ca khúc. Ở lĩnh vực nào anh cũng dốc hết mình, tận lực hết lòng, với tâm niệm để dưỡng tâm, để được chia sẻ..."

(...)

"Ở mảng văn học, Nguyễn Chính đã có "Giọt nắng" (tập thơ – NXB Hội Nhà Văn- 2005); "Hoa cỏ dại" (tập truyện ký - NXB Văn học – 2006); "Đôi mắt rồng" (tập truyện ngắn-truyện trào phúng và đoản bút - NXB Văn học - 2008). Các truyện ngắn của anh như: Lão Biền làng Ốc; Pho sách gia truyền; Lão Dậu tò he... đã chiếm được nhiều cảm tình của bạn đọc trên các trang báo mạng. Nguyễn Chính có lối viết cô đọng, chắc khỏe, giàu hình ảnh liên tưởng, ảnh hưởng rất rõ của ngôn ngữ báo chí, đồng thời cũng thể hiện bản tính bộc trực của con người anh. Có thể nói, với Nguyễn Chính, văn, thơ, báo, nhạc chính là người..."

*

Bây giờ, chúng tôi trân trọng kính mời bạn đọc, thân hữu thưởng lãm một truyện ngắn của Nguyễn Chính, như một bằng chứng cụ thể, khả năng "... xóa bỏ biên giới hư cấu và hiện thực..." của tài hoa Nguyễn Chính.

Văn xuôi Nguyễn Chính,

Những dòng sông của cha tôi

Khi cha tôi về thì chúng tôi đã lớn lắm rồi. Thằng Thành đã mười một tuổi, còn tôi hết phổ thông ở nhà đã hai năm, không được gọi đi đại học vì có bố ở tù. Mặc dù điểm tốt nghiệp của tôi cao nhất lớp. Hồi đó vào đại học không phải thi. Cha tôi đi được hai năm thì ở nhà mẹ tôi sinh thằng Thành. Người làng ai cũng bảo thằng Thành không cùng cha với tôi. Tôi không hiểu gì cả vì lúc ấy tôi còn bé quá. Từ ngày có thằng Thành, mẹ tôi già đi rất nhanh, mặt lúc nào cũng đượm buồn. Bà rất thương chúng tôi. Những đêm chợt thức giấc, tôi thường thấy mẹ tôi ngồi một mình bất động bên ngọn đèn vặn nhỏ. Tôi đã sống qua tuổi thiếu niên trong sự lặng lẽ âm thầm của mẹ.

Sau mười ba năm biền biệt, cha, con tôi đã không nhận ra nhau. Buổi sáng, khi nghe có tiếng gọi tên mình ngoài cổng, tôi chạy ra. Một ông già cao lớn, da tái xanh, tóc muối tiêu, đứng ngây nhìn tôi rồi cất tiếng nghẹn ngào: "Có phải Tiến đó không con?" Tôi đã hét lên: "Mẹ ơi! Cha!" và đổ sụp xuống chân người. Cha tôi dìu mẹ và tôi vào trong nhà. Bây giờ tôi mới nhìn rõ mặt cha mình. Cha tôi rất giống ảnh ông nội tôi trên bàn thờ, đôi mắt trũng sâu bởi hai gò má cao. Bữa cơm sum họp đầu tiên của gia đình tôi thật vui. Thằng Thành nói liến thoắng. Nó khoe với cha tôi đủ chuyện ở lớp. Nhưng có lẽ người vui nhất là mẹ tôi. Ấy là tôi đoán vậy. Suốt bữa, bà chỉ lo gắp thức ăn cho cha tôi và nhìn ông ăn ngon lành... Ngay buổi chiều, phòng làm việc của cha tôi đã được mở ra. Cha tôi quỳ xuống bên bức tranh còn đang vẽ dở của mình. Qua thời gian, màu vải đã ố vàng. Nhưng những nét vẽ chỉ hơi mờ đi. Nhìn cảnh ấy, mẹ con tôi đều lấy tay lau nước mắt. Sau khi xem xét, cha tôi buồn rầu hỏi, chỉ còn thế này thôi ư?" Nước mắt lưng tròng, mẹ tôi nhìn ông: "Anh đi rồi, họ đến khám nhà và mang đi tất cả". Cha tôi ngồi phịch xuống ghế, thở dài, gương mặt khắc khổ càng trở nên hốc hác. Mẹ tôi gục đầu vào vai tôi thổn thức. Suốt đời, tôi không bao giờ quên những phút giây nặng nề, đè nặng lên chúng tôi trong buổi chiều hôm ấy. Bỗng cha tôi đứng dậy, đến bên mẹ tôi. Ông vuốt tóc mẹ tôi và đặt bàn tay kia lên vai tôi. Giọng cha tôi vui vẻ hẳn lên: "Phải làm việc. Nào hãy giúp tôi một tay". Các cánh cửa được mở toang. Ánh sáng buổi chiều tràn vào căn phòng đã từ lâu ẩm mốc. Thực ra thì cũng chẳng phải dọn dẹp gì nhiều. Vì ngoài bàn làm việc, các giá vẽ và cái tủ sách, phòng làm việc của cha tôi chẳng còn cái gì khác.

Theo mẹ tôi kể lại thì cha tôi là họa sĩ vẽ tranh ấn tượng. Ông có chân trong Ban chấp hành Hội Văn nghệ địa phương. Ông bị bắt sau cuộc tranh luận kéo dài về một đề tài quan trọng gì đó, do một lá thư tố cáo rằng: Ông là phản động. Trong các cuộc hội họp, cũng như khi trò chuyện với bạn bè, ông thường nêu quan điểm của mình là chính trị thuộc phạm trù lịch sử. Còn văn học chân chính thì không phụ thuộc vào thời gian. Nó bước từ thời đại này sang thời đại khác để tồn tại vĩnh viễn với con người. Nghệ thuật chân chính thời nào cũng đối đầu với mọi sự áp đặt như nước với lửa. Nghệ thuật chân chính là nghệ thuật phục vụ con người. Thế rồi một buổi chiều, cha tôi đến cơ quan và không thấy về nhà. Sáng sớm hôm sau, người ta đến báo rằng ông đã bị bắt và đọc lệnh khám nhà. Họ chẳng tìm thấy cái gì, nhưng đã lấy đi toàn bộ sáu bức vẽ cảnh sông suối thượng nguồn, kết quả của hơn một năm, ngày đêm ông miệt mài bên giá vẽ, sau một chuyến đi thực tế Tây Bắc. Đây là bộ tranh cha tôi rất quý. Bạn bè đồng nghiệp của ông đều bảo, đó là những kiệt tác của cha tôi về đề tài sông nước. Cha tôi bị bắt khi bức tranh thứ bảy khổ lớn cũng về đề tài này còn dở dang. Cùng làm việc với cha tôi hồi đó là bác Kha, chuyên vẽ tranh cổ động. Khác với cha tôi, bác ít nói, thường chỉ gật gù ngồi nghe, hoặc khéo léo rút lui khỏi những đề tài tranh luận khó hiểu. Gia đình khá giả, lại yêu nghề, bác Kha có hẳn một xưởng vẽ riêng, với la liệt những phác thảo tranh cổ động phục vụ cho cả hiện tại và tương lai... Tôi còn nhớ những buổi tan học về, lũ trẻ mới biết đọc chúng tôi thường xúm lại quanh cái áp phích giữa làng, tranh nhau đóan từng chữ trong câu khẩu hiệu mà bác Kha đang kẻ, minh họa cho hình vẽ đầu một con tàu vũ trụ đang lao vút lên trời: "TIẾN NHANH, TIẾN MẠNH, TIẾN VỮNG CHẮC...". Hay trên cái áp phích ở cổng hợp tác xã, bên cạnh quang cảnh làm việc nhộn nhịp ở sân kho, có đôi nam nữ thanh niên đang khiêng một con cá chép to tướng đặt lên cái xe cút kít, là hàng chữ lớn: "HỢP TÁC XÃ LÀ NHÀ, XÃ VIÊN LÀ CHỦ - LÀM NGÀY KHÔNG ĐỦ TRANH THỦ LÀM ĐÊM - GIẢI PHÓNG ĐÔI VAI - RA SỨC THI ĐUA...". Những ngày đầu cha tôi bị bắt, mẹ tôi suy sụp hoàn toàn. Bác Kha là người đầu tiên đến an ủi mẹ tôi. Bác hứa sẽ giúp mẹ tôi xin lại những bức tranh. Từ hơn mười năm nay, bác Kha chưa đến thăm chúng tôi, ông đã chuyển công tác ra thị xã và lấy vợ ngoài đó, hình như đang là cán bộ lãnh đạo của ngành văn hóa tỉnh. Một lần đang lang thang đạp xích lô ra ga đón khách, tôi gặp một phụ nữ với cái va li to tướng và lỉnh kỉnh những túi xách, đang níu lấy cái thân hình đẫy đà nhễ nhại mồ hôi. Bà ta gọi: "Ê! Xích lô", rồi đặt phịch cái va li xuống đất, cáu cẳn:

- Chết tiệt hay sao mà từ sáng không vác mặt ra đón.

Biết câu ấy không phải dành cho mình, tôi xếp đồ đạc lên xe và mải miết đạp. Dứt hồi chuông, sau cánh cổng sắt xuất hiện một người đàn ông to béo, phì nộn, cười hì hì:

- Nhà ga nó có điện thoại mà em không chịu phôn về, anh vẫn trực từ sáng đến giờ.

Đó là bác Kha. Ông ta không nhận ra tôi.

*

Cha tôi về. Nhưng mẹ tôi vẫn lặng lẽ âm thầm, có phần còn tiều tụy hơn trước. Bà vẫn chăm sóc bữa ăn cho gia đình bằng số tiền ít ỏi từ cái tủ thuốc lá và tiền hàng ngày tôi ra thị xã đạp xích lô mướn. Còn cha tôi, sau những ngày chuẩn bị khẩn trương, mặc dù còn yếu do những cơn ho kéo dài, đã quyết định vẽ lại những bức tranh sông nước của mình. Suốt ngày, ông miệt mài trên phòng làm việc. Dứt khỏi giá vẽ, bao giờ cha tôi cũng vui vẻ. Ông nói nhiều về công việc, về những kỷ niệm. Chuyến đi thực tế Tây Bắc đang được ông làm sống lại bằng những hồi tưởng. Cha tôi bảo:

- Các con đừng làm gì để mẹ buồn. Cha phải đầu tư cho công việc, thời gian không kịp nữa rồi.

Cha tôi chưa bao giờ căn vặn mẹ tôi về chuyện thằng Thành. Trái lại, ông rất thương nó và rất hài lòng khi biết tôi cũng cưng chiều em, kèm cặp nó học bài. Thằng Thành học giỏi. Cha tôi bảo thằng bé có khiếu vẽ. Anh em tôi thường ngồi hàng giờ xem cha tôi làm việc. Một hôm, cha tôi nói cho chúng tôi nghe về hình tượng những dòng sông. Tôi như được thấy trước mắt mình một dòng sông hùng vĩ đang giận dữ, gầm thét, tung bọt nước trắng xóa ở thượng nguồn, ngầu đỏ vị mặn của máu mùa nước lũ, xanh biếc, lượn quanh vỗ về một xóm nhỏ ven sông trước khi hiền hòa trở về biển cả... trong những bức tranh sông nước của cha mình.

Khi cha tôi vẽ xong bức tranh thứ tư thì mẹ tôi ốm nặng. Những ngày đó, cha tôi bỏ hẳn công việc để chăm sóc mẹ tôi. Ông chỉ tranh thủ trở lại giá vẽ khi mẹ tôi đã ngủ yên. Nhưng bệnh tình của mẹ tôi ngày càng nặng và bà đột ngột qua đời vào một ngày mùa đông giáp Tết. Cha tôi vật vã gào thét như đứa trẻ mất mẹ. Chiều hôm trước, mẹ tôi vẫy tay bảo tôi ngồi cạnh bà. Tôi cố gắng nuốt lấy từng lời ngắt quãng, rất nhỏ của mẹ:

- Giấy khám... sức khỏe trong hồ sơ của... cha ghi... cha con bị... ung thư phổi... Con phải thay... mẹ... giúp cha hoàn thành sớm những bức tranh... mà ông ấy... đã... dành cả đời... suy ngẫm. Con có thể đọc... thư... này... Khi nào cha vẽ... xong... con hãy đưa cho cha... Con hãy yêu... thương... em Thành... cho mẹ...

Mẹ tôi đã ra đi như thế. Thư của mẹ tôi để lại chữ đã nhạt màu. Bà viết cho cha tôi sau khi sinh thằng Thành.

"Ngày... tháng... năm...

Anh! Em không hề xin anh tha thứ cho sự lầm lạc đến ngu dại của mình. Vì với anh và con, em đã là thứ bỏ đi, là kẻ phản bội. Chao ôi, những dòng sông của anh quả là em không thể cùng lúc được tắm đến hai lần. Em vẫn ghi nhớ lời anh "Mỗi người là một giọt nước của dòng sông nhân dân". Sau đi anh đi rồi, Kha theo đuổi và bám em như đỉa bám. Biết em? đang cần có lại những bức tranh của anh, hắn thề thốt và hứa sẽ giúp em. Em đã tin hắn, theo hắn đi gặp nhiều người, nhiều cửa. Một hôm hắn nhắn em lại vì công việc đã có kết quả. Hắn bảo"Đã xin được một bức nhưng đã bị cắt thành nhiều mảnh. Tôi đang cố gắng ghép lại để phục hồi..." Công việc ấy đã cuốn hút em. Và cái ngày đáng nguyền rủa ấy, ngay trong xưởng vẽ của hắn, em đã không giữ được mình. Cứ thế, hết bức thứ nhất lại đến bức thứ hai rồi thứ ba... bức nào cũng bị cắt nát. Có những ngày Kha đi vắng, em phải làm một mình. Một lần như thế, em đã tò mò lật xem cuốn số bản thảo tranh cổ động của Kha cất rất kín trên nóc tủ sách, và bàng hoàng khi thấy bản viết tay thư của hắn tố cáo anh ngày ấy. Vừa lúc đó thì Kha về. Hắn hoảng hốt giật lấy lá thư. Nhưng sau đó hắn lại cười phá lên: "Cô quan tâm đến cái chuyện vặt ấy làm gì. Thằng Mạnh là phản động. Những bức tranh sông nước gì gì đó của nó cũng phản động nốt". Rồi hắn bắc ghế, với tay lấy cái hộp trên gác dúi mạnh vào tay em. Những mảnh nhỏ của các bức tranh văng ra tung tóe: "Đây! Cô cần thì mang về. Chẳng phải ai khác, chính thằng này đã tuyên án tử hình những của nợ của nó đấy". Em điên dại, lao vào tát túi bụi và nhổ vào cái mặt gớm giếc ấy. Nhưng phỏng có ích gì. Thằng Thành ra đời. Em muốn chết, nhưng lại thương các con. Và hình như linh tính đã mách bảo em rằng, những bức tranh ấy nhất định sau này sẽ được chính anh vẽ lại..."

Theo lời dặn của mẹ, tôi đã giấu cha tôi bức thư này.

*

Mùa đông. Lại một mùa đông nữa đến. Những đợt sương muối và mưa phùn gió bấc kéo dài khiến cha tôi ho nhiều. Từ ngày mẹ tôi mất, ông sút đi trông thấy. Tôi vẫn cố gắng chăm sóc cha và nuôi thằng Thành ăn học bằng những đồng tiền ít ỏi kiếm được hàng ngày. Nhưng cuộc sống mỗi ngày một khó khăn thêm. Cha tôi đành phải quyết định bán đi một nửa vườn nhà của ông bà nội tôi để lại. Suốt ba năm trời ròng rã trôi qua, cha tôi đã vẽ xong bức tranh thứ sáu và bắt đầu căng vải vẽ lại bức tranh còn bỏ dở năm nào. Tôi năn nỉ cha tôi tạm nghỉ ít ngày, nhưng ông lắc đầu.

Một buổi chiều giá buốt, ế khách, tôi trả xe bỏ về nhà và như thường lệ lao lên phòng làm việc của cha. Đất như sụt dưới chân, khi tôi thấy thằng Thành đang cố sức kéo cha tôi đang bất tỉnh từ giá vẽ đến chiếc giường kê sát vách. Tôi vội bế xốc cha tôi lên và hét thằng Thành nhóm lửa. Một lúc lâu sau, cha tôi mới tỉnh lại. Ông nhìn chúng tôi thều thào: "Cha mệt quá..." Rồi cha tôi đưa tay chỉ bức tranh thứ bảy mỉm cười. Tôi lấy lá thư của mẹ tôi đưa cho ông. Nước mắt cha tôi ứa ra chảy xuống đôi gò má cao, gầy, tái ngắt. Cha tôi lắc đầu, ý bảo không cần phải đọc nữa. Và, với nụ cười bình thản trên môi, đôi mắt cha tôi từ từ khép lại... Cho đến tận bây giờ, mỗi khi nhớ lại, tôi vẫn tưởng như lúc ấy, cha mình đang được vuốt ve, vỗ về bởi trăm ngàn con sóng nhỏ, nơi những dòng sông xanh mát, vĩnh cửu của QUÊ HƯƠNG.

Nguyễn Chính,

(Nha Trang, tháng 10 -1991)

Nguyễn Hồng, thế hệ nhà văn không có trong tay la bàn!

Chọn cho truyện của mình thời tiết ở mức "zero" độ, khiến hơi nước, sương, thậm chí những giọt lệ cũng bị đông đá - Hữu ý (hay vô tình) Nguyễn Hồng biến chữ, nghĩa của mình thành tấm gương có khả năng hắt lại một thứ ánh sáng khác. Loại ánh sáng chấp chới nỗi thất lạc, niềm hoang mang của một thế hệ trẻ, lớn lên không chẳng rễ. Họ lơ lửng giữa khoảng không. Tôi muốn gọi đó là thế-hệ-văn-chương-không-quá-khứ. Hay nỗi buồn của một thế hệ nhà văn không có trong tay la-bàn cho cuộc hải hành mà, mục tiêu của họ là kiếm tìm văn-chương-tân-thế-giới.

Tôi buốt, lạnh khi đọc "Cỏ" của Nguyễn Hồng. Tôi thấy mình nhiều lần trượt chân, ngã xấp trong nhiều đoạn văn của Nguyễn

Hồng mà, hơi giá buốt của chúng, bắt tôi phải rùng mình, lùi lại. Thí dụ:

"... Vẫn là kiểu nói như tát nước vào mặt người khác của mẹ. Tôi lớn lên, ám ảnh về mẹ chỉ là những lời nhiếc móc cay nghiệt, những trận đòn roi như xé giẻ. Tôi nhìn cuộc sống chảy quanh tôi bằng ánh mắt nửa dè chừng nửa ngơ ngác, lạ lẫm. Tôi không biết đến kim chỉ để may vá, không thưa bẩm, vâng dạ, tôi không biết anh em họ hàng xung quanh. Tôi không biết gì hết. Chỉ biết mình là giống đàn bà, ngày có kinh đầu tiên òa khóc vì sợ hãi như vừa phạm phải một tội lỗi. Tôi lấy tay bịt lại, càng bịt càng chảy. Tôi thấy mình là cỏ. Tôi được sinh ra và tự lớn lên..."

Dù (hay chính vì) không có la bàn cho cuộc hải hành văn chương, tôi tin, cuối cùng, rồi Nguyễn Hồng cũng sẽ tìm ra tân thế giới.

(Nov. 23-2012)

(Mời xem thêm trang nhà Nguyễn Hồng: http://nguyenhongna.vnweblogs.com/)

CỎ

Truyện ngắn NGUYỄN HỒNG

"Tôi thấy mình là cỏ. Tôi được sinh ra và tôi tự lớn lên..."

1.

Hành lý chẳng có gì, vài ba bộ quần áo và một mớ đồ lụn vụn, lặt vặt. Hai ngày trước tôi đã nhét vội vàng vào túi xách, lập cập kéo khóa và chực phi thẳng ra khỏi cửa nhà không thèm ngoái đầu nhìn lại. Đi. Sẽ đi. Không từ biệt. Không luyến tiếc. Tôi đang có cảm giác bị đuổi ra khỏi nhà hơn là một sự tự nguyện. Cái mặt lì lợm của tôi không biết khóc bao giờ. Từng cơn nấc nghẹn bứ nơi cổ họng nuốt không trôi được cứ đau nhưng nhức. Đau từ tim lên đỉnh đầu, đau tứ chi rồi đau toàn thân. Tôi nuốt khan. Tôi khóc khan. Ừ, đi thì đi. Phải đi thôi. Tôi giục tôi, dữ dội lắm, quyết liệt lắm. Ở nhà chỉ là một cục thịt thừa. Một cục thịt bốc mùi ôi thiu làm ngứa mắt và vướng víu những người xung quanh. Ừ. Đi thì đi. Dễ thôi. Quan trọng đi là để trở về hay là bỏ xứ, biệt xứ. Có ai cần tôi đâu.

Cha vẫn ngồi rúm ró trên tràng kỷ, dáng ngồi như bị dính bệt vào một chỗ. Từ ngày này qua ngày khác, từ tháng này qua tháng khác, vẫn là chỗ ngồi đấy, cha thi gan với thời gian. Chiếc điếu cày được nâng lên, đặt xuống, rồi vê thuốc, rồi rít, rồi ho, rồi khạc nhổ đờm dãi bừa bãi xung quanh chỗ cha ngồi. Mấy lần tôi buồn nôn khi dẫm phải. Mấy lần tôi bảo cha đừng có nhổ ở đây nữa, cha đi xa ra ngoài bờ ngoài bụi mà nhổ cho thoáng, đỡ công người dọn lại sạch cửa sạch nhà. Cha quắc mắt, đồ mất dạy, mày không dọn tao dọn. Cái cục lỳ của tôi lại nổi lên. Không mượn thì không dọn. Ruồi xanh ruồi đen bu ken kín. Muỗi bay là là, phè phè như máy bay tập trận. Mùi tanh hôi lẫn mùi ẩm mốc. Cha vẫn ngồi nguyên đấy, kệ thây ruồi muỗi, kệ thây kiến bu. Mẹ nhìn hằn học: tao chịu đựng cha mày cả đời, bọn mày mới ngày một ngày hai ăn thua gì. Cha vẫn ngồi bất động, kệ thây những lời xỉa xói. Kiến đốt, muỗi cắn cha còn không có cảm giác, mấy lời nói nhàm tai ấy cha nghe quen lắm rồi, nghe thêm nữa cũng chẳng sao, chỉ là như gió thoảng qua tai. Thành thử mẹ nói mẹ nghe, mẹ nói cho tôi, cho thiên hạ nghe. Mà họ nghe được gì hay không tôi không biết, cũng không cần quan tâm. Có đôi người chỉ chỉ trỏ trỏ, có đôi người ậm ự ngại ngùng lướt qua tôi có vẻ như thấu hiểu, chia sẻ.

Hai anh em tôi lớn lên như thế nào tôi không nhớ, không biết, không hình dung ra được. Thực sự, tôi cũng không buồn nghĩ đến. Đôi lúc tôi cũng tò mò nhưng rồi lại chặc lưỡi, thôi kệ vậy, quan tâm đến ngày hôm qua của mình cũng chẳng để làm gì, chẳng thay đổi được gì. Biết là mình đang được tồn tại, đang được hít khí trời, thế là sung sướng lắm rồi, kêu ca nỗi gì, mà kêu phỏng có được gì.

Chán học, học mãi mà chữ không vô, anh tôi bỏ nhà đi buôn sắt vụn ở ngoại tỉnh. Một năm, hai năm anh không về. Đến năm thứ 3, anh về dắt theo người đàn bà bụng đã vượt mặt xin cưới. Cưới thì cưới. Nhà lại thêm người, thêm những lời hờn mát xót xa vào những ngày đói và cả những ngày không đói. Thi thoảng những người trong nhà tôi lại giành những xỉa xói cho nhau, cho tôi.

"Không ở nhà làm ruộng thì đi đâu được thì đi, kiếm thúng kiếm mẹt mà buôn bán".

"Bọn cái Xuân, cái Na lên tỉnh tháng trước, tháng sau đã gửi tiền về, cùng thôn mày cũng phải mở to mắt ra mà nhìn chứ. Hay mày không biết xấu hổ".

Vẫn là kiểu nói như tát nước vào mặt người khác của mẹ. Tôi lớn lên, ám ảnh về mẹ chỉ là những lời nhiếc móc cay nghiệt, những trận đòn roi như xé giẻ. Tôi nhìn cuộc sống chảy quanh tôi bằng ánh mắt nửa dè chừng nửa ngơ ngác, lạ lẫm. Tôi không biết đến kim chỉ để may vá, không biết thưa bẩm, vâng dạ, tôi không biết anh em họ hàng xung quanh.Tôi không biết gì hết. Chỉ biết mình là giống đàn bà, ngày có kinh đầu tiên òa khóc vì sợ hãi như vừa phạm phải một tội lỗi. Tôi lấy tay bịt lại, càng bịt càng chảy. Tôi thấy mình là cỏ. Tôi được sinh ra và tôi tự lớn lên.

Nhiều lúc tôi suy tính, rồi cũng ngẫm đi ngẫm lại ra vẻ có trách nhiệm với đời, với mình. Cha mẹ đã cho tôi sự sống thì tôi cũng phải sống cho ra sống. Mười bảy tuổi, chẳng lẽ cứ quấn quanh với mấy sào ruộng nhận khoán, bờ thấp bờ cao, với bốn bức tường nửa gạch nửa tre có những con người lầm lì sống, lầm lì ra vào. Ngày quần quật ngoài đồng, đêm nào ngủ được thì sướng, không ngủ được nghe ếch nhái râm ran mà lòng não nề.Thời gian cho tôi thêm tuổi. Tuổi cho tôi thêm những âu lo, những thảng thốt. Tôi quýnh quáng với cái quyền sống cha mẹ ban tặng nên tôi giục tôi đi. Lần này là tự nguyện. Cháy bỏng lắm. Tâm huyết lắm. Không phải là những vùng vằng giận cá chém thớt bởi có giận thì trong nhà tôi đó cũng chỉ là một hiện tượng thừa thãi, vô bổ. Giận cũng thế mà không giận cũng thế. Có thân thì tự lo thân, ai hơi đâu quan tâm đến mà dỗ giành.

Tôi chào cha mẹ. Tôi dặn dò anh chị và các cháu. Tôi đi. Hành lý chẳng có gì. Tuổi mười bảy và một mớ những rối rắm vụn vặt. Những tiếng thở dài cứ loằng ngoằng bám theo tôi.

2.

Ai dạy cho tôi khôn? Tôi ranh? Tôi làm ra vẻ sành đời. Tháng đầu tiên bưng bê trong quan nhậu tôi đã biết lúng liếng với khách. Tôi biết tôi có gì để đong đưa. Tuổi 17 hơ hớ măng tơ. Tôi tự tạo ra những luống cuống vô tình, những va chạm vô tình với những người đàn ông thường xuyên đến đốt tiền trong quán nhậu. Những ông già trán hói, bụng xệ chỉ chực có cơ hội là ăn tươi nuốt sống tôi. Những hôn hít, những sờ nắn không giấu giếm, vụng trộm mà cứ phơi bày giữa thanh thiên bạch nhật. Tôi cắn răng làm thinh, rồi lại chậc lưỡi, bệnh ngoài da thôi mà. Nhưng bù lại, tôi được tiền, những đồng tiền mới có, cũ có, nguyên vẹn có, nhàu nát có cứ len lén dúi vào ngực tôi. Đêm đêm, sau những bải hoải rã rời của một ngày chạy bàn, tôi vuốt phẳng phiu những đồng tiền chẵn lẻ. Tôi mãn nguyện cười trong cả những giấc mơ.

Ông chủ quán mò mẫm vào phòng lúc nào tôi không biết. Vội vã ném xập tiền xuống giường rồi vồ lên ôm riết lấy tôi. "Xuỵt, ngoan rồi ông thương, ông cho". Tôi đang đồng lõa với ông hay là tôi thông minh đột xuất? Tôi đàng điếm hay tôi đang thèm khát đồng tiền? Hình như có lần bố tôi bảo mấy đời cụ kị nhà tôi cũng có người làm quan, có học hàm học vị đầy đủ, sau thất cơ lỡ vận mới ngậm ngùi làm kẻ bán mặt cho đất bán lưng cho trời. Cái gen thông minh từ đời cụ kỵ nhà tôi truyền chút ít sang tôi vào đúng lúc này chăng? Tôi tham lam vừa muốn giữ mình vừa muốn có tiền. Tôi dụ ông về phía cửa, luống cuống yêu đương, luống cuống mở chốt, tôi ấn ông vào khoảng giữa cánh cửa khép hờ. Ông chỉ kịp á lên còn tôi bưng mặt khóc. Tất nhiên, thân thể nung núc mỡ của ông bị một trận bầm dập từ tay vợ. Tôi bị đuổi khỏi quán sau trận nổi giận lôi đình của bà chủ. Đồ lăng loàn, đồ ăn cháo đá bát, cưu mang mày rồi để mày dụ dỗ chồng bà hả. Đồ con đĩ. Cút. Xéo. Biến nhanh khỏi mắt tao. Tóc tôi rơi lả tả theo vòng xoáy nặng nhẹ của tay bà chủ. Khuôn mặt tôi bị biến dạng bởi những cái tát nảy lửa, những cào cấu rách thịt da. Lạ lùng là tôi không thấy đau, tôi đang nghĩ đến xấp tiền ông chủ để lại khi nhảy bổ lên người tôi. Tôi đi. Hành lý chẳng có thêm gì. Tuổi mười bảy cứ tưng tửng nhảy chân sáo theo tôi khe khẽ hát: "cỏ nát rồi cỏ lại sinh sôi"

3.

Tôi bán tôi qua những chợ người. Chợ người không chào đón tôi, họ sợ tôi giành dật khách hàng của họ, cướp miếng cơm manh áo của con cái họ. Tôi đã mơ hồ phỏng đoán, chợ người thì không ai quản lý ai nên tôi sẽ mặc nhiên đứng xếp hàng ở đó. Nhưng tôi nhầm. Những kẻ lăm le dây điện, xích sắt như những vũ khí trang điểm cho cái gọi là quyền lực ấy là những ông chủ, bà chủ ở đây. Bảo kê đấy. Tôi lơ ngơ chen chân chờ người đến mua mình. Vút. Tôi đau điếng. "Biến, ranh con, đây không phải chỗ của mày". "Đất có thổ công, sông có hà bá, mày nộp lệ phí chưa mà dám chen ngang hả?"

Lệ phí bao nhiêu là đủ để tôi có chân đứng ở chợ người? Một tên đầu trọc hất hàm bảo: "Mày ngon gái thế đứng đây làm gì cho phí, sang chân cầu mà đứng". Tôi đọc được sự cợt nhả, coi thường trong điệu cười như súc ống bô của gã đầu trọc. Cái tôi có thể bán được là sức lao động của con bé quê mười bảy tuổi. Trong biển người bát nháo này có ai nghe thấy tiếng tôi đang rao bán tôi.

Có đấy. Ông đã nghe được. Ông thấy ánh mắt khẩn khoản cầu cứu của một con thú bị thương đang hết đường chạy. Gã đầu trọc vừa liếm môi, vừa dí dí chiếc roi sắt vào đầu tôi. "Hay là...". Ánh mắt hắn quệt khắp thân thể tôi, như muốn lột hết quần áo trên người tôi. "Một đêm thôi, coi như là lệ phí tháng này". "Không chịu hả. Biến.Vút..."

Ông đã đỡ lằn roi ấy thay tôi. Tên đầu trọc đang hung hăng vội vã đập đầu quỳ lạy như một tội đồ dưới chân ông. "Xin ông tha mạng, con không cố ý. Tháng này con xin làm trâu làm ngựa cho ông".

Tôi lẽo đẽo theo ông về. Đầu trọc hềnh hệch cười: "Mày sướng nhé, được hầu hạ trong nhà ông chủ là phúc tổ bảy mươi đời nhà mày đấy". Tôi không biết ông là ai mà những tên bảo kê ở đây cứ tỏ vẻ khúm núm, sợ sệt mỗi khi gặp ông. Chiếc xe hơi sang trọng đỗ bên kia đường, ông thong dong chống ba tong đi sang, đứa nào đứa nấy vâng vâng dạ dạ rối rít. Chợ người như ngừng thở. Ông ký tá một số thứ, ông nhận từ bọn chúng một số thứ rồi ông lên xe. Chợ người lại trở về với cái bát nháo vốn có của nó.

Tôi được ông thuê dọn rác và nuôi cỏ trong khu biệt thự. Biệt thự trắng. Hàng rào sơn trắng. Bãi cỏ ngun ngút xanh và mượt như nhung. Hoa. Hoa quấn quanh bờ rào. Hoa tràn ra lối đi. Hoa kiêu hãnh tung tẩy trên cửa sổ tầng cao đùa nắng, đùa gió. Tôi như lạc vào thiên đường. Chỉ cần nhìn ngắm thôi tôi đã thấy hân hoan reo vui.

Công việc không quá nặng nhọc nhưng đòi hỏi sự tỷ mỉ. Trồng cỏ mới, thay cỏ cũ, tưới cỏ, cắt tỉa, tạo hình cho cỏ. Tôi chăm chỉ mỗi ngày. Bây giờ, có ai hỏi trong biệt thự của ông có mấy vuông cỏ, có những loại cỏ gì, sinh trưởng và nuôi dưỡng ra sao tôi sẽ trả lời vanh vách. Tôi nâng niu công việc tôi đang làm, nâng niu những đồng tiền tôi kiếm được bằng sức lao động của chính mình. Đêm đêm, trong giấc ngủ chập chờn tôi thấy mình đang bồng bềnh trôi trên cỏ, ấm mềm và êm như ru.

Nhìn những vuông cỏ nuột nà, căng tràn sức sống, ông không tiếc lời khen "tốt lắm, tốt lắm". Tôi cũng thấy vui vui khi đón nhận ánh mắt ấm áp cười của ông. Ông trò chuyện với tôi nhiều hơn. Tôi thấy ông gần gũi hơn, càng tò mò hơn khi thấy ông sống một mình trong biệt thự nhung lụa với vô số người làm.

4.

Những vuông cỏ sẽ xanh hơn, mượt hơn nếu như ông không gọi tôi lên thư phòng, không yêu cầu tôi bỏ cỏ đấy để ông có thêm người chuyện trò. Tôi sẽ là tôi, đứa gái quê mười bảy tuổi của hai năm về trước, giận dỗi quê hương lạ lẫm phố phường.

Những vuông cỏ ngơ ngác xanh dõi theo tôi.

Tôi trở thành đàn bà sau một đêm mưa ông gõ cửa. Ông khóc trên vai tôi. Tôi khóc cho cuộc đời mình. Ông bảo ông đang rất buồn và cô đơn. Còn tôi. Nỗi cô đơn là thường trực, là bầu bạn. Mỗi sáng, nó kéo tôi ra khỏi giấc ngủ chập chờn mệt mỏi. Mỗi tối nó xầm xập đổ ập vào người làm tôi nghẹt thở. Nó cứ bám riết lấy tôi từ khi tôi biết khóc, biết vón nỗi cô đơn ném đi chỗ khác tìm điệu cười nhợt nhạt, cho đến tận bây giờ, tôi lặng lẽ nhặt nỗi cô đơn lên ngắm nghía và cất sau ngực trái áo mình.

Tôi xót tôi bởi nỗi cô đơn đeo đẳng. Vì thế tôi thương ông. Ông bảo ông cũng thương tôi. Ông vuốt ve, dỗ dành thân thể tôi mỗi lúc tôi và ông bên nhau. Tôi thấy mình ẩm ướt hơn, mềm mại hơn. Lần đầu tiên trong đời tôi biết ôm một người thì ấm áp như thế, được chở che như thế, yếu đuối như thế, yêu thương như thế. Tôi nghĩ và nhớ đến mẹ. Mẹ có bao giờ ôm tôi. Giá như tôi có được chút ấm áp truyền từ da thịt mẹ tôi sẽ không cuồng cuồng ghì chặt lấy ông như thế, không bấn loạn, khát khao ông như thế. Ông thủ thỉ: "Em sẽ là của ông nhé, sẽ ở lại đây với ông nhé". Tôi không dám gật đầu, không dám nhìn vào mắt ông. Tôi sợ. Một nỗi sợ hãi mơ hồ nhưng rất lớn, rất thật. Tôi siết chặt vòng tay để mình được bé nhỏ trong vòng tay ông.

Tôi thấy tôi khang khác. Những lần gặp ông, tôi đều hiến mình khát khao, mụ mị. Biện pháp tránh thai là gì tôi làm sao biết được. Trong cơ thể tôi, giọt máu ông để lại đã thành hình hài.

"Giải quyết đi". Ông vứt sấp tiền trước mặt tôi rồi lạnh lùng bỏ đi. Toàn thân tôi tê cóng. Cái mặt lì lợm của tôi không biết khóc bao giờ. Nước mắt đã vón lại thành cục đắng nghét, nuốt không trôi được nên cứ nghẹn bứ nơi cổ họng. Tôi gồng mình hét "Không". Mồ hôi tãi ra như tắm. Bao nhiêu đêm tôi mộng mị, bao nhiêu lần tôi nấn ná muốn nói với ông. Liệu giấc mơ có báo ứng sau lời tôi nói. Tôi chọn cách im lặng.

5.

Mẹ như phát điên lên.

- Bao nhiêu tuổi?

- 70.

- Mày bị lão già cưỡng hiếp hả?

- Không. Con tự nguyện.

- Sao còn vác xác về làm gì?

Ừ nhỉ? Sao tôi lại vác cái thân xác rệu rã này trở về? Sau đêm trốn khỏi nhà ông tôi đã dặn lòng là không được trở về nữa sao bước chân cứ dẫn dụ tôi về đây? Có ai chờ tôi đâu. Sao thế nhỉ? Tôi thất thểu bước thấp bước cao. Tôi thèm khóc quá. Sao tôi cứ trơ khắc thế này, tôi ơi. Nước mắt ơi, chảy đi. Chảy đi cho ta nhẹ nhàng một chút, rồi ta sẽ thanh thản đi tiếp. Cớ sao đời ki bo với ta cả giọt nước mắt của chính mình thế nhỉ? Mẹ có nghe thấy tiếng ta gọi mẹ không? Con nhớ mẹ, thèm được ôm mẹ quá. Lúc con ôm ông ấy là lúc con nhớ đến mẹ. Con mơ hồ đoán ôm mẹ chắc cũng yêu thương thế này. Mỗi lần gặp ông ấy con lại hào hứng, lại say mê giải mã những vòng tay ôm. Cái ôm thật chặt này là của cha. Mạnh mẽ lắm, rắn rỏi lắm. Cái ôm đằm thắm này là của mẹ, dịu dàng lắm, ấm áp lắm. Cái ôm xốc nổi, hời hợt như chạm khẽ vào da thịt này là của anh trai. Ừ, là anh em sàn sàn tuổi nhau ai ôm riết nhau thế bao giờ, kỳ lắm. Con đã tận hưởng hoan lạc từ những vòng tay ôm ma mị như thế đó mẹ ạ.

- Giải quyết đi. Mà không. Cứ để đó. Tao sẽ kiện. Sẽ kiện cho lão rũ tù ra vì tội cưỡng hiếp.

- Không. Con xin mẹ.

- Mày ngu lắm. Tao sẽ kiện. Lão có tiền, lão sẽ biết cách giải quyết.

Tiếng mẹ rít qua kẽ răng. Tôi tìm đường về nhà để được khóc. Nhưng tôi không khóc được. Mẹ cũng không níu kéo tôi. Tôi đi. Hành lý chẳng có gì.

6.

Ông nháo nhác tìm tôi qua những chợ người. Đầu trọc bảo thế sau khi hắn hô hoán anh em giữ tôi lại. Hắn đẩy tôi lên xe và đưa tôi về ngôi nhà lúp xúp cuối chợ. "Mày ở đây ít hôm lấy lại tinh thần, tao về báo cáo với lão". "Đọc thư mày để lại, lão như phát cuồng lên. Lão già thương mày thật đó. Thôi về đi để bọn tao còn đường làm ăn. Lão bảo không tìm được mày lão giải tán mấy cái chợ này luôn".

Đầu trọc thuyết phục, giảng giải, phân tích rồi nhìn tôi tỏ vẻ thèm thuồng. "Mà mày ngu bỏ mẹ, cả một đống của, bỏ làm gì. Phí"

Lời đầu trọc cứ bùng nhùng bên tai, tôi nghe câu được câu mất. Tôi thấy mình không còn ác cảm với hắn nữa, ít ra trong lúc này hắn đang sắm vai là đứa tử tế.

7.

Những vuông cỏ xanh um trước mắt tôi. Ông bảo, ông đã tự tay mình chăm cỏ để quên đi nỗi nhớ. Tôi thấy mắt mình nhòe đi, những giọt nước mắt thi nhau rơi xuống nóng hổi. Tôi đã đợi mười chín năm để được khóc. Bây giờ tôi đang khóc. Cỏ xanh thì thầm kể chuyện cổ tích về một ông già qua bao đời vợ nhưng chẳng ai chịu sinh con cho ông. Họ đến rồi đi với bản án li hôn có cái quyền được chia tài sản ở hàng thứ nhất. Chỉ còn ông và những vuông cỏ tàn úa ở lại.

Những vuông cỏ đang hồi sinh chờ đón tôi. Tôi thấy mình đang được hồi sinh từ kiếp cỏ, cứ xoắn xuýt, cứ dan díu như nợ nần nhau từ muôn kiếp trước. Ông dìu tôi qua những vuông cỏ, tôi bối rối nhìn sâu vào mắt ông: "Mưa này cỏ bật mầm nhanh lắm đấy, rồi vườn cỏ nhà mình sẽ ngút ngát xanh. Đợi em sau ngày trở dạ, em sẽ lại giúp mình..."

Nguyễn ngọc Tư, hiện tượng tiêu biểu của 40 năm văn xuôi Việt

Có thể có người không đồng ý, nhưng theo tôi, Nguyễn Ngọc Tư là hiện tượng tiêu biểu, nổi bật nhất của sinh hoạt văn xuôi Việt, 40 năm qua, kể từ 1975 tới 2015 trong số những người viết trẻ.

Nguyễn không cần phải mượn lớp màn che, trướng phủ của lịch sử đã lùi xa hàng trăm năm. Nguyễn cũng không cần lớp sơn son thếp vàng của dã sử, huyền sử, để chuyển thông điệp tới người đọc. Thậm chí, Nguyễn cũng không cần phải khai thác thân thể con người với những bản năng thú tính, để tự "P.R" với độc giả!!!

"*Cánh đồng bất tận*", của Nguyễn Ngọc Tư, với tôi, là "bạch văn". Nó không cần phải che đậy, mặc khoác cho nó, bộ quần áo vàng mã, lòe loẹt. Nó cũng không là những ẩn dụ phải cần đến sự giải mã của những nhà phê bình, hay chiêng trống như những tùy tinh chung quanh nhà xuất bản hoặc, nhà phát hành... Nó trực tiếp ghi nhận những hiện thực xã hội ngồn ngộn sần sượng; cùng lúc với những thơ mộng nhiều thi tính của sông nước miền Tây - đặc biệt, Đất Mũi, nơi Nguyễn sinh ra và lớn lên.

Ngay tự những dòng chữ đầu tiên, mở vào "*Cánh đồng bất tận*", chỉ với một đoạn văn ngắn, Nguyễn Ngọc Tư đã cho thấy tài năng sớm chín muồi của một nhà văn, khi viết:

"Con kinh nhỏ nằm vắt qua một cánh đồng rộng. Và khi chúng tôi quyết định dừng lại, mùa hạn hung hãn dường như cũng gom hết nắng đổ xuống nơi này. Những cây lúa chết non trên đồng, thân đã khô cong như tàn nhang chưa rụng, nắm vào bàn tay là nát vụn..."

Một đoạn văn ngắn thôi, mà đã có tới hai nhân cách hóa... "dẫn đường" vào không khí truyện *khô hạn, hung hãn, gom hết lửa*... và, *những cây lúa chết non, cong như tàn nhang chưa rụng...*

Rồi những nhân vật đến cuối đời vẫn không nhận được một nụ cười thân ái nào của định mệnh, lần lượt xuất hiện. Đó người cha của nhân vật nữ chính, xưng "*tôi*". Đứa em trai bị ẩn ức tâm, sinh lý, cô gái làng chơi, quá "đất" dạt trôi về vùng có con kinh nhỏ - (Nạn nhân, đồng thời cũng là nguồn khát khao rạo rực thầm kín (hay niềm vui) của đám đàn ông nông dân vùng đất hạn. Đến độ họ "... *quên phứt vụ lúa thất bát cháy khô trên đồng, quên nỗi lo đói no giữa mùa giáp hạt...*"

Đó là những mảng đời mâu thuẫn, âm u được Nguyễn Ngọc Tư thể hiện song song với bản năng thú tính, hận thù vô thức và, gốc bản thiện mơ hồ của con người.

Mô tả người đàn bà làm nghề không vốn, bị đánh ghen, được những nhân vật chính trong *"Cánh đồng bất tận"* mở lòng thương xót, Nguyễn Ngọc Tư viết:

"... Rồi ngọn lửa hoi hót thở dưới nồi cơm đã lên tim, người đàn bà vẫn còn nằm trên ghe. Ngay cả ý định ngồi dậy cũng xao xác tan mau dưới những tiếng rên dài. Môi chị sưng vếu ra, xanh dờn. Và tay, và chân, và dưới cái áo mà tôi đã đắp cho là một cái áo khác đã bị xé tả tơi phơi những mảng thịt người ta cấu nhéo tím ngắt.

"Và những chân tóc trên đầu chị cũng đang tụ máu. Người ta đã lòn tay, ngoáy chúng để kéo chị lê lết hết một quãng đường xóm, trước khi dừng chân một chút ở nhà máy chà gạo. Họ giẳng ném, họ quăng quật chị trên cái nền vương vãi trấu. Vai nữ chính, một người đàn bà xốc xếch đã lạc giọng, đôi lúc lả đi vì ghen tuông và kiệt sức. Nhưng đám đông rạo rực chung quanh đã vực tinh thần chị ta dậy, họ dùng chân đá với vào cái thân xác tả tơi kia bằng vẻ hằn học, hả hê, quên phứt vụ lúa thất bát cháy khô trên đồng, quên nỗi lo đói no giữa mùa giáp hạt. Cuộc vui hẳn sẽ dài, nếu như không có một ý tưởng mới nảy ra trong cơn phấn khích. Họ dùng dao phay chặt mái tóc dày kia, dục dặc, hì hục như phạt một nắm cỏ cứng và khô. Khi đuôi tóc dứt lìa, được tự do, chị vùng dậy, lao nhanh xuống ghe chúng tôi như một tiếng thét, lăn qua chân tôi, đến chỗ cha, làm đổ những bao trấu cha vừa mới xếp..."

Những cực tả, như "cao trào" của "cuộc vui" liên tiếp đẩy bi kịch tới đỉnh điểm cao nhất, với nhiều hình ảnh không thể tàn khốc hơn: "... *Họ dùng dao phay chạt mái tóc dày kia, dục dặc, hì hục như phạt một nắm cỏ cứng và khô...*"

Rồi:

"Đám người ngơ ngác mấy giây để chấp nhận việc con mồi bỏ chạy. Tôi mất mấy giây để háo hức thấy mình nghĩa hiệp như Lục

Vân Tiên, tôi lồm cồm xô ghe dạt khỏi bờ, sợ hãi và sung sướng, tôi cầm sào chống thục mạng ra giữa sông, mắt không rời đám người đang tràn ra mé bờ chực lao xuống, nhảy nhót điên cuồng. Rồi tiếng chửi rủa chói lói chìm đi, tiếng bầy vịt tao tác kêu dưới sạp chìm đi, trong tôi chỉ có âm thanh của chiếc máy Koler4 nổ khan, rung bần bật dưới tay Điền, khạc ra những đám khói khét lẹt, đen ngòm. Khói trôi về phía sau chúng tôi, mờ nhoè những bóng người đang tuyệt vọng ngó theo, bàn tay nào đó cầm nắm tóc của chị vẫy lên phơ phất phơ phất..."

Độ lạnh được ném về mức zero hoặc xa dưới âm độ trong *"Cánh đồng bất tận"* không chỉ chừng đó. Dọc theo không gian ba chiều của *"Cánh đồng bất tận"*, người đọc còn phải chạm mặt với những bản năng, thú tính khác, của con người!.!

Tôi vẫn có khuynh hướng theo dõi những mô tả nhân vật, cảnh vật, tâm lý, với những so sánh, liên tưởng hay nhân cách hóa của một cây bút nào đó; hầu từ đấy, tôi có được cảm nhận riêng về tài năng hay tài hoa cây bút ấy.

Viết tiếp về người đàn bà *"làm đĩ"* Nguyễn Ngọc Tư ghi nhận:

"Nhưng chiều hôm đó và cả ngày sau, chị không ăn. Chị từ chối cả uống nước, đợi đôi môi khô đã bắt đầu nứt ra, chị mới chịu hớp một vài ngụm ít ỏi, dường như chỉ đủ ướt môi. Đói và khát, nhưng chị còn sợ đau hơn. Người ta đã đổ keo dán sắt vào cửa mình của chị...

"Tôi nói lại với cha và Điền trong bữa cơm. Tôi nghe hai người lặng đi, tiếng đũa tre khua vào miệng chén ngưng bặt. Điền ngó tôi và tôi thì đọc được sự ghê sợ, kinh tởm cồn lên trong mắt cha. Điền chan nước vào chén, lùa vội vàng rồi men theo con đường đất dọc mé kinh, nó đi vào trong xóm. Tôi dặn với theo, ghé tiệm mua giùm ngàn rưỡi đường cát.

"Chắc gió đã bạt mất lời tôi, khi quay về, Điền không mang theo gì, nó lẳng lặng xòe tay trước mặt tôi, tay nó dính một lớp gì đó, bóng mượt, trong suốt, và đang khô quánh lại, khiến những ngón tay đơ ra như đá. Điền bảo, 'Keo dán sắt...' Dường như những người sản xuất ra loại keo này cũng không ngờ nó nhiều công dụng đến thế. Hai chị em tôi tỉ mẩn lột lớp keo ra, mảng da non trên bàn tay nó bỏng đỏ nhừ, tươm máu. Chúng tôi cùng ngó về chỗ khoang ghe, nghe tiếng thở thênh thang cùng gió..."

Như đã nói, ở đường bay văn chương của Nguyễn Ngọc Tư, người đọc luôn gặp được nhiều hình ảnh đầy thi tính, như cụm từ khép lại đoạn văn trên của Nguyễn: *"Chúng tôi cùng ngó về chỗ khoang ghe, nghe tiếng thở thênh thang cùng gió..."*

Và, nữa:

"... Chúng tôi đã gặp nhiều, rất nhiều người phụ nữ giống chị. Cứ mỗi mùa gặt, họ lại dập dìu trên đê, lượn lờ quanh lều của những thợ gặt, những người đàn ông giữ lúa và bọn nuôi vịt chạy đồng. Họ cố làm ra vẻ trẻ trung, tươi tắn nhưng mặt và cổ đã nhão, nhìn kỹ phát ứa nước mắt. "Đêm đến, sau các đụn lúa, họ thả tiếng cười chút chít, tiếng thở mơn man... lên trời, làm nhiều người đàn bà đang cắm cúi nấu cơm, cho con bú trong lều thắt lòng lại. Tối nào mua rượu cho cha, chúng tôi cũng đi ngang qua đôi người. Chúng tôi nhận ra họ ngay, khi không còn mảnh vải nào trên người họ vẫn điềm nhiên cười khúc khích và uốn éo thân mình chứ không trơ ra ngượng nghịu, cam chịu như những người phụ nữ quê. Sáng sau, họ xiêu xiêu biến mất, đem theo mớ tiền công ít ỏi suốt một ngày làm việc quần quật của đám đàn ông.

"Chị, cũng giống như họ, chớm tàn tạ, đói rã ruột ở thị thành mới chạy xuống quê, cất cái quán nhỏ, giả đò buôn bán bánh kẹo lặt vặt, thực chất là làm nghề. Ở đó đàn ông dễ tính và thiệt thà. Chị sống nhờ những món tiền họ cắm câu đêm đêm, bằng tiền bán lúa, dừa khô hay những buồng chuối chín. Cũng có lúc thu hoạch bất ngờ, khi chị mồi chài một người đàn ông vào trò chơi giường chiếu, suốt hai ngày đêm, và chị được một triệu hai. 'Đó là vốn vay xoá đói giảm nghèo', khi về tới nhà, với tám trăm ngàn còn lại trong túi, hẳn người đàn ông ấy não nề biết bao nhiêu, oán chị biết bao nhiêu khi thấy vợ con nheo nhóc bu quanh nồi khoai luộc trong nhập nhoạng nắng chiều..."

Tôi nghĩ, có thể vì những tương phản cực tả hiện thực nhầy nhụa trong *Cánh đồng bất tận* của Nguyễn Ngọc Tư đã khiến nhiều quan chức đất Mũi đặt vấn đề, đòi tác giả phải "giải trình"? Họ không chấp nhận hiện thực xã hội, vì ở đất Mũi, theo họ, không thể có thể cái cảnh "... *hẳn người đàn ông ấy não nề biết bao nhiêu, oán chị biết bao nhiêu khi thấy vợ con nheo nhóc bu quanh nồi khoai luộc trong nhập nhoạng nắng chiều...*" - Ngay cả khi đó là hư cấu hoặc dương bản phóng lớn của mảng tối xã hội, đời thường.

Bi kịch trong *Cánh đồng bất tận* của Nguyễn Ngọc Tư không chỉ dừng ở đó. Hiện thực xã hội, đời thường ở vùng đất Mũi, giai đoạn thay da, đổi thịt, từ một vùng hoang dã, khô hạn, nóng rang gió lửa, để bắt kịp thời "đổi mới", còn được tác giả "nâng cấp" khi giữa truyện, Nguyễn hé lộ cho thấy sự vắng mặt của người mẹ nhân vật nữ chính, được một trong những người đàn ông hành nghề thương hồ khen là "*người đàn bà có cái cười lấp lánh cả khúc sông*" - Một so sánh đẹp, mới mẻ, với tôi, không thể thơ hơn... Dù mặt khác, đó cũng là nguyên nhân khiến người đàn bà kia, một hôm, tất tả bỏ lại chồng, con ra đi, biệt dạng!.! Khi con bà, vô tình cho biết họ đã mục kích cảnh mẹ họ "*... trên chiếc giường tre quen thuộc, má oằn uốn người dưới tấm lưng chơm chởm những nốt ruồi*" của gã thương hồ; để trả tiền khúc lụa màu đỏ, mà người đàn bà được tặng vô thường bởi gã thương hồ bán vải!

Về phương diện văn chương, đó là một trong trang văn xuôi đẹp của Nguyễn Ngọc - Cái đẹp của những giọt lệ chắt ra từ nữ tính khao khát tấm lụa phủ thân! Nó cũng có thể được ví như những giọt máu oan nghiệt tươm ứa trên môi, trên ngực, trên thân thể người đàn bà nhẹ dạ:

"... Tôi chưa bao giờ thấy cái màu đỏ lạ lùng ấy. Đỏ hơn bông bụp ngoài sân, đỏ hơn máu. Má ngó chúng tôi, hỏi: 'Gì mà nhìn trân trân vậy hai đứa?' Tôi nói, 'Má lạ quá hà, nhìn không ra'. Má mừng quýnh, 'Thiệt hả?' Tôi muốn khóc quá chừng, má con xa lạ với nhau mà sao lại mừng?

"Một bữa tôi chiêm bao, chẳng đầu chẳng cuối gì, chỉ thấy vía má giãy dụa trong tấm vải đỏ lạ lùng kia nhưng nó thít chặt, riết lấy, siết dần cho tới khi má thành một con bướm nhỏ, chấp chới bay về phía mặt trời. Giật mình thức dậy mới hay mình ngủ quên trong kẹt bồ lúa, con chó Phèn ngoài hè nôn nóng cào đất rột rẹt chỗ cái lỗ chui (Chắc má tưởng hai chị em tôi đi chơi nên chốt cửa trước cửa sau mất rồi). Mà Điền ngồi ém ngay đó, lì ra, không cục cựa, mình nó mướt mồ hôi, không có vẻ gì là nó đang khóc, nhưng nước mắt chảy ròng ròng. Tôi ôm đầu nó, giấu ánh nhìn của nó vào ngực mình.

"Đứa mười tuổi quay lưng lại, đứa chín tuổi úp mặt vô áo chị nó, nhưng cả hai vẫn như thấy rõ ràng, trên chiếc giường tre quen thuộc, má oằn uốn người dưới tấm lưng chơm chởm những nốt ruồi. Họ cấu víu. Vật vã. Rên xiết.

"Đó là hình ảnh ấn tượng cuối cùng của má tôi trên nền một cái nhà nhỏ, đằng trước có bộ bàn chữ U, bộ vạc tre, rồi đến một cái bồ lúa nhỏ dựng gần giường ngủ, và gian bếp thấp. Quanh hè, dài theo những lối đi ra vườn, ra bến là những cục đá tảng, những thân dừa chẻ hai, cha tôi đã hì hục lót để suốt một mùa mưa, chân má tôi không bị dính sình bùn.

"Suốt nhiều năm sau đó, tôi không dám nhớ má, bởi ngay vừa khi nghĩ đến má, ngay lập tức hình ảnh ấy hiện ra. Theo đó là rực rỡ trên da thịt màu vải má tôi vừa đổi được (không phải bằng tiền, hay lúa). Mà, đáng lẽ phải nhớ tới khúc má nằm võng hát đưa mình ngủ ấy, hay đoạn má ngồi giặt áo bên hè, hay má cúi đầu giữa vầng khói mơ màng, thổi lửa bếp ung...

"Má có rất nhiều hình ảnh đẹp, và cả khuôn mặt lo lắng của má khi chiều ấy vẫn còn đẹp, nhìn thấy nước mắt không ngừng tuôn rơi trên mặt thằng Điền, má thảng thốt hỏi: 'Mèn ơi, mắt con sao vậy?' Tôi trả lời, day day chậm rãi, 'Chắc tại nó nhìn thấy chuyện bậy đó, má. Trưa nay nó ngủ kẹt bồ lúa'. Má chết lặng nhìn tôi, cái nhìn như lịm đi trên khuôn mặt đẹp não nề. Không thể giải thích vì sao tôi lại hế hả.

"Và tôi luôn nghĩ rằng chính vì câu nói đó mà má tôi ra đi.

(...)

"Sáng sau, thím (Tư) đi chợ, tới bến tàu, cho hay 'Vợ Út Vũ bỏ nhà. Theo trai'. Ông chủ chiếc đò chạy tuyến Hưng Khánh nói lại với mấy bà bạn hàng, và chiều lại cha tôi mới nhận được lời nhắn ấy khi đang lên đòn dong cho một ngôi nhà gần chợ Hội. Nghe nói cha tôi còn cười, giọng ra vẻ giận, 'Bộ hết chuyện giỡn rồi sao, cha nội?' Có vẻ khó tin, khi một người nghĩ rằng, chỉ cần mình hết lòng yêu thương, gánh hết sự kiếm sống nhọc nhằn thì sẽ được đền đáp xứng đáng. Có vẻ buồn cười... Và cha tuột xuống đất, run rẩy...

"Quãng hành trình về nhà có vẻ rất dài và khắc nghiệt, nó vắt kiệt cha tôi. Cha cười cay đắng, khi thấy quần áo má còn treo trong nhà, còn cả cái khăn tắm và đôi dép Lào cũ, như thể má đang chơi bên xóm, chỉ cần thằng Điền kêu má sẽ xấp xãi chạy về, mừng húm hỏi 'Đi chuyến này nữa là đủ tiền mua ti vi màu, phải hôn anh?'

"Coi kỹ thì má không đem theo gì. Chi tiết đó làm đau lòng người ở lại, nó cho thấy người đi đã chẳng suy nghĩ, đắn đo, đã không một chút trù trừ, chỉ rũ mình cái rột, sạch trơn, vậy thôi.

"Cha đem tất cả đồ đạc của má đem đốt. Khói bay mù mịt trong nhà, mùi vải, mùi nhựa cháy khét lẹt, những cái áo hồng áo tím rúm ró lại, chảy thành những giọt tro. Cha nhìn ngọn lửa, mặt đanh lại, rồi mắt bỗng rực lên, ngây ngất vì một ý nghĩ mới lạ..."

Đôi người có ý so sánh văn xuôi Nguyễn Ngọc Tư với hai nhà văn tiền bối Bình Nguyên Lộc và Sơn Nam.

Riêng tôi, tôi không thấy một tương cận nào giữa ba tác giả ở hai giai đoạn văn chương, khác nhau quá xa này. Họ chỉ có một điểm đồng quy là sử dụng tối đa ngôn ngữ Nam Bộ. Ngoài ra, nếu Bình Nguyên Lộc và Sơn Nam gặp nhau ở bối cảnh Nam Bộ thời khai hoang, đất phèn chưa lắng thì, Nguyễn Ngọc Tư lại giới thiệu vùng quê Nam Bộ trong giai đoạn đầu của nỗ lực hiện đại hóa, với tất cả những chông chênh, lệch pha của một thứ tư bản... mới.

Lại nữa, là phụ nữ, nên cách xử dụng động từ, tính từ... của Nguyễn Ngọc Tư, như những cái liếc mắt sắc lẻm dao cau - Một ưu thế khác của Nguyễn trong cuộc trường chinh chữ, nghĩa. Thí dụ:

"Cho dù người đàn ông ấy có quá nhiều nốt ruồi, cho dù chẳng cao ráo, đầu ít tóc... nhưng với chiếc ghe chở đầy vải vóc, những người đàn bà lam lũ quê tôi vẫn thường trông ngóng ông ta. Tất cả họ đều trở thành trẻ thơ khi bước chân lên ghe, họ tíu tít, háo hức, họ thèm muốn đến bồn chồn rồi dùng dằng trở lên bờ với tâm trạng tiếc nuối, ngậm ngùi, thấy mình già khi ngang qua bồ lúa vừa hót bớt một lỏm, thằng cha bán vải lấy mấy giạ mà như khứa một ít tuổi xuân đi. Cả đời, cái bồ lúa luôn làm lòng họ đau đáu, khi nghĩ tới bệnh tật, chuyện cất lại cái nhà, hay dựng vợ gả chồng cho con cái.

"Bồ lúa nhà tôi đã cạn từ sau Tết. Điều đó làm má tôi hơi buồn, nhưng người bán vải xăng xái bảo, 'Cô Hai cứ coi đi, không mua cũng được - rồi ông ta sửng sốt khi thấy má rạo rực khi ướm thử những khúc vải rực rỡ lên người - Chèn ơi, coi nó bình thường vậy mà khoác lên mình cô Hai lại thấy sang quá trời... '

(Với tôi, động từ *"khứa"* trong ngữ cảnh *"... thằng cha bán vải lấy mấy giạ mà như khứa một ít tuổi xuân đi..."* Là một chữ không thể *"đắt"* hơn mà, ngay với thi ca, chúng ta cũng ít gặp).

Cũng vậy, ở đoạn văn ngắn sau đây, những tính từ được Nguyễn chọn dùng, cũng đậm tính thi ca. (Một thiếu vắng trầm trọng nơi văn xuôi của những cây bút trẻ, hôm nay):

"... Những bữa ăn nối tiếp nhau trong im lặng. Lúc và cơm, tôi hay bị ảo giác, tưởng mình đang ngồi trên cánh đồng của chín năm trước. Một cánh đồng miên viễn với gió lắt lay những khói nắng héo xèo, một nhúm mây rất mỏng và rời rạc bay tha thểu trên cao. Đường chân trời mờ mờ xa ngái. Một vài gò mả loang lổ dưới chòm trâm bầu. Tiếng chim kêu nhỏ từng giọt thiu thỉu. Mùi rạ mới quyện với bùn tanh tanh. Bầy vịt rúc đầu vào nách, ngủ ơ hờ dưới bóng cây tra treo từng chùm bông vàng tuyệt vọng lay như những chiếc chuông câm..."

Vượt trên mọi bi kịch đã được Nguyễn Ngọc Tư đẩy thấu đáy vực kiếp người vô nghĩa, người đọc tinh ý, sẽ nhận ra, những trang văn cuối, trước khi khép lại *"Cánh đồng bất tận"* thì, tinh thần nhân bản, truyền thống hiếu sinh của người Việt, đã tỏa sáng như một vầng hào quang, một chiếc cầu vồng ngũ sắc, nối liền hai chân trời: Đọa lạc cầm thú và, tính bản thiện người ngợi lẩn khuất đâu đó, nơi mỗi con người Việt Nam mà, Nguyễn Ngọc Tư là một biểu tượng. Đó là đoạn tác giả mô tả nhân vật nữ chính tỉnh lại, sau khi bị đám "côn-đồ-ruộng" hãm hiếp. Cô hỏi người cha cuối đời còn phải khứng chịu thêm oan nghiệt mới:

" - Không biết con bị có con không cha?"

Và, một người khác, (không xưng tôi) trong cô, lên tiếng:

"Nó hơi sợ hãi. Cảm giác một cái gì, nhỏ xíu nhưng lanh lợi như con loăn quăn đang ngụp lặn trong nó. Đứa con gái thoáng nghĩ, rớt nước mắt, trời ơi, có thể mình sẽ sinh con. Nhưng nó chấp nhận việc ấy, dù phũ phàng (với nó, chấp nhận cũng là một thói quen).

"Đứa bé đó, nhất định nó sẽ đặt tên là Thương, là Nhớ hay Dịu, Xuyến, Hường... Đứa bé không cha nhưng chắc chắn được đến trường, sẽ tươi tỉnh và vui vẻ sống đến hết đời, vì được mẹ dạy, là trẻ con, đôi khi nên tha thứ lỗi lầm của người lớn."

Phải chăng, Nguyễn Ngọc Tư muốn nói:

- Bản án thầm lặng mà thời gian dành những người càng sống lâu, sẽ càng tạo thêm nhiều lầm lỗi?!?

(Garden Grove, Apr. 2015)

Nguyễn Xuân Tường Vy. "Mắt thuyền". Trôi tới

Nhà xuất bản Hợp Lưu mới ấn hành tập truyện "Mắt thuyền" của Nguyễn Xuân Tường Vy. Tôi cho đây là một chọn lựa và, quyết định ý nghĩa.

Với tôi, ý nghĩa đó, không chỉ nằm nơi cõi văn xuôi của Nguyễn Xuân Tường Vy tách thoát khỏi khuynh hướng bạo liệt, vốn đang được nhiều cây bút nữ trong, cũng như ngoài nước chọn - như những thế đánh thể hiện mình một cách "hồ hởi" nhất. Mà, nó còn nằm nơi khả năng vận dụng những kỹ thuật căn bản; hầu từ đó, làm mới được văn chương mình.

Sự kiện này là chỉ dấu cho thấy, tiềm năng một Nguyễn Xuân Tường Vy, rồi đây, sẽ bứt, lìa khỏi đám đông: Những lên đường một lần với cô.

"Mắt thuyền" (MT), tiêu biểu với truyện ngắn *"Biển hoa vàng"* (BHV), là một trong những trầm trọng ném mình về phía trước của Nguyễn.

Phía của thế giới, chân trời chữ và nghĩa, trước tiên, như cuối cùng, vẫn là những lao động trí tuệ cực lực. Chúng không hề là những nhào nặn dựa trên căn bản gây *shock*. Chúng không hề là những nháng lửa của *scandale*. Chúng là những xao xuyến nhân bản thâm sâu, xây dựng trên những câu hỏi lớn của những sinh vật có chung một mẫu số.

Tôi muốn gọi đó là mẫu số: "Con người là con vật cô đơn. Con vật thất lạc. Một đời đi tìm chính mình!"

Tôi rất thích những đoạn văn có những liên tưởng quánh đặc muộn phiền; với những câu hỏi không giải đáp. Nhưng nương náu đâu đó trong chúng, vẫn là cái đẹp của hình ảnh, và của cả chữ, nghĩa nữa.

Thí dụ:

"... Chỉ nhỏ tí tẹo như con chuột nhắt, riêng đôi mắt lại to, hun hút như lòng giếng sâu thẳm. Tôi nhìn đôi mắt chị, rờn rợn. Chị giam ai trong lòng giếng?

"Không có ai. Trống rỗng. Thế nên mới sâu.

"Phải vậy không?

"Tôi nghi ngờ câu trả lời của chị. Tôi soi gương tìm tòi. Chỉ có hai vũng nước nhìn lại tôi. Đăm đăm.

"Em đầy hạnh phúc.

"Nên mắt cạn?

"Tôi chẳng tin được lời chị nói. Tôi vẫn đi tìm hạnh phúc trong hôn nhân. Đêm qua, nằm bên N, tôi hỏi N có thương tôi." (MT/BHV, trang 151, 152).

Hay:

"... Hai hàng dương vươn những cánh tay dài sần sùi đen đủi bủa chụp. Sương đêm lênh láng dâng lên từ biển hoa. Tôi nhấn mạnh chân ga. Chiếc xe chồm lên phía trước, hai bánh sau nghiến lạo xạo trên đường. Tôi thấy mình trôi trên biển đen, gió đại dương ào ào ập đến. Đằng sau tôi, lửa vẫn lồng lộng cháy. Tôi nhìn vào kiếng xe. Hai vũng đen sậm đặc sệt nhìn lại tôi. Đăm đăm. Lửa bập bùng. Những hạt ngọc trai nở tung, rần rật trên cổ tôi tựa đàn kiến vàng hung hăng cắn xé.

"Rồi thì ra, mắt sâu mắt cạn, cũng buồn như nhau. Hạnh phúc là điều không có thật. Chị ơi." (MT/BHV, trang 163.)

Hoặc:

"... Những vết trắng nhớp bám dính trên da tôi từ từ queo lại rồi biến mất. Tôi vuốt lên làn da khô nứt, đau đớn hài lòng. Bầu trời đầy những cụm mây hình mặt người bay lướt. Tôi nhìn thấy khuôn mặt của những người đàn ông bay qua không dừng lại. Họ mang theo mật ngọt của đời. Họ lấy lại những gì đã ban phát..." (MT/BHV, trang 176).

Tôi nghĩ, câu hỏi "hạnh phúc" có/không," được cất lên như một vấn nạn lớn, ngang bằng câu hỏi về sống/chết - Không chỉ là một câu hỏi trong đời thường. Nó cũng là câu hỏi dành cho nhà văn.

Trong truyện của mình, Nguyễn Xuân Tường Vy khẳng định *"hạnh phúc là điều không có thật."* Nhưng đứng về phía người đọc, tôi nghĩ, câu trả lời, nhiều phần, ngược lại.

Từ đây, trở về trang đầu của *"Mắt thuyền,"* tôi đọc *"Mở."* Nguyễn Xuân Tường Vy viết:

"Tôi rời Việt Nam. Hành trang mang theo là chuỗi hạt trai kết bằng chữ của mười bốn năm chào đời. Những hạt trai ngời nắng nhiệt đới. Hơn hai mươi năm hội nhập, tôi đã đánh mất, đã nhặt lại, đã đánh bóng từng viên ngọc của mình. Dù không còn rực rỡ, những viên ngọc đã kết thành chuỗi ngôn ngữ tôi yêu. Vẫn quyến rũ như buổi đầu. Vẫn ngọt ngào như tiếng Mẹ ru đầu tiên trong đời.

"Khi các nhà xuất bản Việt đóng cửa,
"Khi sách Việt phủ bụi thời gian,
"Khi không ai còn muốn đọc tiếng Việt,
"Tôi đã chọn và viết bằng ngôn ngữ của trái tim mình."

Gấp sách lại, tôi thấy, cảm nghĩ của tôi không sai. Hơn thế, nó còn đúng với cả Nguyễn Xuân Tường Vy nữa.

Một Nguyễn Xuân Tường Vy: Hạnh phúc. Hạnh phúc với chữ nghĩa, làm thành thẻ nhận dạng riêng của Nguyễn. Dĩ nhiên.

Văn xuôi Nguyễn Xuân Tường Vy.

Mưa đêm

Thứ Năm, Ngày 19 tháng 3-2009

ta cứ mãi đi tìm trong vô vọng
điểm tựa lòng cho dẫu rất mong manh
(thơ biển bắc)

Chiếc xe lao đi trong màn mưa dày đặc. Một màu nước trắng xóa giăng kín vòm trời. Tôi nắm chặt tay lái, mắt nhìn thẳng vào khoảng đường phía trước. Hai chiếc quạt nước quay hết tốc độ vẫn không đuổi kịp những dòng nước tuôn xối xả xuống tấm kính xe. Gió quật mạnh hai hàng cây ven đường. Những thân cây cúi gập, quần quại, nghiêng ngả chạy thốc về phía sau. Từng đợt sấm vang rền, tiếp nối nhau vang xa, vang mãi. Một tia chớp nhóa lên, xanh rực xẻ ngang bầu trời, theo sau một tiếng sét nổ đùng trên không trung.

"Em đừng đi."

Tay lái tôi bỗng loạng choạng lệch lạc. Chiếc xe trượt khỏi mặt đường ướt, bánh nghiến ken két xuống mặt đất. Tôi đạp mạnh thắng, nghiến răng, cố sức bẻ quặt vô lăng về bên trái. Hai bánh xe sau xoay tròn loảng xoảng, ghì kéo, dùng dằng như hờn dỗi trước khi chịu trở lại, tiếp tục lăn nhanh trên con đường vắng. Mồ hôi túa ra hai bên thái dương, tôi quay cửa sổ xe xuống, hít mạnh vào phổi làn không khí tươi mát. Mưa tuôn thành dòng đổ xuống vai tôi lạnh buốt. Những hạt mưa tròn mọng tan nhanh như ánh nhìn vỡ vụn của anh sáng nay.

Cơn bão tháng hai đang đập xuống thành phố tôi ở. Hồ Lonna có lẽ đang mù mịt trong làn mưa. Từ một mùa mưa năm nào tôi không còn nhớ rõ. Khi cuộc sống ngột ngạt nghẹt thở, khi nỗi cô đơn bung ra như những hạt mưa tung tóe rơi xuống khoảnh sân sau nhà, tôi đã ra xe, lái lang thang vô định trên những con đường sũng nước. Hồ Lonna hiện ra mênh mông diệu vợi ở một khúc quanh. Thân thiết vỗ về như một người bạn. Êm đềm dịu dàng như một người tình. Tôi thích đến bên hồ, ngồi một mình, yên lặng thả trôi lòng mình giữa thiên nhiên bao la, mặc nắng phủ lên mặt, mặc mưa thấm ướt vai. Những buổi chiều tĩnh tâm bên hồ, tôi tắm mình trong màu xanh của cây cỏ, lắng nghe tiếng nói của côn trùng, và hít căng buồng phổi không khí hăng hăng mùi bùn non. Nỗi cô đơn buồn phiền hiện hữu hàng ngày trong cuộc sống bỗng chốc nhẹ đi. Mặt hồ như tấm gương lặng lẽ và trong suốt, phản chiếu lên đó tất cả những thất vọng chán chường tôi day dứt mang trong cuộc đời.

Nhưng hạnh phúc là điều xa xỉ. Và cô đơn là chiếc áo may vừa vặn.

Tôi đã gặp anh lần đầu ở hồ Lonna trong một chiều mưa lất phất bay. Hình ảnh một người đàn ông dáng vẻ bụi bặm, áo sơ mi lùng thùng bỏ ngoài, đang miên man vung tay nguệch ngoạc trước giá vẽ đã gợi lên trong tôi sự tò mò. Trên mặt vải phẳng phiu là quang cảnh của hồ với những mảng màu ghép lại từ nhiều góc độ, từ lúc bầu trời màu xanh lơ chuyển dần qua xám nhạt cho tới khi những hạt mưa hình nước mắt tuôn xuống từ trời cao. Bàn tay anh không ngừng chuyển động, vạch ngang, xẻ dọc, khoanh tròn, bay vút, đưa cao, xuống thấp, hối hả say mê như muốn thâu tóm vẻ đẹp của thiên nhiên vào khung vải trước khi chúng biến mất. Mặt trời hấp hối bị che lấp bởi những cuộn mây xám trĩu nước. Phong đỏ cùng thông xanh reo đùa với gió. Gió xoay một vòng quanh bờ hồ, nghịch ngợm khua các nhánh cây, thổi tung đám lá vàng lên cao. Những chiếc lá tung bay rợp trời, cuống quít, lao xao trong chiếc lưới mưa trắng xóa đang chụp xuống mặt hồ. Sóc nâu, cò trắng, vịt trời, cá loi ngoi, mặt nước váng vất những vòng sóng lăn tăn cứ hiện ra lồ lộ trên khung vải như được tuôn ra bởi một cây cọ thần. Khi mưa bắt đầu tạt những giọt nước lấm tấm xuống khung vải, tôi chạy ra xe lấy cây dù rộng vành đưa đến cho anh. Anh buông chiếc cọ vẽ, ngẩng lên, trán lấm tấm mồ hôi, đôi mắt còn bừng bừng lửa say mê. Chiếc dù bung ra vội vã, màu vàng rực rỡ làm sáng hẳn một góc hồ. Ba giá vẽ được thu gọn một bên, anh ngồi cạnh tôi trên chiếc ghế gỗ thấp tránh mưa. Một màn sương mỏng lan tỏa khắp mặt hồ. Anh lấy bình thủy trong ba lô, rót trà ra hai chiếc ly giấy.

"Cô uống trà nhé. Đây là loại trà mộc, không có ướp tí chất hóa học nào, cô đừng lo."

Tôi đưa hai tay đón lấy ly trà sóng sánh màu cốm non từ tay anh. Một mùi thơm dịu dịu lan nhẹ chung quanh. Chúng tôi cùng im lặng, nhìn ra mặt hồ trắng xóa mưa, nhấp từng ngụm trà nóng. Anh mơ màng bảo tôi. Giá có sẵn bếp, tôi mời cô uống trà pha bằng nước mưa, tuyệt lắm!

Anh có bao giờ pha trà bằng nước mắt chưa? Tôi đã muốn hỏi anh như thế. Trà pha bằng nước mưa tôi chưa được uống; trà pha bằng nước mắt tôi uống đã nhiều. Nước mắt ở đâu mà lắm thế, anh sẽ hỏi. Ừ, nước mắt ở đâu mà lắm thế, tôi cũng hỏi tôi. Một tràng sấm nổ rền trên không, gió gào thét trên những nhánh cây, và mưa đổ xuống rầm rập như một câu trả lời. Tôi đạp mạnh chân ga, chiếc xe rú lên, lao đi vun vút trên đường. Những hạt mưa hình nước mắt vẫn phủ xuống từng đợt vào mặt kính. Chân trời xa tít thỉnh thoảng lại lóe lên những lằn xương chớp sáng. Văng vẳng có tiếng còi hú lẫn trong tiếng mưa rơi. Tôi nhìn vào kính chiếu hậu và phát hiện xe cảnh sát lầm lũi nhá đèn bám theo phía sau từ lúc nào. Tôi giảm ga, đạp thắng và tấp vào lề đường. Người cảnh sát trong chiếc áo mưa trắng đục hiện ra bên cửa sổ.

"Cô cho tôi xem bằng lái và thẻ lưu hành xe."

Tôi lục xách tay, đưa cho ông ta bằng lái xe.

"Tôi cần xem thẻ lưu hành xe."

Tôi ngẩn người nhìn ông.

"Cô có thẻ lưu hành xe không?" Người cảnh sát hỏi lại.

"À... ờ, có, tôi nhớ rồi, nó ở trong glove compartment. Xin chờ một giây."

Người cảnh sát cầm hai tấm thẻ đi về chiếc xe đang nhấp nháy đèn vàng ở phía sau. Tôi ngồi thừ người trên ghế, đầu óc trống rỗng. Gió dội thốc từng cơn lạnh buốt vào trong xe qua khung cửa sổ mở. Người tôi run lên. Vai và đùi bên trái thấm đẫm nước mưa. Người cảnh sát trở lại, đưa cho tôi hai tấm thẻ. Ông hỏi:

"Cô... có sao không?"

"Xin lỗi ông, tôi vô ý chạy hơi nhanh."

"Khi trời mưa, con đường này rất trơn và nguy hiểm, cô phải giảm tốc độ chứ."

"Vâng, thưa ông."

Người cảnh sát nhìn tôi, đưa cao cây đèn pin quét vào trong xe, vừa lướt nhìn một vòng vừa hỏi:

"Cô định đi đâu trong cơn mưa tầm tã như thế này?"

"Tôi đi đến hồ Lonna. Ông có biết hồ Lonna? Nó ở trên con đường này phải không?"

Người cảnh sát im lặng. Vài giây sau ông nói:

"Cô chạy độ mười hai dặm nữa sẽ đến, nhưng cô đến hồ để làm gì? Mưa như thế này, lối vào lầy lội và tối đen."

Tôi bối rối:

"Tôi... chỉ chạy ngang qua thôi chứ không vào đó."

"Cô okay chứ, có vẻ như cô đang khóc. Tôi giúp gì cho cô được không?"

"Đó là nước mưa tạt vào mặt tôi thôi. Tôi không sao hết, thưa ông."

"Cô cẩn thận nhé, chạy xe chậm lại, mưa thế này cô chạy tốc độ ba mươi dặm một giờ là được. Thôi cô đi đi, lần này tôi chỉ cảnh cáo, lần sau thì tôi sẽ phạt cô."

"Cám ơn ông."

"À, mà tôi nhắc cô, khi cô đến đoạn đường rẽ vào hồ, cô nhớ giảm tốc độ xuống mười dặm cho tôi nhé. Quãng đường ấy tối, đường cong bẻ rất gắt, mà bờ hồ lại sát với mặt đường. Cô nhớ nhé. Cẩn thận và chạy thật chậm." Người cảnh sát tốt bụng quay lại dặn dò trước khi lên xe.

Tôi đặt hai tay lên vô lăng xe, chờ cho người cảnh sát lái xe đi khuất vào con đường tối mù trước mặt, mới cho xe nổ máy, trở lại mặt đường.

Thế giới sống động đầy màu sắc kỳ diệu của những bức tranh anh vẽ đã cuốn hút tôi một cách mãnh liệt. Một sự cuốn hút mạnh và đầy đủ lý do khiến tôi hoang mang sợ hãi. Anh lang thang vẽ vời, đeo đuổi những giấc mơ, chụp bắt chúng và hất tất cả vào khung vải. Cuộc đời anh là những khung vải mê đắm đầy màu sắc. Sự sống hút vào bàn tay anh như một thỏi nam châm. Tôi gọi anh là Phục Sinh. Chẳng phải sao khi anh tạo dựng lại đời sống một cách thần tình trên khung vải. Những con chim giang đôi cánh rộng bay theo sự điều khiển của nét vẽ anh tài tình. Những nụ hoa mở ra khép vào theo vui buồn của anh. Những chú cá con được bơi ngược dòng về sum họp cùng đàn khi anh mở lòng từ bi. Anh bảo muốn tôi ngồi làm mẫu cho anh vẽ. Tôi ngần ngừ đồng ý, nhưng giao hẹn. Không vẽ chân dung. Anh cười. Chấp nhận. Anh vẽ người tình không chân dung. Anh không bao giờ trả lời được rồi, đồng ý, yes, hay okay. Luôn luôn anh nói: chấp nhận. Anh chấp nhận những gì cuộc đời đã ban tặng cho anh. Tài năng. Cô đơn. Hạnh phúc. Khổ đau. Và em.

Nhưng hạnh phúc là điều xa xỉ. Và cô đơn là chiếc áo may vừa vặn.

Phòng tranh anh thuê nằm ngay trên con phố chính của một thành phố biển gần nơi tôi ở. Khu phố cổ nhỏ bé nằm dọc theo bờ biển quanh năm phủ kín sương mù. Thỉnh thoảng mới có những ngày nắng nhẹ, vừa đủ ấm để khách nhàn du túa ra trên con đường chật hẹp. Hôm tôi đến là một ngày hiếm hoi như thế. Nắng nhẹ hắt lên khung cửa kính những đốm hoa lung linh. Không gian mênh mông ngai ngái mùi muối mặn của biển cả. Tiếng sóng reo vọng về từ xa khơi. Tôi đặt tay lên nắm cửa bằng đồng, lòng rộn lên một niềm vui hội ngộ. Cánh cửa tung ra theo cái kéo tay hơi quá đà của tôi. Trong vũng ánh sáng huyền hoặc, anh hiện ra với nụ cười sáng như sao sa.

Tôi ngồi làm mẫu trên chiếc ghế dài bọc nhung màu mật ong. Lưng xoay ra cửa sổ. Mặt hướng về anh. Cây cọ trên tay anh thoăn thoắt chuyển động. Khung vải trắng hiện lên những sợi tóc dài, mỏng manh như dây chỉ thả diều, nối dài, dài mãi. Gió biển vi vu như tiếng sáo. Dây diều no gió, bay cao, cao mãi. Hôm nay anh chỉ vẽ những sợi tóc. Anh nói với tôi và kéo lại cánh cửa sổ. Sáo diều thôi đùa với gió. Tóc dài chùng trên bờ vai. Tôi nhìn anh.

"Thế thì bao giờ anh mới vẽ xong?"

Anh chỉ vào đầu mình:

"Anh đã vẽ xong từ ngày đầu tiên gặp em."

"Em không tin."

"Em phải có lòng tin vào cuộc đời mới hạnh phúc được."

Nhưng hạnh phúc là điều xa xỉ. Và cô đơn là chiếc áo may vừa vặn.

Mưa nhẹ dần. Gió thôi quật. Mưa cùng mây cùng đất cùng trời bao bọc quanh tôi như bức tranh không màu sắc. Tôi lênh đênh giữa vũng sương mù dầy đặc, lung linh huyền ảo như lối vào thiên đàng. Kỳ lạ, không dưng tôi lại mơ đến thiên đàng; nơi chẳng có một chỗ nào dành cho tôi. Những hạt mưa hình nước mắt chảy ngoằn ngoèo trong tim tôi, xót buốt như vết thương mở mặt dìm vào làn nước biển. Tôi bật nút máy hát. Một dòng nhạc êm chảy nhẹ trong lòng xe tĩnh lặng, cô lập tôi với thế giới hỗn mang bên ngoài. Cơn đau đầu của tôi có vẻ dịu lại đôi chút. Hai bên thái dương không còn cảm giác căng nhức.

Anh cũng hay bị những cơn đau đầu hành hạ giữa giờ làm việc. Thời gian ngừng lại khi cơn đau đột ngột chiếm ngự, làm tê liệt mọi cảm giác. Tôi dìu anh lên căn gác bên trên. Những bước chân rời rạc đan vụng về trên bậc thang chật hẹp. Những thanh gỗ trĩu xuống, kẽo kẹt dưới sức nặng của đôi bàn chân. Cửa gác hé mở, tôi lọt vào không gian anh chập chùng âm thanh và hình ảnh. Âm điệu dìu dặt của sóng biển rì rào, mơ hồ len qua những mảng trí nhớ khiến tôi ngây ngất bởi dấu ấn của quá khứ: cũng những cuốn sách vất lung tung trên giường dưới đất; cũng những ly café uống cạn nằm trên ngạch cửa sổ; cũng những chiếc gối vuông vức thay ghế ngồi xếp chồng trong góc phòng. Anh nằm vật xuống tấm đệm kê trên mặt sàn, mắt nhắm nghiền, một vết nhăn hằn sâu trên trán giữa hai đầu lông mày.

"Để anh nằm một lát, sẽ hết."

Tôi tìm trong xách tay một ve dầu nóng, thoa lên hai bên thái dương anh. Mùi bạc hà thoang thoảng một cách dễ chịu. Căn gác tĩnh lặng, trầm vắng. Ánh sáng tự nhiên dịu dàng của mặt trời quá ngọ rải những vệt nắng trên thành cửa sổ. Gió biển nhón chân khẽ chạy trên những trang sách, rúc rích đùa với con chữ trong không gian trong vắt thủy tinh. Tôi ghé người nằm xuống, trải dài thân mình bên anh trên mặt nệm xanh màu đại dương thênh thang.

Khi tôi mở mắt, anh đang ngồi nơi cuối giường, bình lặng như thể anh đã ngồi đó nhìn tôi liên tục như vậy rất lâu. Đốm lửa say mê được thay bằng ánh nhìn dịu dàng phảng phất nét thơ trẻ. Gió biển vẫn rì rào trò chuyện trong căn gác. Buổi chiều vắt ngang khung cửa rộng. Nền trời muốt xanh màu ngọc bích đang ngả dần qua tím nhạt. Những vạt nắng vàng pha sắc tím chập choạng phủ lên mặt sóng, loang dần vào bờ cát mênh mông. Nơi chân trời xa, mặt trời quyện vào mặt nước như đôi môi tình nhân âu yếm hôn nhau. Tôi nhớ đến những buổi chiều tĩnh lặng bên hồ. Biển cũng có khả năng làm lòng tôi thanh thản, nhưng cái tĩnh ở biển chỉ là sự che đậy của những đợt sóng ngầm. Biển lặng nhưng lòng tôi không lặng. Tôi muốn phóng mình bên dưới mặt sóng làm cơn tsunami xói vào bờ cát, bật tung những khung ảnh lệch lạc của cuộc đời. Tôi muốn uống hạnh phúc ngọt ngào của thứ trà mộc pha bằng nước mưa. Tôi muốn làm người đàn bà trẻ con của anh. Tôi thì thầm:

"Chỗ nằm của anh thật tuyệt vời! Ước gì em có thể vẽ lại..."

Anh bật dậy, chạy sầm sập xuống thang gác. Tôi nghe âm thanh của những ống màu va chạm trong hộp. Khi trở lại với khung vải và giá vẽ trên tay, anh ngồi xệp xuống sàn, vén những sợi tóc sau gáy tôi sang bên vai với bàn tay dính đầy màu sơn. Anh bảo, như thể anh đã đọc được suy nghĩ của tôi:

"Anh sẽ vẽ lại cuộc đời cho em!"

Tôi hôn lên đôi môi anh với lòng biết ơn sâu xa. Môi anh có vị đắng của dầu sơn lẫn mùi the của bạc hà. Tôi mỉm cười, sung sướng bước ra từ bức tường trong phòng khách nhà tôi. Tôi nhìn thấy những vết nứt li ti trên mặt khung ảnh và dường như, có cả dáng hình của những con mối gỗ trong đó. Dù sao thì nó đã ở đó trong sáu năm dài. Chiếc áo trắng lộng lẫy kim sa tuột khỏi thân hình. Tiếng cười vỡ ra từ thân thể trần truồng. Tôi bay bổng trên bờ cát và đáp xuống làn nước tối đen mù mịt. Những vì sao mở mắt răn đe từ trên cao. Tôi ngụp xuống. Sao đêm ở tít trên cao nhưng biển nồng nàn ngay trong tầm tay. Tôi lặn sâu, mềm người đón nhận muôn ngàn nụ hôn đê mê của biển đêm.

Anh cúi xuống, trần trụi, căng cứng, nóng hực như mặt trời vừa biến mất khỏi đường chân trời. Đôi mắt trẻ thơ rực sáng và nụ cười lấp lánh sa xuống môi tôi. Một cánh lưỡi mềm trơn ướt vẽ những vòng tròn mê đắm trên mắt, lên môi, bên vành tai, nơi ngấn cổ, và mải miết viền quanh hai đầu vú. Tôi rướn lên tìm hơi thở thơm lựng mùi biển. Sóng đẩy tôi dạt về vùng ký ức cảm giác, nơi thân thể được chiều chuộng, khát vọng được no thỏa và cô đơn được vỗ về. Sóng quăng tôi ra xa. Sóng kéo tôi lại gần. Ôi biển. Biển. Tôi cảm thấy sự dịu dàng của biển trên da thịt tôi. Biển chảy dần vào thân thể tôi với tất cả đam mê. Ôi anh. Anh. Tôi rúc thật sâu vào ngực anh để chạy trốn đôi mắt của các vì sao. Sóng biển kéo chúng tôi đi trong niềm hoan lạc bất tận.

Nhưng hạnh phúc là điều xa xỉ. Và cô đơn là chiếc áo may vừa vặn.

Anh không thích tâm sự lăng nhăng như tôi thường làm trong những khi anh vẽ. Thỉnh thoảng, anh nhắc đến vợ anh. Tôi nghe hờ hững như nghe chuyện-người-ta, không dính dáng gì đến mình, như thể vợ anh không là một người riêng rẽ mà là một phần của con người anh. Tôi mượn những ống màu của anh, tự vẽ cho mình những chiếc mặt nạ màu hồng kim tuyến tuyệt đẹp. Tôi đắm vào hạnh phúc sau những chiếc mặt nạ. Khi những mảng kim tuyến rớt xuống, khi màu hồng trở thành tím bầm, khi không thể đánh lừa được cảm giác, tôi bật khóc:

"Em sẽ không đến với anh nữa."

Anh thảng thốt nhìn tôi. Cái nhìn đau đớn, man dại. Chiếc cọ vẽ trong tay anh vung lên. Những nét vẽ trên khung vải quệt sâu, quyết liệt.

"Em không muốn thấy anh hoàn tất cuộc đời?"

Tôi nhìn ra biển. Môi tình nhân mất hút dưới vòm trời lóng lánh sao đêm. Cuộc đời không phải là một giấc mơ được đóng khung.

Cuộc đời dường đã hoàn tất, được anh đặt lên giá và phủ lên đó tấm vải bố, màu trắng ngà ngà như khuôn vải người ta dùng phủ lên quan tài. Tôi rùng mình nhìn cuộc đời từ bên ngoài khung cửa. Phòng tranh đóng cửa đã ba ngày. Điện thoại reng lên rồi hụt hẫng rơi vào im lặng mênh mang. Lòng thốt nhiên hốt hoảng, tôi dán mắt vào khung cửa, khát khao được đối diện với cuộc đời.

Buổi sáng thứ tư, khi tôi còn đang lơ mơ trên giường thì điện thoại trong túi áo ngủ của tôi rung lên bần bật. Tôi chạy xuống nhà bếp. Số điện thoại của anh hiện lên trên màn ảnh lân tinh bé xíu.

"Hello, anh hả?"

Một giây im lặng, rồi một giọng nói đàn ông hoàn toàn xa lạ vang lên bên đầu giây bên kia:

"Thưa chị, tôi là em của anh Đ. Anh Đ bị tai nạn xe đang còn hôn mê chưa tỉnh. Tôi giữ cell phone của anh ấy mấy ngày nay. Tôi thấy chị gọi nhiều lần..."*

Em trai anh gặp tôi tại cửa bệnh viện, nét mặt lo âu:

"Anh Đ vẫn chưa tỉnh, tình trạng càng ngày càng xấu đi. Như chị đã đồng ý với tôi hôm qua, tôi sắp xếp để chị gặp anh ấy một lần. Lần cuối. Chị thương các cháu... tôi xin chị..."

Tôi cúi đầu. Anh có bao giờ pha trà bằng nước mắt chưa. Tôi bước theo người con trai trong hành lang bệnh viện dài hun hút. Tiếng guốc gõ lộp cộp vang lên trong sự im lặng khắc khoải đến ngạt thở. Tôi lắng nghe tiếng bước chân của mình, thầm hỏi rằng nó nghe buồn hay vui. Bác Thành thường nói với tôi về âm thanh của những bước chân. Bước đi nói cho ta biết rất nhiều về chủ của nó đó, cháu biết không. Cháu cứ thử lắng nghe xem. Con bé Sarah lúc nào cũng vội vã với những bước chân lật đật, lít nhít. Ấy rồi nó sẽ khổ. Thằng Tạo đi như bay, chân không chạm đất. Nó sẽ thành công đó, nhưng rồi sẽ mất hết một ngày. Bà Rosa thì ục ịch với những bước đi nặng nề, lười biếng. Ngữ ấy chẳng đời nào có cơ hội tiến thân. Đấy, cháu cứ nghiệm lấy mà suy ra. Tôi chưa bao giờ dám hỏi bác về những bước chân của mình. Nó buồn, cô đơn, và lạc lõng, tất nhiên.

Tôi gọi anh khi vào đến bên giường bệnh. Tôi nghe giọng mình lạc lõng dội vào bờ tường. Âm thanh lạ lùng như tiếng nói của ai đó. Anh nằm mê man trên giường, hơi thở nhẹ và ngắn, nửa khuôn mặt chìm dưới tấm mặt nạ dưỡng khí. Đôi mắt nhắm nhẹ như đang say sưa trong thế giới đầy màu sắc của cuộc đời. Tôi cúi xuống bên thành giường, nắm lấy bàn tay đầy những vết trầy trụa của anh. Bỗng dưng, như lần đầu trên căn gác nhỏ, tôi muốn nằm xuống bên anh, hôn thật trân trọng lên đôi môi anh khô nứt. Nhưng tôi không làm gì cả. Tôi không thể làm gì cả. Tôi chỉ nắm tay anh trong yên lặng. Bàn tay với những ngón dài tài hoa khát khao phục sinh. Tôi mân mê bàn tay anh. Phục Sinh. Tỉnh lại đi. Phục Sinh. Anh tưởng cuộc đời cũng có thể tái tạo được trên khung vải như cảnh mưa trên hồ? Anh thật ngây thơ và ngông cuồng. Vậy mà em vẫn muốn cùng anh đi tìm hạnh phúc ở tận đáy biển. Liệu hơi thở anh có dài đủ để lặn tới đáy biển? Liệu đam mê có đủ mạnh để anh vượt lên những giới hạn? Thở đi anh. Thở những hơi dài dưới nước như loài kình ngư. Một giọt nước long lanh rớt xuống tay anh. Làn da khô khốc nuốt vội hạt nước ấm. Những ngón tay dài nghệ sĩ khẽ lay động. Tôi bóp mạnh tay mình. Phục Sinh. Anh có bao giờ uống trà pha bằng nước mắt chưa. Mi mắt anh nhấp nháy như hai vì sao đêm. Tín hiệu tít tít phát ra từ chiếc máy đo hoạt động của não bộ bỗng trỗi lên, lúc đầu chậm sau rộn rã nhanh dần. Một chiếc áo trắng chạy vội vàng vào phòng. Giọng các cô y tá lao xao. Tôi níu lấy bàn tay anh. Phục Sinh. Mở mắt ra. Phục Sinh. Đừng mở. Hãy nhắm mắt lại. Phục Sinh. Tôi bám lấy những ngón tay anh. Tôi xin chị, chị thương các cháu... Nhắm mắt lại đi Phục Sinh. Tôi nắm tay tôi, hụt hẫng rơi vào khối sương bàng bạc buốt giá trên mặt hồ.

Hạnh phúc là điều xa xỉ. Và cô đơn là chiếc áo may vừa vặn.

Mưa bắt đầu rơi từ lúc mười giờ tối đêm qua lúc chồng tôi về nhà từ sở làm. Tôi nằm yên trên giường, lắng nghe âm thanh lục cục của chìa khóa tra vào ổ, tiếng cánh cửa hơi rít lên lúc kéo ra đóng vào, tiếng những bước chân đi vào phòng khách. Tôi có thể hình dung ra những động tác thường làm của anh. Đầu tiên, anh cởi giầy và áo khoác ngoài; đôi giầy được xếp ngay ngắn ở chân tường; áo khoác được treo lên mắc trong tủ. Sau đó, anh xỏ vào chân đôi dép len đi trong nhà và bước qua gian bếp. Anh có thói quen đứng lại vài phút ở cửa bếp, lướt mắt qua mọi thứ trước khi ngồi xuống cái ghế thứ hai ở bàn ăn đếm tới từ phía tủ lạnh. Báo chí, thư từ của anh tôi thường để gọn ở một góc bàn. Ngồi xuống, anh sẽ thấy lá thư tôi viết riêng cho anh, trang trọng đặt ở giữa bàn, chận lên trên bằng miếng thủy tinh đúc hình con bướm. Anh sẽ đọc, chậm rãi, từ tốn như bản tính cố hữu của anh. Khi đọc xong, anh sẽ ngồi thừ ra đó lặng thinh suy gẫm, hoặc có thể, anh sẽ nổi giận, sẽ tức tốc vào phòng lôi tôi ra khỏi giường, sẽ giảng cho tôi biết thế nào là sự chung thủy, thế nào là bổn phận của một người vợ. Tôi nằm yên trên giường, chờ đợi. Mưa đã rơi từ chập tối, gió đã khuấy động không gian, giông tố sẽ sập xuống. Đương nhiên. Như tội nhân chờ đợi phút giây xét xử của quan tòa, tôi nhìn kim đồng hồ nhích từng chút một. Một phút. Hai phút. Năm phút. Mười phút. Hai mươi phút. Ba mươi phút. Cánh cửa phòng vẫn đóng im ỉm. Những tiếng động ngoài gian bếp vẫn tiếp tục vang lên, bình thản như cơn mưa tháng hai đang trở về. Tủ lạnh đóng. Chập. Nước chảy. Xèo. Đèn bếp tắt. Phụt. Tiếng dép di chuyển về phòng khách. Tivi được bật lên. Nho nhỏ, vừa đủ nghe. Chồng tôi không thích những tiếng động mạnh trong đêm, ngay cả khi chúng tôi yêu nhau. Chương trình Late Night with David Letterman mở màn. Tiếng vỗ tay rào rào hệt như mưa đang rơi ngoài trời. Tôi bắt đầu nôn nóng bồn chồn. Chẳng lẽ những lời thú tội của tôi không có tác động gì đến anh. Chẳng lẽ anh sẽ để tôi ra đi âm thầm như tôi muốn. Chẳng lẽ anh đã đoán biết trước sẽ có một ngày như thế này và không lấy gì làm ngạc nhiên.... Mặc cho tâm trí tôi sôi động quay cuồng, anh vẫn lặng lẽ với thói quen hàng ngày. Khi tivi tắt, đêm chìm sâu, chỉ còn tiếng tíc tắc của chiếc đồng hồ trên bàn làm việc không ngủ.

Mưa vẫn rơi đều hạt khi tôi thức giấc. Buổi sáng bắt đầu bằng sự tiếp nối của những việc xảy ra trong đêm. Hình như tôi đã thiếp đi được vài tiếng. Chiếc gối kê bên cạnh vẫn phẳng phiu thẳng thớm như bằng chứng thầm lặng của lòng tức giận. Căn nhà chìm trong nỗi im lặng bất thường. Mưa rơi rì rì bên ngoài cửa kính. Tôi nằm lì trong giường cho đến khi cánh cửa phòng ngủ bật mở. Anh đứng nơi khung cửa, áo chemise nhầu nát, quần xộc xệch không thắt lưng, tóc rối bù. Tôi ngồi bật dậy, ôm chiếc gối vào lòng, hoang mang nhìn anh.

"Đêm qua anh không ngủ được tí nào, nằm đó suy nghĩ mãi về những gì em viết. Anh tưởng tượng ra sự cô đơn của em trong những năm qua. Những ngày anh đi công tác xa, những lúc anh mải mê với công việc, những buổi tối vắng nhà vì tiệc tùng, anh đã bỏ em lạc lõng trong căn nhà rộng. Ngày xưa, anh yêu em vì em lãng mạn, vì em mơ mộng, chính em đã làm đời sống của anh thơ mộng hơn. Nhưng... nhưng anh đã quên mất điều đó khi chúng ta lấy nhau. Anh đã quay lưng lại với hạnh phúc của mình, anh đã quên đi những mơ ước của em. Dù em có nhận hết tất cả lỗi lầm thì anh cũng có lỗi với em rất nhiều. Anh xin lỗi em."

Anh ngừng nói, đứng lặng nơi khung cửa, mắt nhìn mãi vào khoảng tối nơi góc phòng. Một lát, anh ngẩng lên:

"Em đừng đi."

Mưa lại tiếp tục rơi. Những hạt mưa to mọng tuôn xuống từ bầu trời tím thẫm không trăng sao. Dãy đèn đường lênh khênh nhẫn nại đội lên đầu vòm ánh sáng cũ kỹ. Đồng hồ trong xe chỉ năm giờ. Ánh đèn từ đầu xe chiếu hai vệt dài vào khoảng tối hoang tịch phía trước. Không khí trong xe đặc quánh, keo lại tựa mạch nha. Tôi lại bấm cửa kính xe xuống. Gió tạt vào mũi tôi mùi hăng hăng của cỏ dại. Lẫn trong tiếng mưa, có tiếng gọi nhau của lũ vịt trời. Tôi hít thật mạnh vào phổi mùi tanh tanh quen thuộc của bùn non. Những hạt mưa tới tấp tuôn xuống mặt, tràn vào miệng, thấm vào lưỡi tôi một vị mặn chát. Trong giây phút hỗn độn của đất trời, tôi thấy cuộc đời mình diễu qua trước mắt. Bao nhiêu hình ảnh của quá khứ ngồn ngộn chồng chất trở về. Mỗi hình ảnh được đóng khung đẹp đẽ như một tác phẩm nghệ thuật với bố cục hài hòa. Những khung ảnh tuyệt hảo đó không còn thuộc về tôi nữa. Cuộc đời không còn là của tôi. Dù nó đã được vẽ lại. Dù nó đã được phục sinh. Tôi đã bước ra, đã đi xa, xa mãi.

"Em đừng đi."

Tim tôi thắt lại. Lòng buồn đau khi những hình ảnh của quá khứ lẫn hiện tại vụt tắt vụt sáng như những vệt chớp bên ngoài. Đời sống mù mịt như cơn mưa trong đêm mỗi lúc một dầy. Tôi nghĩ đến Phục Sinh và cuộc đời. Và những đứa con của anh. Và những trách nhiệm không thể buông tung. Và những đam mê ngoài tầm tay với. Tôi nghĩ đến chồng tôi và những ước vọng anh đang đeo đuổi. Chúng tôi đã sống với nhau như hai người xa lạ trong nhiều năm dài. Khi tình yêu không được vun xới, hạnh phúc mãi mãi là một điều xa xỉ.

Tôi không biết phải làm gì lúc này. Vùng bóng tối lung linh như mời mọc như vẫy gọi. Đêm vẫn luôn là nơi trú ẩn an toàn cho trái tim kiệt quệ. Tôi để hai tay lên vô lăng, đặt chân phải lên bàn ga. Và đạp. Một luồng sét rực sáng chợt chém xuống, xẻ nứt bầu trời tối đen. Những giọt mưa hình nước mắt tuôn xuống từ trời cao. Con đường đang trơn ướt bỗng trơ trất ù lì. Tôi nghe tiếng bánh xe nặng nhọc leo qua những ụ đất nhấp nhô nhão nhoẹt. Mắt nhắm, tay ghì chặt vô lăng, tôi đạp lút sâu vào chân ga. Chiếc xe rùng mình lao về phía trước. Tay lái tôi thốt nhiên nhẹ tâng bay bổng. Dường như tôi đang rẽ những đám mây đen để chui vào trong đó. Ngủ. Ừ, giá mà bây giờ được ngủ một giấc thật dài không mộng mị để quên đi tất cả mọi phiền não trên đời. Rồi nhảy ùm xuống hồ, lặn xuống thật sâu như loài kình ngư. Nước bắn lên tung tóe. Mặt hồ dậy sóng. Lũ vịt trời giật mình xao xác, những đôi cánh hoảng hốt quạt sàn sạt. Máy xe tắt ngấm. Sấm sét ngừng vang. Mưa rơi lách tách êm êm trên mui xe và rào rạt nước chảy dưới chân tôi mát lạnh.

NXTV

San Jose, tháng hai 2008

Những ngọn nến văn chương mang tên Phan Thị Vàng Anh

Di truyền là một thành tố quan trọng, ảnh hưởng rất lớn tới con người và các sinh vật khác. Di truyền, danh từ khoa học gọi là DNA không chỉ chi phối diện mạo, mầu da, bệnh hoạn, sức khỏe thân, tâm của một con người mà, nó còn chi phối cả những lãnh vực trừu tượng như trí thông minh, tài năng hay tuổi thọ nữa.

Tới nay, tuy chưa có một những cuộc nghiên cứu cụ thể nào về ảnh hưởng của di truyền trên các lãnh vực như chính trị, văn học, nghệ thuật, thể thao... Dù thực tế, người ta đã ghi nhận được khá nhiều ảnh hưởng của di truyền hay, thừa kế trong các lãnh vực vừa kể. Nhất là lãnh vực chính trị, điện ảnh, trình diễn, thể thao...

Tuy nhiên, vẫn trên thực tế, người ta lại ghi nhận được quá ít, tính di truyền từ người cha hay mẹ cho những đứa con của họ, ở lãnh vực văn xuôi hay thi ca.

Hầu hết những nhà văn, nhà thơ tài hoa lừng lẫy một thời, dù muốn, vẫn không thể truyền thừa tài năng họ cho những thế hệ kế tiếp. Nói thế, không hẳn là không có những hậu duệ tiếp được bước chân cha anh. Tuy nhiên, lớp kế thừa này không nhiều. Và thường, không thoát khỏi chiếc bóng lớn của đấng sinh thành.

Vui thay, với VN, ở lãnh vực văn chương, tới giờ, chí ít, cũng đã có một vài trường hợp thế hệ thứ hai, bung thoát và, nở hoa nơi chân trời khác. Như Phan Thị Vàng Anh, theo tôi, là một trong vài ngoại lệ hãn hữu.

Chính thức xuất hiện với tập truyện đầu tay, "Khi người ta trẻ" (XB năm 1995), Phan Thị Vàng Anh đã mau chóng xác lập cho mình một chỗ đứng giữa quảng trường văn chương nằm ngoài và, rất xa bóng rợp của người cha tên Chế Lan Viên (Phan Ngọc Hoan) và, mẹ tên Vũ Thị Thường.

Trước đó, năm 1975, khi mới 7 tuổi, Vàng Anh đã nổi tiếng với bài thơ *"Mèo con đi học"*:

> *"Hôm nay trời nắng chang chang*
> *Mèo con đi học chẳng mang thứ gì*
> *Chỉ mang một cái bút chì*
> *Và mang một mẩu bánh mì con con"*

Sự nổi tiếng ngay và, bài thơ trên được đưa vào sách tập đọc lớp 1 dự báo tương lai văn chương tốt đẹp cho Vàng Anh.

Tôi cố tình dùng hai chữ "dự báo", bởi vì thực tế, ở đất nước nào, cũng có những mầm non văn nghệ, được mệnh danh là "thần đồng". Nhưng khi trưởng thành, rất nhiều "thần đồng" đã âm thầm, bước xuống, lặng lẽ rời xa bục gỗ vinh quang, không âm dội!!!

Phan Thị Vàng Anh, ngược lại. Vàng Anh đi tiếp dậm trường văn chương, bằng những lối đường, những phóng tới riêng lẻ của mình: Từ cách viết kiệm lời, đôi khi cay nghiệt, tới những cảm nhận thông minh, lạnh lùng, đã như một chuyển dịch, một tách thoát triệt để với phong cách của người cha hay người mẹ tài hoa của cô.

Ở những tựu thành văn chương Phan Vàng Anh, người ta không thấy bóng dáng của *"Điêu Tàn"*, thi phẩm nổi tiếng nhất của Chế Lan Viên, viết khi mới 16, 17 tuổi. Nhưng, với tôi, cách gì thì *"Điêu Tàn"* vẫn là sản phẩm nghệ thuật đi ra từ tinh thần "thương vay khóc mướn" cho một dân tộc đã bị xóa sổ. Nó là một nỗ lực, một tìm kiếm tuyệt vời, để tác giả tự thực chứng cho sự có mặt mình. (Sự kiện này, cũng tương tự như cố thi sĩ Đinh Hùng, vào những năm đầu thập niên 1950, đã đem vào thơ ông, những bài thơ tựa như thuộc về thế giới khác, điển hình với thi phẩm "Mê Hồn Ca", với những bài thơ khóc người dưới mộ...)

Khiên cưỡng hơn, có người cho rằng, *"Điêu Tàn"* là tiếng kêu bi thương, cánh chim báo bão trước viễn ảnh mất nước của một thanh niên sớm ý thức về thời thế?!?

Nhưng, môi trường sống của Phan Thị Vàng Anh là một môi trường đã đoạn, lìa tận tuyệt với "Điêu Tàn". Thời đại của Phan Thị Vàng Anh là thời đại của những "xa lộ" xương, máu; bạt ngàn núi, rừng khăn tang; nhang khói, đèn hương, ảnh thờ âm u trong từng ngôi nhà; ở từng góc phố... dù cho đó là nơi núi non, rừng sâu hiểm trở, hay giữa ánh đèn văn minh, thành phố... Thương tích, tử biệt, sinh ly tàng ẩn trong mỗi tâm hồn, mỗi trái tim... Nó như một thứ bệnh nan y mà thời gian đã cam đành bất lực!!!

Tự thân của những hệ quả mà, con quái vật chiến tranh để lại cho những người sống sót, và cho cả trẻ thơ (sẽ lớn), chập trùng những mất mát, thất lạc, bơ vơ ngay trên đất nước của mình. Tùy cảm quan, vị trí mỗi cá nhân, nhiều thế hệ, mà, những câu hỏi lớn mang tính thất thần, ngơ ngác, sẽ còn được cất lên!.!

Có dễ vì thế, khi bước qua tuổi thơ ấu, chia tay với "*Mèo con đi học*", cõi giới văn xuôi cũng như thi ca của Phan Thị Vàng Anh không còn hồn nhiên, với những tung tẩy dễ thương của cây bút chì, mẩu bánh mì con con mà, Vàng Anh đã dầm mình, bơi giữa biển sóng cuồng nộ mâu thuẫn đa chiều. Những cụt đường, bất lực. Những bế tắc cháy đỏ tâm trí, là những gì Vàng Anh ghi nhận được ở điểm đứng "bản lề" lịch sử đất nước.

Phan thị Vàng Anh sinh năm 1968, là thời điểm khốc liệt nhất giữa hai giai đoạn chiến tranh toàn lực và, biến cố tháng 4-1975 - Chấm dứt chiến tranh với tất cả hệ lụy, thương tích đến nay vẫn chưa được "giải trình" một cách thỏa đáng. Nên tôi muốn ví Vàng Anh là thế hệ "bản lề", như một cách nói.

Thế hệ "Bên lề" này có thể có nhiều người "vô tư" vượt qua được nó, như cú vấp một viên đá nhỏ bên đường. Nhưng với những người khác, nhất là những người có tâm hồn thi sĩ, như Vàng Anh, tôi tin, Phan thị Vàng Anh không thể không ghi nhận được những biến động, tang thương khủng khiếp của thời cuộc - Mặc dù ở tuổi lên sáu, lên bảy của mình, Vàng Anh khó có được cho mình những nhận định, quan điểm riêng, trước những dữ kiện bừng bừng cháy trên từng trang đời phần phật lửa và, gió chướng. Cho nên, theo tôi, những câu hỏi không được giải đáp kia, đã như những hạt mầm u uất tồn đọng trong vô thức... Kịp khi trưởng thành, chúng đã cho văn chương Vàng Anh những đời cây vạm-vỡ-đắng-cay; tầng tầng xum-xuê-tán-lá-bất-ưng-bóng-tối.

Những tính chất đặc thù, như những chỉ dấu nhận dạng chân dung văn chương Vàng Anh, ở giai đoạn chia tay "*Mèo con đi học*" được nhà phê bình văn học Vương Trí Nhàn ghi nhận trong bài viết công phu, như sau:

"Khuôn mặt đăm chiêu của tuổi trẻ hôm nay, qua các sáng tác của Phan Thị Vàng Anh.

"Xuyên là một cô gái đầy mâu thuẫn, 'ngông nghênh mà lại sợ dư luận; ăn nói ác độc kiêu căng mà lại rất tự ti'. Điều khốn khổ là con người 'thích đấy rồi lại chán đấy' ấy bỗng nhiên lại đi yêu! Yêu cho vui thôi, ai cũng nghĩ thế và chắc cô cũng nghĩ thế. Nhưng đến một lúc nào đó, thì hóa ra, với cô, sống cũng chỉ là sống cho vui. Một liều thuốc ngủ chắc chắn trong một phòng khách sạn cửa khóa chắc chắn đã là những nét vẽ cuối cùng hoàn chỉnh cái chân dung của một con người trẻ tuổi nơi cô, cái lứa tuổi mà theo Phan Thị Vàng Anh, ít ai biết rằng 'người ta điên đến mức nào, cần có bạn bè để an ủi bao nhiêu, người ta lại thích trả thù nữa chứ' (Khi người ta trẻ, bản in 1995, tr.57).

"Bằng một cách có lẽ là không tình cờ chút nào, Phan Thị Vàng Anh đã chọn cho thiên truyện chúng tôi vừa tóm tắt cái tên *Khi người ta trẻ*. Và sự thách thức của tác giả được đẩy lên một mức nữa, khi nó được chọn làm tên chung của cả tập. Từ nay trở đi, nó không chỉ liên quan đến sự lựa chọn nhân vật, mà còn cho thấy một cách hiểu về nghệ thuật. Nói cho to tát một chút, thì nó giống như một tuyên ngôn: muốn chứng minh sự có mặt của mình trong văn chương, mỗi người phải có cách hình dung của mình về đời sống. Mỗi nhà văn phải là một điểm nhìn, một cách quan sát, một chỗ đứng mà chỉ riêng người đó có.

"*Cuộc sống tẻ nhạt.*

Nhìn dưới góc độ ấy, sắc thái thấy rõ nhất của cuộc sống được miêu tả trong tác phẩm của Phan Thị Vàng Anh là sự tẻ nhạt. Cuộc đời nói chung giống như một thứ 'trò ấm ớ' (Khi người ta trẻ, tr.45). Nó vốn nhàm chán, như một buổi lễ cúng đình nham nhở, lại càng nhàm chán khó tiêu hơn, bởi ngay những người già, hay đi lễ, cũng không biết ăn vận, cư xử thế nào là sai thế nào là đúng (Hội chợ, các trang 46, 49). Không sao có nổi những biến động lớn, cuộc sống ở đây dề dà, vơ vẩn và nhiều khi ngả sang kỳ quặc, dị hợm. Như những bữa cơm tẻ ngắt (Hội chợ, tr.20). Như cái hòn non bộ tạp nham, cọc cạch (Hội chợ, tr.82). Như một chuyến pích-ních ngớ ngẩn không đâu vào đâu (Cuộc ngoạn du ngắn ngủi). Như cái miền đất 'mới đến mà đã thấy buồn' (Đất đỏ, in trong Khi người ta trẻ, tr.100) nhất là nó giống như những mối tình ba vạ, hoặc trai gái lệch tuổi và chẳng hiểu gì nhau, vừa yêu vừa tự hỏi 'chuyện này sẽ kéo dài đến khi nào' (Hội chợ, tr. 92) hoặc những cô con gái yêu những gã con trai đã có vợ rồi, yêu trong khi chưa biết làm gì, yêu để mà càng tuyệt vọng trong cuộc tìm kiếm tình yêu chân chính (truyện Sau những hẹn hò in trong Hội chợ). Cả đến thiên nhiên trong Phan Thị Vàng Anh cũng không bình thường, mưa là 'mưa trái mùa', còn trăng là 'trăng trước rằm lạnh lẽo và cô độc giữa trời cao không mây' (Hội chợ, các tr. 95 và 64). Một điều có thể gọi là nét độc đáo quán xuyến trong hai tập sách đầu của Phan Thị Vàng Anh, là truyện thường ngắn gọn. Mỗi truyện chỉ thu gọn trong dăm ba trang, truyện dài nhất có đủ cả những bể dâu thay đổi, cũng chỉ kéo đến hơn chục trang. Tại sao? Có lẽ là bởi tác giả không sao tìm được hào hứng để kể mọi chuyện cho mùi mẫn sôi nổi hơn. Hình như với những 'trò ấm ớ' này, thì chỉ cần cái hình thức cũng lụn vụn ấm ớ như thế, đã đủ rồi chăng? Người ta phân vân tự hỏi. Chỉ có điều chắc, do biết quá nhiều, nên mặc dù chỉ xem tất cả như những trò đùa nhạt nhẽo, song tác giả soi vào đâu cũng ra cái để viết, nhìn đâu cũng thấy truyện, và luôn luôn hứa hẹn cung đốn cho chúng ta những cuộc vui nho nhỏ..." (Wikipedia - Mở)

Ở một đoạn khác, nhằm khơi cao sự khác biệt diện mạo văn chương của Phan Thị Vàng Anh và thế hệ người trẻ thực dụng, lớn lên sau chiến tranh, họ Vương viết:

"... Đã nhiều lần các thế hệ trước than phiền một cách chính đáng về lớp trẻ lớn lên sau chiến tranh. Họ thực dụng. Họ ích kỷ. So với cha anh, họ có cảm giác sâu sắc hơn về tự do. Chết một nỗi, cái cảm giác tự do đó, thiếu một cơ sở văn hóa làm nền tảng, nên trong đời sống hàng ngày, nhiều khi họ đi tới nhẫn tâm (dù đôi khi không cố ý) và sẵn sàng tranh cướp chỗ của người khác để sống.

"Từ những trang viết của Phan Thị Vàng Anh, người ta bắt gặp một lớp trẻ có diện mạo khác, mà nét căn bản là một đời sống tinh thần sâu sắc, tinh tế, được ánh sáng của văn hóa hướng dẫn. Họ là hình ảnh đảo ngược của lớp trẻ thực dụng trên kia vừa nói. Song đây cũng không phải là lớp trẻ bồng bột, non nớt, như người ta quen nghĩ vì thế mà nhiều người cứ thấy lo lo về họ. Có điều, nếu có dịp nhìn rộng ra một chút thôi, người ta sẽ thấy ở nhiều nước trên thế giới, thanh niên thời nay đều chung một tình cảnh như vậy. Không giống cha anh, nhưng các nhân vật của Phan Thị Vàng Anh, lại giống cái thời đại mà họ đang sống, và đây là lý do chính mà người ta phải thông cảm và bàn bạc với họ, hơn là xét đoán và chê trách họ.

"*Thêm một nụ cười cho cuộc chơi.*

Đọc Phan Thị Vàng Anh, nhà phê bình Huỳnh Như Phương đã sớm nhận xét rằng cái thế giới được miêu tả trong Khi người ta trẻ có phần giống với một cái sân chơi, ở đó, các nhân vật chơi đủ thứ, từ những trò 'ấm ớ' 'vớ va vớ vẩn' cho đến những trò 'điên rồ', 'ngông cuồng' nhất. Sự liên tưởng có cái lý của nó. Sau những mệt mỏi trước việc đời, điều duy nhất làm cho các nhân vật của Phan Thị Vàng Anh có một chút nghị lực tiếp tục sống là trở về với ý niệm rằng mình đang tham gia một cuộc chơi. Trong một thiên truyện buồn bã như Sau những hẹn hò, nhân vật cô gái xưng 'tôi' nghĩ về người yêu hờ của mình 'nhờ có vợ, anh mới trở thành một trò chơi lạ đối với tôi, không ràng buộc, không ai được hy vọng'.

Có điều 'chữ chơi kia cũng có dăm bảy đường'. Trong Hoài cổ, cũng như trong Kịch câm, cảm giác trò chơi đồng nghĩa với nhận thức về một kiếp sống cay đắng, khốn khổ mà người ta buộc phải sống. Nếu ở những Xe đêm, Quà kỷ niệm, Hội chợ người ta gặp những cuộc chơi gượng gạo, buồn tẻ, thì tới Đất đỏ, trước mắt ta lại là cuộc chơi tàn bạo của tạo hóa, trong đó, những gì sinh động tài hoa thì mất, những gì ngơ ngẩn vô hồn thì còn. Bấy nhiêu những trường hợp lẻ tẻ kết cả lại, gợi nên nét thần thái riêng trong các trò chơi mà Phan Thị Vàng Anh miêu tả..." (Nđd).

Kết thúc bài viết của mình, tác giả Vương Trí Nhàn nhắc thêm một nhận định của nhà văn Huỳnh Như Phong, đại ý hầu như tất cả các nhân vật của Phan Thị Vàng Anh... *"đều quá tỉnh"*:

"... Luôn luôn, họ biết mình đang chơi, nên không sao có được sự hết mình vì cuộc chơi. Nét mặt họ cau có đăm chiêu, tâm lý họ khi ngổn ngang khổ sở, khi trống trải bơ vơ, bởi luôn luôn bị ám ảnh là hình như mọi chuyện hỏng hết rồi, không sao cứu vãn nổi! Không, tình thế không bi đát đến như vậy - mặc dù biết mỗi cây bút đều có cái tạng riêng, mỗi nhà văn phải đi đến cùng trên con đường đã chọn, song người ta vẫn không thể đồng ý với Phan Thị Vàng Anh hoàn toàn và muốn ngòi bút ấy tìm lại vẻ hồn nhiên tươi tắn như nó có. Chính tác giả đã hai lần tạo ra ngoại lệ trong truyện của mình. Vốn ghét cay ghét đắng sự già nua, song trong đoạn kết Hội chợ, nhà văn này đã ngả sang cái giọng rất bình thản, rất biết điều, thậm chí như là hơi cổ điển nữa, khi để cho nhân vật Thảo nghĩ lại về mối tình bơ vơ của mình. "Và Thảo mở những cái thư cũ ra xem, vẫn thấy ngọt ngào, vẫn thấy vui, chỉ thấy rằng hóa ra mình đang hồn nhiên thực hiện cái thiên chức của phụ nữ là chờ đợi" (Hội chợ, tr.11). Và hào hứng hơn cả là truyện Thương, ở đó, một người con gái tự nhiên nhẹ nhõm đi qua cuộc sống bình thường của một gia đình mà khiến cho cả mấy thế hệ trong gia đình cùng xao động. Tuy già hơn nhiều nhân vật choai choai khác thường xuất hiện trong truyện của Phan Thị Vàng Anh, song Thương lại có cái trẻ trung riêng, một thứ trẻ trung tự nhiên, khiến cho người ta không khỏi ước ao giá bên cạnh loại nhân vật thất thường, đỏng đảnh mà thực ra già nẫu ra, như Xuyên, loại nhân vật như Thương này đi về thường xuyên hơn, thì biết đâu, dưới ngòi bút Phan Thị Vàng Anh, người ta chả đọc ra những thiên truyện có sắc thái cận nhân tình hơn, mà cũng là gần với đời sống hơn nữa". (Nđd)

Nhà văn Vương Trí Nhàn đã rất tinh tế khi nhặt ra "hai ngoại lệ" trong truyện của Phan Thị Vàng Anh. Nhưng tôi e, tiếng cười thần hoặc kia trong cõi giới truyện (và thơ) của Phan Thị Vàng Anh, có lẽ, trước sau, cũng chỉ như cái nháy-mắt-cho-vui của định mệnh văn chương - Định mệnh thứ hai, song trùng với định mệnh đời thường của một nhà văn không chỉ tự kỷ với bản thân mà, còn tự kỷ với cả chữ, nghĩa của mình.

Lại nữa, vẫn theo tôi, khô cằn hay chất bất cận nhân tình, cũng là mặt khác của tấm lòng quá đỗi tha thiết với đời sống, xã hội. Chưa kể định-mệnh-song-trùng nơi Phan Thị Vàng Anh, hình thành bởi hai thành tố: Đời thường và bản lãnh văn chương riêng của chính tác giả.

Thành tố đời thường đó là điều tôi muốn nói: Từ thế giới *"mèo con"*, Vàng Anh đã mở rộng tâm thái đi tới những quảng trường hiện thực xã hội, hiện thực lịch sử. Những hiện tượng nhìn từ góc độ hiện thực, cho Vàng Anh những con chữ xát muối và bầm ớt.

Phần cá nhân, tôi không ngạc nhiên khi thấy khí hậu trong truyện của Vàng Anh, là thứ khí hậu sa-mạc-lòng-từ, hạn-hán-tiếng-cười!.!

Từ điểm đứng *"bản lề"* chênh vênh giữa tình cảnh đất nước phải trải qua một biến cố quá đau thương, dữ dội, như những cú "hồi mã thương" liên tiếp của thảm kịch lịch sử - Thì một nhà văn ý thức cao độ như Phan Thị Vàng Anh, có thể làm được gì? Ngoài bất mãn, thất vọng tự thân?

Tôi trộm nghĩ, nhiều phần Vàng Anh đã sử dụng tài năng văn chương di truyền, như những ngọn nến soi rọi tâm mình - Nhiều hơn lên án, trực tố (hay ca ngợi) những hiện tượng mất phương hướng, mất thăng bằng tinh thần của những người trẻ cùng thế hệ.

Bằng vào nỗ lực soi rọi chính mình, thay vì lớn tiếng tố cáo hoặc lên án, qua chữ, nghĩa, những trang văn của Phan Thị Vàng Anh, hy vọng sẽ mãi còn ngân ngấn, những giọt lệ sáp. Vì tim bấc của chúng, theo tôi, là con mắt nhân chứng - bản lề - của một nhà văn.

(May 2015)

Vàng Anh, hồi ký.

Cha tôi

"Một ngày của cha tôi bắt đầu vào lúc bốn giờ. Cha tôi dậy sớm để nấu cơm, nấu nước, rồi sắp vào một cái khay con, một đôi đũa, một cái bát... xong hết mới gọi tôi dậy ăn.

Cha đã để sẵn nước sôi trong nhà tắm, dắt sẵn xe đạp ra ngoài sân... Làm xong hết những việc ấy, cha đi học bài.

Cha học cho đến lúc mẹ dậy. Học thơ, thơ từ cổ chí kim, của bất cứ ai, miễn đáng gọi là thơ, học kịch, học văn, học văn chương và học cả những gì dường như văn chương không bao giờ thèm đụng tới. Cho đến lúc gần bảy mươi, cha tôi vẫn là một học trò ngoan, bất chấp tuổi già mà len lỏi vào bất cứ góc nào của khu vườn văn hóa.

... Khoảng bảy rưỡi, cha, mẹ ăn sáng. Rồi cha tôi ngồi vào bàn, cái bàn mà tôi học bây giờ, ngày ấy ít ai dám đến gần khi cha đang viết. Trên bàn đầy giấy và sách, lâu lâu bình mực quên không đậy đổ một lần, khi ấy loạn cả nhà. Không ngày nào cha không ngồi viết, cả khi gãy tay, bó bột, ngày trước, ngày sau đã nguệch ngoạc viết bằng tay trái. Đôi lúc tôi thấy, nghề văn như một cái ách, người ta lúc nào cũng áy náy lo âu, sợ mình chưa đọc đủ, chưa viết đủ, chưa viết xong lại thấy bực bội như thể có điều gì oan trái trong lòng chưa nói ra hết được. Và tôi nghĩ, có lẽ cha tôi chọn cho mình một cái ách nặng. Cha luôn luôn tất bật, yêu hoa cỏ nhưng chưa bao giờ dám bỏ hàng giờ ra để ngồi uống trà thưởng hoa. Cha sợ những quán cà phê, nhìn chúng như nhìn những nấm mồ chôn thì giờ. Chỉ những đêm rằm, vườn nhà tôi đầy trăng, cha bảo: "Tắt đèn! Ra ngoài hè ngồi xem!". Chị em tôi theo ra, ngồi khen trăng được vài phút, cha lại quay sang bàn chuyện văn chương với mẹ, rồi tranh luận, có khi cãi cọ, quên cả trăng!

Cứ vậy, đầu óc của cha tôi không lúc nào thảnh thơi, đôi lúc tôi nghĩ, cha đã già rồi, đã có một vị trí ít ai dám mơ tới trong văn học rồi, sao cha không nghỉ ngơi một chút. Cha dạy chúng tôi: "Phải học, học không phải để vui, mà để không ai giết được mình!". Cha cũng muốn tôi học, tôi đã có gần một chục quyển vở chép tay của cha, ở bìa ghi rõ: "sách dạy cho Vàng Anh", cha muốn hàng ngày đều có ít thì giờ để giảng cho tôi, nhưng tôi, vì đã không ý thức được những giờ học ấy quý như thế nào, tôi đã trốn bằng đủ mọi cớ, khi ấy, tôi chỉ thích làm thơ chứ không thích học thơ. Chỉ khi cha tôi vào nằm bệnh viện, tôi biết cha bệnh nặng, khó mà qua khỏi, mỗi chiều, sau khi đi học về, tôi vào thăm, cha luôn để dành cho tôi bánh kẹo hoặc một quả cam, và tôi dù mệt đến mấy cũng đề nghị cha giảng bài, không tiếp thu được bao nhiêu, nhưng tôi muốn cha được an tâm. Ở bệnh viện, cha tôi đã làm một phong bì to đựng các bài học của tôi, giờ đây chép thành giấy rời, cuối mỗi bài đều ký: "Cha: Chế Lan Viên", và ghi: "Chợ Rẫy ngày...

tháng... năm..." như đánh dấu từng chặng của một cuộc chạy đua tàn khốc.

... Thời khóa biểu của cha tôi cho một ngày thế nào cũng có giờ làm vườn. Thường vào khoảng mười giờ, khi viết lách, đọc sách đã mệt. Ra vườn, cha tôi đắp đất, làm cỏ như một nông dân, và cha tự hào về điều đó. Vườn nhà tôi rộng đủ để mọi người "thí nghiệm" trồng cây này, cây nọ, kết quả là cây cối mọc lung tung. Một cây dừa mọc trên mô đất cao, nước quanh năm không với tới, những cây mận, cây cam tranh giành nắng, xúm xít cạnh nhau. Tuy vậy, tôi yêu khu vườn, bởi vì nó là nơi thân thiết nhất của cha, mẹ tôi, bởi vì, ở đâu trong vườn cũng có dấu tích của cha, những chậu phong lan cha tôi đem từ rừng về, một cây ổi cha trồng riêng cho tôi gần giếng nước, bụi hương nhu bên bờ ao cha trồng cho cả nhà gội đầu... Người ngoài ít ai biết rằng cha tôi lại có thể làm những việc li ti như vậy, còn chúng tôi vì quá quen với những việc li ti ấy nên lại thường không biết cha tôi có thể làm được những việc lớn như thế nào. Thỉnh thoảng, tôi đi theo cha đến các hội nghị hoặc các lớp học cha giảng thơ văn. Ở đấy, người ta dành cho cha ghế hàng đầu, rồi các cô, các chú đến chào, nhắc về vài bài viết, hay quyển sách mới của cha, tôi nghe và lần nào cũng lặp lại cái ý nghĩ: "Tệ thật! Mình chẳng biết gì về cha cả!". Khi ấy, tôi theo cha chỉ để đi chơi, cũng không để ý cha tôi giảng bài gì, phát biểu điều gì, chỉ để ý cha đã chải đầu chưa, cổ áo đã bẻ xuống chưa, có quên kính không... Trong những chuyện này, cha nhất nhất nghe tôi. Một lần khi tôi học lớp năm, theo cha xuống Cổ cò, người ta đón bằng một bữa tiệc, cha tôi uống rượu, thỉnh thoảng hỏi tôi: "Mặt cha đỏ chưa?". Tôi bảo "Chưa!", mấy phút sau lại nghiêm mặt bảo cha: "Đỏ rồi! Cha đừng uống nữa!" Và cha tôi ngưng liền.

Cha tôi nóng tính, điều đó ai cũng nói. Ở nhà không ai dám đùa với cha, ngoài chị Thắm. Chị là người duy nhất dám nhờ cha tôi dịch hộ bài học rồi ngang nhiên ngủ gật ngay bên cạnh. Chị Thắm cũng là người duy nhất biết nhổ tóc sâu và lấy ráy tai, và làm cũng tùy hứng, bất kể lúc đó cha tôi đang bận bịu đọc sách hay học bài. Ra trường, chị đi thực tập một năm ở An Giang, lâu lâu mới về một lần, thời gian đó, tóc cha tôi bạc hẳn. Tôi nhớ, khi chị đi được mấy ngày, một buổi tối, người yêu chị đi thăm về, tả lại cho cha tôi nghe cái cảnh lạ nước lạ cái của chị dưới quê, cha bảo: "tội nghiệp!" Rồi hai người sụt sịt khóc, khi ấy, hai mẹ con tôi thấy cha thật là ủy mị!

Rồi cha tôi bệnh nặng, những tháng cuối cùng, cha chỉ nằm trong phòng, không nói được, không biểu lộ tình cảm gì trên mặt, chỉ ngơ ngác nhìn trời qua cửa sổ. Vậy mà, theo thói quen, thấy tờ báo nào ở cạnh cha cũng cầm lên đọc, khi thấy mẹ tôi cầm quyển sách nào đi ngang cha cũng nhìn cho được cái gáy sách, dù đã không hiểu được gì nữa. Bạn của cha tôi đông lắm, họ đến thăm và ai cũng thấy rằng ông Trời sao thật tàn bạo, bắt một con người thông minh như cha phải sống như một đứa trẻ mới sinh. Tôi đi học về, vào giường ngồi chơi, nắm tay cha, gầy guộc, và khóc, có lần, cha tỉnh ra, nhìn tôi cau mày và cũng khóc theo. Sau đó ít ngày, cha mất.

Sau lễ hỏa táng, anh Định và tôi được giao nghi lễ cuối cùng là đem tro của cha thả xuống sông. Tôi ngồi sau, ôm chặt cái túi còn ấm nóng. Đây là cha tôi, ngày nào còn ôm tôi, đứa trẻ con ngủ gật trên xe; đây là thầy giáo tôi... giờ thu lại trong hũ cốt và một bao tro. Chúng tôi ra sông Sài Gòn, khi tro được thả xuống, tôi biết từ nay mình đã mồ côi cha, chỗ dựa lớn nhất đời tôi đã mất, và tôi sẽ phải học, như cha dạy: "Học không phải để vui, mà để không ai giết được mình!". Học để thành người".

Võ thị Xuân Hà, trầm-tích-chữ-nghĩa, văn chương một thời

Thành công sớm với nhiều giải thưởng, từ nhiều kênh mạch khác nhau, như truyện thiếu nhi tới văn xuôi, kịch bản, Võ Thị Xuân Hà là một trong những nhà văn nữ có được cho riêng mình những quan niệm rạch ròi, dứt khoát về đời thường cũng như văn chương.

Trả lời cuộc phỏng vấn của báo Tiền Phong(?), được tờ Việt Báo (VN) đăng tải lại từ báo Người Lao Động[1], cây bút từng tốt nghiệp thủ khoa khóa 4 trường Việt văn Nguyễn Du, Võ Thị Xuân Hà, thẳng thắn cho biết, *"mưu sinh và viết, tôi đam mê cả hai"*.

---

[1]Nguồn: Wikipedia – Mở

Chi tiết hơn, tác giả tập truyện ngắn *"Kẻ đối đầu"* Võ Thị Xuân Hà nói:

"Tôi đã trải qua nhiều năm tháng khổ sở và vất vả. Đang yên phận với nghề dạy học thì tôi chuyển qua làm báo, làm điện ảnh, rồi làm xuất bản... Đang yên ấm ở Huế cùng gia đình thì tôi theo chồng ra Hà Nội, đến khi gia đình riêng trắc trở, tôi một mình nuôi 2 cô con gái lớn khôn cho tới tận ngày hôm nay.

"Tôi vừa là mẹ, nhưng cũng vừa là cha. Ba người phụ nữ trong gia đình, chẳng lẽ tôi lại ủ rũ với một mớ ngổn ngang những đau khổ, dẫu chỉ là những thứ vặt vãnh.

"Tôi phải bước đi bằng đôi chân của mình, tự khẳng định mình. Phải kiếm tiền bằng chính sức lao động của mình nuôi các con ăn học. Tôi đã làm được cả ba điều: Sống, nuôi dạy con cái và viết văn..."[2]

Cũng trong cuộc phỏng vấn này, phát biểu về quan niệm văn chương, họ Võ khẳng định:

" Tôi không biết các nhà văn khác quan niệm thế nào chứ riêng tôi, khi viết một tác phẩm, tôi không nghĩ đến việc mình phải viết thật sex, để câu khách, để bán sách kiếm tiền.

"Tuy nhiên, nếu trong truyện của tôi có những đoạn liên quan đến giới tính và tình dục thì cũng là do cuộc sống nhân vật nó phải thế. Nói một cách chân thực thì cuộc sống thường ngày của mỗi chúng ta chắc chắn đều có yếu tố tình dục cũng như chuyện ăn uống, hít thở, làm việc...

"Với tôi, tình dục không có nghĩa xấu mà ngược lại! Nhân vật Cầm Kỳ của tôi cũng yêu đương hết mình chẳng kém gì các bạn

---

[2] Tập truyện "Kẻ đối đầu" của Võ Thị Xuân Hà, được giải thưởng sách hay, Nhà XB Hội Nhà Văn – VN năm 1998. Nđd.

trẻ thế hệ @ nhưng cô ấy sẵn sàng dừng lại ngay khi cảm thấy lòng tự trọng bị tổn thương.

(...)

"... Trong tác phẩm của mình tôi luôn muốn và cố gắng nói được một điều gì đó, dù rất nhỏ, nhưng cũng phải chuyển tải một thông điệp nhân văn. Nhân vật của tôi dù có đê tiện, có ghê tởm đến đâu thì cuối cùng cái mà anh ta để lại trong lòng độc giả chính là niềm tin rằng anh ta sẽ tìm đến với cái thiện, vì vậy anh ta trở nên đáng thương, chứ không phải là đáng trách..." (Nđd)

Nhà văn nữ đầy bản lĩnh này, cũng đưa ra một cái nhìn mới về tương quan giữa văn chương và cô đơn, nghèo, khổ... như sau:

"Tôi cực lực phản đối quan niệm của một số người cho rằng nhà văn là phải cô đơn, phải khổ sở, phải nghèo túng, thì mới viết văn được. Tôi là người phấn đấu hết mình để làm giàu, để trốn cái nghèo và tôi vẫn hết mình với văn chương.

"Tôi chỉ ngồi vào bàn viết khi đầu óc hoàn toàn sảng khoái và minh mẫn chứ không phải buồn rầu, u ám. Phải lãng mạn bay bổng với thế giới câu chữ và sự phức tạp đầy biến động của nhân vật, nhưng tôi vẫn phải có một thế giới thực trên mặt đất..." (Nđd)

Với những ai chỉ theo dõi những cuộc trả lời phỏng vấn của Võ Thị Xuân Hà, mà không tìm đọc truyện của nhà văn này, tôi e nhiều phần họ sẽ nghĩ, thế giới truyện Xuân Hà chắc khô khan, lý trí, khó nuốt... Sự thật, ngược lại.

Thế giới truyện Võ Thị Xuân Hà là thế giới đa tầng. Từ hiện thực đời sống, tiểu biểu như truyện ngắn *"Lời hẹn"*, tác giả viết về một xóm nhỏ *"... không có tên, không có tổ dân phố, nằm lọt thỏm giữa thủ đô và nổi tiếng với những vụ hút hít buôn bán ma túy, chứa chất gái mại dâm..."* Và, hình ảnh "hai mặt" về một ông già, ngồi xe lăn được tôn vinh:

"Cô nhìn ông già đang được tôn vinh. Ông đáng được tôn vinh với những câu thơ bị người ta lột hết mớ ba mớ bảy để khoác vào linh hồn run rẩy tội nghiệp đang khoả thân một tấm blu trắng của chiến dịch kế hoạch hoá gia đình phổ nhạc. Mặc dù vậy anh em chiến hữu vẫn tôn vinh ông nhờ những trường ca sâu thẳm mênh mông đầy bi tráng của cái cõi ông tận hưởng./Cái cõi ấy xả láng giấc mơ của ông..."[3]

Nhưng ông già thi sĩ nổi tiếng kia, cũng chính là người có chiếc bàn đèn thuốc phiện, bị công an bố ráp, tịch thu trước đó ít năm...!

Nếu *Lời hẹn* là kết tầng hiện thực xã hội thứ nhất của cõi giới văn xuôi Võ Thị Xuân Hà, thì *Cành phong hương* lại là kết tầng thứ hai của cái đẹp. Thơ mộng. Cái đẹp của những lá phong ngả màu mà, hương thì lại như những mũi kim vá khâu mùa thu núi cao rách rưới, với những tuyệt vọng khôn khép miệng - Dù cho những đoạn văn xuôi đẹp chỉ như "những-chiếc-nêm-thơ-mộng" chêm giữa những mảng dung tục đời thường.

Đây là một trích đoạn họ Võ không hề nhắc tới sương mù mà, tôi thấy sương mù như quyện, tỏa từng con chữ:

"(Chị Miêng) đứng như con linh dương cái đến mùa phong hương đỏ lá. Tôi ngước nhìn con linh dương cái ấy, ngưỡng mộ đến vô cùng. Tôi cũng nhìn thấy thằng Lân, hai tay nắm chặt lại như vào thế thủ. Nó đứng cách một đoạn xa, nhìn con linh dương biến ảo, như muốn lao vào cắn xé, lại như muốn quỳ xuống ôm lấy đôi chân dịu dàng mềm mại như nhung kia.

(...)

"Chị Miên vẫn đứng sững bên đường, nơi có vệt bánh xe in hằn cả vết lốp mới. Chị khiến cho tôi và thằng Lân cũng cứ sững lại, mỗi đứa một kiểu, như những cành phong hương tơi tả trong gió

---

[3] Nguồn Website dutule.com - (Theo Triệu Xuân)

đông sắp ùa về trên cái đỉnh đèo Non Cao quanh năm gió xoáy và mây mù..."

Hoặc:

"Không gian vắng vẻ, buồn buồn, làm cho người qua đèo bâng khuâng giữa núi đồi sơn cước phía trước và đồng bằng đang trôi xa phía sau. Vách đá lởm chởm đeo bám những mầm dương sỉ xanh nõn vươn lên tầng không. Phía bên vực, dòng suối chảy uốn lượn làm nghiêng những vạt ngô, vạt chuối bao la...

"Mùa thu về làm rực biếc cánh đồng xa bởi những cơn mưa đêm thấm đẫm. Trên triền núi xa xa, có cô bé tay khư khư bông hoa to, cơn gió nhẹ thổi từ cánh đồng làm cho bông hoa chao như ánh lửa..."

Và vẫn là hình ảnh rất thơ, được Võ Thị Xuân Hà chọn, để ra khỏi câu chuyện tình oan trái nơi núi cao, trong đời thường:

"Nàng đứng bên cây phong hương đã già.

"Mùa đông sắp đến gần, những chiếc lá phong hương đang chuyển mầu đỏ dụ. Từ xa nhìn thấy như những vầng hoa đỏ rực in trên nền trời.

"Thời gian cứ trôi lặng lẽ. Người đàn bà vẫn đứng đợi bên đỉnh dốc.

"Nụ cười phảng phất trên môi nàng..."[4]

Nếu *"Lời hẹn"* có *"'những-chiếc-nêm-thơ-mộng' chêm giữa những mảng dung tục đời thường"* thì, truyện ngắn *"Dưới nước"* lại là một kết tầng khác. Một hư ảo. Huyễn hoặc tâm linh.

---

[4] Nguồn Website dutule.com - (Theo Triệu Xuân)

Tôi vẫn nghĩ, sông nước không bao giờ là tấm gương chết! Sông nước, tấm gương sinh động này, không chỉ cho ta nhiều diện mạo khác nhau mà, nó còn luân lưu những hình ảnh, tư tưởng của ta, chuyển đổi từng giây phút.

Sông nước, hiểu theo một nghĩa nào khác, cũng chính là nơi vun quén hình ảnh, tâm tư ta nơi những lượng cát bồi nữa.

Phải chăng vì tính huyễn ảo nhiều diện mạo sông nước luôn cho ta, nên trong truyện *"Dưới nước"*, nhân vật *"người ấy"* của Võ thị Xuân Hà là nhân vật vắng mặt? Hiện hữu của *"người ấy"* là tình yêu? Một tình yêu bất tử. Như chân lý - Chẳng bao giờ chúng ta có thể sở hữu!!!

Khi quảng trường của truyện ngắn *"Dưới nước"* vừa mở, *"người ấy"* (tâm bão?) đã lập tức hiện ra:

"Bên cầu Đoạn Hà, tôi nói với ông già Tiểu Ngục: Con cần phải đi khỏi nơi này. Con rất nhớ người ấy".[5]

Đó là phân đoạn thứ nhất của *"Dưới nước"* gồm 4 phân-đoạn-huyễn-ảo mà, phân đoạn hai, tuy có phần đời thường, nhưng nó vẫn bị cơn bão huyễn hoặc nhấn chìm.

Ở phân đoạn 1 này, có hai nhân vật chính: Nhân vật xưng "tôi" – ngôi thứ nhất và, ông già tên Tiểu Ngục. Bên cạnh đó là hai "nhân vật" tưởng như phụ là, dòng sông Đoạn Hà và, nhân vật *"người ấy"*. Nhưng như tên gọi, dòng sông đã tiên báo một điều gì, tựa biền biệt đứt lìa! Khi ông gia Tiểu Ngục nhắc nhở nhân vật xưng tôi rằng, đừng quên, cô đã uống nước sông Đoạn Hà, hiểu theo nghĩa, lúc tái sinh, cô đã không còn ký ức. Và, nhân vật *"người ấy"* cũng chỉ như một nhắc nhở tuyệt vọng của hoài niệm (phản quang chiếc bóng?) mơ hồ tiền kiếp:

"Tôi nói với ông: Con nhớ người ấy!

---

[5] Nguồn Website dutule.com - (Theo Triệu Xuân)

"Tiểu Ngục hỏi: Tại sao con cứ mãi nhớ một người như vậy? Con đã uống nước sông Đoạn Hà. Con đã cùng ta chịu thử thách qua bao nhiêu khoảnh khắc của nước trời. Mà con ơi, con đâu có thể nhận ra người ấy, vì con nên nhớ con đã uống nước quên?

"Tôi không thể nói với ông tôi nhớ người ấy như thế nào khi tôi hoàn toàn không còn nhớ anh là ai. Ngay cả gương mặt anh, tôi cũng chỉ còn lờ mờ nhìn thấy qua lớp lớp sương mù. Tôi chỉ có thể cảm thấy và tôi luôn nghĩ rằng anh vẫn còn quanh quất đâu đây, trên thế gian đầy ánh nắng.

"Thế là ông già Tiểu Ngục đành quay về nơi có đặt những súc gỗ. Ông đóng cho tôi một chiếc thuyền nhỏ, đủ để tôi ngồi lên và chèo đi. Nhân lúc chủ thiên ngục không để ý, ông đẩy tôi cùng c"on thuyền ra con nước lớn.

"Tôi hẹn: Con sẽ có ngày trở về.

"Tiểu Ngục cười: Con đã trở về rồi. Con ơi, hãy đi đi. Đừng sợ. Cốt nhất là đừng sợ hãi. Nơi ấy sẽ không chỉ có sương và gió.

"Tôi bặm môi bướng bỉnh: Con nhớ người ấy". (Nđd).

Bước qua phân đoạn 2, dù được ông già Tiểu Ngục nhắc nhở: *Con đã uống nước sông Đoạn Hà (...) con đâu có thể nhận ra người ấy, vì con nên nhớ con đã uống nước quên?* Nhưng không vì thế mà ký ức của nhân vật xưng "tôi" bị xóa sạch. Lý ức đó vẫn thở những nhịp thở sinh động như sông nước. Như hành trình cuộc sống bập bềnh những bất ngờ huyễn hoặc. Tác giả cho nhân vật xưng "tôi" tham dự đoàn khảo sát địa chất một khúc sông; thu nhặt những cục đá mang về để thử nghiệm...

Nhân dịp này, chuyện tình hư ảo của cô và *"người ấy"* được vén màn sương phủ:

"... 'Ngày ấy tôi đi cùng một người con trai. Chúng tôi dạo trên hồ này cũng bằng một chiếc thuyền nhỏ. Anh ấy nom thư sinh nhưng khá mạnh mẽ. Anh ấy đã tự tay điều khiển chiếc thuyền đưa tôi ra giữa hồ'

" 'Rồi sao nữa?'

"Người đàn ông hỏi như kiểu người ta đưa tay ra giúp những người yếu ớt băng qua đường cao tốc.

" 'Rồi gió và lốc nổi lên. Anh ấy đã cố giữ tay lái. Tôi bám chân vào khoang thuyền để giữ thăng bằng. Nhưng gió mạnh quá, mưa rất to, từng hạt nước như quất vào chúng tôi những chiếc roi khổng lồ. Một con sóng bất ngờ chồm lên. Khi ấy con thuyền nhỏ gần như lộn ngược...'

"Một giọt nước mắt lăn xuống gò má cô, tan đâu mất dưới ván thuyền. Người đàn ông dừng tay vẽ, ngẩng lên:

" 'Sau đó thì sao?'

" 'Chúng tôi không thể lấy nhau...'

" 'Vì sao?'

"Cô im lặng.

"Lát sau cô ngẩng lên nhìn người đàn ông. Chính cô cũng không hiểu tại sao cô lại tin cậy và nói với anh câu chuyện của mình.

" 'Anh ấy ngủ dưới nước'" (Nđd)

Rồi cô "... bị thuyết phục vì vẻ chân tình của anh. Giọng đàn ông trầm ấm như nhắc nhớ cô những gì thật quen thuộc đã xa lâu lắm. Dần dà cô nhìn người đàn ông một cách tin cậy, như thể cô đang tựa vào anh, và phía sau lưng cô rừng già huyền bí dịu dàng, trên đầu cô trời xanh thăm thẳm như vòng tay níu giữ cô với mặt đất ấm áp. Cô nhíu mày nhíu trán, tự đấm tay vào đầu mình: ta đã gặp anh ấy hồi nào nhỉ?"

Nhưng cuối cùng, trước khi phân đoạn hai khép lại, câu hỏi điếng lòng của nhân vật xưng "tôi" lại mở ra:

"Mình vẫn không tìm được người ấy. Vẫn không tìm được!"

Ở phân đoạn 3, tác giả cho thấy sự phân thân của kẻ *"ngủ dưới nước"* hiện ra như chiếc bóng của tiềm thức - Hay cuộc tương tranh giữa hồi ức của hồi ức; giữa tồn lưu và, ảo ảnh của hư tưởng:

"Gã kia ỉ lại lão già Tiểu Ngục, cứ im lặng chờ đợi dưới nước khiến tôi không tài nào bước được một bước để gần em hơn. Gã là ai tôi cũng không rõ, giống như cái bóng của em vậy. Cái bóng nằm sâu dưới nước, ngủ cùng nước, và lặng lẽ yêu em. Cái bóng ấy thách thức tôi, và chợt gã cất tiếng cười vang như khúc khải hoàn mừng chúng ta mãi mãi không thể nhận ra nhau, lạc lối trên những con đường rừng, đá tai mèo lởm chởm, rắn độc có thể bập vào chân bất cứ khi nào chúng ta sơ hở, nấm độc có thể phả hơi thở hiểm ác vào màng nhĩ, khiến tai chúng ta ù đặc, trí não chúng ta tê liệt.

"Và tôi đã nhẫn tâm để mặc em vác túi đá nặng trên vai, đi liêu xiêu trong gió.

"Tôi không thể giơ tay ra đỡ.

"Ở nơi đây, dưới nước trời, tôi biết tôi đã để mất em. Kẻ chiếm được tình thương của em nằm dưới kia, trong nước". (Nđd)

Và, phân đoạn 4, Võ Thị Xuân Hà mở một cửa khác. Cánh cửa cuối cùng của *"Dưới nước"* dành cho Tình Yêu, một bí nhiệm muôn đời khôn giải thích, - Như chân lý chấp chới giữa hai mặt của đồng tiền hạnh phúc và bất hạnh:

"Thời gian của em sắp hết.

"Nước trời rơi rơi trên đầu em từng giọt, từng giọt thảm thiết.

"Nhưng anh ơi, cho dù nước quên đã ngấm vào từng mao mạch và hơi thở của em, cho dù trái tim anh chỉ còn là một khối quặng trơ lì không tan chảy bởi những lời mắng nhiếc của ông già Tiểu

Ngục, và bởi tình yêu của em chỉ như gió như sương, cho dù dưới nước kia một người vẫn lặng lẽ chờ đợi sự trở về nồng ấm của em, cho dù em sẽ bước qua dải thiên hà để về bên sông Đoạn Hà, làm cai lệ ngàn năm để rồi ông già Tiểu Ngục lại đóng cho em một con thuyền, em vẫn sẽ đi tìm anh.

"Bởi để quên được anh, em sẽ phải đi qua hết những cuộc đời như cuộc đời này" (Nđd)

Tóm lại, dù cõi-giới văn xuôi của Võ Thị Xuân Hà ở kết tầng nào, hiện thực, thơ mộng hay huyễn ảo thì, với tôi, mai kia, khi nhìn lại văn chương hôm nay của Võ Thị Xuân Hà, hy vọng người đọc nhận ra những trầm-tích-chữ-nghĩa mà, nhà văn này có được trong đời văn của mình.

(Garden Grove, June 2015)

Văn xuôi Võ Thị Xuân Hà.

Lời hẹn

Cô bước lên bậc thềm của hội trường. Từ bên này hành lang, cô có thể nhìn thấu suốt dọc cái hội trường nổi tiếng.

Trong ấy là hàng vài trăm con người đang ngồi với những chức danh định phận khác nhau, nhưng cùng chung một niềm kiêu hãnh: tên tuổi của họ ít nhiều đều được ghi danh, chí ít cũng là trên một tờ tạp chí địa phương hay một bản báo nho nhỏ nào đó giữa trùng trùng điệp điệp các loại báo chí phong phú bản địa.

Cô có thể nhìn thấy một ông già đang ngồi trên chiếc xe lăn, và được tôn vinh. Ông ngồi lọt thỏm giữa các gương mặt quan chức, chính khách, quay người lơ lơ nhìn ra tứ phía. Chiếc ghế ông ngồi được người ta bắt chéo hai ốc vít để giữ cho chắc không bị chạy hay bị di chuyển mỗi khi có tay phóng viên ảnh nào đó lỡ chạm vào. Chiếc ghế như chiếc ngai vàng giữ chặt ông trên mặt ngồi được trang trí bằng nhung màu đỏ sẫm. Tay ông đang túm chặt một bó hoa to đùng. Thậm chí mồ hôi đang túa ra trên gương mặt già nhăn nheo cũng bị mặc cho tuôn chảy vì hai tay ông già đang ôm chặt bó hoa tôn vinh, y như tự ông đưa tay mình ôm chặt cái gọng cùm lạnh lẽo. Ông cười cười với khắp anh em bạn bè, phô ra hàm lợi chỉ còn vài cái răng trắng bóng, nhinh nhỉnh lớp vôi thời gian.

Xung quanh ông là những gương mặt quan chức, nhưng đa phần là quan chức đã hưởng lương hưu, với tiêu chuẩn cả đời cao chót vót. Khi họ còn đương chức, không phải lúc nào cũng có thể tập trung đến những chốn như thế này được đông như vậy.

Họ nghỉ rồi thì đương nhiên tâm hồn trỗi dậy nỗi nhớ nhung mơ hồ một mạch chảy tinh thần mạnh mẽ, mà khi còn quá bận bịu với việc giang san, họ quên khuấy hoặc tạm thời cất vào ngăn kéo. Bây giờ họ không còn gì để bận bịu, không phải ra khỏi hang vào rừng săn bắn, không lo chính kiến bị những mũi tên độc bắn tỉa. Không lo gì ngoài sức khoẻ, và hoạch định lâu dài cho tương lai, cái tương lai vĩnh cửu được định dạng đầu tiên là một khối gỗ bọc lót sơn son rực rỡ, lung linh ánh nến tuôn chảy trong tầng tầng lớp lớp ximăng và đá quý.

Tương lai vĩnh viễn ấy đang chào đón họ phía trước, và vì thế mà họ thèm muốn được đắm mình trong cái thế giới đa linh của đám người ngồi dưới kia, cái đám người hỗn xược, luôn luôn hỗn xược và ngạo mạn, cái đám người luôn đọc được ra những bí ẩn của tạo hoá để chúng cùng ngạo nghễ, và chính vì thế mà cũng có thể cùng chịu chung số phận bị đẩy ra khỏi tầng lớp quan trọng cấp thiết của cuộc sống. Thế nhưng chúng chẳng hiểu, thậm chí la ó không chịu công nhận vị thế sau cuối của mình. Chúng dùng lời lẽ ngôn từ để công kích, ném ra đám đông những ý tưởng, xây dựng xã hội bằng những triết lý ngông cuồng và ngây thơ của mình.

Bây giờ khi đã ngồi tĩnh lặng để ngắm mặt trời mọc, rồi chờ cho tới khi nó lặn xuống phía chân núi xa mờ, mắt họ mờ lệ vì luyến tiếc. Đã lâu lắm rồi họ không được sương đêm tưới mát linh hồn, lâu lắm không được ngồi xoè với bạn nhìn mặt hồ xao động với những chú cá vô tư, miệng nốc từng vại bia, tay xoe xoe mấy củ lạc, lâu lắm không được nghe khúc hát huyền diệu của nắng nóng mưa nguồn. Hình như bên Tàu xưa có cái ông Trần Tử Ngang nào đó tức cảnh trên đài U Châu chỉ bốn câu thơ thôi mà để đời đời kiếp kiếp trần gian.

Ô, cái khối gỗ bọc lót sơn son rực rỡ, lung linh ánh nến tuôn chảy trong tầng tầng lớp lớp ximăng và đá quý kia đâu thể sánh được bằng một chữ trong cái "tức cảnh" ấy. Đi thôi, đi thôi, đến dự với cánh hỗn xược và ngạo mạn kia xem chúng dạo này ra sao. Để xem mình còn có thể vói tay lên cái lầu U Châu hay Cửu Trùng Đài nào nữa? Để xem biết đâu ta gặp được tri âm tri kỷ, hay đại loại một nàng nào đó tựa như nàng Đan Thiềm? (Nhân vật trong vở kịch nói "Vũ Như Tô" của Nguyễn Huy Tưởng - BT).

Cô ngồi tận góc ghế cuối cùng. Một chàng thi sĩ là fan hâm mộ nửa đời nửa đoạn của cô nhiều năm nay ném sang cho cô cái mẩu giấy chép Bài ca lên đài U Châu. Anh ngước nhìn cô với ánh mắt u uẩn, tựa như cô là người phải có trách nhiệm với niềm u uẩn ấy của anh.

"Ai người trước đã qua/ Ai người sau chưa đến/ Ngẫm trời đất vô cùng/ Một mình tuôn giọt lệ...".

Cô mỉm cười. Cô cũng ngạo mạn vì sự không tương xứng giữa những câu thơ và người chép thơ. Không biết anh ném bài thơ này vào tay bao nhiêu cô gái rồi? Một chàng thi sĩ mượn thơ truyền đời nhân loại để ép xác nỗi niềm.

Cô nhìn ông già đang được tôn vinh. Ông đáng được tôn vinh với những câu thơ bị người ta lột hết mớ ba mớ bảy để khoác vào linh hồn run rẩy tội nghiệp đang khoả thân một tấm blu trắng của chiến dịch kế hoạch hoá gia đình phổ nhạc. Mặc dù vậy anh em chiến hữu vẫn tôn vinh ông nhờ những trường ca sâu thẳm mênh mông đầy bi tráng của cái cõi ông tận hưởng.

Cái cõi ấy xả láng giấc mơ của ông.

Chiếc điện thoại di động của cô rung nhẹ. Nó không đổ chuông vì cô đã tắt chế độ chuông. Cô mở máy.

Bên kia, giọng một người đàn ông sôi nổi:

- C.K đấy à? Chuyện anh nhờ em, em lưu ý nhé. Khi nào có thể đi được phôn cho anh chuẩn bị.

- Vâng.

Đấy là một đại uý công an.

Chàng thi sĩ liếc xéo xuống chỗ cô ngồi, nhắn cho cô cái tin da diết:

- Em ngồi đâu cũng có người săn lùng. Anh hâm mộ em. Dáng em rất đẹp...

Một tin nhắn nữa, không kém phần da diết:

- Em có bí quyết gì mà giữ được cái dáng người và sức vóc trẻ trung lâu bền như vậy?

Thêm một tin đầy ấn tượng:

- Em thuộc hàng bốn chuẩn mỹ nhân bên Tàu. Thứ nhất sắc diện hồng đào. Thứ hai eo mỏng, thứ ba chân dài...

Còn thứ tư? He he. Thằng cha ngu đần không kiếm đâu ra tiếp cái thứ sau để tán tỉnh. Ngay cả thơ hắn cũng dùng của người khác. Mà dùng cũng lộn xộn không vần, không màu mùi vị.

Một tin nhắn khủng bố bắn sang tiếp, tạo thành một chuỗi đạn xiên táo:

- Làm chết cả làng đàn ông...

Cô tắt máy. Nhìn lên phía ông già. Con nợ. Kẻ vô tình reo rắc niềm trắc ẩn.

*

Người đại uý công an đã kể cho cô nghe về một món nợ tinh thần mà ngày xưa anh đã lâm vào.

Hôm ấy anh đến nhà cô với bộ quân phục chỉnh tề, sao đại uý ngay ngắn trên hai cầu vai. Mưa xuân theo anh vào tận thềm nhà lặng lẽ của cô. Thi thoảng anh thích gặp cô để trò chuyện. Những câu chuyện về xã hội không đầu không cuối. Ban đầu của những cuộc thăm hỏi đó là nhiệm vụ "đi sâu đi sát quần chúng địa bàn" của công an phường. Về sau là những cuộc kiểm tra đột xuất những hộ gia đình bên cạnh có "vấn đề". Sau mỗi lần đấy, anh thường ghé vào uống chén trà, hỏi cô vài câu, nhắc cô cẩn thận khi sống ở địa bàn, rồi ra về.

Cô quyết định mua nhà ở khu vực này sau khi chia tay với người đàn ông mối tình đầu. Cô đi trên con đường được gá bằng những tấm bêtông nham nhở, giữa bao ánh mắt tò mò xung quanh cái xóm nhỏ nhếch nhác, lam lũ. Cái xóm nhỏ này không có tên, không có tổ dân phố, nằm lọt thỏm giữa thủ đô và nổi tiếng bởi những vụ hút hít buôn bán ma tuý, chứa chấp gái mại dâm.

Người đại uý công an đọc đi đọc lại cái tờ sơ yếu lý lịch cô khai làm tạm trú, nhìn tấm ảnh ba nhân bốn của cô, lại đọc kỹ cái tên cô, cái tên mà anh và nhiều người biết khi đọc báo đọc sách hay nghe đài, xem tivi, không hiểu người này có lý do gì lại quyết định nương thân ở một chốn đầy rẫy tệ nạn, eo óc và rác rưởi ấy? Hay đây là cách cô đi thực tế? Hay đó là số mạng bị buộc thử thách của cô?

Anh đã nói ngay ý nghĩ đó của mình khi gặp cô lần sau. Và cô cười. Cô không nói gì cả. Sau đấy anh cũng không hỏi gì nữa, và thường ghé thăm cô mỗi khi có thể.

Ban đêm khu xóm nhỏ chìm trong những hoạt động bí ẩn của một nhóm người trôi dạt đủ mọi phương trời về nương thân ở đây. Những tiếng xe máy đón gái đi đêm rồi trả gái về nhà trọ. Những cô gái xức nước hoa tẻ tiền, son phấn chứa đầy chất thuỷ ngân, bước ra khỏi nhà đi làm việc bằng cách nằm với đàn ông, quy đổi thời gian nằm đó thành những đồng tiền nhàu nhĩ. Những kẻ nghiện lảng vảng như dơi, tìm mọi cách để có tiền mua thuốc.

Công an khu vực hầu như không được ngủ nhà. Mấy người chia nhau túa ra khắp ngõ xóm. Nhìn thấy đám nghiện đang chích, họ hô to để đồng đội nghe tiếng, nhằm tránh những mũi tiêm cố tình chọc vào họ qua màn đêm đen đặc. Rồi vây bắt đưa về đồn, phân loại nghiện hay loại gây nghiện, xích tay những kẻ buôn bán cái thứ chất gây chết người và huỷ diệt tâm hồn hàng loạt những thế hệ thanh niên.

Hầu như ít khi những người công an khu vực được ngủ đêm cho trọn giấc. Anh cũng vậy.

Anh còn nhớ một đêm.

Đêm ấy đã xa lắm rồi. Khi anh còn là một cảnh sát mới ra trường. Tổ công tác của anh được lệnh đột kích một tụ điểm. Được biết đây là tụ điểm đã tồn tại nhiều năm nhưng do nó ẩn trong một trang trại của một nhân vật có tên tuổi trong giới văn nghệ sĩ, một nhân vật mà ngày còn ngồi trên ghế nhà trường, anh và bạn bè từng mê mẩn khi học đến những trích đoạn trong trường ca vĩ đại của ông.

Tổ công tác đã vào đến sân nhà rồi mà những chiếu ngồi sát phạt nhau không hay biết gì. Quang cảnh trong sảnh giữa ngôi nhà rộng trong trang trại lung linh đèn màu và sóng sánh những điệu ngọt thắm của liền em liền chị quan họ. Liền em mang áo tứ thân ghếch lên phím đàn, phơi cái liền em có giá gấp nhiều lần giọng ca ăn nước sông Cầu. Liền chị như những mụ Tú bà, núc ních ánh mắt moi tiền đàn ông, moi tiền liền em bất kể tiền gì. Những tấm thân ngọc ngà phơi lả lơi khúc hết duyên đi sớm về trưa một mình/ còn duyên ngồi tựa cột đình...

Đám người đang say sưa sát phạt, ôm ấp, ngạt hơi men và khói thuốc bàn đèn bỗng chốc tan tác, tán loạn. Anh được lệnh đi vào bên trong cùng vị chỉ huy. Căn phòng trong hôi sì khói thuốc phiện. Một người đàn ông đang nằm phê thuốc. Nhìn thấy sắc phục công an, ông ta khẽ nhổm người dậy, miệng lẩm bẩm: "đến lúc tới rồi đấy. Chỉ huy và anh cùng đứng sững lại. Hình như họ run rẩy. Hai cánh tay thõng xuống như có ma lực nào kéo lại. Người ấy. Ôi, người ấy. Một thời sân trường và trí tuệ tâm hồn học trò.

Sau này, anh mãi day dứt. Những day dứt trải dài căn nguyên của tuổi học trò và những vần thơ hùng tráng một thuở. Nhiều lần anh muốn tìm đến chỗ ông già, tự nhận mình là người cảnh sát trẻ năm xưa, xa xưa nữa là cậu học trò trường Chu Văn An mê thơ ông như mê những dòng sông thác ghềnh, và làm một việc cuối cùng với ông, đó là trả lại chiếc bàn đèn. Anh đã cất chiếc bàn đèn đó như một kỷ vật đau buồn.

Cô đồng ý sẽ chọn một ngày bình thường trong tháng để đi cùng anh tới nhà ông. Khi anh kể câu chuyện xưa cũ đó cho cô nghe, ông đang nằm liệt giường với hàng đống bệnh già. Anh dặn cô nhớ đừng kể chuyện này ra cho ai biết, nếu cấp trên của anh biết, anh có thể sẽ bị phê bình hoặc bị giáng chức. Anh cũng không thể đi tìm ông và đến nhà ông một mình. Chiếc bàn đèn năm ấy bị ném ra góc kho mốc meo, lẽ ra nó đã bị huỷ cùng nhiều thứ khác, nhưng không hiểu sao lại nằm lại và anh nhìn thấy nó. Anh nhặt nó về, đặt nằm trong một góc tủ nhà anh.

Khi nghe tin ông già đang bệnh gần chết, anh bỗng nhiên thấy day dứt, ý nghĩ không thể không gặp ông và trả lại cho ông cái thứ mà một cảnh sát như anh chẳng bao giờ muốn nó tồn tại cứ trở đi trở lại trong anh. Vẫn thường xảy ra những nghịch lý và nỗi niềm như vậy trên đời. Những nghịch lý xa lạ với pháp luật và những thiết chế.

*

Cô nhìn ông già đang lúc lắc trên chiếc xe lăn, ngồi giữa vòng hào quang được bện bằng những bậc "thiên hạ nhân, thiên hạ tài".

Mọi người tự hào đón ông đặt trên đầu những lối đi, ngay gần bục míc, tâm điểm của sự tôn vinh, hoá giải nỗi thống khổ mà bao nhiêu năm họ đặt lên mạng thơ của ông. Cả đời ông điêu đứng khổ sở vì cái tài nói quá đi trong khuôn khổ; cả đời ông tận hưởng niềm vinh quang trong lòng lớp lớp thế hệ; cả đời ông trôi đi với cả đống ngày vô nghĩa; cả đời ông được dệt bằng những vần ca, những vòng khói thuốc, những chuyện giăng hoa kết đèn bí ẩn đến tột cùng... Nhưng ông vẫn là một vầng hào quang.

Ông không biết rằng, dưới tít xa, tận đáy hội trường, nơi không có các vầng hào quang, một cô gái đang ngồi quyết định số phận chiếc bàn đèn của ông.

Cô tưởng tượng chiếc bàn đèn sẽ nằm trong một cái viện bảo tàng kỳ cục nhất thế giới, ở đó người ta thắp những cây nến tiễn đưa linh hồn, chiếc bàn đèn bị túm cổ xích chặt vào khối không gian vũ trụ. Và phía hào quang mặt trời là những gương mặt thiên thần nhang nhác người đại uý công an, nhang nhác chàng thi sĩ một thuở hào hùng... Không có vòng vây tôn vinh, không ngại, nom ông giản dị và ngạo nghễ.

Cô tính toán và sắp đặt thế này: Có thể chiếc bàn đèn ấy sẽ về lại tay chủ nhân của nó.

Cũng có thể cô sẽ thất hẹn với người đại uý công an.

Cô mở điện thoại. Chiếc điện thoại vô tình vô nghĩa rung lên:

- Em ơi, em là cái thể loại gì mà vật chết cả làng đàn ông?

Võ Thị Xuân Hà.

www.ingramcontent.com/pod-product-compliance
Lightning Source LLC
Chambersburg PA
CBHW052211240426
43670CB00036B/70